என்றென்றும் எஸ்பிபி

1946 - 2020

பிரபலங்களின் நினைவலைகள்

தொகுப்பு:

தினேஷ் கன்னிமாரி

நாதன்
பதிப்பகம்

என்றென்றும் எஸ்பிபி

ISBN: 978-81-981494-9-7

வெளியீடு:
ஆசிரியர்.இல.பாஸ்கரன்
ஜெயம் முரசு
(மாதம் இருமுறை இதழ்)

நாதன்
ப தி ப் ப க ம்

▸ என்றென்றும் எஸ்பிபி ▸ தொகுப்பு: தினேஷ் கன்னிமாரி ©
▸ முதல் பதிப்பு: நவம்பர் 2024 ▸ நாதன் பதிப்பகம், சென்னை–600 093,
தொடர்புக்கு: 98840 60274, e-mail: natanbooks03@gmail.com
▸ வடிவமைப்பு: ஜீ. முருகன்.

பக்கங்கள்: 348, விலை ரூ.400/- web: www.natanbooks.com

சமர்ப்பணம்

கொரோனாவால் மறைந்த என்
உஷா சித்திக்கு

நன்றிக்குரியவர்கள்

ஆனந்த விகடன், அவள் விகடன், சிநேகிதி, தோழி, ராணி, குமுதம், குங்குமம், தினமலர், தினத்தந்தி, தினகரன், சன் டிவி, ஜெயா டிவி, விகடன் டிவி, விஜய் டிவி, நக்கீரன் டிவி, Behindwoods TV, Indiaglitz TV, Today Cinema, Shruthi TV, Hindu Tamil thiisai, Nonstop News Tamil, Colors TV, Zero point, Youth Central Tamil, Cine Ulagam, AM-RM TV, Socrates Studio, Galatta Tamil, IBC தமிழ், Wallpost, ஆர் சரண், ஐய்யனார் ராஜன், கங்கை அமரன், நக்கீரன் கோபால், டி. என். இமாஜான்.

எஸ்.பி.பி.

(ஸ்ரீபதி பண்டிதாரத்யுல பாலசுப்பிரமணியம்)

1946 - 2020

1946 ஜூன் 4-ம் தேதி எஸ்.பி.சாம்பமூர்த்தி, சகுந்தலாம்மா தம்பதியினருக்கு மகனாக நெல்லூரில் (ஆந்திர மாநிலம்) பிறந்தார்.

அனந்தபூர் என்ஜினீயர் கல்லூரியில் *(J.N.T.U)* பயின்றார். பின்னணி பாடகர், நடிகர், இசையமைப்பாளர், டப்பிங் ஆர்ட்டிஸ்ட், தயாரிப்பாளர் என்று பன்முக திறமைகளுடன் திரைதுறையில் சாதனை புரிந்தார். *55* வருடங்களாக *16* மொழிகளில் தொடர்ந்து பாடி வந்தார். (தமிழ், தெலுங்கு, கன்னடம், மலையாளம், ஹிந்தி, துளு, ஒரியா, அஸாமி, படுக, சமஸ்கிரதம், கொங்கினி, பெங்காளி, மராட்டி, பஞ்சாபி, ஆங்கிலம்)

ஜெமினி கணேசன், அர்ஜுன், நாகேஷ், கார்த்திக், கமல்ஹாசன், ரஜனிகாந்த், விஷ்ணுவர்தன், ரகுவரன், சல்மான்கான், கே.பாக்யராஜ், மோகன், அனில்கபூர், கிரீஷ் கர்நாட், நந்தாமூரி பாலகிருஷ்ணா போன்றவர்களுக்கு பின்னணி குரல் கொடுத்திருக்கிறார். அதுமட்டுமல்ல 'ரிச்சார்ட் ஆட்டன் பரோ' இயக்கிய 'காந்தி' திரைப்படம் - தெலுங்கில் டப் செய்த போது காந்தியாக நடித்த

'பென் கிங்ஸ்லி' - அவர்களுக்கு பின்னணி குரல் கொடுத்தவர் எஸ்.பி.பி.தான்.

60 திரைப்படங்களுக்கு இசையமைத்திருக்கிறார், 75 படங்களில் நடித்திருக்கிறார். 40000 பாடல்களுக்கு மேல் பாடியிருக்கிறார். 250-க்கு மேற்பட்ட இசையமைப்பாளர்களின் இசையில் பாடியிருக்கிறார்.

கன்னட இசையமைப்பாளர் உபேந்திரகுமாரின் இசையில் 12 மணி நேரத்திற்குள் 21 பாடல்கள் பாடி சாதனை படைத்தார். அதுபோன்று, ஒரே நாளில் தமிழில் 19 பாடல்களும், ஹிந்தியிலும் 16 பாடல்களும் பாடி சாதனை புரிந்துள்ளார்.

இந்தியாவின் பல மாநில விருதுகள், நந்தி விருதுகள், ஃபிலிம் ஃபேர் விருதுகள், தேசிய விருதுகள் உட்பட பத்மஸ்ரீ, பத்மபூஷன், பத்மவிபூஷன் போன்ற முக்கிய விருதுகளையும் பெற்றிருக்கிறார்.

உடன் பிறந்தவர்கள் - 2 சகோதரர்கள், 5 சகோதரிகள் (அதில் ஒரு சகோதரி பாடகியும், நடிகையுமான திருமதி எஸ்.பி. ஷைலஜா)

குழந்தைகள் - எஸ்.பி.பி.சரண் (பின்னணி பாடகர், நடிகர், தயாரிப்பாளர்), எஸ்.பி.பி. பல்லவி (பின்னணி பாடகி)

2020 செப்டம்பர் 25-ம் தேதி கொரோனவால் பாதிக்கப்பட்டு காலமானார்.

ஆசிரியர் குறிப்பு

தினேஷ் கன்னிமாரி:

எழுத்தாளர், மொழிபெயர்ப்பாளர்.

1976-ல் கேரள மாநிலம், பாலக்காடு மாவட்டம் கோவிந்தபுரம் என்ற கிராமத்தில் பிறந்தார். பள்ளிப்படிப்பை முதலமடை உயர்நிலை பள்ளியில் முடித்துவிட்டு தற்போது சித்தூர் அரசு கல்லூரியில் அரசு ஊழியராக பணி புரிகிறார்.

வெளிவந்த நூல்கள்:

அழியாத கோலங்கள் (தமிழ்)
செல்லுலாய்ட் பொயட் (மலையாளம்)
கானா கண்மணி (மலையாளம்)
தமிழ் சாகித்யத்திலே பஷீர் (மலையாளம்)
நான் பாலா (மலையாளம்)

கேரள மாநில கவிதை இலக்கிய கலைப் பண்பாடு மன்றத்தின் மொழிபெயர்ப்பு இலக்கிய விருது பெற்றுள்ளார்.

தந்தை -பாலன்
தாயார் - புவனேஸ்வரி
மனைவி - ஜலஜா
குழந்தைகள் - தியா, பாலா
முகவரி : பாலா புவனம், பனையடியன் சள்ளை
கன்னிமாரி (PO) பாலக்காடு (Dist)
கேரளா - 678534
Mob: 9048913350
email: dineshkannimari@gmail.com

என்னுரை

1980 களில் என் கிராமத்து கொட்டகையில் ஒலித்த எஸ்.பி.பி அவர்களின் பாடல்களை கேட்டுத்தான் நானும் வளர்ந்தேன்.

அன்று அந்த பாடல்களை பாடிய பாடகர் யார் என்றோ, அவர் பெயர் என்னவென்றோ, அவர் எப்படி இருப்பார் என்றோ எதுவும் தெரியாத பருவத்தில் என் இதயம் தொட்ட பாடகர் எஸ்.பி.பி அவர்கள்.

என் கால்சட்டை நாட்களில் நண்பர்களோடு பள்ளிக்கூடத்திற்கு நடந்து போகும் வழியில் வசதி பெற்ற சில வீடுகளில் வானொலி பெட்டியில் ஒலித்த எஸ்.பி.பி அவர்களின் பாடல்கள் என்னைக் கட்டிப்போட்டது.

என் வீட்டில் வானொலி இல்லாத காலம். அப்போது பட்டித்தொட்டி எல்லாம் ஒலித்த எஸ்.பி.பி யின் ---

விழியிலே மலர்ந்தது...
கம்பன் ஏமாந்தான்...
இலக்கணம் மாறுமோ...
ஒரே நாள் உனை நான்...
என்னடி மீனாட்சி...
ஒரே ஜீவன் ஒன்றே உள்ளம்...
எங்கேயும் எப்போதும்...
சின்ன புறா ஒன்று...
கண்மணியே காதல் என்பது...
அப்பனே அப்பனே பிள்ளையார் அப்பனே..
ஜெர்மனியின் செந்தேன் மலரே..
மை நேம் இஸ் பில்லா...
மடை திறந்து...
ராகங்கள் பதினாறு..
நீலவான ஓடையில்...
மழைக்கால மேகம் ஒன்று..
சங்கீத ஜாதி முல்லை..

வெள்ளி சலங்கைகள்..
உனக்கென்ன மேலே நின்றாய்..
இளமை இதோ இதோ...

போன்ற பாடல்கள் என் இதயத்தை நனைத்தது. என் தாத்தாவின் கை பிடித்து சினிமா கொட்டகைக்கு போகும் போதெல்லாம் தூரத்தில் ஒலித்த எஸ்.பி.பி யின் பாடல்கள் இன்றும் என் மனதில் பசுமையாக நினைவிலிருக்கிறது.

அந்த காலங்களில் எப்போதாவது உறவினர்கள் வீட்டு விசேஷங்களுக்கு பேருந்துகளில் ஜன்னலோரம் இருக்கையில் அமர்ந்து பயணம் செய்யும் போதெல்லாம் ஜானகியம்மாவோடு சேர்ந்து எஸ்.பி.பி பாடிய காதல் பாடல்கள் என் காதல் ஹார்மோன் சுரப்பிகளை சுரக்க செய்தது.

நான் எட்டாம் வகுப்பு படிக்கும் போது தான் எஸ்.பி.பி அவர்களின் புகைப்படத்தை ஏதோ ஒரு சினிமா பத்திரிகையில் பார்த்ததாக ஞாபகம்.

இன்று போல் Google Search செய்து பார்க்க முடியாத காலம். அதனால் அவர் புகைப்படத்தை தவிர அவரை பற்றி எதுவும் எனக்கு தெரியாது. ஆனால் அவர் பாடிய பாடல்கள் எது எதுவென்று என்னால் சரியாக தரம் பிரித்து சொல்லிவிட முடியும்; அந்த அளவுக்கு அவருடைய பாடல்கள் என் பால்யத்திலேயே இதயத்தில் பதிந்துவிட்டது.

அது மட்டுமல்ல அந்தக் காலத்தில் என் கிராமத்து தெருக்களில் திருமண வீடுகளில் எல்லாம் ஒலிபெருக்கி மூலம் 2 நாட்கள் எஸ். பி.பி யின் காதல் பாடல்களை ஒலிக்க செய்வார்கள். அது எனக்குள் ஒரு விதமான போதையை ஏற்படுத்தியது. இன்று அப்படி ஒரு காட்சி அரிதாகி போய்விட்டது.

காலப்போக்கில் எங்கள் வீட்டிலும் வானொலி பெட்டி வந்தது. அடடா.... எங்களுக்கெல்லாம் அப்படி ஒரு ஆனந்தம்... அப்படி ஒரு குதூகலம்....

அன்றிலிருந்து எங்கள் வீட்டில் தினம் தினம் தீபாவளி தான். உற்சாகம் கரை புரண்டு ஓடியது. இலங்கை வானொலி, திருச்சி வானொலி, கோயம்பத்தூர் வானொலி இவை மூலமாக நண்பர்களோடு அமர்ந்து சனி ஞாயிறு விடுமுறை நாட்களில் கேட்ட எஸ்.பி.பி

யின் பாடல்கள் எத்தனை எத்தனை! அவை எல்லாம் இன்றும் பசுமையாக நினைவில் இருக்கிறது.

சில வருடங்களில் எங்கள் வீட்டு வானொலி பெட்டியின் இடத்தை டேப்-ரிகார்டர் பிடித்துக் கொண்டது. அப்போது எஸ்.பி.பி யின் காதல் பாடல்களை தேர்ந்தெடுத்து அதை கேசட் கடைகளில் கொண்டுப்போய் கொடுத்து TDK என்ற கம்பெனி கேசட்டில் பதிவு செய்து கேட்டு மகிழ்ந்த அனுபவம் இப்போது நினைத்தாலும் பூரிப்பாக இருக்கிறது.

அடுத்த கட்டமாக MP3 வந்தது. அதில் நூற்றுக்கும் மேற்பட்ட எஸ்.பி.பியின் பாடல்களை CD Player-ல் போட்டு நாள் முழுக்க தொடர்ந்து கேட்டு ரசித்தேன். பின்னாட்களில் Pen Drive, Memory Card போன்றவைகளில் பாடல்கள் பதிவு செய்து கேட்கும் அளவுக்கு தொழில்நுட்பங்கள் வளர்ந்த போதும் எஸ்.பி.பி அவர்களின் பாடல்களை தொடர்ந்து கேட்டு கொண்டு தான் இருக்கிறேன். அவருடைய பாடல்கள் என் வாழ்க்கையில் தவிர்க்க முடியாத ஒன்றாகிவிட்டது. அவரின் பாடல்கள் மீது ஏற்பட்ட மோகம் எனக்கு இன்னும் தனியவில்லை. அது இப்போதும் எப்போதும் Evergreen -ஆக தொடரும்.

2019-க்கு முன்பு எஸ்.பி.பி அவர்களை நேரில் பார்ப்பதற்கும், அவரின் பாடல்களை நேரில் கேட்பதற்குமான ஒரு பெரும் பாக்கியம் எனக்கு கிடைத்தது.

2019 ஜூன் 9 -ஆம் தேதி கோவை கொடிசியா மைதானத்தில் "ராஜாதிராஜா" என்ற தலைப்பில் இசைஞானி இளையராஜா வழங்கும் Live Concert விளம்பரத்தை கண்டு அதன் ஒருங்கிணைப்பாளர்களை தொடர்பு கொண்டு எனக்கும், நண்பர் மணியண்ணனுக்கும் சேர்த்து இரண்டு டிக்கெட்டுகளை முன்பதிவு செய்து கொண்டேன்.

2019 ஜூன் 9 ஆம் தேதி என் வாழ்க்கையில் மறக்க முடியாத நாள். நாங்கள் மாலை ஆறு மணிக்கெல்லாம் கொடிசியா மைதானத்திற்குள் நுழைந்து விட்டோம். அந்த மைதானமே திருவிழா கோலம் கொண்டிருந்தது.

ஏழு மணிக்கெல்லாம் கச்சேரி ஆரம்பமானது. ஓரிரு பக்தி பாடலுக்கு பிறகு 40 ஆண்டு காலமாக தன் குரலால் என்னை கட்டி போட்ட காதலன், அந்த குரலுக்கு சொந்தக்காரன் திரு. எஸ் பி பி

அவர்கள் இதோ நான் அமர்ந்திருக்கும் இடத்திலிருந்து 150 மீட்டர் தொலைவில் கடவுளாக அவதரித்து நிற்கிறார். என் உடம்பெல்லாம் புல்லரித்துப்போனது. இது கனவா, நனவா என்று புரியாமல் சிலாகித்துப்போனேன்.

அவர் பக்கத்தில் இசைஞானி இளையராஜா ஆர்மோனியத்தை வாசித்து கொண்டு இரண்டொரு வார்த்தைகள் பேசினார். இரண்டு பேரையும் ஒன்றாக பார்த்து பரவசமடைந்தேன். அது மட்டுமல்ல மேடையில் இரண்டு இசை தெய்வங்களும் ஒன்றாக காட்சியளித்த போது கைகூப்பி வணங்கினேன்.

சில நிமிடங்களுக்குள் ராஜா சார் ரெடி ஒன்,டூ,த்ரீ,ஃபோர் என்று சொடக்கு போட்டு ஆர்மோனியத்தை மீட்டிய படியே இசை கருவிகள் வாசிக்கும் கலைஞர்களை தன் பார்வையாலும், விரல்களாலும் இயக்கினார்.

எஸ்.பி.பி பாட ஆரம்பித்தார்...

ஆ… ஆ….
ஆ… ஆ…. ஆஆஆ…. ஆஆஆ…. ஆ….
ஆஆஆ…. ஆ….
ஆ… ஆ…. ஆ….ஆ….ஆ….
ஆஆஆ….. ஆஆஆஆஆ…… ஆ….
தம் நம்த நம்த நம் தம்…. நம்த நம் தம்…
நம்த நம் தம்…
நம்த நம் தம்…
நம்த நம் தம்… நம்த நம் தம்… நம்த நம் தம்…
நம்தம்த நம் தம்…
நம்தம்த நம் தம்…
நம்தம்த நம் தம்… நம்தம்த நம் தம்…
என் நாதமே வா… ஆ….

…….. என்று தொடங்கியதும் அரங்கமே அதிரும் வகையில் கைத்தட்டல்கள், விசில்கள், கூச்சல்கள்… சட்டென்று அடுத்த நொடியில் அரங்கமே இசை வெள்ளத்தில் மூழ்கி அமைதியாகி.. பாட்டை ரசிக்க ஆரம்பித்தார்கள்.

சங்கீத ஜாதி முல்லை காணவில்லை
கண்கள் வந்தும் பாவை இன்றி பார்வையில்லை
ராகங்கள் இன்றி சங்கீதம் இல்லை

சாவொன்று தானா நம் காதல் எல்லை
என் நாதமே வா.... ஆ....

--இந்த பாடலை அவர் பாடிக் கொண்டிருந்த போதே என் கண்களில் என்னையும் அறியாமல் கண்ணீர் நிரம்பி வழிந்தது. உணர்ச்சியை கட்டுப்படுத்த முடியவில்லை. எனக்கு மட்டுமல்ல அந்த மைதானத்தில் இருந்த அத்தனை பேரும் அந்த இசை மழையில் நனைந்து ஆனந்த கண்ணீரால் ஐக்கியமானதை கண்டு திகைத்து போனேன்.

எஸ்.பி.பி அவர்கள் அந்த பாடலை பாடி முடித்ததும் அரங்கமே எழுந்து நின்று கரகோஷம் எழுப்பியது. அந்த அதிர்வு அடங்கவே சில நிமிடங்கள் ஆனது. அந்த ஒரு நிமிடத்தை வார்த்தையால் சொல்லி விட முடியாது.

இப்படியான ஒரு தெய்வீக பிறவி வாழும் காலத்தில் நானும் வாழ்கிறேன் என்பதே எனக்கு கிடைத்த பெரும் பாக்கியம் என்று நினைத்து நான் கடவுளுக்கு நன்றி சொன்னேன்.

அந்த இசை மழையில் நனைந்த போது "கலைஞர்" அவர்கள் சொன்னது போல் "இதை கண்டு களிப்பதா இல்லை உண்டு களிப்பதா"... என்று வியந்து பூரித்துப்போனேன். அங்கிருந்த நான்கு மணிநேரமும் ஏதோ சொர்க்கத்தில் இருந்தது போலான ஒரு உணர்வை ஏற்படுத்தியது.

அந்த இரவில் என் இதயத்தை கொள்ளையடித்த எஸ்.பி.பி அவர்களை நான் ஆசை தீர ரசித்தேன். அவர் பாடிய பாடல்களை எல்லாம் ஆனந்த கண்ணீரில் மூழ்கியபடி ரசித்துப் கேட்டேன்.

இது போதும், இந்த ஒரு தரிசனம் போதும் காலத்துக்கும் என் மனதில் பசுமையான நினைவாக அது தொடர்ந்து நிலைத்திருக்கும்.

என் தாயின் கருவறையில் இருக்கும் போதே நான் எஸ்.பி.பி அவர்களின் பாடலை கேட்டு வளர்ந்திருக்க வேண்டும். அதனாலோ என்னவோ இன்றும் அவர் குரல் மீது இருக்கும் ஈர்ப்பு எனக்கு குறையவில்லை. அது என் ஆயுள் உள்ள வரை தொடரும் அப்படி ஒரு வசீகரமான குரலுக்கு சொந்தக்காரர் எஸ்.பி.பி அவர்கள்.

2020 செப்டம்பர் *25*, உலக உருண்டை ஒரு நிமிடம் நின்று போன நாள் என்று தான் சொல்ல வேண்டும். அவர் மூச்சு நின்றுப்போன துயர செய்தியை

என்னால் இன்று வரை ஏற்றுக் கொள்ள முடியவில்லை. அந்த தினத்தை பற்றி என்ன சொல்வது, என்ன எழுதுவது. உலகத்திலுள்ள அத்தனை எஸ்.பி.பி ரசிகர்களும் ஒட்டு மொத்தமாக சுக்குநூறாக நொறுங்கிப்போன நாள்.

என்னை பொறுத்தவரை அவரின் பௌதீக உடல் தான் மறைந்து விட்டது அவர் பாடிய பாடல்கள் என்றும் நம் இதயங்களில் வாழ்ந்து கொண்டு தான் இருக்கும்.

நம் ரூபாய் நோட்டில் உள்ள 15 மொழிகளையும் தாண்டி பாடிய பாடகர் எஸ்.பி.பி அவர்கள் மட்டுமே. அது ஒரு உலக சாதனை.., அதை யாராலும் முறியடிக்க முடியாது.

அவருடைய ரசிகன் என்ற முறையில் அவருக்காக ஏதாவது செய்ய வேண்டும் என்ற பேராவல் எனக்குள் இருந்து கொண்டே இருந்தது.

எஸ்.பி.பி. அவர்கள் மறைந்த பிறகு வெளியான காணொளிகளிலும், செய்தி தாள்களிலும், வார இதழ்களிலும் அவரை பற்றி பிரபலங்கள் கூறிய பல சுவாரஸ்யமான விஷயங்களை வாசித்த போதும், கேட்டபோதும் இவைகளை எல்லாம் ஆவணப்படுத்தி ஒரு புத்தகமாக கொண்டு வரலாமே என்ற எண்ணம் எனக்குள் தோன்றியது. அதன் நீட்சியாக எஸ்.பி.பி.அவர்கள் குறித்து பிரபலங்கள் அளித்த தொலைக்காட்சி பேட்டிகளையும், அனுபவங்களையும் கேட்டு எழுதி அதில் தேவையான சில விஷயங்களை மட்டும் சேகரித்து ஒரு கட்டுரை வடிவத்தில் அவைகளை ஒரு தொகுப்பாக உருவாக்கி உள்ளேன்.

இந்த ஆய்வுக்கு உதவிய பத்திரிக்கைகள், வார இதழ்கள், தொலைக்காட்சி காணொளிகள் இவைகளின் பட்டியலை இப்புத்தகத்தின் கடைசி பக்கத்தில் குறிப்பிட்டுள்ளேன்.

இவ்வேளையில் அவர்களுக்கு என் மனமார்ந்த நன்றிகளை தெரிவித்துக் கொள்கிறேன்.

அப்படி உருவானது தான் 'இதயம் தொட்ட எஸ்.பி.பி.' என்ற இந்த புத்தகம். இந்த முயற்சியில் என்னோடு இரவு பகல் பாராமல் கட்டுரைகளை தட்டச்சு செய்து, பிழைதிருத்தி, நிறைகுறைகளை சுட்டிகாட்டி, இத்தொகுப்பின் செழுமைக்கு தன்னை முழுவதுமாய் அர்ப்பித்து கொண்ட என் அன்பிற்கும், நட்பிற்கும், பிரியத்திற்கும் உரிய தோழி ஸ்ரீஜா ராதாகிருஷ்ணன் அவர்களுக்கு நன்றி என்று ஒரு வார்த்தையில் சொல்லிவிட முடியாது.

இப்புத்தகத்தை தொகுக்க ஆரம்பித்த நாள் முதல் எனக்கு பல உதவிகள் செய்தும், எஸ்.பி.பி.யின் அரிதான பல புகைப்படங்களையும் செய்திகளையும் அனுப்பி தந்த என் பாசத்துக்குரிய நண்பரும், SPB Charitable Foundation ஊழியருமான திரு.சதாம் ஹுசைன் அவர்களுக்கும் என் அன்பு கலந்த நன்றி.

இத்தொகுப்பிற்காக எஸ்.பி.பி அவர்களுடைய பல கட்டுரைகள், செய்திகள் போன்றவற்றை எனக்கு தந்து உதவிய திரைப்பட கலைஞர்களுக்கும், படைப்பாளிகளுக்கும், பத்திரிகை ஊடகங்களுக்கும், தொலைக்காட்சி ஊடகங்களுக்கும் என் மனமார்ந்த நன்றிகள்.

இத்தருணத்தில் எஸ்.பி.பி அவர்களுடைய குடும்பத்தினருக்கும் என் மனமார்ந்த நன்றியை தெரிவித்துக் கொள்கிறேன்.

இப்புத்தகத்தை சிறந்த முறையில் அச்சிட்டு சிறப்பான முறையில் வடிவமைத்து நாதன் பதிப்பகம் மூலமாக வெளி வருவதில் எனக்கு பெரும் மகிழ்ச்சி.

இப்பதிப்பகத்தின் பதிப்பாளரும், திரைப்பட இயக்குனரும், எழுத்தாளருமான திரு. அஜயன் பாலா சார் அவர்களுக்கு என் அன்பு கலந்த நன்றிகள்.

'என்றென்றும் எஸ்பிபி' என்ற இந்த புத்தகத்தை எஸ்.பி.பி.சார் அவர்களின் பாதங்களில் சமர்ப்பித்து வணங்குகிறேன்.

இதுவே 'என் இதயம் தொட்ட' பாடகனுக்கு நான் செய்யும் எளிய காணிக்கை.

தினேஷ் கன்னிமாரி

பொருளடக்கம்

இயக்குநர்கள்

1. பாசத்துக்குரிய பாலு
   - பாரதிராஜா............23
2. மேடையில் டப்பிங் பேசியவர்
   - கே. பாக்யராஜ்............27
3. பாடும் நிலா பாலு
   - டி. ராஜேந்திரன்............30
4. கேளடி கண்மணி
   - வசந்த்............35
5. பச்சமலப் பூவு நீ உச்சிமல தேறு
   - ஆர். வி. உதயகுமார்............39
6. டப்பிங் சூப்பர் ஸ்டார்
   - கே.எஸ். ரவிகுமார்............42
7. அல்டிமேட் ஸ்டார்
   - சுரேஷ் கிருஷ்ணா............44
8. நான்கு தலைமுறை பாடகர்
   - வெற்றிமாறன்............50

இசையமைப்பாளர்கள்

1. என் நண்பன் எஸ்.பி.பி.
   - இளையராஜா............52
2. நானும் பாலுவும்
   - கங்கை அமரன்............57
3. ரசிகர்களை கட்டிப்போட்ட கலைஞன்
   - ஏ.ஆர்.ரஹ்மான்............63
4. மலரே மௌனமா
   - வித்யசாகர்............66
5. நம் நாட்டின் வரபிரசாதம்
   - தேவா............69

6. கர்வமில்லா கலைஞன்
    - டி.இமான் 73
7. இசை கலைஞர்களுக்காக விட்டுக்கொடுத்தார்
    - தீனா 75

பாடலாசிரியர்கள்

1. குரலால் இந்தியாவை அசைத்தவன்
    - வாலி 79
2. குயில் பாடகன்
    - வைரமுத்து 80
3. பாடும் வானம்பாடி
    - பிறைசூடன் 91
4. பாடும் நிலா பாலு பட்டம் எப்படி?
    - மு. மேத்தா 95
5. நீ தான் என் கனவு... வா வா கண் திறந்து
    - பழனி பாரதி 97
6. எஸ்.பி.பியின் வெற்றிக்கு காரணம்
    - யுகபாரதி 102
7. இந்த தேகம் மறைந்தாலும் இசையாய் மலர்வேன்
    - முத்துலிங்கம் 106
8. மூங்கில் மறைந்தாலும் இசை மறையாது
    - மதன் கார்க்கி 111
9. ஐயாயிரத்தை திருப்பி தந்தார்
    - கலைஞானம் 113

பின்னணி பாடகர்கள்

1. பாலு என் தம்பி
    - கே. ஜே. யேசுதாஸ் 117
2. என் தகப்பன்
    - மனோ 121
3. எஸ்.பி.பி. யோடு நான்
    - ஸ்ரீநிவாஸ் 126
4. சிகரம் தொட்ட எஸ்.பி.பி
    - உன்னிமேனோன் 132
5. கின்னஸில் இடம் பிடித்த பாடகர்
    - பி. ஜெயச்சந்திரன் 134

6. எஸ்.பி.பி. என் சுப்பிரமணி
   - எஸ்.ஜானகி 136
7. தாயை விட இசையை நேசித்தவர்
   - லதா மங்கேஷ்கர் 140
8. மூன்று மொழிகளில் முதல் பாடல்
   - பி.சுசீலா 142
9. எனக்கு தெலுங்கு கற்றுக்கொடுத்த ஆசான்
   - கே.எஸ்.சித்ரா 144
10. எளிமையின் அடையாளம் எஸ்.பி.பி.
    - வாணிஜெயராம் 147
11. வாழ்ந்தா அவரை மாதிரி வாழனும்
    - எல். ஆர். ஈஸ்வரி 149
12. மேஜிக் பாடகர்
    - சுதா ரகுநாதன் 151

நடிகர்கள்

1. என் உடன்பிறவா அண்ணன்
   - கமல்ஹாசன் 154
2. எனக்கான ஃபார்முலாவை உருவாக்கியவர்
   - ரஜினிகாந்த் 161
3. மூச்சு காற்றை பாட்டாக்கியவர்
   - சிவகுமார் 165
4. நான் பாடும் பாடல்
   - மோகன் 169
5. யாராலும் வெறுக்க முடியாத ஒரு மனிதர்
   - நாசர் 172
6. எனக்கும் பாடியவர் - எஸ்.பி.பி.
   - Y.G.மகேந்திரன் 174
7. என் தந்தைக்கு பிறகு எஸ்.பி.பி.யை
   ரொம்ப மிஸ் பண்றேன்
   - விஜய் சேதுபதி............................ 181

நடிகைகள்

1. என் நிறைவேறாத ஆசை
   - ரோகினி 185
2. எனக்கு குரல் கொடுத்திருப்பார்
   - கே.ஆர். விஜயா 189

3. மண்ணில் இந்த காதலின்றி
   - ராதிகா 190
4. மௌன ராகம் ஹம்மிங்
   - குஷ்பு 192
5. என்னை ஆட வைத்த பாடகர்
   - கலா மாஸ்டர் 193

நண்பர்களும் குடும்பத்தினரும்

6. நண்பேன்டா
   - முரளி (பால்யகால நண்பன்) 199
7. எஸ்.பி.பி.யின் அறியப்படாத முகம்
   - ஆஷிக் (Sound Engineer) 210
8. அன்புள்ள அப்பா
   - எஸ்.பி.பி. சரண் 217
9. அடுத்த ஜென்மத்திலும்
   உங்க பொண்ணாவே பிறக்கணும்
   - எஸ்.பி.பி. பல்லவி 224
10. எஸ்.பி.பி. சாரோடு 52 நாள்
    - டாக்டர் தீபக் சுப்பிரமணியம் 232
11. எஸ்.பி.பி.யின் இறுதி யாத்திரை
    - சாந்த குமார்(ஆம்புலன்ஸ் ஓட்டுநர்) 238

இணைப்புகள்

1. எஸ்.பி.பி யின் பயணம் 244
2. மாணவர்களுடனான நேர்காணல் 259
3. கேள்வி - பதில்கள் 296
4. எஸ்.பி.பி. நடித்த திரைப்படங்கள் 331
5. எஸ்.பி.பி. நடித்த தொலைக்காட்சி சீரியல்கள் 334
6. எஸ்.பி.பி. பங்குபெற்ற தொலைக்காட்சி
   நிகழ்ச்சிகள் 334
7. எஸ்.பி.பி. பின்னணி குரல் கொடுத்த
   படங்களின் பட்டியல் 335
8. எஸ்.பி.பி. இசையமைத்த திரைப்படங்கள் 337
9. எஸ்.பி.பி. க்கு கிடைத்த விருதுகளின் பட்டியல் 339

இயக்குநர்கள்

1 பாரதிராஜா

பாசத்துக்குறிய பாலு

நான் கன்னட இயக்குனர் புட்டண்ணாவிடம் உதவி இயக்குனராக பணியாற்றி கொண்டிருந்த சமயத்துல பாலு எங்க படத்துல பாட வந்தார். அங்கிருந்து எங்க நட்பு ஆரம்பமாச்சு. அந்த நட்புக்கு 50 வருஷமாகிவிட்டது. அப்ப இருந்தே நாங்க ரெண்டு பேரும் நெருங்கிய நண்பர்கள். "வாடா போடா"ன்னு தான் பேசிக்குவோம். என் பள்ளி நாட்களில் கூட நான் யாரோடும் இந்த அளவுக்கு நெருங்கி பழகியதில்லை.

பாலு அப்பவே தமிழ்,கன்னடம்,தெலுங்கு,ஹிந்தி போன்ற மொழிகளில் பிஸியான பாடகனாக இருந்தான். ஆனா, அப்பவும் எந்தவித பந்தாவுமில்லாமல் அனைவரோடும் மிக அன்பாகவும், பாசமாகவும், அடக்கமாகவும் நடந்துகொள்வான்.

அவனுடைய அந்த எளிமையும், தன்னடக்கமும் தான் அவனை இந்த அளவுக்கு உயரத்துக்கு கொண்டு போய் சேர்த்திருக்கிறது.

எங்களுக்குள்ள நிறைய சுவாரஸ்யமான சம்பவங்கள் எல்லாம் நடந்திருக்கு.

ஒரு முறை நெல்லூருக்கு பக்கத்திலுள்ள கிராமத்துல நான், பாலு, இளையராஜா, கங்கை அமரன், பாஸ்கர் எல்லாரும் ஒரு கச்சேரி நடத்த போயிருந்தோம். அப்ப நாங்க எல்லோரும் பாலுவோட வீட்ல தான் தங்கியிருந்தோம். அவன் வீட்ல தான் எங்களுக்கு சாப்பாடு. அவங்க வீடு ரொம்ப ஆச்சாரமான வீடு.

எங்களுக்கோ இரவில் சாப்பிடறதுக்கு முன்னாடி சில பலவீனங்கள் உண்டு. அது பாலுவுக்கு தெரியும். அவங்க வீட்ல அதுக்கான சூழல் இல்லை. பாலு அதை புரிந்து கொண்டு ரகசியமாக அந்த இடத்தை சொல்லி அங்க போங்கடான்னு கையில பணம் கொடுத்து எங்களை அனுப்பி வெச்சான். அப்படி ஒரு பாசக்காரன்.

என்னுடைய முதல் படம் '*16* வயதினிலே' அந்த படத்தோட பூஜைக்கு பாலு பாட வேண்டும். ஆனா, பூஜை அன்னைக்கு அவனுக்கு தொண்டை சரியில்லாமல் போனது.

சாரிடா, என்னால பாட முடியாதுன்னு சொல்லி பாலு எங்கிட்ட மன்னிப்பு கேட்டான். இல்லாட்டி அந்த படத்துல வரும் 'செவ்வந்தி பூ முடிச்ச சின்னக்கா' என்ற பாடலை பாலு தான் பாடியிருப்பான். கடைசியில அவனுக்கு பதிலா நான் மலேசியா வாசுதேவனை வெச்சு பாடவெச்சேன்.

அதற்க்கு பிறகு என்னுடைய 'நிறம் மாறாத பூக்கள்' என்ற படத்துல தான் பாலு முதன் முதலாக பாடினான்.

அதற்கு பிறகு பாலு என்னுடைய பல படங்களில் எத்தனையோ பாடல்களை பாடியிருக்கிறான். அந்த பாடல்கள் எல்லாமே காலத்தை வென்று நிற்கக்கூடிய அற்புதமான பாடல்கள்.

இன்னொரு சம்பவம் :

பாலு புரட்சி தலைவர் எம். ஜி.ஆர்.க்காக 'ஆயிரம் நிலவே வா..' என்ற பாடல் பாடி கொஞ்சம் கொஞ்சமாக வளர்ந்து கொண்டிருந்த காலகட்டம். அப்ப அவன்கிட்ட ஒரு ஃபியட் கார் இருந்தது. ஒரு முறை எம்.எஸ். வி. அவர்களின் கச்சேரிக்கு போறப்ப பாலு என்னையும் கூட அழைச்சிட்டு போனான். இரவு கார் பயணத்தின்

போது அவன் தூங்கிடக் கூடாது என்பதற்காக அவனுக்கு ஏதாவது கதை சொல்லிட்டே வருவேன். அப்ப நான் பாலுகிட்ட என்னை கே.விஸ்வநாத் சாரிடம் உதவி இயக்குநரா சேர்நத்து விட முடியுமான்னு கேட்டேன்.அப்ப நான் உதவி இயக்குனர் ஆகவில்லை.

என்னடா கதை கிதை வச்சுருக்கியான்னு - பாலு கேட்டான்.

நான் ஆமான்னு சொன்னேன். அப்பவெல்லாம் N.F.D.C (National Film Development Corporation) ல 10 லட்ச ரூபாய்ல படம் எடுக்கலாம். அப்படி ஒரு ஸ்கீம் இருக்குன்னு அவன்கிட்ட சொன்னேன்.

எனக்கு இப்பவும் நல்லா ஞாபகம் இருக்கு. பிரசாத் ஸ்டுடியோவுக்கு வெளியே புல்வெளியில் அமர்ந்து 'மை' என்ற கதையை நான் அவனுக்கு சொன்னேன். அந்த கதை அவனுக்கு ரொம்ப பிடிச்சிருந்துச்சு. உடனே 5000/- ரூபாய் எடுத்து இதை ஆரம்ப செலவுக்கு வச்சுக்கோன்னு சொல்லி என்னிடம் தந்தான்.

அந்த சமயத்து பாலுவுக்கு 'பல்லவி' பிறந்திருந்தாள். நான் உடனே அவன் பொண்ணு பேர்ல 'பல்லவி ப்ரொடக்ஷன்ஸ்' என்ற பெயரில் ஒரு பேனர் ஆரம்பிச்சேன். சில காரணங்களால் அந்த ப்ரொஜக்ட் நின்னு போச்சு. அதுக்கப்புறமும் எங்கள் நட்பு வளர்ந்து கொண்டு தான் இருந்தது.

ஒரு முறை தி.நகர் வாணி மஹால்ல நான் ஹீரோவா நடிக்கிற ஒரு நாடகம் ஏற்பாடு பண்ணியிருந்தாங்க.

அந்த நாடகம் பார்க்க பாலு மொத ஆளா வந்து உட்கார்ந்திட்டான். அதற்கு காரணம் என் நாயக வேஷத்துக்காக நான் அணிந்திருந்த ஜிப்பாவும், சட்டையும் பாலுவோடது. நாடகம் முடிஞ்சதும் அதை வாங்கிட்டு போறதுக்காக முன் வரிசைல வந்து உட்காந்திட்டான்.

நாடகத்தோட க்ளைமாக்ஸ் வந்ததும் மேடையில் நான் பாலுவோட ஜிப்பாவை போட்டுக்கிட்டு உணர்ச்சிகரமா பேசிக்கிட்டிருந்தேன்.

அங்க தான் ட்விஸ்ட். காட்சிப்படி உணர்ச்சிகரமா வசனம் பேசிக்கிட்டு ரொம்ப எமோஷனலாகி நான் போட்டிருக்கிற ஜிப்பாவை கிழிக்கணும். பாவம் பாலுவுக்கு இது தெரியாது.

நான் ஆவேசமா போட்டிருந்த ஜிப்பாவை கிழிக்க... அத பார்த்து பாலு தலைமேல ரெண்டு கையையும் வச்சு ஐயோ... நேத்துதான் புதுசா வாங்கினேன் இந்த ஜிப்பாவை. ரொம்ப காஸ்ட்லி... 200

ரூபாய்க்கு வாங்கி தொலைச்சேனே... அத கிழிச்சுட்டானே பாவி... னு பாலு கத்துறான்.

இப்படியெல்லாம் நட்புக்காக பல இழப்புகளை பாலு தங்கியிருக்கிறான். சும்மா சொல்ல கூடாது. அவன் என் பாசத்துக்குறிய பாலு மட்டுமல்ல - அவன் ஒரு ஆண் குயில். அவன் குரல் இந்த உலகம் உள்ள வரை ஒலித்துக் கொண்டே இருக்கும்.

2 கே. பாக்யராஜ்

மேடையில் டப்பிங் பேசியவர்

எஸ்.பி.பி. அவர்கள் 40000 பாட்டுக்கு மேல பாடியிருக்கார். படம் ஓடுதா இல்லையாங்கிறது வேற விஷயம். டைரக்டர், மியூசிக் ஡ைரக்டர் என்ன எதிர்பார்க்கிறாங்களோ, அதை சரியா புரிஞ்சுகிட்டு தன்னுடைய முழு உழைப்பையும் தர்ற ஒருத்தர் எஸ்.பி.பி.அவர்கள் தான். சரியான திறமைசாலி.'மாங்குயிலே பூங்குயிலே' பாட்டுல ''எம்மா''னு இழுப்பாரு பாருங்க, அது தான் அவரோட டச்.

ஸ்பெஷலா சொல்லனும்னா என்னுடைய படத்துல இருந்தே 'சங்கீதம் பாட ஞானம் உள்ளவர்கள் வேண்டும்' பாடலைச் சொல்லலாம். ஏன்னா எம்.எஸ்.வி, இளையராஜா சார் மாதிரியான இசையமைப்பாளர்கள் கிட்டதான் அவர் பேப்பர், பேனா எடுத்து நோட் பண்ணி வச்சுக்கிட்டுப் பாடுவார். நான் எதோ 'தத்தக்கா பித்தக்கா' ன்னு மியூசிக் பண்ணினா

அப்பாவும் நோட் பண்ணிகிட்டார். எனக்கு ஒரே சந்தோஷம். ஆனா, அதை பத்தி நான் கேட்டதுக்கு அவர் சொன்ன பதில் தான் ஹைலைட். "குருநாதரே, நான் கரெக்ட்டான ஸ்வரம் பாடியே பழகிட்டேன். நீங்க தப்பா பாடச் சொல்றீங்க. அதனால எழுதி வச்சுப் பாடினாதான் சரியா வரும்" னார்.

அதோடு ஓரிரு சம்பவங்கள் கூட நினைவுக்கு வருது.

ஒரு முறை என் மனைவி பிரவீனா நீங்க ஒரு தெலுங்குப் படத்தில் நடிங்க என்று சொல்லிக்கொண்டே இருந்தார். நான் தமிழிலேயே பிஸியாக இருந்ததால் நடிக்க முடியவில்லை. தவிர தமிழில் நான் செய்த படத்தையே தெலுங்கில் ரீமேக் செய்யவும் எனக்கு விருப்பமில்லை.

"நான் இவ்வளவு சொல்கிறேன் நீங்க தெலுங்கில் பண்ணவே மாட்டேங்கறீங்களே"ன்னு சொல்லிக் கொண்டிருந்த என் மனைவி, ஒரு நாள் என்னை வெளியே போகலாம் என்று அழைத்துச் சென்றார். எங்கே? என்று கேட்டேன். "நீங்கள் நடித்த தெலுங்கு படத்தை காட்டுகிறேன்" என்று சொன்னார்.

"நான் நடிக்கவே இல்லையே, அப்புறம் எப்படி நான் நடிச்ச தெலுங்குப் படத்தை நீ காட்டப் போறே?" என்று கேட்டேன். சரி போய்தான் பார்ப்போமே என்று போனேன்.

நான் தமிழில் இயக்கிய 'டார்லிங் டார்லிங் டார்லிங்' என்ற படம் தெலுங்கில் வந்திருந்தது. எனக்கு ஒரே ஆச்சர்யம். எஸ்.பி.பி. சார் எனக்காக தெலுங்கில் டப்பிங் பேசியிருந்தார். எனக்கு பேசிய அந்தக் குரலுடன் என்னைப் பார்த்ததும் எனக்குப் பேச்சே வரவில்லை.

என் மனைவி பிரவீனா, தன்னுடைய ஆத்ம திருப்திக்காக அப்படி டப் பண்ண வைத்திருக்கிறார் என்பது எனக்கு அப்புறம் தான் தெரிந்தது. பாலு சாருக்கும் அந்தப் படம் ரொம்பவே பிடித்திருந்ததால், அவர் டப்பிங் பேசியிருந்தார்.

இன்னொரு சம்பவம்; பழைய நடிகர், நடிகைகள் எல்லோரையும் அழைத்து ஒரு விழா எடுத்தேன். அந்த விழாவிற்கு பாலு சாரும் வந்திருந்தார்.

அங்கே தெலுங்கு பேசும் நடிகர்-நடிகைகள் பலர் இருந்தார்கள்; அப்போது நான் மேடையில் பேசும்போது தெலுங்கில் பேசினேன்.

எல்லோருக்கும் ஒரே ஆச்சர்யம்... பாக்யராஜ் சார் எப்படித் தெலுங்கில் பேசுகிறார்? அதுவும் இவ்வளவு ஸ்ருதி சுத்தமாகப் பேசுகிறார் என்று அனைவருக்கும் ஒரே ஆச்சர்யம்.

நான் அப்படி பேசிக்கொண்டிந்த போது என் உதட்டசைவு ஒரு மாதிரியாகவும், வருகிற குரல் தனியாகவும் இணையாமல் இருப்பதை பார்த்து எல்லோருக்கும் ஒரே குழப்பம்.

அதாவது, நான் எல்லோருக்கும் முன்னாடி மைக்கில் பேசுவது போல நின்று கொண்டிருந்தேன். எஸ்.பி.பி. அவர்கள் மேடையின் அருகில் நின்று கொண்டு எனக்குக் குரல் கொடுத்து கொண்டிருந்தார். திடீர்னு மேடையின் பக்கத்தில் இருந்து வந்த பாலு சார் "ஒரு தமாஷுக்காக இப்படிச் செய்தோம்" என்று சொல்லிவிட்டு என்னுடைய படங்கள் பற்றியெல்லாம் பேசினார்.

எங்களுக்குள் இப்படி வேடிக்கையான சில சம்பவங்கள் எல்லாம் நடந்திருக்கு. அவரோடு பயணித்த நாட்கள் மறக்க முடியாதவை. அவர் என்றும் என் இதயத்தில் வாழ்ந்து கொண்டிருப்பார்.

3 டி.ராஜேந்தர்

பாடும் நிலா பாலு

எஸ்.பி.பி. அவர்களை எனக்கு மட்டுமல்ல எல்லோருக்குமே பிடிக்கும். காரணம் அவர் ஒரு பாடகர் என்பதினால் மட்டுமல்ல மனிதநேயமுள்ள ஒரு மனிதராக வாழ்ந்ததினால்.

அவருடைய அன்பு, பண்பு, எளிமை, தொழில் மீது அவருக்கிருந்த கடமை ஆகியவை போற்றத்தக்கவை

எந்த ஒரு பாட்டை எடுத்துக்கிட்டாலும் கடமைக்கு வந்து பாடமாட்டார்; அந்த பாட்டை முழுமையாக உள்வாங்கி பாடக்கூடிய திறமையான ஒரு பாடகர் எஸ்.பி.பி. அவர்கள்.

'இசை' தான் அவருக்கு சுவாசம், பிராணம், உயிர் எல்லாம்... அவர் இசையை எந்த அளவுக்கு நேசித்திருந்தால் தன் மகளுக்கு 'பல்லவி' என்றும், மகனுக்கு 'சரண்' (சரணம்) என்றும் பெயர் வைத்திருப்பார்.

இசையை ரசிக்க கூடிய, சுவாசிக்க கூடிய ஒரு பன்முக திறமை கொண்ட கலைஞன் எஸ்.பி.பி. அவர்கள்.

பாடகர், நடிகர், பல குரல் மன்னன் இப்படி அவருக்குள் எத்தனையோ திறமைகள் இருந்தாலும் அது தன்னம்பிக்கையின் இலக்கணமே தவிர, ஒரு போதும் நான் அவரிடம் தலைக்கனத்தை பார்த்ததில்லை.

இசை மாமேதை கே.வி.மகாதேவன் ஐயா, மெல்லிசை மன்னர் எம். எஸ். வி அவர்கள், இசைஞானி இளையராஜா அண்ணன், என் இனிய நண்பர் ஏ. ஆர்.ரஹ்மான் போன்ற இந்தியாவிலுள்ள எத்தனையோ இசையமைப்பாளர்களிடம் பல்வேறு மொழிகளில் எஸ்.பி.பி.அவர்கள் பாடியிருக்கிறார். அப்படிப்பட்ட அவருடைய பயணத்தில் நான் வந்து ஒரு சின்ன துரும்பு.

பாலு அண்ணனை பொருத்தவரை அவர் ஒரு சாதனையாளர், சரித்திர புருஷன், சங்கீதத்துல அவர் ஒரு சமுத்திரம். அவரொரு சாகரம். அந்த சாகரத்தில் நிறைய கப்பல்கள் பயணம் செய்திருக்கிறது. அதில் நானும் ஒரு துரும்பாக பயணம் செய்துள்ளேன் என்பதே எனக்கு பெருமையாக இருக்கிறது.

இந்த துரும்பு மேலயும் அவர் அந்த அளவுக்கு அன்பு செலுத்தினார்.

என்னுடைய முதல் படமான ஒரு தலை ராகத்துல 'வாசமில்லா மலரிது வசந்தத்தை தேடுது ...' இந்த பாட்டின் முதல் வரியை பாடிட்டு ஒரு சிரிப்பு சிரிக்க சொன்னேன். "சிரிக்கனுமா... எப்படி வேணும்? கொஞ்சம் சிரிச்சுக் காமி"ன்னு சொன்னாரு... நான் சிரிச்சு காட்டினேன். அதை பாத்திட்டு அதே மாதிரி சிரிச்சுக் காட்டினார்.

யாருக்கு என்ன வேணும்கிறதா கேட்டு அதை அழகா பாடலில் கொடுக்க கூடிய ஒரு வித்தகர் எஸ்.பி.பி. அவர்கள்.

அந்த படத்துல வரும் என்னோட இரண்டாவது பாடல் வந்து

'இது குழந்தை பாடும் தாலாட்டு....
இது இரவு நேர பூபாளம்...
இது மேற்கில் தோன்றும் உதயம்
இது நதியில்லாத ஓடம்... '

இந்த பாட்டுல எந்த இடத்துல குரலை ஏத்தனும், எந்த இடத்துல நிறுத்தனும், எந்த இடத்துல இறக்கனும் அப்படிங்கிற விஷயத்தை எல்லாம் நான் ஒரு குழந்தை மாதிரி அடம்பிடிச்சு கேட்டேன். அவர் எந்த ஒரு தயக்கமும் காட்டாம முகமலர்ச்சியோட பாடி

தந்தார். அப்படி நிறைய பாடல்களை நான் அவர்கிட்ட கேட்டு வாங்கியிருக்கிறேன். என்னுடைய எத்தனையோ பாடல்களுக்கு அவர் உயிர் கொடுத்திருக்கிறார்.

'மைதிலி என்னை காதலி' என்ற படத்துக்காக

'நானும் உந்தன் உறவை
நாடி வந்த பறவை
ஆ... ஆ... ஆ.... ஆ அ....
தேடி வந்த வேளை
வேடன் செய்த லீலை
சிறகுகள் உடைந்ததடி
குருதியில் நனைந்ததடி
உயிரே உயிரே...'

என்ற பாடலை எஸ்.பி.பி. அவர்கள் ஹைபிச்சில் பாடி உயிர் கொடுத்திருப்பார். அந்த பாட்டை நான் இப்ப கேட்டாலும் புல்லரிச்சு போயிடுவேன்.காரணம், அந்தளவுக்கு அவர் உயிரோட்டமா பாடியிருப்பார்.

நான் ஆரம்பத்தில் நடத்தி வந்த 'உஷா' என்னும் வாரப் பத்திரிகையில் எஸ்.பி.பி. அவர்களை பற்றி ஒரு தொடர் வெளியிட எண்ணினேன். அதற்காக பாடும் 'பட்டாம்பூச்சி பாலு', 'பாடும் பறவை பாலு', 'பாடும் குயில் பாலு' என நிறைய தலைப்புகளை எஸ்.பி.பி.யிடம் முன் வைத்தேன்.

இறுதியாக 'பாடும் நிலா பாலு' என்ற தலைப்பையும் சொன்னேன்.

இத்தனை தலைப்புகளையும் கேட்டு வியந்த எஸ்.பி.பி.அவர்கள் என்னிடம் அது எப்படி ராஜேந்தர் 'பாடும் நிலா பாலு' என்று சொல்கிறீர்கள். நிலா என்றாலே பெண்ணுக்குத்தானே உரித்தானது என்று கேட்டார்.

அதற்கு நான் சொன்னேன்; சந்திரனைப் பெண்ணுக்கு ஒப்பிட்டார்களே தவிர, சந்திரன் என்பது இரண்டு. அதை ஆணாகவும் பார்க்கலாம், பெண்ணாகவும் பார்க்கலாம். நீங்கள் 'ஆயிரம் நிலவே வா' என ஆரம்பித்து நிறைய நிலா பாடல்கள் பாடியிருக்கிறீர்கள் உங்களுக்கு நிலாதான் ராசி என்று சொல்லி 'பாடும் நிலா பாலு' என்ற தலைப்பினை வைக்க சம்மதிக்க வைத்தேன். 'பாடும் நிலா பாலு'

என்ற பெயரை கேட்கும் போது எனக்கு இன்னொரு முக்கியமான விஷயம் ஞாபகத்துக்கு வருகிறது. அவர் வந்து கடக ராசிக்காரர். கடக ராசியின் அதிபதி வந்து சந்திரன். அதனால அவருக்கும் நிலாவுக்கும் அவ்வளவு சம்பந்தம் இருக்கு.

அவர் பாடிய 42000 பாடல்கள்ல நிலா பாடல்களை ரிசர்ச்சு பண்ணி பார்த்தபோது –

'ஆயிரம் நிலவே வா.. ஓராயிரம் நிலவே வா ...'

'வான் நிலா நிலா அல்ல, உன் வாலிபம் நிலா'

'இளைய நிலா பொழிகிறதே... இதயம் வரை நனைகிறதே'

'பாடு நிலாவே... தேன் கவிதை ...'

'நிலாவே வா... செல்லாதே வா ...'

'நீல வான ஓடையில் நீந்துகின்ற வெண்ணிலா ...'

'நிலவே முகம் காட்டு... எனைப் பார்த்து ஒளி வீசு..'

'நிலவு தூங்கும் நேரம்... நினைவு தூங்கிடாது...'

'பனிவிழும் இரவு... நனைந்தது நிலவு..'

'ஒரு நிலவும் மலரும் நடனம் புரியும் கலையறங்கம் ...'

'வானிலே தேன் நிலா ஆடுதே பாடுதே!'

'வா.. வெண்ணிலா உன்னைத்தானே வானம் தேடுதே'

'என் கண்ணுக்கொரு நிலவா உன்னைப் படைச்சான்...'

'தங்க நிலவே உன்னை உருக்கி ...'

'வண்ணம் கொண்ட வெண்ணிலவே ...'

'ஒரே நாள் உன்னை நான் நிலாவில் பார்த்தது ...'

'வெள்ளி நிலவே... வெள்ளி நிலவே.. உன் மௌனம் ...'

'ஓ வெண்ணிலாவே... வா ஓடி வா ...'

போன்ற நிலா பாடல்கள் எல்லாமே சூப்பர் ஹிட் ஆகியுள்ளது. அவரோட ராசிக்கும் நிலாவுக்கும் 1000 பொருத்தம் இருக்கு.

பாலு சாரை பிடிக்காதவங்க யாருமே இருக்க மாட்டாங்க. பாலண்ணன் பாடினா கச்சேரிக்கு அவரை பிடிக்கும், மேடைக்கு அவரை பிடிக்கும், ஒலிபெருக்கிக்கு அவரை பிடிக்கும், இசைக்கு அவரை பிடிக்கும், ராகத்துக்கு அவரை பிடிக்கும், தாளத்துக்கு அவரை

பிடிக்கும், ஸ்வரத்துக்கு அவரை பிடிக்கும், ரசிகர்களுக்கு அவரை பிடிக்கும், இசைப்பிரியர்களுக்கு அவரை பிடிக்கும், இறைவனுக்கு அவரை பிடிக்கும், அதனாலதான் கொரோனாவுக்கு அவரை பிடிச்சுதோ என்னமோ தெரியல.

அவரோட பாலோடு தேன் கலந்த குரல் என்றைக்கும் மக்கள் மனங்களில் ஒலித்துக் கொண்டே இருக்கும். அவர் பாட்டு இருக்கும் வரை நிலைக்கும் அவரோட புகழ்.

| 4 | வசந்த்

கேளடி கண்மணி

கே.பாலசந்தர் சார் இயக்கிய 'மனதில் உறுதி வேண்டும்' என்ற படத்துல எஸ்.பி.பி. சார் ஒரு டாக்டர் கேரக்டரில் நடித்திருந்தார். நான் அப்போது பாலசந்தர் சார்கிட்ட உதவி இயக்குநரா இருந்தேன். நான் தான் அவருக்கு வசனங்கள் எல்லாம் சொல்லிக் கொடுப்பேன். அந்த கேரக்டர்ல வந்து எஸ்.பி.பி. சார் அவ்வளவு யதார்த்தமா நடித்திருப்பார். அது எனக்கு ரொம்ப பிடிச்சிருந்துச்சு.

அதுக்கப்புறம், நான் இயக்குநரான பின் என்னோட முதல் படமான 'கேளடி கண்மணி' யில் நடிக்க எஸ்.பி.பி. சாரை அணுகினேன்.

அப்போ அவர் "எனக்கு எந்த பிரச்னையும் இல்லை. ஆனா, உனக்கு இது முதல் படம். அது சரியா போகலைன்னா

தொகுப்பு: தினேஷ் கன்னிமாரி ൟ 35

அடுத்த படம் கிடைக்குறதுல பிரச்சினை வரும். நல்லா யோசி''ன்னு சொன்னார்.

''இல்லை சார், இந்த கேரக்டருக்கு நீங்க தான் நடிக்கணும்''ன்னு நான் அவர்கிட்ட உறுதியா சொன்னேன்.

அதுக்கப்புறம், எஸ்.பி.பி. சாரோட மேனேஜர்கிட்டயும் அதை பத்தி பேசினேன்.

அவருமே வந்து என்ன சொன்னார்னா ''எஸ்.பி.பி.சாருக்கு தினமும் ஏழிலிருந்து எட்டு பாடல்கள் வரை ரெக்கார்டிங் இருக்கும். அதுல எந்த பாடலையும் தள்ளி போடமுடியாது. அதுக்கிடையில நாம எப்படி ஷூட்டிங்கிற்கான நேரத்தை ஒதுக்குறதுன்னு தான் தெரியலை'' ன்னு சொன்னார்.

என் படத்துக்கு எஸ்.பி.பி. சார் தான் வேணும்னு நான் பிடிவாதமா இருந்ததினால எந்த ஒரு காம்ப்ரமைஸுக்கும் நான் தயாராக இருந்தேன்.

அப்போ எஸ்.பி.பி. சார் சொன்னாரு, ''யோவ்... தினமும் ரெண்டு மணி நேரம் தான் கால் ஷீட் கொடுப்பேன். அதை வச்சு உன்னால இந்த படத்தை முடிக்க முடியுமா''ன்னு கேட்டாரு.

''கண்டிப்பா என்னால முடியும் சார்''ன்னு சொன்னேன்.

அதுக்கப்புறம் அவரே அன்போட முன் வந்து தினமும் அவர் ரெக்கார்டிங்குக்கு போறதுக்கு முன்னாடி *9 - 10:30* இல்லாட்டி *11 - 12:30* இப்படியாக அவருடைய ரெக்கார்டிங் நேரத்தை பொருத்து எனக்கு நேரத்தை ஒதுக்கி ஒத்துழைத்தார்.

நான் அப்போ அவர் சம்பந்தப்பட்ட ஷாட்களை மட்டும் சீக்கிரமா எடுத்திட்டு அவரை அனுப்பிடுவேன்.

நாளடைவில் அவருக்கு எப்பவெல்லாம் நேரம் கிடைக்குதோ அப்பவெல்லாம் என்னை அழைத்து ''நாளைக்கு எனக்கு ஒரு கேப் இருக்கு. நீ ஷூட்டிங்குக்கு ப்ளான் பண்ணிக்கோ''என்பார்.

அப்படியான ஒரு இனிமையான மனிதர் எஸ்.பி.பி.சார் அவர்கள்.

அவ்வளவு பிசியிலும் வந்து அவர் என்னோட ஒத்துழைத்தார். அதுமட்டுமல்ல 'ராமநாதன்' என்ற கதாபாத்திரமாகவே அந்த படத்தில் வாழ்ந்தார்.

தினமும் ஆறு பாடல்கள் பாடி ரெக்கார்டிங் முடிச்சிட்டு வந்து நடிக்கிறதோ அல்லது நடித்துவிட்டு போய் பாடறதோ என்பதெல்லாம் கொஞ்சம் கடினம் தான். ஆனா, அதையெல்லாம் பொருட்படுத்தாமல்... ஒரு இளைஞனை போல வந்து நடித்து கொடுத்தார். அவர் எப்பவுமே சோர்வாக மாட்டார். அது கடவுள் கொடுத்த வரம்னு தான் சொல்லணும்.

அந்த படத்தில் வரும் சில முக்கியமான காட்சிகள் எல்லாம் கூட அவர் கொடுத்த இரண்டு மணிநேரத்திற்குள் எடுக்கப்பட்டவையே.

தான் ஏற்று நடிக்கும் கதாப்பாத்திரத்துக்கு என்ன தேவையோ அதை கச்சிதமாக வெளிப்படுத்தி இருந்தார் எஸ்.பி.பி. அவர்கள்.

'கேளடி கண்மணி' படத்தில் வரும் ஐந்து பாடல்கள் வெறும் அறை மணி நேரத்தில் இசைஞானி இளையராஜா அவர்கள் கம்போசிங் செய்து தந்தார். அப்போது 'மண்ணில் இந்த காதலன்றி' என்ற பாடல் ப்ளான் பண்ணவே இல்லை.

ஒரு நாள் படப்பிடிப்பில் இருக்கும் போது எனக்கு சட்டென்று ஒரு யோசனை தோணியது.

எஸ்.பி.பி. சார் பாடின ஹிட் பாடல்களுடைய முதல் வரிகளையெல்லாம் எடுத்து ஒரு பாட்டு ரெடி பண்ணி அதை ஷூட்டும் பண்ணிட்டோம். ஆனால், எனக்கு அதில் முழு திருப்தி இல்லை. அதுக்கப்புறம் வந்த ஐடியா தான் மூச்சு விடாமல் பாடிய 'மண்ணில் இந்த காதலன்றி' என்ற பாடல்.

நான் எஸ்.பி.பி. சார் கிட்ட போய் "சார் நீங்க மூச்சு விடாமல் ஒரு பாட்டு பாடினா எப்படி சார் இருக்கும்"ன்னு கேட்டேன். அதுக்கு அவர் சிரிச்சுக்கிட்டே "அப்ப நீ யாரை வச்சு படத்தை முடிப்பேன்"னு கேட்டார்.

ஏன் சார்ன்னு கேட்டேன். 5 நிமிஷம் எல்லாம் மூச்சு விடாம பாடினா. நான் மேல போயிடுவேன். யாருமே அவ்வளவு நேரம் எல்லாம் மூச்சு விடாம பாட முடியாது ன்னு சொன்னார்.

என் குருநாதர் பாலசந்தர் சார் இருந்துட்டு "பாலுவை வெச்சுக்கிட்டு ஒரு பாட்டு வைக்கலைன்னா எப்படிடா? அவனுக்கு ஏதாவது பாட்டு வைக்கணும்" னு என்கிட்ட சொல்ல நான் அதை இளையராஜா சார்கிட்ட சொல்ல.

"அந்த கேரக்டருக்கு அவனுக்கு எப்படி டா பாட்டு வைக்கிறது"ன்னு ராஜா சார் கேட்டார்.ஏதாவது ஜிம்மிக்ஸ் பண்ணுங்க சார்ன்னு நான் சொல்ல.

"அவன் தடிச்சு இருக்கான் அதனால அவன் மூச்சு விடாமல் பாடினா ஆடியன்ஸுக்கு பிடிக்கும்"னு ராஜா சார் கொடுத்த ஐடியாவில் இருந்து உருவானது தான்....

'மண்ணில் இந்தக் காதலன்றி
யாரும் வாழ்தல் கூடுமோ
எண்ணம் கன்னிப் பாவையின்றி
ஏழு ஸ்வரம் தான் பாடுமோ
பெண்மையின்றி மண்ணில்
இன்பம் ஏதடா
கண்ணை மூடிக் கனவில்
வாழும் மானிட ...'

என்ற பாடல்.

அந்த பாட்டுல சரணத்துல மட்டும் மூச்சு விடாமல் பாடலாம்னு முடிவு பண்ணி அந்த பாட்டை எடுத்தோம். அந்த ஒரு பாடல் இப்ப வரைக்கும் பேசப்படுதுன்னா அதுக்கு காரணம் ராஜா சாரும், எஸ்.பி.பி. சாரும் தான்.

எல்லோரையும் போல நானும் எஸ்.பி.பி. சாரின் தீவிர ரசிகன் தான். 'கேளடி கண்மணி' என்ற படம் மூலமாக எனக்கு அவரை இயக்குவதற்கு கிடைத்த ஒரு வாய்ப்பை நான் பெரும் பாக்கியமாக கருதுகிறேன்.

5 ஆர்.வி. உதயகுமார்

பச்சமலப்பூவு நீ உச்சிமல தேனு

நான் என் கிராமத்துல மாடு மேச்சிட்டு இருக்கும்போது தூரத்தில் இருந்து பாலு சாரோட முதல் பாடல் எனக்கு கேட்டுது. அது புதுசா ஒரு பாடகர் எம்.ஜி.ஆருக்காக பாடிய பாடல்ன்னு யாரோ சொல்லி கேள்விப்பட்டேன். அப்போ நான் கோயம்புத்தூர் மாவட்டத்துல ஒரு சாதாரண வில்லேஜ்ல எங்க அப்பா கூட மாடு மேச்சிட்டு இருந்தேன்.

அப்ப எனக்கு ஸ்கூல் லீவு. எங்க ஊர் திருவிழாவுல ஒரு பாட்டு பட்டைய கிளப்புது. அந்த பாட்டு பாடிட்டு இருக்கும் போது திடீர்னு நின்னுடுச்சு. என்னடான்னு பாத்தா அதை திருப்பி போட்டாத்தான் மீதி பாட்டை தொடர்ந்து கேட்க முடியும்ன்னு சொன்னாங்க. அந்த பாட்டுத்தான் ‘ஆயிரம் நிலவே வா’.

அப்படி அந்த பாட்டை கேட்டு எங்க கிராமத்துல மாடு மேய்ச்சிட்டு இருந்த ஆர்.வி.உதயகுமார் எழுதிய முதல் பாட்டை அந்த தேவ குரலோன், அண்ணன் எஸ்.பி.பி அவர்கள் பாடினார் என்பது இறைவன் எனக்கு கொடுத்த வரம் என்று தான் சொல்ல வேண்டும்.

அப்படி எஸ்.பி.பி. அண்ணன் என் முதல் பாட்டை பாடும் போது நான் அவரோடு எடுத்துக் கொண்ட புகைப்படம் இப்போதும் நான் பத்திரமாக வைத்திருக்கிறேன்.

ஏன்னா, நாம ரொம்ப நேசிக்கிறவங்களை எப்பவுமே மறக்க கூடாது. தப்பி தவறி மறந்துட்டாலும் கூட அந்த புகைப்படங்கள் நம்மை ஞாபகப்படுத்தும். அதேபோல் இளையராஜா சாரோட இசையில நான் முதன் முதலா எழுதின பாட்டு

'பச்சமலப்பூவு நீ உச்சிமல தேனு

குத்தங்கொற ஏது நீ நந்தவனத்தேரு...'

'கிழக்கு வாசல்' படத்துக்காக அந்த பாட்டை எழுதிட்டு நான் ராஜா சார்க்கிட்ட கொண்டுபோனேன்.

அவர் பாத்துட்டு "என்னய்யா இத்தனை சரணத்தை எழுதிட்டு வந்துருக்கேன்னு"கேட்டார்.

"படிச்சு பாருங்க சார்"ன்னு சொன்னேன். "எல்லாமே நல்லா தான்இருக்கு. நீயே செலக்ட் பண்ணிக்கோ" ன்னு சொன்னார்.

"நான் செலக்ட் பண்ணிட்டேன் சார். இந்த பாட்டை எஸ்.பி.பி. சார் தான் பாட்மனும்"னு சொன்னேன்.

அதுக்கு அவர் சொன்னார். "அவன் (எஸ்.பி.பி.) இங்க இல்லை. அமெரிக்காவுல இருக்கான். வர்றதுக்கு இன்னும் ஒரு மாசம் ஆகும்" அப்படின்னார்.

"பரவாயில்லை சார்; நான் ஒரு மாசம் கழிச்சு வந்து இந்த பாட்டை எடுத்துக்கிறேன்"னு சொன்னேன்.

"யோ... என்னய்யா நான் சொல்றேன் நீ கேக்கமாட்டேங்குற. இந்த பாட்டை வேற பாடகர்கள் பாடமாட்டாங்களா?" என்று கேட்டார். "இல்ல சார், அவுங்க பாடினா எனக்கு பிடிக்காது" ன்னு சொன்னேன். அன்றைக்கு எஸ்.பி.பி. சாருக்காக இளையராஜா சார்கிட்ட ஒரு சண்டையே நடந்தது.

அதுக்கப்புறம், நான் ஒரு மாசம் அந்த பக்கமே போகல. அடுத்த பாடல் ரெக்கார்டிங் எல்லாம் கூட தள்ளி வச்சிட்டோம். ஒரு மாசம் கழிச்சு அமெரிக்காவுல இருந்து எஸ்.பி.பி.சார் வந்தாரு. அவர் வந்தவுடனேயே அவரை சந்திச்சு என்னோட பாட்டை எடுத்து கையில் கொடுத்தேன்.

அந்த வரிகளை அவர் படிச்சு பாத்தாரு... படிச்சு முடிஞ்சதும் எழுந்து வந்து என்னை அன்போட கட்டி அனைத்தார். அந்த வரிகள் தான்...

'காத்தோட மலராட கார்குழலாட
காதோரம் லோலாக்கு சங்கதி பாட
மஞ்சளோ தேகம் கொஞ்ச வரும் மேகம்
அஞ்சுகம் தூங்க கொண்டு வரும் ராகம்
நிலவ வான் நிலவ நான் புடிச்சு வாரேன்
குயிலே பூங்குயிலே பாட்டெடுத்து தாரேன் ஹோய்'

'பச்ச மலப்பூவு நீ உச்சி மல தேனு
குத்தங்குறை ஏது நீ நந்தவன தேரு
அழகே பொன்னுமணி
சிரிச்சா வெள்ளிமணி
கிளியே கண்ணுறங்கு தூரி தூரி ஹோய்
பச்ச மலப்பூவு நீ உச்சி மல தேனு
குத்தங்குறை ஏது நீ நந்தவன தேரு'

"பாலு சாரோட குரலை என் கிராமத்துல மாடு மேய்ச்சிட்டு இருக்கும்போது எப்படி கேட்டேனோ அதே குரல் தான் நான் இப்பவும் கேக்கறேன்.

எஸ்.பி.பி. அண்ணனோட குரலை கேட்காதவங்க தமிழர்களே கிடையாது, தமிழ் ரசிகர்களே கிடையாது.

அவர் ஒரு கிரியேட்டர் அவருக்கு எப்பவுமே அழிவு கிடையாது."
அதனால தான் கவிஞர் கண்ணதாசன் எழுதினார் :
 "நான் நிரந்திரமானவன் அழிவதில்லை
 எந்த நிலையிலும் எனக்கு மரணமில்லை"

அதே போல எஸ்.பி.பி. அண்ணனுக்கு மரணமில்லை.அவர் குரல் என்றென்றும் ஒலித்துக் கொண்டே இருக்கும்.

தொகுப்பு: தினேஷ் கன்னிமாரி

6 கே.எஸ். ரவிக்குமார்

டப்பிங் சூப்பர் ஸ்டார்

ஆரம்பத்துல கமல் சாரோட படங்கள் தெலுங்குல டப் ஆச்சுன்னா, மனோ தான் டப்பிங் பேசுவார். 'அவ்வை சண்முகி', 'தெனாலி' படங்களோட தெலுங்கு விநியோக உரிமையை எஸ்.பி.பி.சார் வாங்கியிருந்ததால இந்த ரெண்டு படங்களுக்கும் எஸ்.பி.பி.சார் அவர்களே டப்பிங் கொடுத்தார்.

'தசாவதாரம்' படத்தோட தெலுங்கு உரிமையை தாசரி நாராயண ராவ் வாங்கினார். அவருக்கு எஸ்.பி.பி நல்ல நண்பர். அதனால எஸ்.பி.பி. அவர்களே டப்பிங் பேசினா நல்லா இருக்கும்னு முடிவு பண்ணினோம்.

ஒரு நாளைக்கு ஒரு கேரக்டர்னு 10 கேரக்டருக்கும் எஸ். பி.பி. சார் தான் டப்பிங் கொடுத்தார். பாட்டி கேரக்டரை அசால்ட்டா செஞ்சார். 'கலிபுல்லா' கேரக்டருக்கு கொஞ்சம்

டைம் எடுத்துக்கிட்டார். பைனல் அவுட்புட்டை பார்த்த போது ரொம்பவே நேர்த்தியாக இருந்தது.

எஸ்.பி.பி.சார் ஒரு வேலையைக் கையில் எடுத்துட்டா ; அதில் எந்த குறையும் இல்லாமல் சூப்பரா பண்ணிக் கொடுத்திடுவார். பாடலில் குரல் மாற்றத்தை கொண்டு வருவது போல் டப்பிங்கிலும் தன் குரலை மாற்றுவதில் எஸ்.பி.பி. அவர்கள் ஒரு சூப்பர் ஸ்டார் தான்.

7 சுரேஷ் கிருஷ்ணா

அல்டிமேட் ஸ்டார்

1981- ல கே.பாலசந்தர் சார் ஹிந்தியில 'ஏக் தூஜே கேலியே'ன்னு ஒரு படம் பண்ணினார். நான் அப்போ அவர்கிட்ட உதவி இயக்குனரா இருந்தேன்.

அந்த படம் வந்து ஒரு லவ் ஸ்டோரி, கமல் சார் ஹீரோ. ஒரு தமிழன் ஹிந்தி பொண்ண காதலிப்பார். அப்படி ஒரு கேரக்டர். அவர் ஒரு தமிழன் என்பதால் அவருக்கு எஸ். பி.பி. பாடினால் நல்லா இருக்கும்னு பாலசந்தர் சார் ஃபீல் பண்ணினார். அந்த படத்தினுடைய இசையமைப்பாளரான லஷ்மி காந்த் பியாரிலாலும் அதுக்கு ஓகே சொல்லிட்டாங்க.

அந்த ரெக்கார்டிங்கின் போது நானும் கூட இருந்தேன். அப்போ எஸ்.பி.பி. சாரும் லதா மங்கேஷ்க்கரும் வந்தாங்க. எஸ்.பி.பி.க்கு ஹிந்தி சரியா வராது. அந்தம்மா அழகா ஹிந்தியில பாடுவாங்க. அவங்க தான் எஸ்.பி.பி. சாருக்கு

பாட்டெல்லாம் கத்துக்கொடுத்து ஹிந்தி வார்த்தைகளுடைய உச்சரிப்பு எப்படி வரனுங்கறதையும், எப்படி பாடனுங்கறதையும் தெளிவா சொல்லி புரியவச்சாங்க.

அதுக்கப்புறம் ட்ராக் இல்லாம லைவா பாடின பாடல் தான்.

'தேரே மேரே பீச் மே
தேரே மேரே பீச் மே
கேசா ஹேய் ஏ பந்தன் அஞ்சா.... னா....
கேசா ஹேய் ஏ பந்தன் அஞ்சா.... னா....
மேனே நஹி ஜானா
தூணே நஹி ஜானா
மேனே நஹி ஜானா'

என்ற பாடல். அந்த பாட்டு இப்ப வரைக்கும் evergreen தான்.

அதுக்கப்புறம் 1986-ல நான் இயக்குனர் ஆனப் பிறகு 'சத்யா'ன்னு ஒரு படம் பண்ணினேன். அந்த படத்துல ஒரு பாட்டு பாட எஸ்.பி.பி. சாரும், லதாம்மாவும் வந்தாங்க. அப்போ லதாம்மாவுக்கு தமிழ் சரியா தெரியாது. அப்போ எஸ்.பி.பி. சார் லதாம்மாவுக்கு தமிழ்ல பாட்டு சொல்லி கொடுத்து, உச்சரிப்பு சொல்லி கொடுத்து பாட வச்சார். அந்த பாடல் தான்....

'வலையோசை கல கல கலவென
கவிதைகள் படிக்குது
குளு குளு தென்றல் காற்று வீசுது.
சில நேரம் சிலு சிலு சிலுவென
சிறு விரல் பட பட துடிக்குது
எங்கும் தேகம் கூசுது.
சின்ன பெண் பெண்ணல்ல
வண்ண பூந்தோட்டம்
கொட்டட்டும் மேளம் தான்
அன்று காதல் தேரோட்டம்.'

- என்ற இந்த பாடலும் சூப்பர் ஹிட் ஆனது.

என்னோட முதல் படத்துல லதா மங்கேஷ்கரை பாடவச்சது மறக்க முடியாத ஒரு அனுபவம். எஸ்.பி.பி.யும், லதாஜியும் அவங்க ஒருத்தருக்கொருத்தர் பாட்டு கத்துக் கொடுத்த காட்சி அவ்வளவு அழகா இருந்தத இரண்டு மொழியலயும் அந்த தருணத்தை நான்

நேரடியாக பார்த்து ரசித்திருக்கிறேன். இன்னொரு விஷயம் வந்து பாலு சார் லதாம்மாவுக்கு கொடுக்கின்ற மரியாதை இருக்கே அது நம்மை நெகிழவைக்கும்.

'அண்ணாமலை' படத்தின் போது நடந்த ஒரு சுவாரஸ்யமான சம்பவம். ஆரம்பத்துல அந்த படத்துல Introduction song வைக்கின்ற ஐடியாவே எங்களுக்கில்லை.

ரஜினி சாரோட கேரக்டர் பால்க்காரன் என்பதால் சம்திங் ஸ்பெஷலா ஏதாவது சொல்லலாம்னு தோனிச்சு.

கன்னடத்துல ஒரு கவிதை இருக்கு; அதுல பால், பால்க்காரன், மாட்டுத்தோல், திருநீர், சாணம், இப்படி எல்லா விஷயங்களுமே அந்த கவிதைல இடம்பெற்றிருக்கும். அந்த கவிதைய கவிஞர் வைரமுத்து சார் கிட்ட கொடுத்தப்போ அவரும் ரொம்ப நல்லா இருக்குன்னு சொன்னாரு.

ஆனா, இதை எந்த மாதிரி ஸ்டைல்ல பாட்டு போடலாம்கிறதுல ஒரே குழப்பமா இருந்துச்சு. அப்பத்தான் எனக்கு ஒரு மராட்டிய நாடோடி பாடல் ஞாபகத்துக்கு வந்தது. அந்த மெட்டை தேவா சாருக்கு பாடி காட்டினேன். "இது ரொம்ப நல்லா இருக்கே" ன்னு சொல்லி போட்ட டியூன் தான்

> **'வந்தேன்டா பால்க்காரன் அடடா**
> **பசு மாட்ட பத்தி பாடப்போறேன்'**

– என்ற பாடல்.

அந்த டியூனுக்கு ஏற்றார் போல் கவிஞர் வைரமுத்து அந்த கவிதையில் இருந்த பொருளை அப்படியே தன் பாட்டுக்குள் கொண்டு வந்தார். இனி இதை பாலு சார் பாடணும், ட்ராக் எடுத்து பாட்டை அவருக்கு போட்டு காட்டினோம். அதை கேட்டவர், உடனே என்னை அழைத்தார்.

"சுரேஷ் என்ன இது? புதுசா இருக்கே? ஜனரலா ஒரு லவ் சாங், இல்லாட்டி ஒரு ஃபீல் சாங் இப்படி தானே இருக்கும். ஆனா, இது என்ன பால்க்காரன பத்தி" ன்னு கேட்டார். நான் அவருக்கு அந்த சீனை விளக்கி "இது ஒரு தீம் சாங் சார்" னு சொன்னேன். "சுரேஷ் இந்த கான்சப்ட் ஒரு நாவல் மாதிரி இருக்கே" ன்னு சொல்லி குஷியாயிட்டார்..

சாதாரணமா எஸ்.பி.பி. சார் ட்ராக் கேட்டதும் நேரா தேவா சார் கிட்ட வந்து பிரமாதம் தேவா, சூப்பர்ன்னு சொல்லி பாட ஆரம்பிச்சுடுவார். ஆனா அன்னைக்கு வந்தேன்டா பால்காரன் பாட்டோட ட்ராக் கேட்டதும் நேரா தேவாகிட்ட வந்து பிரமாதம் தேவா, சூப்பராப்பண்ணு சொல்லி அவரை ரொம்ப பாராட்டினார்.

அது மட்டுமல்ல என்னை கூப்பிட்டு ''சுரேஷ் இந்த பாட்டு ரொம்ப பிரமாதமா வரும் நீ வேணும்ன்னா பாரு'' என்று பாராட்டினார்.

அவர் பாடவே ஆரம்பிக்கல ட்ராக் கேட்டதுமே ரொம்ப excited ஆயிட்டாரு. அதுக்கப்புறம் போய் அவ்வளவு எனர்ஜியோட அந்த பாட்டை பாடினார். அந்த பாட்டுக்கு அவர் மிக பெரிய ஒரு லைஃப் கொடுத்தார்.

தியேட்டர்ல அந்த பாட்டு வந்ததும் ரசிகர்கள் கைதட்டி விசிலடிச்சு ஆட ஆரம்பிச்சுட்டாங்க. அந்த பாடலும், நான் இயக்கிய 'பாட்ஷா' படத்தில் இடம்பெற்ற 'ஆட்டோக்காரன்' பாடலும் எஸ்.பி.பி. சாருக்கும், தேவா சாருக்கும் சிக்னேச்சர் சாங்கா ஆயிடுச்சு.

எஸ்.பி.பி. சார் பாடின அந்த ரெண்டு பாட்டும் ரஜினி சாருக்கு அவ்வளவு ஃபேர்பெக்ட்டா மேச்சு ஆச்சு.

'அண்ணாமலை' படத்துல எல்லா பாடலையும் எஸ்.பி.பி. சார் தான் பாடினார். அதுல ஒரே ஒரு பாடலை மட்டும் ஜேசுதாஸ் அவர்கள் பாடினார்.

உடனே என்னை கூப்பிட்டு ''ஏன் அந்த பாட்டை நான் பாடமாட்டேனா? அந்த ஃபீலிங்க் உள்ள பாட்டை எனக்கு பாட தெரியாதா?'' அப்படின்னு கேட்டார்.

''இல்ல சார் அந்த பாடலில் ரஜினிக்கு வயதாகிவிடும். அதனாலதான் ஜேசுதாஸைப் பாட வைத்தோம்'' என்று விளக்கினேன்.

''நியாயமா அந்தப் பாட்டை நான் தான் பாடியிருக்கனும். அடுத்த முறை இந்த மாதிரி நடந்தால் நடக்கறதே வேற''ன்னு ஜாலியா கலாட்டா பண்ணிட்டு போயிட்டாரு.

அதுக்கப்புறம் நான் கன்னடத்துல விஷ்ணுவர்தன் சாரை வச்சு ஒரு படம் பண்ணினேன். அதுல 'அண்ணாமலை' படத்துல ஜேசுதாஸ் பாடிய 'ஒரு பெண் புறா' என்ற பாடல் விஷ்ணுவர்தன் சாருக்கும் ரொம்ப பிடிச்சிருந்துச்சு.

அவர் என்ன சொன்னார்னா "சுரேஷ், தேவா சார் கிட்ட சொல்லி அந்த பாட்டோட டியூனை நாம இந்த படத்துல போடலாமா"ன்னு கேட்டார்.

"ஓகே சார், ஆனா அந்த பாட்டை எஸ்.பி.பி. சாரை வச்சு பாட வைக்கலாமா"ன்னு கேட்டேன். "நானும், அதே தான் விரும்பினேன்" என்று அவரும் சொன்னார். அப்படி அந்த பாட்டை எஸ்.பி.பி. சார் கன்னடத்துல பாடினாரு.

அவர் ஒரு சிறந்த பாடகர் மட்டுமல்ல சிறந்த ஒரு டப்பிங் கலைஞரும் கூட. 'சத்யா' படத்துல வில்லனா நடிச்ச 'கிட்டி'க்கு எஸ்.பி.பி. சார் தான் குரல் கொடுத்தார். சாஃப்டா அவ்வளவு அழகா பேசியிருப்பார்.

'இந்திரன் சந்திரன்' என்ற தெலுங்கு படத்துல வர்ற மேயர் கதாபாத்திரத்துக்கு ஒரு பாடல் பண்ணினால் நல்லா இருக்கும்னு சொல்லி ஃபுல் மாஸ் சாங் ஒன்று ரெடி பண்ணியிருந்தார் ராஜா சார்.

பாலு சார் பாட வரும்போது ரெக்கார்டிங் தியேட்டர்ல கமல் சாரும் ராஜா சாரும் இருந்தாங்க. அப்போ பாலு சார் கிட்ட கமல் சார் அந்த படத்தின் கதை குறித்தும் அந்த கேரக்டர் எப்படி பேசனும்கிறதை எல்லாம் தெளிவா விளக்கினார். அதுமட்டுமல்ல இதை இந்த மாதிரி பாடினா நல்லா இருக்கும்னு சொன்னார்.

ராஜா சாரும் ஓகே சொல்ல எஸ்.பி.பி. 2 நிமிஷத்துல அந்த விஷயத்தை சரியா புரிஞ்சுக்கிட்டு அவரே கரெக்ஷன் பண்ணி அந்த பாட்டை பாடி முடிச்சார்.

பாலு சார் பாடி முடிச்சதும் மியூசிஷியன்ஸ் எல்லாரும் பாட்டை கேட்க உள்ள வந்திட்டாங்க. வந்தவங்க எல்லாரும் அவருக்கு க்ளாப் அடிச்சாங்க.

"சுரேஷ், இது வித்தியாசமா இருக்கும்"னு சொல்லி சிறப்பா பாடி கொடுத்துட்டு எஸ்.பி.பி. சார் கிளம்பி போயிட்டாரு. அடுத்த நாள் காலைல எஸ்.பி.பி. சார் எனக்கு ஃபோன் பண்ணினார்.

ஆனா அவரோட காத்து மட்டும் தான் வருது. குரல் வர மாட்டேங்குது. என்ன சார்னு கேட்டா, "நீ பாடவச்சுட்டே; நானும் பாடிட்டேன் உன்னால என்னோட சாங் ரெக்கார்டிங் எல்லாமே கேன்சல். 10 நாளைக்கு என்னால ஒரு பாட்டு கூட பாட முடியாது. தொண்டை டோட்டலா போயிடுச்சு. உன்னால எவ்வளவு பேரோட ட்ராக் கேன்சல் தெரியுமா"ன்னு கேட்டார்.

நான் ஆடி போயிட்டேன் "சார், நான் பாட வைக்கல, ஐடியா மட்டும் தான் கொடுத்தேன்" என்றேன்.

"அதனால எனக்கு கொஞ்ச நாள் ஓய்வு கிடச்சது" ன்னு சொல்லி ஜோக் அடிச்சார்.

"உங்களுக்கு இப்படி ஆகும்னு நான் கொஞ்சமும் எதிர்பார்க்கல சார்" ன்னு சொன்னேன்.

அதுக்கப்புறம் அந்த பாட்டை அவர் ஸ்டேஜ்ல கூட பாட மாட்டார். காரணம், அந்த அளவுக்கு கடினமான ஒரு பாடல் அது.

அவர் அடிப்படையில் ஒரு நடிகன். அப்படி இருக்கிறதுனால தான் டப்பிங் ஆனாலும் பாடல்கள் ஆனாலும் அதுக்கேத்த மாதிரி அவரால் மாடுலேஷன் கொடுக்க முடியுது. அந்த விஷயத்துல அவர் வந்து ஒரு அல்டிமேட் ஸ்டார் தான். வாழ்க அவர் புகழ்.

8 வெற்றிமாறன்

நான்கு தலைமுறை பாடகர்

எஸ்.பி.பி. சார் தென்னகத்தில் நான்கு தலைமுறையாக பாடி, எல்லாமுமாக இருந்துள்ளார். அவர் எல்லோரையும் ஊக்கப்படுத்துவார். அவரைப்போல் நேர்முகச் சிந்தனையோடு பிறரை ஊக்கப்படுத்தும் மனம் எல்லோருக்கும் வராது. அவர் ஏதோ ஒரு வகையில் நம்முடன் தான் இருக்கிறார். அவர் மிகச் சிறந்த கலைஞர்.

அவரைப்போல் அன்பையும், பாராட்டையும் வேறு யாராலும் கொடுக்க முடியாது என்று தான் நான் நினைக்கிறேன். எஸ். பி.பி. என்ற மனிதரும் அவரின் குரலும் நம்மைக் கடந்தும் வாழும்.

இசையமைப்பாளர்கள்

1 இளையராஜா

என் நண்பன் எஸ்.பி.பி.

‘வெங்கட்ராவ்’ என்ற ஆந்திரப் பத்திரிகை நிருபர் மனைவி நடத்தி வந்த நர்சரி பள்ளி விழாவில் தான் எஸ்.பி.பி. எனக்கு அறிமுகமானார். “இசை நிகழ்ச்சி நடத்த பாலு வருகிறார், அதற்குப் பக்கவாத்தியம் வாசிப்பீங்களா”-ன்னு என்னிடம் கேட்டார்கள். நானும் ஒப்புக்கொண்டேன். “என்னோடு நிரந்தரமா இசைக் குழு அமைத்துப் பணியாற்ற வேண்டும்” எனக் பாலு கேட்டுக் கொண்டார். ஆர்கெஸ்டரா துணையோடு அவருக்கு இசைக்குழுவை அமைத்து நடத்தினோம். இருவரது ரசனையும் நெருங்கி வந்ததால், நெருங்கிய நண்பர்களானோம். இது இப்படியிருக்க எல்லா மேடைகளிலும் பாரதிராஜாவும் பாலுவும், ‘பாரதிராஜா தான் பாலுவை இளையராஜாவுக்கு அறிமுகப்படுத்தினார்.’ என ஏன் சொன்னார்கள் எனத்தெரியவில்லை. பிறகு எனது

திருமணத்துக்கு வருமாறு பாலுவுக்கு அழைப்பு விடுத்தேன். அவர் வராததால் எனக்கு மிகவும் ஏமாற்றமாக இருந்தது. அது நெருக்கமாக இருந்த என் நட்பில் மாறுதலை ஏற்படுத்திவிட்டது.

அப்படி இருந்தாலும் ஜி. கே. வெங்கடேஷின் இசையமைப்பில் பல பாடல்களைப் பாட நான் பாலுவை சிபாரிசு செய்தேன்.

ஆந்திராவில் ஒரு ஊரில் இசை நிகழ்ச்சிக்குச் சென்றபோது நடந்த ஒரு சம்பவம். நான் ஒன், டூ சொன்ன பிறகுதான் பாடலை ஆரம்பிக்கணும். ஆனால், இசைக்குழுவில் இருந்த அத்தனைப்பேரும் என்னோடு சேர்ந்து ஒன், டூ சொல்ல ஆரம்பித்து விட்டார்கள். இது எனக்கு பெரிய அவமானமாகிவிட்டது. அதை பாலு கண்டிக்கலை, அதைப்பற்றிக் கேட்டதற்கு பாலு ஏனோதானோ என்று பதில் சொல்லியதால் அதில் நான் மனமுடைந்து, அவருக்கு வாசிப்பதை நிறுத்திவிட்டேன். அந்த நிகழ்ச்சி என்னில் பெரும் பாதிப்பை ஏற்படுத்தியிருந்தது. அதனால், என் முதல் படத்தில் கூட பாலுவைப் பாட வைக்கவில்லை.

டி. எம்.எஸ். அப்போது பாப்புலராக இருந்தார். என் முதல் படத்தில் அவரைப் பாட வைத்தேன். அவர் வயதில் மூத்தவராக இருந்ததால், அவரை பக்கத்தில் அமரவைத்து பாட்டு சொல்லிக் கொடுப்பதும், வேலை வாங்குவதுமெல்லாம் எனக்கு கொஞ்சம் சிரமமாக இருந்தது. அவரிடம் குறைகளைச் சொல்ல முடியவில்லை. பாலு நெருங்கிய நண்பனாக இருந்ததால் நினைத்ததை சுலபமாகச் சொல்லி நன்றாக வேலை வாங்க முடிந்தது.

என்னுடைய இசையில் பாலு பாடிய முதல் பாடல் "பாலூட்டி வளர்த்த கிளி " என்ற படத்திற்காக ஜானகியோடு இணைந்து பாடிய 'நான் பேச வந்தேன்...' என்ற பாடல் தான்.

பாலுவைப் பற்றி சொல்லுவதாக இருந்தால் நிறைய சம்பவங்கள் உள்ளன. நாங்கள் சிறு வயதிலிருந்து மிக நெருக்கமான நண்பர்கள். "வாடா போடா" என்று தான் பேசிக் கொள்வோம். 'பாலா' என்று தான் நான் அவரை அழைப்பேன். தொழில் ரீதியாகவும், தனிப்பட்டமுறையிலும் எனக்கு அவர் அவ்வளவு நெருக்கமான நண்பர் என்பது எல்லோருக்கும் தெரிந்த விஷயம்.

பாலு இறந்து போவார் என்று நான் நினைக்கவே இல்லை. அவர் மருத்துவமனையில் இருக்கும்போது "பாலு சீக்கிரம் எழுந்து வா... நான் உனக்காக காத்திருக்கிறேன். நம்முடைய வாழ்வு

வெறும் சினிமாவோடு முடிந்து போவதல்ல. சினிமாவோடு தொடங்கியதுமல்ல. எங்கேயோ மேடைக்கச்சேரிகளில் நாம் ஒன்று சேர்ந்து ஆரம்பித்த அந்த இசை நிகழ்ச்சி நமது வாழ்வாகவும் நம் வாழ்வுக்கு ஆதாரமாகவும் அமைந்தது. அந்த மேடைக் கச்சேரிகளில் ஆரம்பித்த நம் நட்பு; இசை எப்படி சுவரங்களைவிட்டு ஒன்றை ஒன்று பிரியாமல் இருக்கிறதோ... அதே போலத்தான் நம்முடைய நட்பும். நமது நட்பு எந்த காலத்திலும் பிரிந்ததில்லை. நம் இருவருக்குள் சண்டை இருந்தாலும் அது நட்பே, இல்லாம போனபோதும் அது நட்பே. அதை நீயும் நன்றாக அறிவாய். நானும் நன்றாக அறிவேன். அதனால், இறைவனிடம் நான் பிரார்த்திக்கிறேன். நீ நிச்சயமாக திரும்பி வருவாய் என்று என்னுடைய உள் உணர்வு சொல்கிறது. அது நிஜமாக நடக்கட்டும்" என்று நான் இறைவனை பிரார்த்திக்கிறேன்.

"பாலு.... சீக்கிரம் வா...." என்று நான் பேசிய வீடியோவை பார்த்து, பாலு ஃபோனை வாங்கி முத்தம் கொடுத்து உணர்ச்சி வசப்பட்டார். அதுமட்டுமல்ல அவரிடம் யாரையாவது சந்திக்க வேண்டுமா? - என்று சரண் பாலுவிடம் கேட்டதற்கு ராஜாவை மட்டும் சந்திக்க வேண்டும் என்று பாலு சொன்னார். ஆனால், அந்த விஷயம் என்னிடம் வரவே இல்லை. எனக்கு சொல்லப்படவே இல்லை. அப்போது மருத்துவக் காரணங்களுக்காகப் பார்வையாளர்கள் யாரும் அவரிடம் நெருங்கக் கூடாது என்று சரணிடம் சொல்லியிருந்தார்களோ என்னவோ எனக்குத் தெரியவில்லை. ஆனால், அந்தச் செய்தி எனக்கு வந்து சேரவில்லை என்பது பின்னாளில் தெரிந்து மனம் வேதனை அடைந்தேன். மேலும், அதுதான் அவரது கடைசிக்கட்டம் என்று அப்போது தெரியாது. அவர் மறைந்த பிறகு, கடைசியாக அவரிடம் இரண்டு வார்த்தை பேச முடியாமல் போய்விட்டதே என்று வருந்தினேன்.

தொழில் ரீதியாக அவருடன் பணியாற்றியதில் எனக்கு பெரும் மகிழ்ச்சி. கடினமான பாடல்களையெல்லாம் நான் அவரோடு சண்டை போட்டு பாட வைத்திருக்கிறேன். அவரும் என்னுடன் சண்டை போட்டு பாடியிருக்கிறார்.

பாலுவின் புகழுக்கு அந்தப் பாடல்கள் காரணமாக இருந்ததில் எனக்கு மகிழ்ச்சி. அவர் மிகவும் திறமையானவர். மக்கள் ஒருவரை வெறுமனே ஏற்றுக்கொள்ள மாட்டார்கள்.... அந்த இடத்துக்கு தகுதியானவர் பாலு. 1995-க்குப் பிறகு அவர் எனக்கு நிறைய

பாடல்கள் பாடவில்லை என்றாலும், எங்களின் நட்பு ஒரே மாதிரியாகத்தான் இருந்தது.

என்னை பற்றி மேடைகளில் அதிகமாக பேசியதே பாலு தான். ஒவ்வொரு கச்சேரியிலும் குறைந்தது ஐந்து முறையாவது என்னைப் பற்றி உயர்வாகப் பேசாமல் அவர் இருந்ததில்லை. இதுவரை என்னைப் பற்றித் தவறாகப் பேசியதே இல்லை. என் இசையில் இருக்கும் நுணுக்கங்களை நான் கூட மேடையில் சொன்னது கிடையாது. ஆனால் அதையெல்லாம் பாலு பல மேடைகளில் விலாவரியாக விவரித்துப் பேசியிருக்கிறார். எனது இசையின் பெருமையை ரசிகர்களிடம் வெளிப்படையாகப் பேச எனக்கு மனசு வராது. ஆனால், பாலு என்னைப் பற்றி ஒவ்வொரு மேடைகளிலும் பேசியிருக்கிறார், பெரிதும் பாராட்டியிருக்கிறார்.

நான் பிரபலமானவன் என்பதால் என்னைப் பற்றிப் பேசினால் மக்கள் கேட்பார்கள் என்றெல்லாம் ஒரு காலத்தில் நினைத்திருந்தேன். ஆனால், அப்படியெல்லாம் கிடையாது. இசை மீது அவருக்கிருந்த ஈடுபாடு, என் இசையை அவர் புரிந்து கொண்ட விதம், அதனால் தான் அவர் அப்படிப் பேசியிருக்கிறார் என்பது அவர் பேசிய பல விடியோக்களைப் பார்த்தபோது தான் எனக்குப் புரிந்தது.

'சங்கீத ஜாதி முல்லை' பாடலை நாங்கள் 4 மணி நேரத்தில் பதிவு செய்தோம். ஆனால், பாலு அந்த பாடலை கிட்டத்தட்ட 8 மணி நேரம் பயிற்சி செய்தார். பாடிக்கொண்டே இருந்தார். நான் போதும் என்று சொல்லியும் கூட அவர் நிறுத்தவில்லை. "இந்த இடம் இன்னும் சிறப்பாகப் பாடலாம்" என்று சொல்லி அந்தப் பாடலை அவர் மெருகேற்றினார். எங்களுக்குள் அப்படியான ஒரு உறவு. நான் வேண்டாம் என்றாலும் பாடுவேன் என்பார். இந்த நட்பு வேறெந்த பாடகரோடும் எனக்கு இருந்ததில்லை.

ஜி. கே. வெங்கடேஷிடம் நான் உதவியாளராக இருந்தபோது திரைப்படங்களின் பின்னணி இசைக்கு வாசிக்க போவேன். எப்படியும் 3 நாட்கள் அந்த வேலை போகும். சம்பளமாக 600 ரூபாய் கிடைக்கும். என் குடும்பம், என் சகோதரர்கள், பாரதிராஜா என அனைவருக்கும் அந்தப் பணம் செலவாகும். அந்த நேரத்தில் எனக்கு பணத்தேவை அதிகமாக இருந்தது.

பாலுவின் கச்சேரியில் வாசித்தால் 100 ரூபாய் கிடைக்கும். 600 ரூபாயை விட்டு அங்கு போவதா என்று யோசிப்பேன். பாலு,

ஜி. கே. வி-யிடம் நேரடியாகப் பேசி என்னை அனுப்பி வைக்கச் சொல்லுவார். அவரும் சரி போயிட்டுவா என்பார். நானும் பணம் போகிறதே என்று தயக்கத்துடன் செல்வேன். இப்படியான அனுபவங்களையெல்லாம் கடந்து தான் நாங்கள் வந்திருக்கிறோம். தொடர்ந்து நண்பர்களாக இருந்தோம்.

எங்களுக்குள் கருத்து வேறுபாடு இருந்திருக்கலாம். ஆனால், உண்மையான நட்பு என்பது என்றைக்கும் மாறாதது. அது உள்ளுக்குள் ஓடி உயிரோடு கலந்த விஷயம். பாலுவின் புகழ் என்றென்றைக்கும் நிலைத்திருக்கும் என்பது எனக்கு நன்றாகத் தெரியும். அதற்க்கு இறைவன் அருள் செய்வான் என்பதும் எனக்கு நன்றாக தெரியும்.

பாலுவின் புகழ் வாழ்க!

2 கங்கை அமரன்

நானும் பாலுவும்

கஷ்டப்பட்ட காலத்துல உதவுனவங்கள காலத்துக்கும் நன்றியோட நினைச்சுப் பார்க்கணும். அப்படி நாங்க நினைச்சுப் பார்த்து நன்றி சொல்ல வேண்டியவங்கள்ல முக்கியமான ஒருத்தர் - எஸ்.பி.பி.எங்களோட இசை வாழ்க்கைக்கு பக்க பலமானவர்... தன்னோட கச்சேரிகள்ல பாவலர் பிரதர்ஸ் இசைக்குழுங்கிற பேர்ல எங்களை மியூசிக் பண்ண வச்சவர்.... என் அன்பு நண்பன் எஸ்.பி.பாலசுப்பிரமணியம். டைரக்டர் புட்டண்ணாவோட 'கனஹல்' படத்துல பாலு பாடப்போயிருந்தப்போ... புட்டண்ணாவோட சிஷ்யன் பாரதிராஜண்ணனுக்கு பாலுவோட பழகும் வாய்ப்பு கிடைத்தது. அதன் அடிப்படையில் தான் பாலுவைப் பார்க்க எங்களை கூட்டிட்டு போனார்.

நான் கிடார் வாசிச்சுக் காட்டினேன். இளையராஜாண்ணன் ஆர்மோனியம் வாசிச்சார். ரெண்டு கைலயும் வாசிக்கிறதுல ராஜாண்ணனை அடிச்சுக்க ஆளே இல்ல. ஒரு முழு ஆர்கெஸ்ட்ரா இசையையே ஆர்மோனியத்தில் கொண்டு வந்திடுவார். ரொம்ப ஃபேமசான 'லாராஸ் தீம்' ங்கிற இசையை ராஜாண்ணன் ரெண்டு கையாலயும் வாசிச்சுக் காட்டினதும் பாலு அசந்துட்டார்.

ஆனாலும் பாலு "அய்யோ... என்கிட்டே ஆர்மோனியம் வாசிக்க அனிருத் ராவ் இருக்காரே... உங்கள எப்படி பயன்படுத்திக்கிறதுனு தெரியலையே"னு சொல்லி பாலு... ராஜாண்ணனை கிடார் வாசிக்க சேர்த்துக்கொண்டார்.

நாங்க எல்லாம் கஷ்டப் படுறதையும், நாடகத்துல வர்ற கொஞ்சம் வருமானத்தை வச்சுத்தான் குடும்பம் நடத்தறோம்கிறதையும் ராஜாண்ணன் மூலம் தெரிஞ்சுக்கிட்ட பாலு என்னை கிடார் வாசிக்கவும், பாஸ்கரன்ணனை காங்கோ டிரம்ஸ் வாசிக்கவும் சேர்த்துக் கிட்டார். ராஜாண்ணன் ஆர்மோனியம் வாசிச்சார். எங்களுக்கு 'பாவலர் பிரதர்ஸ் இசைக்குழு'ங்கிற பேர்ல வாய்ப்பைக் கொடுத்ததோட... நாடகங்களுக்கு மியூசிக் பண்ணிக்கிட்டிருந்த எங்களை மெட்ராஸ்ல மெல்லிசைக் கச்சேரிக்கு வாசிக்க அழைத்துக் கொண்டு வந்ததும் பாலு தான்.

உண்மைமான நன்றியோட நான் பாலுவை நினைச்சுப் பார்க்கிறேன்.

ஆரம்பத்துல நான் பாலு வோட கச்சேரில கிடார் வாசிக்கிறதோட, பாலுவோட கச்சேரிக்கு இன்சார்ஜாவும் வேலை பார்த்துக்கிட்டு இருந்தேன்.

குழுவுல இருக்கிற ஒவ்வொரு மியூசிஷியனோட வீட்டுக்கும் போய்... இன்ன தேதியில... இன்ன ஊர்ல, இன்ன இடத்துல கச்சேரி... இத்தனை மணிக்கு வந்திடணும்'னு தகவல் சொல்றது தான் இன்சார்ஜோட வேலை.

அப்பவெல்லாம் ஆந்திரா, கர்நாடகானு பல இடங்களுக்கு கச்சேரி பண்ண ரயில்ல தான் போவோம்... டிக்கெட் முன்கூட்டியே ரிஸர்வ் பண்ணி போகமாட்டோம். அன்ரிசர்வ்டு கோச்சுல தான் போவோம்.

இந்த மாதிரி ரயில்ல போகும்போது... ஒவ்வொருத்தருக்கும் சாப்பாட்டு காசுனு *25* ரூபா குடுப்பாப்ல பாலு. சம்பளம் - *75* ரூபாயிலிருந்து *100* ரூபா வரைக்கும் கிடைக்கும்.

நான், ராஜாண்ணன், பாஸ்கரண்ணன் மூணுபேரும் எங்களுக்கு தரப்படுற சாப்பாட்டுக் காசை செலவழிக்காம பத்திரமா வச்சுக்குவோம்.

கச்சேரிக்கு ஏற்பாடு செஞ்சவங்க நல்லா விருந்து சாப்பாடு குடுப்பாங்களே. அதனால பட்டினியாவே போவோம்.

“சாப்பாட்டுக்கு குடுத்த பணத்த செலவழிக்காமலேயே வர்றீங்களேடா... கஞ்சப்பிசுநாரிப் பசங்களா...” ன்னு சொல்லி பாலு கிண்டல் பண்ணுவான்.

ஒரு தடவ பெங்களூர்ல கச்சேரி முடிச்சிட்டு பாலுவோட கார்ல நானும் ஃபுளூட் ராதாகிருஷ்ணனும் ஏறி சென்னைக்கி வந்துக்கிட்டிருந்தோம்.

ராணி பேட்டை வந்தப்போ... கார் ரிப்பேர் ஆகிப்போச்சு.

பாலு அப்ப பெரிய பாடகர். ஆனாலும், இப்ப மாதிரி டி.வி. மீடியாவெல்லாம் எதுவுமில்ல. அதனால பாலுவோட முகம் மக்களுக்கு தெரியல.

கைல இருந்த கொஞ்சம் காசு போட்டு, கடன் சொல்லி கார் ரிப்பேரை சரி பண்ணிக்கிட்டு... பட்டினியாவே சென்னை வந்து சேர்ந்தோம்.

பாலு சினிமாவுல பெரிய பாடகனா இருந்தாலும் கூட கைல காசில்லாம கஷ்டப்பட்டத சொல்றதுக்காகத்தான் இந்த சம்பவத்த சொல்றேன்.

ஒருமுறை பாலுவோட கச்சேரி திருவல்லிக்கேணி பார்த்தசாரதி சபாவுல ஏற்பாடாயிருந்திச்சு.

பாலுவுக்கு அன்னிக்கி தொண்டக் கட்டிக்கிச்சு. “என்னடா... நைட்டெல்லாம் ஒரே கூத்தா?”னு நாங்க கேட்க... “இதெல்லாம் சொல்லணுமாடா? புரிஞ்சுக்குவீங்கனு நினைக்கிறேன்” அப்படின்னு சொல்லிட்டு பாலு ஒரு சின்ன சிரிப்போடு சோடாவை குடித்து சமாளித்தான்.

அப்பவே பாலுவுக்கு ஏகப்பட்ட ரசிகர், ரசிகைகள். சிவாஜியப்பாவுக்காக பாலு பாடின முதல் பாட்டு... “சுமதி என் சுந்தரி”படத்துல வர்ற... “பொட்டு வைத்த முகமோ” என்ற பாட்டு தான்.

இந்த பாடல் பதிவான அன்னிக்கி ஒரு விஷயம் நடந்துச்சு.ஆன்மீக சொற்பொழிவாளர் சுகி சிவத்தோட அண்ணன் எம்.எஸ்.பெருமாள் எங்களுக்கு ரொம்ப வேண்டியவர்.

அந்த பாட்டோட ரிக்கார்டிங்குக்கு வந்தவர்,அதைப் பதிவு பண்ணி... அன்னைக்கி சாயந்திரமே... யாரோட அனுமதியுமில்லாம... நடிகர் திலகம் சிவாஜிக்காக எஸ்.பி.பாலசுப்பிரமணியம் பாடிய பாட்டுனு விவித் பாரதியில ஒளிபரப்ப வச்சிட்டார்.

பெரிய ஹிட்டான அந்தப் பாடல் அன்னைக்கு கச்சேரியில பாட முடியாம... திணர்றாப்ல பாலு. அதுல ஒரு சரணத்துல...

"மலைத்தோட்டப் பூவில்
மணமில்லையென்று
கலைத்தோட்ட ராணி
கைவீசி வந்தாள்
ஒளியாகத் தோன்றி
நிழல் போல் மறைந்தாள்."

- இப்படி வரும். "மலைத்தோட்டப் பூவில்"ங்கிற இடத்துல ராகத்துல கொஞ்சம் மேலப்போகும்.

பாலுவுக்கு தொண்டை சரியில்லாததால மேலப் போற இடத்துல பிசிறு அடிச்சு... திணற... அந்தப் பாட்ட முழுசாப் பாடாமலேயே முடிச்சோம்.

உடனே இன்டர்வெல்லும் விட்டோம். மேக்-அப் ரூம்ல தனியா நின்னுக்கிட்டு நம்மால பாடமுடியாமப் போச்சேனு பாலு கண்ணீர்விட்டு அழ...

"எதுக்கு இப்ப அழற? செகண்ட் ஆப்ல... அந்தப் பாட்டு சுருதிய குறைச்சு பாடிக்கலாம்"னு சொல்லி ஆறுதல் படுத்தி கூட்டி வந்து பாடவச்சார் ராஜாண்ணன்.

தன்னால முடியலையேன்னு பாலு ஃபீல் பண்ணி அழுதது... பாலுவோட சின்சியாரிட்டிய வெளிப்படுத்துச்சு.

நாங்க ரெண்டு பேரும் நெருங்கிய நண்பர்களான பிறகு ரிக்கார்டிங்குக்கு போறப்பவெல்லாம் பாலு என்னையும் கூட்டிட்டு போவான். அப்ப பாலு ஒரு ஓட்ட ஸ்கூட்டர் வச்சிருந்தாரு. அத கொஞ்ச தூரம் தள்ளிட்டு ஓடினால் தான் அது ஸ்டார்ட் ஆகும். பாலு அந்த வண்டியை ஓட்டுவாரு நான் பின்னால உக்காந்துட்டு போவேன். அங்க போய் பாட்டெல்லாம் கத்துக்கிட்டு பிறகு பாடல் எழுதிய பேப்பரை வாங்கி எங்கிட்ட கொடுத்து, அதை வாசிச்சு காட்ட சொல்லுவார். நான் தமிழில் சொல்ல சொல்ல பாலு

அதை தெலுங்கில் எழுதி கொள்வார். அதுக்கப்புறம் அவரே தமிழ் கத்துக்கிட்டு அவரே தமிழில் எழுதி பாட ஆரம்பிச்சாரு.

அந்த சமயத்துல பாலுவுக்கு ரசிகர்கள் கிட்டருந்து நிறைய லெட்டர் வரும். பாலு என் தமிழ் ஆர்வம் தெரிஞ்சிகிட்டு எனக்கு வரும் தமிழ் கடிதங்களுக்கு நீ கொஞ்சம் பதில் எழுதி தர வேண்டுமென்று சொன்னார்.

அதன்படி நான் பாலுவோட வீட்டுக்கு போய்... அவனுக்கு வந்திருந்த லெட்டரையெல்லாம் வாங்கிட்டு வந்து என்னோட வீட்டுல வச்சு பதில் எழுதுவேன்.

"உங்கள் கடிதம் கிடைத்தது. உங்கள் பாராட்டுக்கு நன்றி. இதயம் கனிந்த வாழ்த்துக்கள்! வாழ்க! அன்புடன்...." இப்படியெல்லாம் எழுதி... பாலு கையெழுத்து போடறதுக்கு ஒரு கேப் விட்டு, கடிதத்தோட பாலுவோட ஒரு போட்டோவையும் பின் பண்ணி அனுப்பி வைப்பேன்.

"அதைவிட சிறப்பான விஷயம் என்னவென்றால் பாலு என்னோட காதலுக்கு தூது போன ஒரு நண்பன். எப்படின்னா ..."

ஒருமுறை "டேய்... பாலு நீ ராஜா அண்ணாமலைபுரத்துல ஒரு வீட்டுக்கு போகணும். அங்கயிருக்கிற அவுட் ஹவுஸ்ல தான் உங்க கசின் சிஸ்டர் அருணா மாமி குடியிருக்காங்க. நீ அவசியம் அங்க போகணும்"னு சொல்லி என் காதலி கலாவோட வீட்டு அட்ரஸ் சொன்னேன்.

கலாவுக்கு லவ் லெட்டர் கொடுத்துவிடுறதுக்காக எஸ்.பி. பாலசுப்பிரமணியத்தை அங்க போகச் சொன்னேன். பாலுவும் அங்க போனான்.

பாலு, அங்க வரப்போறத தெரிஞ்ச கலாவும் அருணா மாமி வீட்ல இருந்தாங்க. ஆனா, நான் லவ் லெட்டர் குடுத்துவிடுற விஷயத்த கலாகிட்ட நான் முன்னமே சொல்லல.

பாலு அங்கே போனதும் அருணா மாமி மூலமா கலாவை தெரிஞ்சுக்கிட்டு... "இந்தம்மா... உனக்கு ஒரு கிஃப்ட்"னு சொல்லி லெட்டர் கொடுக்க... விஷயம் எஸ்.பி.பி. வரை போனதால் "அய்யய்யோ"னு சொல்லி வெக்கத்துல... லெட்டர வாங்கிகிட்டு கலா தன்னோட வீட்டுக்கு ஓடிட்டா.

நான் கொடுத்தனுப்பிய லெட்டர கலா படிச்சு முடிச்சிட்டு... பாலு கிளம்பறதுக்குள்ள எனக்கு பதில் லெட்டரை எழுதி பாலு கைலயே கொடுத்துவிட்டாள். அப்படி இந்த ராமர் காதலுக்கு ஆஞ்சநேயரா தூது போனவன் பாலு. அதுமட்டுமல்ல எங்க இசை வளர்ச்சியில, வாழ்க்கை பாதைல மிக முக்கியமான மனுஷன் பாலு.

அப்படிப்பட்ட திக்கான எங்க நட்புல சமீபத்துல ஏற்பட்ட ஒரு விஷயம் என் மனசுல ரொம்ப நெருடல உண்டாக்கிச்சு.

“என்னோட அனுமதியில்லாம என்னோட இசைப் பாட்டுக்களை பாடக்கூடாது”னு ராஜாண்ணன் பாலுவுக்கு நோட்டீஸ் அனுப்பியது என் மனச குத்துச்சு.

சட்ட ரீதியா ராஜாண்ணன் செய்தது சரியானதுன்னாலும்... பாலுகிட்ட அப்படி கெடுபிடி பண்ணலாமா? நாங்க சினிமாவுல மியூசிக் லைன்ல நுழையிறதுக்கு முன்னாடி... மேடைகள்ல... ஜி. ராமநாதன் பாட்டுக்களையும், எம்.எஸ்.விஸ்வநாதன் பாட்டுக்களையும் பாடினமே... வாசிச்சமே.... அதுக்கெல்லாம் சம்பந்தப்பட்ட மியூசிக் டைரக்டர்களுக்கு ராயல்டி குடுத்தா பாடினோம்?

இல்லையே! அப்புறம் ஏன்....! என் பாடல்கள பாடுறதுக்கு கப்பம் கட்டுண்ணு கேட்கணும்?

“டேய்.... பாலு... என் பாடல்கள் காப்பிரைட் சட்டத்துல கொண்டு வந்துட்டதால... அதுல சில நடைமுறைகள் இருக்கு... அதுபடி பாத்துக்க”னு ராஜாண்ணன் பாலுவோட காதுல சொல்லியிருக்கலாம்.

பாலுவும் அதை சந்தோஷமா ஏற்றுக்கொள்வார். அந்த விஷயத்துல ராஜாண்ணன் மேல எனக்கு ஒரு வருத்தம் உண்டு.

எவ்வளவு பெரிய பாடகன் பாலு... முறைப்படி கர்நாடக இசை படிச்சதில்லை. பெரும்பாலும் கேள்வி ஞானம் தான். அந்த ஞானம் எல்லோருக்கும் கிடைக்காது. அது கடவுள் கொடுத்த வரம்.

எங்களோட நாடக வாழ்க்கை, கச்சேரி வாழ்க்கை, சினிமா வாழ்க்கை... இப்படி எல்லாத்துலயும் உதவிய மனுஷன் பாலு. சினிமா கலைஞர்கள் என்பதைத் தாண்டி... ஒரு நல்ல நண்பனா... எனக்கு பல உதவிகள் செஞ்சிருக்கான்.

‘பாவலர் பிரதர்ஸ்’ ங்கிற பேர்ல பாலு கூட சேர்ந்து கச்சேரி பண்ணினோம் என்கின்ற அடையாளத்தை கொடுத்த பாலுவுக்கு என் வாழ்நாள் முழுவதும் நன்றி சொல்லிக்கிட்டேஇருப்பேன்.

3 | ஏ. ஆர். ரஹ்மான்

ரசிகர்களை கட்டி போட்ட கலைஞன்

1983- ஆம் வருடம் மியூசிக் அகாடமியில் வைத்து எஸ்.பி.பி. அவர்களின் பிறந்த நாள் கொண்டாட்டம் மிக சிறப்பாக கொண்டாடப்பட்டது. அந்த நிகழ்ச்சியை தொகுத்து வழங்கியவர் சுஹாசினி மேடம்.

அந்த நிகழ்ச்சியில்தான் நான் முதன் முதலாக சிறப்பான ஒரு Performance செய்திருந்தேன்.

அந்த நிகழ்ச்சி என் வாழ்க்கையில் பெரிய ஒரு மாற்றத்தை ஏற்படுத்தியது. அது மட்டுமல்ல அங்கிருந்து தான் என்னோட இசை வாழ்க்கை ஆரம்பமாச்சுன்னு சொல்லலாம். அதன் பிறகு நான் பல இசையமைப்பாளர்களிடம் கீ போர்டு ப்ளேயராக பணியாற்ற ஆரம்பித்தேன்.

தொகுப்பு: தினேஷ் கன்னிமாரி

அப்போது எஸ்.பி.பி. அவர்கள் ஸ்டுடியோவுக்கு பாட வந்தால் வெறும் 15 நிமிஷத்துல பாடி கொடுத்துட்டு போய்விடுவார். அப்படி ஒரு ஸ்பீடு நான் யாரிடத்திலும் கண்டதில்லை. அது மட்டுமல்ல அவர் தன் தொழில் மேல காட்டுகிற பக்தியும் சக கலைஞர்களிடம் காட்டுகிற அன்பும் என்னை மிகவும் ஆச்சர்யப்பட வைத்துள்ளன.

எஸ்.பி.பி. அவர்கள் தன் இசையாலும், அன்பாலும் உலகத்திலுள்ள அணைத்து இசை ரசிகர்களையும் கட்டிப்போட்ட ஒரு பெரும் கலைஞன்.

நான் இசையமைத்த முதல் படம் 'ரோஜா'. அந்த படத்தில் வரும் 'காதல் ரோஜாவே' என்ற பாடலை முதன் முதலாக எஸ்.பி.பி. அவர்கள் என் ஸ்டுடியோவிற்கு வந்து பாடினார். எஸ்.பி.பி. பாடி முடித்த பிறகு "எப்படி இந்த ஸ்டுடியோவில் ரெக்கார்டிங் பண்ணுறீங்க" - ன்னு கேட்டார்.

படம் ரிலீஸான பிறகு அவர் மீண்டும் என் ஸ்டுடியோவிற்கு வந்தார். அப்போது என்னிடம் ஒரு விஷயம் சொன்னார். "மியூசிக் என்பது எங்க இருந்து வேண்டுமானாலும் பண்ணலாம்னு நீ சாதிச்சு காட்டியிருக்க" என்று சொல்லி என்னை மிகவும் பாராட்டினார். அது மட்டுமல்லாமல் அவருடைய மியூசிக் குரூப்பில் என்னையும் இணைத்து USA-ல் show பண்ண அன்போடு அழைத்தார். அதன் பிறகு அவர் என்னோட இசையில் ஏராளமான பாடல்களைப் பாடியிருக்கிறார். அதில் நான் இசையமைத்த 'மின்சார கனவு' என்ற திரைப்படத்தில் அவர் பாடிய 'தங்க தாமரை மகளே...' - என்ற பாடலுக்காக 1996- ஆம் வருடம் எஸ்.பி.பி அவர்களுக்கு சிறந்த பின்னணி பாடகருக்கான தேசிய விருது கிடைத்தது.

எஸ்.பி.பி. அவர்கள் எந்த ஒரு விஷயமானாலும் முடியாதுன்னு சொல்லவே மாட்டார். அது நடிப்பாகட்டும், இசையாகட்டும், பாட்டாகட்டும் எதையும் கற்றுக்கொள்ள தயாராக இருப்பார். இசைக்காகவே தன் வாழ்க்கையை முழுவதுமாக வாழ்ந்து முடித்தவர் எஸ்.பி.பி. அவர்கள். அது மட்டுமல்ல எல்லாராலும் நேசிக்கப்பட்ட ஒரு கலைஞன். தமிழ், தெலுங்கு, கன்னடம், ஹிந்தி, மலையாளம் போன்ற மொழிகளில் அவரால் ஜொலித்து விளங்க முடிந்தது.

சவுத் இந்தியாவை பொறுத்தவரை எஸ்.பி.பி. அவர்களின் குரல் கலாச்சாரத்தின் ஒரு அடையாளம். காரணம் வெற்றி, காதல், பக்தி, சந்தோஷம் இவையெல்லாம் அவர் பாடல் வழியாக நாம்

வாழ்க்கையில் வந்து போகும். எஸ்.பி.பி அவர்களிடமிருந்து எளிமை, கருணை, அன்பு, இசைமீதிருந்த காதல் இவையெல்லாம் இன்னொரு பாடகருக்குள் இருக்குமா என்று எனக்கு தெரியவில்லை. ஆனால், அவரிடமிருந்த அந்த நற்குணங்களெல்லாம் நாம் அவசியம் கற்றுக்கொள்ள வேண்டிய ஒரு பாடமாகும்.

என்னை பொறுத்த வரை இனி நாம் அவருடைய பாடல்களை கொண்டாடுவோம். அவரோடு பயணித்த பல நல்ல நினைவுகளை நினைவு கூர்ந்து சந்தோஷப்படுவோம்.

கடவுள் அவருக்கு அளித்த இசை என்ற பரிசை நமக்கு பகிர்ந்துவிட்டு போயிருக்கிறார். இனி நாம் அதை கொண்டாடுவோம்.

4. வித்யாசாகர்

மலரே மௌனமா

எஸ்.பி.பி. சார் அவர்களை என் தந்தையோடு பணியாற்றிக் கொண்டிருந்த காலம் முதல் நான் அறிவேன். அப்போது நான் சிறுவனாக இருந்தேன்.

அப்போதே அவர் தனது தொழிலில் மிகவும் ஆர்வமும், அக்கறையும் காட்டி வந்தார். அவரது குரல் ஈடு செய்ய முடியாதது. அவர் அடைந்த உயரத்தை வேறு யாராலும் அடைய முடியாது. ஒரு தொழில் துறையில் இருந்து கொண்டு பல மொழிகளில் சிறந்து விளங்குவது என்பது கடினம். ஆனால், அவர் தமிழ், தெலுங்கு, கன்னடம், ஹிந்தி, மலையாளம் மற்றும் பல மொழிகளிலும் தொடர்ந்து பாடி சாதனை படைத்ததை நாம் அனைவரும் அறிவோம்.

1995-ம் ஆண்டு இயக்குனர் 'செல்வா' இயக்கத்தில் வெளியான 'கர்ணா' என்ற திரைப்படத்தில் கவிஞர் வைரமுத்து எழுதிய

‘மலரே மௌனமா’... என்ற பாடல் ஒளிப்பதிவின் போது நடந்த ஒரு சுவாரஸ்யமான சம்பவம்.

நான் அப்போது சினிமா துறையில் அறிமுகமாகியிருந்த காலகட்டம்.

படத்தை சீக்கிரமாக ரிலீஸ் செய்ய வேண்டும் என்பதால் இயக்குனர் மிக தீவிரமாக பணியாற்றி வந்தார். ஆகவே, பாடல்களின் ரெக்கார்டிங்கை இரவில் முடித்து கொடுக்க வேண்டிய கட்டாயத்தில் இருந்தேன்.

அந்த படத்தில் எஸ்.பி.பி. அவர்களும் பாடுகிறார். ஆனால், இரவு 8 மணிக்கு மேல் அவர் எந்த ரெக்கார்டிங்கிலும் பாடுவதில்லை. பாக்அப் சொல்லிவிட்டு போய் விடுவார்.

நான் அவரிடம் சென்று சார், ஒரு பாடல் கூட நீங்கள் பாட வேண்டியிருக்கிறது என்று சொன்னேன்.

“தம்பி நான் இரவு 8 மணிக்கு மேல் ஸ்டுடியோவுல எந்த பாட்டும் பாடுற பழக்கம் கிடையாது. அதனால், எதுவாயிருந்தாலும் நாளைக்கு வந்து பார்த்துக்கலாம்” என்று சொன்னார்.

நான் பலமுறை கட்டாயப்படுத்தியும் அவர் சம்மதிக்கவில்லை. கடைசியா நான் அவர்கிட்ட ஒரு வேண்டுகோள் வைத்தேன்.

“சார், இந்த பாட்டுல ஃபீமேல் வாய்ஸ் வந்து ஜானகி அம்மா பாடியிருக்காங்க. நீங்க அத ஒரு முறை கேட்டுட்டு அதுல ஏதாவது தவறுகள் இருந்தா அதை சுட்டி காட்டுங்க. நான் திருத்திக்கொள்கிறேன். நாளைக்கு நீங்கள் வந்ததும் ஒரே டேக்கில் பாடி முடிச்சிடலாம்” என்றேன். அவர் அதற்கு சம்மதித்தார்.

ஜானகியம்மா பாடியிருந்த போர்ஷனை அவருக்கு ப்ளே பண்ணி காட்டினோம். அதை கேட்டதுமே “தம்பி... சீக்கிரமா ஸ்டுடியோவ திறங்க. இந்த பாட்ட நான் இப்பவே பாடப்போறேன்”னு ஆர்வம் காட்டினார். நாங்க ஸ்டுடியோவ திறந்து மறுபடியும் ஒலிப்பதிவுக்கு தயாரானோம். எஸ்.பி.பி. அவர்கள் இரவு 8 மணிக்கு பிறகு பாடப்போவதை கண்டு பின்னணி வாத்திய கலைஞர்கள் அனைவரும் ஆச்சர்யத்தோடு பார்த்தார்கள்.

அவர் தன்னோட போர்ஷனை ஒரே டேக்கில் பாடி முடித்தார். அந்த மகிழ்ச்சியில் நின்று கொண்டிருந்த என்னை அழைத்து “தம்பி... எனக்கு இந்த பாட்டை ஒரு வாட்டி கூட பாடணும். எனக்கு இந்த

பாடல் அந்தளவுக்கு பிடிச்சிருக்கு'' ன்னு சொல்லி என்னை மனமார பாராட்டினார்.

அன்று இரவு அவர் அந்த பாடலை ஒரு முறை அல்ல இருமுறை அல்ல பலமுறை பாடிக் கொண்டே இருந்தார். நள்ளிரவான போது நான் அவர் அருகில் சென்று பாடலை நிறைவு செய்யுமாறு அன்போடு கேட்டுக்கொண்டேன். அப்போது அவர் சிரித்துக் கொண்டே ''தம்பி... நீ வேணும்னா மைக் ஆஃப் பண்ணிக்கோ. என்னால இந்த பாட்டை நிறுத்த முடியல. அவ்ளோ புடிச்சிருக்கு''ன்னு மீண்டும் நெகிழ்ச்சியோட பாராட்டினார். எனக்கு சந்தோஷம் தாங்கல.

அப்பவே அந்த பாடல் வெற்றி பெற்று விட்டதை நான் தெரிந்து கொண்டேன். அந்த படம் வெளியானதும் எனக்கு ஒரு பெரிய அடையாளத்தை ஏற்படுத்தி தந்தது. அது மட்டுமல்ல அந்த பாடலை அவர் எந்த கச்சேரியில் பாடினாலும் என்னை நினைவு கூர்ந்து இரண்டு வார்த்தை பாராட்டாமல் இருக்க மாட்டார். அது எனக்கு கிடைத்த பெரும் பாக்கியம். சில கலைஞர்களுக்கு மட்டுமே அப்படி ஒரு பெருந்தன்மை இருக்கும். என்னை பாராட்டிய அந்த மூன்றெழுத்து பாடகர் 50 வருட காலம் திரைத்துறையில் ஆட்சி செய்திருக்கிறார்.ஆனால், ஒரு மனிதனால் பாட்டுப் பாடி மட்டுமே நிச்சயம் சாதித்து விட முடியாது. அன்பு, பண்பு, பணிவு, மனிதநேயம் இவைகளோடு சேர்ந்து திறமையாக பாடவும் செய்ததால் தான் எஸ்.பி.பி. நம் நெஞ்சில் இன்றும் நிலைத்திருக்கிறார். அதோடு இசையமைப்பாளரின் உணர்வை உள்ளார அறிந்து பாடக் கூடியவராகவும் இருந்தார்.

5 தேவா

நம் நாட்டின் வரப்பிரசாதம்

எஸ்.பி.பி. அவர்கள் இளையராஜா சாருக்கு பிறகு அதிகமா பாடினது என்னோட இசையில் தான். நான் மியூசிக் பண்ணின எல்லா படத்துலயும் எஸ்.பி.பி. அவர்களுக்கு ஒரு பாட்டு இருக்கும். அதுக்கு காரணம் நான் கல்லூரில படிக்கிற காலத்துல இருந்தே அவரோட பாடல்கள் எல்லாம் எனக்கு ரொம்ப பிடிக்கும். அவரமாதிரி யாராலும் பாட முடியாது. அவர் ஒரு பெரிய Legend. அது மட்டுமல்ல. அவர் நம் நாட்டுக்கு கிடைத்த ஒரு வரபிரசாதம்.

'அண்ணாமலை' படத்துல ஒரு பாடலைத்தவிர எல்லா பாடலையும் பாடிய எஸ்.பி.பி. அவர்கள் ஜேசுதாஸ் அவர்கள் பாடிய "ஒரு பெண் புறா..." என்ற பாடலை கேட்டு என்னை ரொம்ப பாராட்டினார். அது மட்டுமல்ல அந்த பாடலை கேட்டு ரொம்ப ரசித்து போய் "தேவா நான் இந்த பாட்ட

பாடணும். நீங்க வேறு ஏதாவது ஒரு மொழி படத்துல இதை வச்சுடுங்க. நான் பாடுறேன்'' னு சொன்னாரு.

அவர் விருப்ப படியே ஒரு கன்னட படத்துல அதே ட்யூன்ல ஒரு பாட்டை போட்டு எஸ்.பி.பி. அவர்களை பாடவச்சேன். ரொம்ப சந்தோஷப்பட்டார்.

'அண்ணாமலை' படத்துல எஸ்.பி.பி.சார் பாடிய 'வந்தேண்டா பால்காரன்' என்ற பாடல் செம ஹிட்டானது. அதே போல் 'பாட்ஷா' படத்திலும் ஓப்பனிங் சாங் நல்லா வர வேண்டும் என்பதற்காக நாங்க எல்லோரும் ஒன்னா சேர்ந்து பேசினோம்.

அந்த காலகட்டத்தில் ராப், ஹிப்ஹாப், போனிஎம் போன்ற வகை பாடல்களுக்கு நல்ல வரவேற்பு இருந்தது. அதனால் அந்த வகையில் ஒரு ஓப்பனிங் சாங்கை அமைக்க நான் முயற்சி செய்தேன். அது யாருக்குமே பிடிக்கல. கடைசில நான் ஒரு கானா பாடல் பாடி காட்டினேன்.

'கப்பல் பாரு கப்பல் பாரு
கப்பல் மேலே துரை பாரு
துரை கீழே ஆயா பாரு
ஆயா கையிலே குழந்தை பாரு..'

அந்த மெட்டு எல்லோருக்குமே பிடிச்சிருந்துச்சு. அதில் இருந்து உருவானது தான் 'ஆட்டோக்காரன்' பாடல்.

அந்த பாட்டை பாடும்போதே எஸ்.பி.பி. சார் இந்த பாட்டு மிக பெரிய ஹிட்டாகும் என்று சொன்னார். அவர் சொன்னது போலவே இன்று வரையிலும் ஆட்டோ ஓட்டுனர்களுடைய விருப்ப பாடல் எது என்றால் அது 'ஆட்டோகாரன்' பாடல் தான்.

எஸ்.பி.பி. அவர்களின் ஈடற்றகுரல் அந்த பாடலுக்கு மிக பெரிய வலு சேர்த்தது. அது மட்டுமல்ல அந்த வரிகளுக்கு ஏற்றது போலான ஒரு வேகத்தையும், வெப்பத்தையும் கொடுக்க அவரால் மட்டும்தான் முடியும்.

அனல் தெறிக்கும் வலிமை கொண்ட பாடலின் வார்த்தைகளுக்குப் பொருத்தமான வகையில் அதன் உணர்வுகளுக்கு முக்கியத்துவம் கொடுத்துப் பாடுவது எஸ்.பி.பி.யின் ஒரு தனித்தன்மை. அந்த தனித்தன்மையே அவர் பாடிய பாடல்களின் வெற்றிக்கு முக்கிய பங்களிப்பை தந்துள்ளது. அதே நேரத்தில் எஸ்.பி.பி. அவர்கள் காதல்

பாடல்களிலும் கூட மென்மையும், இனிமையும் கலந்த உணர்வில் நம்மை தாலாட்டக் கூடியவர்.

இன்று கூட மேடையில் எஸ்.பி.பி. பாடிய ‘ஆட்டோக்காரன்’ பாடல் பாடும்போதெல்லாம் கைதட்டல்கள் உச்சத்தை அடைகிறது.

என்னோட எல்லா இசை நிகழ்ச்சிகளிலும் அவர் பாடிய ‘வந்தேண்டா பால்க்காரன்’, ‘ஆட்டோக்காரன்’ இந்த இரண்டு பாடல்களையும் கடைசியா வச்சுக்குவேன். காரணம் அதன் மூலம் கடைசியில் பெரிய கைதட்டல் வாங்கி நிகழ்ச்சியை முடித்துக்கொள்வோம்.

இன்றும் கூட ஆட்டோ ஸ்டாண்டில் ஒவ்வொரு ஆண்டும் நடக்கும் ஆயுத பூஜை நாளில் ‘ஆட்டோக்காரன்’ பாடலை போட்டு தான் பூஜையை கொண்டாடறாங்க. அதை பார்க்கும்போது மனசுக்கு அப்படி ஒரு சந்தோஷம்.

அதுமட்டுமல்ல,”என் முதல் படத்தோட கம்போசிங் 1983-ல் நடந்துச்சு. அதில் எஸ்.பி.பி. சாரை பாடுறதுக்காக கேட்டேன். அன்று முதல் 2020, ஜனவரியில் நான் இசையமைத்த இயேசுநாதர் ஆல்பம் வரைக்கும் எனக்காகப் ஏகாளமான பாடல்களைப் பாடிக் கொடுத்திருக்கிறார். இன்னைக்கு தேவான்னு ஒரு இசையமைப்பாளர் வெளியில் தெரிஞ்சதுக்கு முக்கியமான காரணம் எஸ்.பி.பி. சார் தான். அவர் எப்படி ஒரு நல்ல பாடகரோ அதே அளவிற்கு நல்ல நடிகர். நல்ல இசையமைப்பாளர். எவ்வளவு கஷ்டமான பாடலாக இருந்தாலும் 15 நிமிஷத்தில் கத்துக்குவார். பாடகராக மட்டும் இருக்கிறவங்களுக்கு இந்த வேகம் இருக்காது. இசையமைப்பாளராகவும் இருக்கிறவங்களுக்கு தான் அது முடியும். அதே மாதிரி ஒரு பாட்டைக் காத்துக்கிட்டதுக்கு அப்புறம் அதில் என்னென்ன சங்கதிகள் சேர்க்கலாம்னு வொர்க் பண்ணுவார். ஒரு இசையமைப்பாளர் தன்னோட பாடல்களை எப்படி மெருகேற்றுவாரோ அதே மாதிரி எஸ்.பி.பி. தான் பாடும் பாடல்களை தன்னோட மேஜிக்கால அலங்கரிப்பார்.அதே மாதிரி ஒரு நடிகரா பாடல்களோட எமோஷனை தன்னோட குரலில் கொடுப்பார். திரையில் பாடப்போற கேரக்டரின் மனநிலை எப்படியிருக்கும்னு இயக்குனர் கிட்ட கேட்டுத் தெரிஞ்சுக்கிட்டு அதையும் தன்னோட குரல்ல வெளிப்படுத்துவார். குறிப்பா ‘அவ்வை சண்முகி’ படத்துல ‘வேலை வேலை’ ன்னு ஒரு பாட்டு பாடியிருக்கார். அது கமல் சார் லேடி கெட்டப் போட்டுட்டு எவ்வளவு பரப்பரப்பாக வேலை பார்க்கிறார்னு காட்டுற ஒரு பாட்டு. அந்தப் பாட்டோட

வீடியோவை பார்க்காமல் வெறும் பாட்டைக் கேட்டாலே நமக்கு அந்தப் பரபரப்பை உணர முடியும்.

40 படங்களுக்கு மேல் இசையமைத்திருக்கிறார். 'சிகரம்' படத்துல தாஸ் அண்ணா பாடிய 'அகரம் இப்போ சிகரம் ஆச்சு' பாட்டு இப்போ வரைக்கும் எனக்கு ரொம்ப பிடிச்ச பாட்டு.

என்னோட முதல் படத்துல இருந்து எஸ்.பி.பி. அவர்கள் எனக்கு பாடிக் கொடுத்திருக்கிறார். எஸ்.பி.பி. இல்லைன்னா இன்னைக்கு நான் இந்த இடத்துல இல்லேன்னு சொல்லலாம்.

6 டி. இமான்

கர்வமில்லா கலைஞன்

எஸ்.பி.பி. அவர்களுடைய இசைப் பயணம் என்பது சாதாரண விஷயமல்ல. ஆச்சர்யப்படுத்தும் விஷயம். அது மட்டுமல்ல நான் தொலைக்காட்சியில் பணியாற்றிக் கொண்டிருந்த காலம் முதல் அவரோடு நல்ல பழக்கம். அதன் பிறகு 'ஜில்லா' படத்திற்காக எஸ்.பி.பி. சார் அவர்களையும், சங்கர் மகாதேவன் அவர்களையும் வைத்து ஒரு பாடல் பதிவு செய்ய எனக்கொரு வாய்ப்பு கிடைத்தது. அதையடுத்து சூப்பர் ஸ்டார் ரஜினிகாந்த் அவர்கள் நடித்த "அண்ணாத்தே" என்ற படத்திற்காக எஸ்.பி.பி. அவர்கள் ஒரு அறிமுகப் பாடலை பாடினார். அது மிகவும் சிறப்பாக வந்தது.

அவர் எவ்வளவு பெரிய பாடகர்; ஆனால் துளி கூட கர்வம் இல்லாமல் என்னோடு ரொம்ப சர்வ சாதாரணமாக பழகினார். அந்த அன்பு என்னை வியக்க வைத்தது.

தொகுப்பு: தினேஷ் கன்னிமாரி

அவர் பாடிய அந்த பாடல் தான் அவருடைய இறுதி பாடல் என்று நினைக்கும்போது என் கண்கள் கலங்குகிறது. அவரோடு பணியாற்றிய நேரங்களும், அனுபவங்களும் விலை மதிப்பற்றதாக நான் கருதுகிறேன்.

'அண்ணாத்தே' படத்தில் அவர் பாடிய பாடலை பொறுத்தவரை நாங்கள் என்ன நினைத்தோமோ அதே மாதிரி பாடி சிறப்பித்தார். அந்த பாடலுக்காக அவர் எங்களோடு முழுமையாக ஒத்துழைத்தார்.

அவர் ஒரு மூத்த பாடகராக இருந்த போதும் என்னை மறுபரிசீலனை செய்ய வேண்டாம் என்று சொல்லவில்லை.

அவரோடு பணியாற்றுவது மிக எளிது. பாடவேண்டிய தொனியையும், நுட்பங்களையும் சரியாக புரிந்து கொண்டு பாடி விடுவார். ஒத்திகைக்கு மட்டும் கொஞ்சம் நேரம் எடுத்துக் கொள்வார். ஆனால், பாடும் நேரம் என்பது 10-15 நிமிஷங்களுக்குள் முடிந்து விடும். காரணம் மைக்கின் முன்னால் நின்று பாடும் நேரத்தை அவர் மிக முக்கியமானதாக கருதுகிறார்.

7 தீனா

இசை கலைஞர்ளுக்காக விட்டுக்கொடுத்தவர்

எஸ்.பி.பி. அவர்களை பற்றிய நீங்காத நினைவுகள் எனக்கு நிறைய இருக்கு. அதுல ஒரு சம்பவம். பாலு அண்ணனுக்கும் இளையராஜா அண்ணனுக்கும் *Copy rights, royalty* - இது சம்பந்தமா ஒரு சின்ன பிரச்சனை ஏற்பட்டிருந்துச்சு. ராஜா சார் தன்னோட பாட்டை பாட கூடாதுன்னு சொன்னதால பாலு அண்ணாவுக்கு சில மன கசப்புகள் எல்லாம் ஏற்பட்டுச்சி. அதெல்லாம் அவங்க நட்புக்குள்ள ஏற்பட்ட ஒரு சின்ன மன கசப்பு. அவ்வளவு தான். அந்த சமயத்துல அவங்க ரெண்டு பேரையும் சேர்த்து வைக்க இசை கலைஞர்களின் சங்க தலைவர் என்ற முறையில் எனக்கு ஒரு சந்தர்ப்பம் கிடைத்தது.

2019 - ஜனவரியில் பாலு அண்ணனுக்கு ஃபோன் பண்ணி. “அண்ணே… நீங்க நம்ம யூனியன் ஆப்பீஸ் வரைக்கும்

கொஞ்சம் வாங்க''ன்னு அழைத்தேன். அவர் எதுக்குன்னு கேட்டார். ''ராயல்டி விஷயமா உங்ககிட்ட கொஞ்சம் பேசணும்'' னு சொன்னேன். உடனே அவரும் வரேன்னு சொல்லி ஒத்துக்கிட்டார்.

அந்த சமயத்துல எஸ்.பி.பி. அண்ணா அமெரிக்கா போவதற்கான ஒரு ப்ளான்ல இருந்தார். அவர் எப்பவுமே வருஷத்துல மூணுமாசம் அமெரிக்காவுல தான் இருப்பாரு. பாலு சாருக்கு அந்த ஷெட்யூல்ல வந்து ராஜா சாரோட சில பாடல்கள் எல்லாம் யூஸ் பண்ணனும் அப்படி ஒரு வாக்கு வாதமும் போயிட்டிருக்கு. அதை நான் சமரசம் செய்து வைப்பதற்கான ஒரு சூழல் அமைந்தது.

நான் பாலு சாரோட சைடுல இருந்து பேசினேன். இளையராஜா சாரோட சைடுல இருந்து அவரோட மானேஜர் ஸ்ரீராம் சார் பேசினார். எல்லாரும் உட்காந்து பேசினோம்.

அவங்க இருதரப்பினரோடும் நான் சமாதானமா பேசி சுமூகமாக பிரச்சனையை சமரசம் செய்து வைத்தேன்.

கடைசில பாலு அண்ணன் விட்டு கொடுத்தார். அவர் சொன்ன வார்த்தை எனக்கு இன்னும் காதுல ஒலிக்குது.

''தீனா, நான் வந்து இந்த சங்கீதத்துக்காகவும், இசை கலைஞர் களுக்காகவும் விட்டுக்கொடுக்கிறேன்'' னு ஒரு வார்த்தை சொன்னாரு. அதை கேட்டு நான் நெகிழ்ந்து போனேன்.

சமரசம் முடிந்ததும் 50 ஆண்டு கால நண்பர்களான இசைஞானி அண்ணனும், பாலு சார் அவர்களும் மீண்டும் இணைந்தார்கள் என்ற செய்தி எனக்கு மட்டுமல்ல இசை ரசிகர்கள் அனைவருக்கும் அது இனிப்பான செய்தியாக இருந்தது.

அதோடு ஜூன் 2, 2019-ல் இசைஞானி இளையராஜாவின் பிறந்த நாளன்று சென்னை E.V.P film city -யில் ராஜா சாரையும், பாலு அண்ணாவையும் ஒரே மேடையில் நிற்க வைத்தோம். அவர்களோடு ஜேசுதாஸ் அண்ணன் அவர்களையும் இணைத்து ஒரு இசை சங்கமத்தை நடத்தினோம். அது இசை ரசிகர்களுக்கு பெரிய இசை விருந்தாக அமைந்தது.

ராஜா சார் அவர்களையும், பாலு அண்ணாவையும் இணைத்து வைக்க எனக்கு கிடைத்த ஒரு வாய்ப்பை நான் பெருமையாக கருதுகிறேன்.

பாடலாசிரியர்கள்

1. கவிஞர் வாலி

குரலால் இந்தியாவை அசைத்தவன்

"மூன்றெழுத்தில் (S.P.B) உன் மூச்சு இருக்கும்
நீ மறைந்த பின்னாலும் உன் பேச்சு இருக்கும்."

"ஒரு நாடா இரு நாடா,
உலகெங்கும் ஒலிக்கிறது
உன் ஒலி நாடா."

"இந்திய மொழிகள் அத்தனையிலும்
நீ பாடியிருக்கிறாய்!
குரலால் இந்தியாவையே
நீ அசைத்திருக்கிறாய்!"

தொகுப்பு: தினேஷ் கன்னிமாரி ◊ 79

2 வைரமுத்து

குயில் பாடகன்

40 ஆண்டுகளாக என்னோடு விலகாத நட்பும் என்னைவிட்டு நகராத துணையும் கொண்டவர் எஸ்.பி. பாலசுப்ரமணியம். அது மட்டுமல்ல யாரோடும் பகை கொள்ளாதவர், யாரையும் ஒதுக்காதவர், யாரோடும் பொறாமை கொள்ளாதவர்.

தாழ்வு மனப்பான்மை உள்ளவன் தான் பொறாமை கொள்வான். எஸ்.பி.பி.க்கு தாழ்வு மனப்பான்மை என்பதே இல்லை. அவரிடமிருந்து நான் கற்றுக் கொண்ட ஒரு குணம்; யாரோடும் பொறாமை கொள்ளக் கூடாது. அது தேவை இல்லை என்பது தான்.

40 ஆண்டுகளாக என் பாடலுக்கு உயிர் கொடுத்து, உலக தமிழர்களின் செவிகளுக்கெல்லாம் கொண்டு சென்ற ஒரு பெரும் பாடகன் எஸ்.பி.பி. அவர் என் வளர்ச்சிக்கு மிகவும் பயன்பட்டார்.

என் வாழ்வின் பெரும்கலை பாடல்கலை தான். என் வாழ்வில் நான் அதிகமாக நேசித்தது பாடல்களைத்தான். எனக்கு பொன் கொடுத்தது, பொருள் கொடுத்தது, புகழ் கொடுத்தது, செல்வாக்கை கொடுத்தது, சீர்மை கொடுத்தது, எல்லாமே பாடல் தான். அந்த பாடல்களுக்கு பக்கத்தில் நீண்ட தூரம் ஓடி வந்த ஒரு கலைஞன் எஸ்.பி.பி.

அவருடைய பாடலை நான் கேட்டது என்னுடைய பதிநான்காவது வயதில். அப்போது நான் பள்ளி மாணவன். அன்று நாங்கள் எல்லாம் யாருக்கு வெறிபிடித்த ரசிகர்கள் என்றால் டி. எம்.எஸ். அவர்களுக்கும், பி. சுசீலாம்மா அவர்களுக்கும் தான். நான் காது கொடுத்து கேட்ட முதல் பாடல் டி. எம்.எஸ்., சுசீலா இருவரும் பாடிய பாடல் தான். அது என் நெஞ்சுக்கு மிகவும் நெருக்கமான பாடலாக இருந்தது.

தமிழ் திரையுலகம் பல பாடகர்களை கண்டிருக்கிறது. தியாகராஜ பாகவதர், பி.யு.சின்னப்பா, திருச்சி லோகநாதன், சி.எஸ்.ஜெயராமன், சீர்காழி கோவிந்தராஜன்,பி.பி.ஸ்ரீநிவாஸ் அதற்கு முன்னால் எம்.எம்.மாரியப்பா, கண்டசாலா போன்ற பல பாடகர்களை பார்த்திருக்கிறது.

அவர்களுடைய பாடல்களை எல்லாம் கேட்டு கேட்டு பழகிப்போன எனக்கு இன்னும் ஒரு குரலை ஏற்றுக்கொள்ள தயாராகாத பொழுது "இயற்கை எனும் இளையகன்னி" என்ற பாடல் மூலமாக ஒரு புத்தம் புது குரல் காற்றில் மிதந்து வந்து என் இதயத்தை தடவியது.

இது யார் பாடியது? யார் இந்த பாடகன்? புதுசாக வந்து என் மனசுக்குள் நுழைய பார்க்கிறானே, இறுகிக் கிடந்த என் மனசுக்குள் எட்டிப்பார்க்கிறானே, யார் இந்த பாடகன் என்று விசாரித்த பொழுது தான் அது 'எஸ்.பி.பி.' என்று காற்று என் காதுகளில் அறிவித்தது.

அந்த பெரும் பாடகனை நான் என்னுடைய இருபத்தி ஏழாவது வயதில் என் பாடலை பாடுவதற்காக சந்திப்பேன் என்று கனவிலும் நினைத்ததில்லை.

அந்த குரல் தான் தமிழில் என் முதல் வரிகளை பாட போகிறது என்று எனக்கு அப்போது தெரியாது. அவரை பார்த்து பழகிய பிறகு தான் தெரிந்து கொண்டேன் அவரும் சங்கீதத்தை போலவே இனிமையானவர், இதமானவர் என்று.

அவர் என் முதல் பாடலை பாட வந்தது எனக்கு இன்னும் நினைவிருக்கிறது. கால் மேல் கால் போட்டு கொண்டு ஒலிப்பதிவுக் கூடத்தில் என்னை புதிய பாடலாசிரியன் என்று கருதாமல்

"சொல்லுங்கள் எழுதி கொள்கிறேன்" என்று மடியில் ஒரு நோட்டை வைத்துக் கொண்டு அவர் மொழியான தெலுங்கில் எழுதிக் கொண்டார்.

பொதுவாக எஸ்.பி.பி. அவர்கள் பாடுகிறபோது, ரெண்டு டேக் அல்லது மூனு டேக்கில் ஓகே பண்ணிடுவாறு. அதற்கு மேல் எடுப்பதெல்லாம் இசையமைப்பாளர்களுடைய ஆடம்பரம்.

அன்று எஸ்.பி.பி. அவர்கள் 'பொன்மாலை பொழுது' பாட்டை பாடும்போது முதல் டேக் சரியா வரல, ரெண்டாவது டேக், மூனாவது டேக், நாலாவது டேக் எதுவுமே ஓகே ஆகல. இசையமைப்பாளர் ஒலிப்பெருக்கியில் "என்ன ஆச்சு பாலு"ன்னு கேக்கறாரு. ஐந்தாவது டேக்கும் ஓகே ஆவல. டயேடான பாலு மைக்கில் ஒரு வார்த்தை சொன்னாரு.

அவர் 39 வருடத்துக்கு முன்னால சொன்ன அந்த வார்த்தை இன்னும் என் காதுகளில் ஒலித்துக்கொண்டிருக்கிறது "Take six... Fix it" இந்த ஆறாவது டேக்கை நீ fix பண்ணிக்க. இது ஓகே ஆக போகுது, அப்படின்னாரு. அன்று அந்த ஆறாவது டேக் மட்டும் fix ஆகவில்லை. 'வைரமுத்து' என்ற பாடலாசிரியரையும் தமிழ் திரையுலகில் fix செய்த குரல் எஸ்.பி.பாலசுப்பிரமணியத்தின் குரல்.

39 ஆண்டுகளுக்கு பின்னால் பார்க்கிற பொழுது பல மாற்றங்கள் வந்திருக்கின்றது உடல் மாறியிருக்கிறது,நிறம் மாறியிருக்கிறது, வயது மாறியிருக்கிறது, காலம் மாறியிருக்கிறது, எல்லாமே மாறியிருக்கிறது. ஆனால், பாலு அவர்களின் குரல் மட்டும் மாறாமல் அப்படியே இருக்கிறது.

அவர் உடலுக்கு வயதானதே தவிர குரலுக்கு வயதாகவில்லை. அதுமட்டுமல்ல அந்த மொழியின் வேர்களை தெரிந்து வைத்துக் கொண்டு பாடும் ஆற்றல் எஸ்.பி.பி.அவர்களுக்கு உண்டு.

ஒரு தனி மனிதனுக்கு என்ன ஆற்றல் இருக்க முடியும்? ஒரு தனி மனிதன் யாரோடு சேருகிறான், எவனோடு இணைகிறான் என்பதை பொறுத்து தான் அவனது தனி திறமைகள் பொது திறமைகளாக வெளிப்படுவதும், வெற்றி பெறுவதும் தெரிய வரும். அது தான் உண்மை.

என்னுடைய தமிழ் நல்ல இசையமைப்பாளர்களோடும், எஸ்.பி.பி. போன்ற பாடகர்களாலும் இணைந்ததால் மட்டும் தான் அது மக்களை

சென்றடைந்தது. இல்லை என்றால் புத்தகமாக அச்சடிக்கப்பட்டு ஒரு புத்தகமாக வாசகனை சென்றடைந்திருக்கும். எஸ்.பி.பி. னுடைய குரல் மூலமாகத்தான் அது ரசிகனை சென்றடைந்தது.

வாசகன் சின்ன வட்டம், ரசிகன் பெரிய வட்டம். சின்ன வட்டத்திலிருந்து என்னை பெரிய வட்டத்திற்கு எடுத்து சென்றவர்களில் முக்கியமானவர்களில் ஒருவர் எஸ்.பி.பி. என்பதை நான் நன்றியோடு நினைத்துக் கொள்கிறேன்.

அத்தோடு அவருடைய நற்குணங்களைப் பற்றி சொல்ல ஆசைப்படுகிறேன்...

ஒரு மனிதனின் நற்குணங்களை பதிவு செய்வதின் நோக்கமே சமூகத்துக்கு அந்த நற்குணம் பரவ வேண்டும். அதோடு என் சமகால தோழர்கள் அந்த நற்குணங்களின் பெருமைபெற வேண்டும் என்பதினால் தான்.

ஒருமுறை எஸ்.பி.பிக்கு கே.வி.மகாதேவன் அவர்களோடு நேர்ந்த ஒரு அனுபவத்தை என்னிடம் சொன்னார்.

அண்ணா சாலையில் அவர்கள் இருவரும் காரில் சென்று கொண்டிருந்தார்கள் காருக்குள் ஒரு பாட்டு ஒலிக்கிறது. ஒரு சின்ன மௌனம் நிலவுகிறது. பாடலை கேட்ட கே.வி.மகாதேவன் அவர்கள். "ஆஹா.. என்னாம்மா போட்டுருக்காய்யா... யார் பாட்டுய்யா" என்று கேட்கிறாரு. "என்ன மாமா இப்படி சொல்றீங்க, இது உங்க பாட்டுத்தான். மறந்துட்டீங்களா?" என்று எஸ்.பி.பி. கேட்க "ஆமாப்பா மறந்துட்டேன்" என்றார்.

அதன் பிறகு கே.வி.மகாதேவன் சொல்லிய சொற்கள் மனிதர்களின் மனங்களில் கல்வெட்டுகளாக பொறிக்கத்தக்க சொற்கள்.

"பாட்டை பாடிட்டு, பாட்டுக்கு இசையமைச்சிட்டு நமக்கும் அதுக்கும் சம்பந்தமில்லேன்னு மறந்துடனும். அத நினைச்சுக்கிட்டே இருந்தா அந்த வெற்றி மூளைக்கு ஏறிடும். அது மூளைக்கு ஏறிட்டா அங்க கர்வம் வளர்ந்திடும். கர்வம் வளர்ந்தா கலை போயிடும். செய்து முடிப்பது மட்டும் தான் நம்ம வேலை. உடனே அதை மறந்துட்டு அடுத்த வேலைக்கு போயிடனும். வெற்றியை தலைக்கு ஏத்திக்காதே, கலையை உன்னுடையதுன்னு நினைக்காதே. நீ செய்து முடிச்சவுடனே அந்த கலை மக்களுக்கு சொந்தமாயிடுது."

இந்த அறிவுரையை எஸ்.பி.பி. தனக்கான அறிவுரையாக ஏற்றுக்கொண்டார். அதை என்னிடம் சொன்ன போது நான் அது எனக்கான அறிவுரையாக ஏற்றுக் கொண்டேன்.

ஒரு பாடகன் ரெண்டு வகை பட்டவன். ஒன்று கிளி பிள்ளை மாதிரி பாடுகிறவர். இன்னொன்று குயில் மாதிரி பாடுகின்றவர். கிளி பிள்ளை சொன்னதை சொல்லிவிட்டு போய்விடும். குயில் சொந்தமாக பாடும். எஸ்.பி.பி. கிளி பிள்ளை பாடகனல்ல. குயில் பாடகன். குயில் தனது சொந்த இசையை காற்றில் கலக்கும். இசையமைப்பாளர் சொல்லி கொடுத்ததற்கு மேலே தன்னுடைய ஞானத்தை, தன்னுடைய சங்கதியை, தன்னுடைய அனுபவத்தை, தன்னுடைய மேன்மையை பாட்டுக்குள் நுழைக்கிறவன் தான் நல்ல இசைக்கலைஞன். அப்படிப்பட்ட பாடகர் அவர்.

நானும் அவரும் இணைந்து பணியாற்றிய பாடல்களில் எனக்கு பிடித்த பாடல்கள் எது என்று கேட்டால் நான் எதை தேர்வு செய்வது, "இது ஒரு பொன் மாலை பொழுது, இளைய நிலா பொழிகிறது, சங்கீத ஜாதி முல்லை, அந்தி மழை பொழிகிறது, ரோஜாவை தாலாட்டும் தென்றல்,... இப்படி எத்தனை எத்தனைப் பாடல்கள்., அதில் எதை சொல்வது?"

அதே போல் இன்னொரு செய்தியை சொல்கிறேன்.

திருமண வீட்டில் ஒரு மணப்பெண் அழைத்து வரப்படுகிறாள் என்றால் 'வாராயோ தோழி வாராயோ மணப்பந்தல் காண வாராயோ..." என்ற ஒரு பாட்டு ஒலிக்கும்.

அந்த பாடலை கேட்டு மணம் செய்து கொண்ட பெண்களின் பேத்திகளுக்கும் இந்த பாட்டு இன்னும் ஒலித்துக் கொண்டு தான் இருக்கிறது. மூன்று தலைமுறைகளுக்கு இப்படி ஒரு பாட்டு. தமிழர்களின் பண்பாட்டோடு கலந்த பாட்டு.

அப்படி ஒரு பாட்டு எனக்கும் அமைந்தது.இயக்குனர் பாரதிராஜாவின் இயக்கத்தில் இசைப்புயல் ஏ. ஆர்.ரஹ்மான் இசையில் இடம்பெற்ற 'கிழக்கு சீமையிலே' என்ற படத்தில் இடம் பெற்ற ஒரு பாடல் தான் அது.

அந்த பாட்டு தமிழர்களின் பண்பாட்டோடு கலந்த பாட்டு, தாய் மாமன்களோடு கலந்த பாட்டு, காது குத்தோடு கலந்த பாட்டு,கிடாய்

வெட்டோடு கலந்த பாட்டு, எங்கள் ஊரில் காதணி விழா என்றால் காதை கிழிக்கின்ற பாட்டு.

மேற்கே கூடலூரில் ஆரம்பித்து கிழக்கே ராமநாதபுரம் வரைக்கும்,தெற்கே திருநெல்வேலி வரைக்கும் 'காதுகுத்து' என்றால் இந்த பாட்டு இல்லாமல் காதுகுத்து கிடையாது.

காதுகளில் தங்கம் இல்லாமல் கூட காதுகுத்துவார்கள். இந்த பாட்டு இல்லாமல் காதுகுத்த மாட்டார்கள்.

அப்படி தமிழர்களின் பண்பாட்டோட கலந்த ஒரு பாட்டை எஸ்.பி.பி.அவர்கள் மிக சிறப்பாக பாடியிருப்பார்.

'மானூத்து மந்தையில மாங்குட்டி பெத்த மயிலே
பொட்டப்புள்ள பொறந்ததுன்னு பொலிகாட்டில் கூவும் குயிலே
தாய் மாமன் சீர்சுமந்து வாராண்டி அவன்,
தங்க கொலுசு கொண்டு தாராண்டி
சீரு சுமந்த சாதிசனமே, ஆறு கடந்த ஊரு வருமே.'

– இந்த பாடலை அவர் எஸ்.பி.பாலசுப்பிரமணியமாக பாடவில்லை. அதற்கு பதிலாக உசிலம்பட்டி தாய் மாமனாக பாடியிருந்தார்.

குழந்தைக்கு காதுகுத்து என்ற ஒரு சடங்கு இருக்கும் வரைக்கும் இந்த பாட்டு தமிழர்களின் பண்பாட்டில் நிலைத்து நிற்கும். அதற்கு பாலு துணையிருக்கிறார்.

'நீ தானே என் பொன் வசந்தம்' என்ற திரைப்படத்தில்

"பனி விழும் மலர்வனம்,
உன் பார்வை ஒரு வரம்,
இனி வரும் முனிவரும்
தடுமாறும் தனி மரம்..."

என்ற பாடலைப் பற்றி ஒரு சுவாரசியமான தகவலை சொல்கிறேன். இந்த பாட்டின் சிச்சுவேஷன் வந்து முதல் இரவு முடிந்துவிட்டது, முதல் இரவுக்கு பிறகு விடிகிறது. அந்த விடிகாலை அபூர்வமானது. ஒரு ஆணுக்கும் பெண்ணுக்கும் அந்த விடிகாலையில் ஒரு ஆண் முகத்தை பெண்ணும், பெண் முகத்தை ஆணும் பார்க்கிற பாவனை வாழ்வில் ஒரு கனம் மட்டுமே வந்து போவது. அந்த பார்வை, அந்த ஸ்பரிசம், அந்த எள்ளல், அந்த துள்ளல், அந்த சில்மிஷம், இவைகள் எல்லாம் தான் மரணத்தின் கடைசி சொட்டு வரைக்கும் மறக்க முடியாதது.

'காமன் கோயில் சிறைவாசம்,
காலை எழுந்தால் பரிகாசம்..'

.....இவ்வளவு தான் நான் எழுதினேன். இவ்வளவுதான் இசையமைப்பாளர் சொல்லி கொடுத்தார். ஆனால், எஸ்.பி.பி. அவர்கள் அந்த பாடலை பாடின போது

'காமன் கோயில் சிறைவாசம்,
காலை எழுந்தால் பரிகாசம்...'

அதுக்கு பிறகுரெண்டு பார் கேப் இருக்கு. அதுல ஒரு சிரிப்பு சிரிப்பாருங்க அந்த மனுஷன், அடேங்கப்பா என் வரிகளை புரிந்து பாடுகிறார் என்று அந்த சிரிப்பு எனக்கு உரை எழுதிவிட்டு போனது.

அதே போல் 'கர்ணன்' என்ற திரைப்படத்தில் இடம்பெற்ற 'மலரே மௌனமா' என்ற பாடலின் போது நடந்த ஒரு சம்பவத்தை சொல்கிறேன்.

30 ஆயிரத்துக்கும் மேலான பாடல்களை பாடின பிறகும் கூட இது தான் என் முதல் பாட்டு என்று பாடுகிற அந்த பாங்கு இருக்கிறதே அது தான் ரசிகர்களையும், அவரையும் 50 ஆண்டுகளாக கட்டிப்போட்டுருக்கிற மாயக்கயிறு.

'மலரே மௌனமா' பாடலை வித்யாசாகர் இசையமைத்தார்; ஜானகியம்மாவும், எஸ்.பி.பி. ரெண்டு பேரும் சேர்ந்து பாடினாங்க, நாங்க வெளியே இருந்து கேட்டு கொண்டு இருக்கிறோம்.

ரெண்டு பேரும் அனுபவித்து அனுபவித்து பாடுகிறார்கள், கரைந்து கரைந்து பாடுகிறார்கள், திளைத்து திளைத்து பாடுகிறார்கள்.

அவர்கள் இருவருக்கும் பாட்டு பிடித்துவிட்டது. உன்னை நான் வெல்வேனா? என்னை நீ வெல்வாயா? என்று இரண்டு பேரும் போட்டி போட்டு கொண்டு பாடுகிறார்கள் என்று எங்களுக்கு தெரிந்துவிட்டது. உள்ளே ஒரு சடுகுடு நடக்கிறது என்று எங்களுக்கு புரிந்துவிட்டது. அதில் யார் வென்றாலும் எங்களுக்கு வெற்றி. யார் தோற்றாலும் எங்களுக்கு தான் வெற்றி.

"விடு பாடட்டும். ஓகே சொல்லாதீங்க. அவங்களே ஓகே சொல்றபோது நிறுத்திக் கொள்ளுங்கள்." என்று நாங்கள் வித்யாசாகரிடம் சொன்னோம். பாடினாங்க. பாடி முடித்துவிட்டு திளைத்துப்போய் வெளியே வந்தாங்க.

வழக்கமா ஒரு பாட்டை பாடி முடிச்ச உடனே எஸ்.பி.பி.அவர்கள் கார் ஏறி போயிடுவாறு. காசை பத்தி கூட கவலைப்பட மாட்டாரு. அடுத்த கார் ஏறி அடுத்த ஒலிப்பதிவு கூடத்திற்கு போய் விடுவார். ஆனா,இந்த பாட்டை மட்டும் *I want to listen to the song anyway* அப்படின்னாரு. உடனே எல்லாரும் உக்காந்து அந்த பாட்டை அவருக்கு போட்டு காட்டினோம்.

யாருமே கண் திறந்து இருக்கல. எல்லோரும் பாதி விழிகள் மூடி கிடந்தோம். அந்த தரையை விட்டு வெளியே போய் விட்டோம். பூமிக்கும் வானத்துக்கும் மத்தியில் நாங்கள் பறந்து கொண்டிருந்தோம். ஒரு *5.3* நிமிடங்கள் தான் அந்த பாட்டு. அந்த *5.3* நிமிடங்களும் நாங்கள் மரணத்திற்கும் ஜனனத்திற்கும் மத்தியில் ஒரு மனநிலையில் இருந்து கொண்டிருந்தோம். பாட்டு முடிந்தது. பூமிக்கு வந்தோம். பாலுவை பார்த்தேன் கண் திறந்தார். எழுந்தார் மடார்ன்னு அந்த ரெக்கார்டிங் தியேட்டர் தரையில் விழுந்தார். விழுந்து அவரே முயன்று எழுந்தார்.

எழுந்துட்டு ''வித்யாசாகர் - வைரமுத்து சார், வருஷத்துக்கு இப்படி ஒரு பாட்டு கொடுத்தால் எங்க ஜன்மம் சாபல்யம் ஆகும்'' என்று சொன்னார்.

7 தேசிய விருதுகள் டெல்லி எனக்கு வழங்கியிருக்கிறது அந்த *7* விருதுகளின் பட்டியலில் ஒரு பாட்டு கூட எஸ்.பி.பி. பாடிய பாட்டு இல்லை. நான் தேசிய விருது பெற்ற *7* பாடல்களில் ஒரு பாட்டு கூட எஸ்.பி.பி. பாடவில்லை. ஆனால், நான் எழுதிய 'தங்க தாமரை மகளே ' பாட்டுக்கு அவர் தேசிய விருது பெற்றிருக்கிறார்.

நான் எழுதி அவர் பாடின ஒரு பாட்டுக்கு தேசிய விருது கிடைத்திருந்தால் எனக்கு அதைவிட பெரும் மகிழ்ச்சி வேறேதுமில்லை. ஆனால், இனி அது நடக்காது.

'சிகரம்' படத்தில் இடம் பெற்ற ஒரு பாடலை பற்றி சொல்கிறேன்.

'வண்ணம் கொண்ட வெண்ணிலவே,
வானம் விட்டு வாராயோ ...'

என்ற பாடலில்

'பக்கத்தில் நீயும் இல்லை,
பார்வையில் ஈரம் இல்லை,
சொந்தத்தில் பாதை இல்லை,

சுவாசிக்க ஆசை இல்லை...
கண்டு வந்து சொல்வதற்கு
காற்றுக்கு ஞானம் இல்லை
நீலத்தை பிரித்து விட்டால்
வானத்தில் ஏதுமில்லை
தள்ளி தள்ளி நீ இருந்தால்
சொல்லிக்கொள்ள வாழ்க்கை இல்லை.''

இந்த வரிகளை நான் சொல்ல சொல்ல எஸ்.பி.பி. அவர்கள் எழுதிட்டே இருந்தாரு. சொல்லி முடிச்ச உடனே என்னை அப்படியே பார்த்தாரு. வழக்கமான பார்வை. அது ஒரு காதல் பார்வை. ஈரமான பார்வை.

என்னய்யா இப்படி எல்லாம் எழுதறீங்கற பார்வை. பார்த்த உடனே பாட்டை எழுதி முடிச்சுட்டு சொன்னாரு. பொதுவா ஒன்னுமே பேச மாட்டாரு. அன்னைக்கு வாய்விட்டு சொல்லிட்டாரு ''ஒரு முறையாவது காதலிக்காதவன் இதை எழுதவே முடியாது''ன்னு அந்த பாட்டை அவர் கொழஞ்சு கொழஞ்சு பாடினார். எந்த பாட்டையும் நன்றாக பாடுகிறவர் சொந்த பாட்டை விடுவாரா? அவரே இசையமைத்த பாட்டு வேற. அப்படியே திளைத்து போய் வெளியே வந்தாரு. நான் அவர் கைய்ய பிடிச்சிட்டு சொன்னேன், ''இரண்டு முறையாவது காதல் தோல்வி அடையாதவர் இப்படி பாட முடியாது'' ன்னு. அது மட்டுமல்ல, எஸ்.பி.பி. ஒரு சிறந்த இசையமைப்பாளர் என்பதற்கு அந்த ஒரு பாட்டு எடுத்து காட்டு போதும். அடுத்த நூற்றாண்டு வரைக்கும் அந்த பாட்டு அவர் பேர் சொல்லும்.

பாலு பாடினால் அந்த பாட்டின் பொருளை உணர்ந்து கொண்டு பாடுவார். அந்த பாடலில் இருக்க கூடிய பொருளை உள்வாங்கி கொண்டு பாடுவார் அது தான் அவருடைய தனித்தன்மை.

அதேபோல் ஏ. ஆர்.ரஹ்மானுக்கு அவர் பாடிய பாடல்களில் எனக்கு ரொம்ப பிடித்த பாட்டு பாலச்சந்தருடைய ''டூயட்'' என்ற படத்தில் நான் எழுதிய

''காதலே என் காதலே...
என்னை என்ன செய்ய போகிறாய்
நான் ஓவியன் என்று தெரிந்தும் நீ
என் கண்ணிரண்டை கேட்கிறாய்
சிலுவைகள் சிறகுகள் ரெண்டில் என்ன தர போகிறாய்.''

இந்த பாடலுக்குள் ரஹ்மான் ஒரு மெல்லிய வலியை வைத்தார். நான் அந்த வலிக்குள் ஒரு கவிதை வைத்தேன். அந்த வலி, கவிதை இரண்டையும் உள்வாங்கி எஸ்.பி.பி. தனக்குள்ளிருந்த கலைஞனின் கதறலை உள்ளே கொண்டு வந்தார்.

காதல் கதறும்
காதலன் கதறுவான்
கலை கதறும்
வலி கதறும்

அந்த கதறல் இசையமைப்பாளன் சொல்லி கொடுத்ததல்ல, பாடலாசிரியர் ஊட்டியதல்ல, இயக்குனர் கூட்டி கொடுத்ததல்ல. அந்த கதறல் ஒரு பாடகன் தன் உதரத்திலிருந்தும், உதிரத்திலிருந்தும், தன்னுடைய அனுபவத்திலிருந்தும், வலியிலிருந்தும் கொட்டி கொட்டி கொடுப்பது. அந்த கதறலை அவர் ஒலிப்பதிவு கூடத்தில் நின்று பாடும் போது நான் அருகில் இருந்து பார்த்திருக்கிறேன்.

அவர் பாடிட்டே இருக்காரு, கண்ணுல கண்ணீர் வடிஞ்சுகிட்டே இருக்கு. பாடுகிறவர் ஒரு மனிதன் தானே. அவருக்கு ஏன் கண்ணீர் வருகிறது? அது தான் கலை செய்கிற ரசவாதம். அந்த ரசவாதத்தை கொடுக்க தெரிந்த வலிமையுள்ளவர் எஸ்.பி.பி.

54 வருட இசை பயணம், 42000 செழும் பாடல்கள், 16 பெரும் மொழிகள்; இந்த உலக உருண்டையை 30 முறை வலம் வந்த கலை யாத்திரிகன்; இதில் நடிப்பு மற்றும் இசையமைப்பு என்று தான் விழித்திருந்த ஆயுளைக் கலைக்கென்றே கழித்துச் சென்ற பெருவாழ்வு என்ற பெருஞ்சித்திரம், பிறிதொரு பாடகனுக்கு இனி வாய்க்குமா? தொழில் நுட்பத்தால் உடைந்து சிதறிக் கொண்டிருக்கும் கலைவெளியில் அதற்கான இருப்பு இனி இருக்குமா? இந்தக் கேள்வி தான் எஸ்.பி.பி.யின் அளவில்லாச் சாதனையின் அளவுகோள்.

கொரோன காலத்தில் நானும் அவரும் ஓரளவுக்கு சுதந்திரமாக இருந்தோம். மற்ற நாட்களை விட இந்த கொரோன நாட்களில் அவரோடு நான் அதிகம் பேசக்கூடிய வாய்ப்பு வந்தது.

கடைசியாக அவர் பாடிய மூன்று பாடல்களும் நான் எழுதிய பாடல்களே. கொரோனாவுக்கு பாட்டு எழுதிக் கொண்டிருந்தேன். அதையும் பாடிட்டு போனாரு. மருத்துவருக்கு, செவிலியருக்கு, காவல்துறையினருக்கு, துப்புறவு தொழிலாளர்களுக்கு என்று எல்லோருக்கும் நன்றி சொல்லி பாடிட்டு போன பாடல் அது.

அது தான் அவர் கடைசியாக இசையமைத்து பாடிய பாடல். அதை யூடியூபில் பதிவேற்றம் செய்யவும் செய்தார்.

என்னுடைய முதல் பாடலை பாடியவர் எஸ்.பி.பி. அவரது கடைசி பாடலை எழுதியவன் நான். காலம் எங்களை எப்படி ஒன்று சேர்த்திருக்கிறது பாருங்கள்.

என் முதல் பாடலை பாடியதற்காக அவருக்கு காணிக்கையாக நான் அந்த கடைசி பாடலை எழுதி கொடுத்தேனோ? என்று என்னை நானே நொந்து கொள்கிறேன்.

மரணம் என்பது இயற்கை தான். அந்த மரணத்துக்கு செவிகள் கிடையாது. மரணத்துக்கு செவிகள் இருந்திருந்தால் எஸ்.பி. பாலசுப்பிரமணியத்தின் ஒரு பாடலை கேட்டிருந்தால் மரணம் அவரை அணுகியிருக்காது. எஸ்.பி.பி.க்கு மரணமில்லை. ஏன் என்றால் காற்றில் அவர் பாட்டு கலந்து கொண்டே இருக்கும். காற்றை சுவாசிக்காமல் நம்மால் இருக்க முடியாது. சுவாசிக்கின்ற காற்றிலெல்லாம் எஸ்.பி.பி.யின் குரல் கலந்திருக்கிறது. அந்த மாபெரும் கலைஞனின் புகழ் இந்த மண்ணில் நின்று நிலவும், நீடு வாழும். உன் பாடல்கள் உலகம் உள்ள வரையில் வாழும். செவிகள் உள்ள வரையில் வாழும். உன் நற்பண்புகளும், உன் குரலும், எல்லா மொழிகளுக்கும் நீ செய்த தொண்டும் உன் பெயரை என்றும் உயர்த்தி பிடித்திருக்கும்.

| 3 | பிறைசூடன் |

10. பாடும் வானம்பாடி

எஸ்.பி.பி. எனும் சொற் கேட்டால்
காது இனிக்கும்
இந்தப் பேரை ஒருவன் சொல்லக் கேட்டால்
உளம் இனிக்கும்
நாம் சொன்ன சொல்லை இசைகொண்டு
அவர் சொன்னால்
உயிருக்குள் ஓடி, ஒரு நொடியில் தித்திக்கும்
ஓயாது அது இனிக்கும்.

எனக்கும் அவருக்கும் 40 ஆண்டுகால பழக்கம். 1983-ல் நான் அவரை முதன்முதலில் சந்தித்தேன். அப்போது அவர் என்னை பற்றி விசாரித்தார். என் இயற்பெயர் 'சந்திரசேகர்' னு சொன்னேன். நான் அவர்கிட்ட 'எஸ்.பி.பி.'ன்னா என்ன சார் விளக்கம்னு கேட்டேன். "ஸ்ரீபதி பண்டிதாரத்யுல

தொகுப்பு: தினேஷ் கன்னிமாரி ௹ 91

பாலசுப்பிரமணியம்'' என்றார்.அப்பா நான் அவர்கிட்ட சொன்னேன் PBSம் நீங்களும் ஒன்று தான்னு. என்ன சொல்றீங்க, புரியலயேன்னு கேட்டாரு. அந்த P.B.S க்குள் ஒரு SPB இருக்காரே சார் என்று வேடிக்கையாக சொன்னேன். அன்று முதல் 40 வருஷமா என்னை எங்க பார்த்தாலும் "How are you சந்திரசேகரன்"? என்று நலம் விசாரிப்பார். இது அவருடைய ஞாபகத்துக்கு ஒரு எடுத்துக்காட்டு.

நான் எழுதிய நூற்றுக்கணக்கான பாடல்களை அவர் பாடியிருக்கிறார். அதில் 'இதயம்' என்ற படத்தில் 'இதயமே.... இதயமே ...', 'கோபுர வாசலிலே' என்ற படத்தில் 'காதல் கவிதைகள் படித்திடும் நேரம்', 'செம்பருத்தி' என்ற படத்தில் 'நடந்தால் இரண்டடி', 'உன்னை நினைச்சேன் பாட்டு படிச்சேன்' என்ற படத்தில் 'நெஞ்சை தொட்டு அள்ளி கொண்ட', 'பணக்காரன்' என்ற படத்தில் 'சைலன்ஸ் காதல் செய்யும் நேரம் இது' போன்ற சில பாடல்கள் எல்லாம் முக்கியமானவை.

ஐந்தாறு வருடங்களுக்கு முன் கோவையில் ஒரு குஜராத்தி பள்ளியில் எஸ்.பி.பி. அவர்களுக்கு ஒரு பாராட்டு விழா எடுத்தார்கள். அதில் நான் மட்டுமே சிறப்பு பேச்சாளர்.

அப்போது அவரோடு நான் விமானத்தில் பயணிக்க வேண்டிய சூழல் ஏற்பட்டது. நிகழ்ச்சிக்கு நேரமாகி விட்டது. நான் அன்று ஜிப்பா அணியும் போது நாடா அறுந்து கையோடு வந்துவிட்டது. சரி, சட்டைய புதுசா போட்டுட்டு பழய ஜிப்பாவ போட்டுக்கலாம்னு நான் நினைக்கறதுக்குள்ள ஒரு 5 நிமிஷத்துல எஸ்.பி.பி. சாரை காணோம்.

ஒரு மார்வாடி வீட்ல டீ குடிக்கிறதுக்காக நானும் எஸ்.பி.பி. சார் அவர்களும் போக இருந்தோம். அதற்கிடையில் அவர் ஓடிபோய் என் பேண்ட்ட எடுத்து தச்சு சரி செய்து கொண்டு வந்து கொடுத்த ஒரு மாமனிதர் எஸ்.பி.பி. அவர்கள்.

இன்னொரு சம்பவம். 'பாடும் வானம்பாடி' என்ற ஒரு நிகழ்ச்சி. அது எஸ்பி.பி.க்காக உருவாக்கப்பட்ட நிகழ்ச்சி. நான் அதில் ஒரு விருந்தினராக சென்றிருந்தேன். கலைஞர்களுக்கு எப்பவுமே தன்னை யாரென்று காட்டணும். அவனுக்கு அதிகாரம் பெருசா இல்லாமல் இருக்கலாம். ஆனா, ஒரு மேடையில அங்கீகாரம் வேண்டும் என்ற தான் நினைப்பான்.

அந்த நிகழ்ச்சில நான் அறிந்த தமிழை வைத்து அந்தந்த பாடலுக்கான அர்த்தங்களை சொல்ல தொடங்கினேன். கால போக்கில் அந்த நிகழ்ச்சி என்ன ஆச்சுன்னா பிறைசூடன் நிகழ்ச்சின்னு ஆயிடுச்சு.

அதுல பெரிய விஷயம் என்னன்னா வருபவர்கள் எல்லாம் நேரா என்னிடம் வந்து போட்டோ எடுத்துக்குவாங்க; ஆட்டோகிராப் வாங்க வருவாங்க. அப்ப நான் எஸ்.பி.பி. சார் அவர்களோட முகத்தை பார்ப்பேன்.அவர் சிரிச்ச தாமரை மாதிரி பிறைசூடன், உங்களுக்குத்தான் என்று சொல்வார். அப்படியான ஒரு பெருந்தன்மை குணம் கொண்டவர்.

கடைசியாக 2020 - பிப்ரவரி 5-ம் தேதி இலங்கையில் கம்பன் கழகத்தில் அவருக்கு ஒரு பெரிய பாராட்டு விழா எடுத்தார்கள்.அதில் என்னுடைய கவியரங்கமும் இருந்தது. என்னுடைய நிகழ்ச்சிக்கு பிறகு எஸ்.பி.பி.அவர்களுடைய நிகழ்ச்சி.

நான் என்னுடைய நிகழ்ச்சி முடிந்ததும் அறைக்கு வந்து என் மனைவியையும் அழைத்துக் கொண்டு எஸ்.பி.பி.யின் பாராட்டு விழாவை பார்க்க அரங்கில் வந்து ஓரமாக நின்று கொண்டோம்.

அதை தூரத்திலிருந்து கவனித்துவிட்டார் எஸ்.பி.பி. அவர்கள் உடனடியாக அவர் என்னை அழைத்து அவர் பக்கத்தில் அமரவைத்து பேசியதல்லாமல், மேடைக்கு சென்று - என் நண்பர் கவிஞர் சந்திரசேகர் இங்கு வந்திருக்கிறார் என்றும் அவர் 'பாடும் வானம்பாடி' என்றொரு நிகழ்ச்சி நடத்தி எனக்கு பெருமை சேர்த்தவர் என்றும் புகழ்ந்தார்.அப்படியான ஒரு பாசமிகு மனிதன் எஸ்.பி.பி. அவர்கள்.

ஒருமுறை என்னோட டேப் ரிக்கார்டர் ரிப்பேர் ஆயிடுச்சு. அத பாத்துட்டு எஸ்.பி.பி. ஒண்ணுமே சொல்லல. அடுத்த ரிக்கார்டிங்குல சர்ப்பரைசா எனக்கு ஒரு டேப் ரிக்கார்டர் பரிசளித்தார். அவருடைய அன்பை கண்டு நான் உண்மையிலேயே வியந்து போனேன். நான் இன்று வரை அந்த டேப் ரிகார்டரை பொக்கிஷம் போல் பாதுகாத்து வருகிறேன்.

அவர் பாடும் விதத்தைப் பற்றி சொல்ல வேண்டுமென்றால் ; நான் ரஜினிக்கு பாட்டு எழுதறேன்னா நானே ரஜினியா மாறினாதான் எழுத முடியும். ஒரு குடிகாரனுக்கு பாட்டு எழுதனும்னா நான் குடிக்கிறேனா இல்லையோ அந்த குடியின் தன்மையை தெரியாமல் பாட்டு எழுத முடியாது. ஆனால் அதையெல்லாம் நாம எஸ்.பி.பி.

கிட்ட சொல்லாமலேயே பாடல் எழுதிய பேப்பரை அவர்கிட்ட கொடுத்தால் நாம என்ன நினைச்சோமோ அதைவிட 100 மடங்கு உணர்ந்து பாடி பிரதிபலிக்க வச்சிடுவாரு. அது அவருடைய தனி சிறப்பு.

அது போல் பாட்டில் ஒரு கவிஞனுக்கு திருப்தி இல்லை என்றால்; இல்ல சார் நல்ல வரும், பரவால்ல சரியா தானே வந்திருக்கு. அப்டின்னுனெல்லாம் சொல்ல மாட்டார். நம் முகத்தை பார்த்தே அதை இன்னொரு முறை நான் பாடிடறேனே என்று சொல்லுகின்ற ஒரு பேராற்றலும் பெருந்தன்மையும் மிக்கவர் எஸ்.பி.பி. அவர்கள். அதுமட்டுமல்ல ஒரு தமிழ் கவிஞன் எழுதுகின்ற தமிழை திருத்துகின்ற பேராற்றல் மிக்கவராக தன்னை வளர்த்துக் கொண்டார் எஸ்.பி.பி. அவர்கள்.

கர்வமில்லாமல் சர்வமும் இசையாக வாழ்ந்தவர் எஸ்.பி.பி. அவர்கள். பிறந்தால் ஒரு நாள் மரணமுண்டு. அது நெருங்கிடும் வரையில் நம் பயணம் உண்டு. இறைவன் வகுத்த அந்த ஒரு நிலை என்பதை யாரும் மாற்ற முடியாது. அவர் ஒரு மகா மனிதர். அவருக்கு இறப்பு கிடையாது. மரணமில்லா பெருவாழ்வு வாழ்கின்றவர். இந்த காற்று இருக்கின்றவரை எஸ்.பி.பி. அவர்கள் உயிர் வாழ்வார்.

4 மு. மேத்தா

“பாடும் நிலா பாலு” பட்டம் எப்படி?

‘உதயகீதம்’ படத்தில் ‘பாடு நிலாவே தேன் கவிதை....’ என்று துவங்கும் பாடலை நான் இயற்றினேன். இளையராஜா இசையமைத்தார். ‘பாடு நிலாவே...’ என கதாநாயகி நிலாவை பார்த்து பாடுவது போல் காட்சி இருக்கும்.

பதிலுக்கு கதாநாயகியை நிலவாக உருவகப்படுத்தி ‘பாடு நிலாவே’ என கதாநாயகன் பாடுவது போல் எழுதினேன். “அதில் கதைச் சூழலுக்கு ஏற்ப, சிறு திருத்தம் செய்தால் நன்றாக இருக்கும்” என்றார் இளையராஜா. அவர் கதாநாயகன் பாடும் போது ‘பாடும் நிலாவே’ என ‘ம்’ சேர்த்துக் கொள்ளலாமே என்றார். நான் பிரமாதமாக இருக்கிறது என்றேன்.

'பாடும் நிலாவே' என ஒரு பாடலை கதாநாயகன் மோகனுக்காக எஸ்.பி.பாலசுப்ரமணியம் பின்னணி பாடினார். இப்பாடல் பின்னாட்களில் 'பாடும் நிலா பாலு' என அவரது ரசிகர்களால் அழைக்கப்பட்டு, அவருக்கு அடைமொழி பட்டத்தைத் தேடித் தந்தது.

5 பழனிபாரதி

நீ தான் என் கனவு....
வா வா கண் திறந்து

அது ஒரு தெலுங்கு சங்கம் நடத்தும் பாட்டுப் போட்டி. தொடர்ந்து மூன்றாண்டுகள் முதற்பரிசு பெறுகிறவருக்குப் பெரிய வெள்ளிக்கோப்பையும் சேர்த்துத் தருவதாக அறிவித்திருந்தார்கள். அந்த இளைஞன் இரண்டாண்டுகள் முதல்நிலை பெற்றிருந்தான்.குறிப்பிட்ட அந்த மூன்றாம் ஆண்டு, அவனை இரண்டாம் நிலைக்குரியவனாக நடுவர்கள் தேர்ந்தெடுத்தார்கள். அந்த முடிவை அவனும் முழுமனதாக ஏற்றுக்கொண்டான்.

பரிசளிப்பு விழாவுக்குப் புகழ்பெற்ற திரையிசைப் பாடகி ஒருவர் வந்திருந்தார். தேர்ந்தெடுக்கப் பட்டவர்கள் அவருக்கு முன்னாள் தங்கள் பாடலைப் பாடினார்கள். பாடகிக்குப் பரிசளிப்பின் தரவரிசையில் ஏதோ பிழை நேர்ந்திருப்பதாகத்

தோன்றியது. "இரண்டாம் பரிசு பெற்றிருக்கும் இளைஞன், முதற்பரிசு பெற்றவனை விட மிக நேர்தியாகப் பாடியிருக்கிறான். எனவே போட்டியின் முடிவுகளில் எனக்கு சம்மதமில்லை. இரண்டாம் பரிசு பெற்றவர்தான் முதல்பரிசுக்குரியவன்" என்று முதல் பரிசையும் வெள்ளிக்கோப்பையையும் அவனுக்கே பெற்றுத்தந்தார்.

அந்த இளைஞன் தான் எஸ்.பி.பி! அந்தப் பாடகி எஸ்.ஜானகி! ஒன்று, இரண்டு, மூன்று என்பதல்ல; எஸ்.பி.பிக்கு ஒன்று இசை; இரண்டு இசை; மூன்றும் இசைதான்.

எந்த நிலையென்றாலும் அதை ஏற்றுக்கொண்டு இசையோடு இசையாக, தான் கலந்திருப்பதையே தன் வாழ்வின் பயணமாகத் தொடங்கியவர் எஸ்.பி.பி.

16 மொழிகள், 42000 பாடல்கள், 6 தேசிய விருதுகள், பல மாநில விருதுகள், பத்மஸ்ரீ, பத்மபூஷன்... அரை நூற்றாண்டுக்கும் மேலாக காலம் அவரது குரலை நான்கு தலைமுறைகளின் கதாநாயகக் குரலாக அடையாளம் கொள்ள வைத்திருக்கிறது.

அது கதாநாயகர்களின் குரலாக மட்டுமல்ல.

'ஹேய்.... எவ்ரிபடி விஷ் யூ ஹாப்பி நியூ இயர்....
இளமை இதோ இதோ
இனிமை இதோ இதோ'

என்று 80 களில் அவர் பாடிய பிறகு... இன்றுவரை அந்தக் குரல்தான் இளைஞர்களின் புத்தாண்டுக் கொண்டாட்டத்தைத் தொடங்கி வைக்கிறது.

'காதல் ரோஜாவே... எங்கே நீ எங்கே' என்று அவர் பாடிய 90 களில் பிறந்த ஒருவன், அந்தக் குரலின் ஏக்கத்தையும் தேடலையும் இன்று தன்னுடையதாக

உணர்கிறான். அதற்குக் காரணம், அவரது குரலின் வசீகரம் மட்டுமல்ல; அதில் குழந்தை உணர்வுகளின் வண்ணங்கள்.

"எம்.எஸ்.சுப்புலட்சுமியின் பாடலைக் கேட்கிறபோது கடவுளுக்கு நெருக்கமாகச் செல்கிறேன்" என்றார் மகாத்மா காந்தி. அப்படித்தான் எஸ்.பி.பியின் குரலைக் கேட்க்கிற ஆண்கள்,பெண்கள் எல்லாரும் அவரவுருக்குப் பிடித்தமான, பிரியமான, விருப்பமான, நெருக்கமான, இரகசியமானவர்களின் கைகளைப் பிடித்துக் கொள்கிறார்கள்; அவர்களின் தோள்களிலும் மடியிலும் சாய்ந்து கொண்டு அந்தக்

காலத்தைக் காதலித்துக் கொண்டிருக்கிறார்கள். அவர்களது காதலை, காமத்தை, கனவை, காயத்தை, துயரத்தை அவரது குரல் மூலமாகவும் கண்ணீராகவும் பழச்சாறாகவும் மூலிகைச் சாறாகவும் ஆற்றிக்கொண்டிருக்கிறது.

இசைஞானி இளைராஜா இசையில்,

'மடைதிறந்து தாவும் சிறு அலை தான்
மனம் திறந்து கூவும் சிறு குயில் நான்'

என்றொரு பாடலை வாலி எழுதியிருப்பார்.

'விரலிலும் குரலிலும் ஸ்வரங்களின் நாட்டியம் அமைத்தேன் நான். இசைக்கென்ன இசைக்கின்ற ரசிகர்கள் ராஜ்ஜியம் எனக்கே தான்.'

இந்த வரிகள் இளையராஜா, எஸ்.பி.பி. இருவருக்குமான வாழ்வியல் வரிகளாகிவிட்டன. இசையிலும் குரலிலும் இருவரும் செய்த மாய விநோதங்கள் மகத்தானவை. எம். எஸ். வி. அவரது குரு; இளையராஜா அவரது தோழன். நட்பைக் கற்பைப் போல எண்ணிய உள்ளார்ந்த உறவு அது.

எஸ்.பி.பிக்கு ஒவ்வொரு நாளும் சங்கீதத் திருநாள்தான். ஆனால் அவர் தன்னை ஒரு வித்தைக்காரரென யாரிடமும் எப்போதும் விதந்தோதியது இல்லை; அவரது குரலினிமையால், திறமையால் அதை அனைவரும் உணர்ந்தார்கள். அதை இன்னும் பேரழகாய் எல்லோரையும் கொண்டாட வைத்தது அவரது கனிந்த அன்பும் குழைந்த பணிவும். இவை அந்தக் கலைஞனின் உண்மையான இயல்புகள் என்பதை அவரோடு பழகிய ஒவ்வொருவரும் உணர்ந்தார்கள்.

மேடைக் கச்சேரிகளில், தொலைக்காட்சி இசை நிகழ்ச்சிகளில் அவர் சக பாடகர்களையும் கலைஞர்களையும் தட்டிக்கொடுப்பதும், பரவசத்தில் கட்டித் தழுவிக் கண்ணீர் வடிப்பதும் நெகிழ்வான சம்பவங்களாக இருக்கும். இந்த அழகான அன்பையும் தாலாட்டும் தருணங்களையும் கண்டுணர்ந்த ஒவ்வொரு இதயமும் அவரைத் தனது குடும்பத்தில் ஒருவராக உணர்ந்து ஆத்மார்த்தமாக அவரை நேசிக்கத் தொடங்கியது.

ஒரு பாடலாசிரியராக எனது பல பாடல்களை அவரது குரல் அணி செய்திருக்கிறது.

‘நந்தா’ படத்தில் நான் எழுதிய ஒரு பாடல். பாடலை எழுதிக்கொண்டு ஒலிப்பதிவு அறைக்குள் அவருக்குள்ளேயே பாடிப் பார்த்துக் கொண்டிருந்தார் எஸ்.பி.பி. அந்தப் பாடலுக்கு யுவன் சங்கர் ராஜா மேல்ஸ்தாயியில் மெட்டமைத்திருந்தார். அதனால் யுவனிடம் அவர், இந்த ஸ்தாயியில் பாடினால் அது கொஞ்சம் உரத்த குரலாகக் கேட்கும்.

நீங்கள் சொல்வது மாதிரியும் சிறிய மாற்றத்தோடும் இரண்டு விதத்தில் பாடுகிறேன். அதில் எது தேவை என்று சொல்லுங்கள் - என்றார். அவரது பாணியில் பாடியது தான் யுவன் உட்பட எல்லோருக்கும் பிடித்திருந்தது.அந்த பாடல் தான் - ‘முன் பனியா முதல் மழையா’ என்று இன்று வரை எல்லாருடைய இதயங்களையும் நனையவைத்துக் கொண்டிருக்கிறது. அந்தப் படத்தின் கதாநாயகனின் உயிர்த்துடிப்பை அந்தக் குரல் காற்றோடும் கடலோடும் கலந்து எதிரொலிக்கும்.

‘தமிழரசன்’ படத்தில், இசை ஞானி இளையராஜா இசையில், நான் எழுதிய -

‘நீ தான் என் கனவு.... மகனே,
வாவா கண் திறந்து...
தேயும் வான் பிறை தான்
மகனே நாளை முழு நிலவு’’

என்கிற பாடல் சமீபத்தில் வெளியானது. பாடலைப் பாடி முடித்ததும், அங்கிருந்த எல்லோரும் அவருடன் படம் எடுத்துக் கொண்டோம். நான் உயரம் குறைவு என்பதால், அவர் தன் உயரத்தைக் குறைத்துக் கொண்டு என்னளவில் நின்று, என் தோள்மீது கைபோட்டுக்கொண்டு படம் எடுக்கச் செய்தார். இப்படி ஒரு பாடகர்... இனிய மனிதர்... இவருடன் நாம் இருந்திருக்கிறோம்... பணி புரிந்திருக்கிறோம். என்ற நெகிழ்வும் மகிழ்வும் நிலாவைப் போல நினைவின் நெடும் பாதையெங்கும் கூடவே வருகிறது. வரத்தானே செய்யும்.

‘இயற்கையெனும் இளையகன்னி ஏங்குகிறாள் துணையை எண்ணி’ என்று தமிழில் 60 களில் பாடத்தொடங்கியவர், கடைசியாக டோக்கியோ தமிழ்ச்சங்க ‘ஆன்லைன்’ நிகழ்ச்சியொன்றில் வாழ்த்திப் பேசியது எஸ்.பி.பி. யின் வாழ்வின் செய்தியாக முக்கியத்துவம் பெறுகிறது.

"இயற்கையை நாம் மிகவும் வஞ்சனை செய்துவிட்டோம். அதற்குக் கொடுக்க வேண்டிய மரியாதையை நாம் கொடுக்கவில்லை. இதை நான் பல நிகழ்ச்சிகளில் சொல்லிவிட்டேன். நம் பெரியவர்கள் நமக்கு அழகான பூமி, சுத்தமான காற்று, அழகான நீர் நிலைகளையெல்லாம் கொடுத்துவிட்டுப் போனார்கள். ஆனால், நாம் என்ன செய்தோம்? சுடுகாடு போன்ற ஒரு இடத்தை அடுத்த தலைமுறைக்குக் கொடுக்கிறோம். என்ன நியாயம் இது? இதன் பலனை நாம் அனுபவித்துத்தான் ஆக வேண்டும்".

இந்த கொரோனா தொற்றுக்காலம் ஈவிரக்கமற்றது. ஆனால், எஸ்.பி.பி. அதையும் கூட "நாம் செய்த தப்புக்கான தண்டனைதான் கொரோனா. அதைக் கொடுமை, ராட்சசி என்றெல்லாம் சொல்லாதீர்கள்"என்றார். விழிப்புணர்வு பாடல்களைப் பாடினார். தொற்று அவரையும் விடவில்லை.

"உங்களுடைய மிகவும் துயரமான நேரம் எது?" என்று ஒரு முறை எஸ்.பி.பி. யிடம் கேட்கப்பட்ட போது, "கண்டசாலா, முகமது ரஃபி, முகேஷ், கிஷோர் குமார் போன்ற நீண்ட நாட்கள் வாழ்ந்திருக்க வேண்டிய பாடகர்களின் மறைவு" என்று குறிப்பிட்டிருந்தார். இன்று அந்தப் பெயர்களோடு அவருடைய பெயரும் சேர்ந்துகொண்டது.

தாமரைப்பாக்கத்தில் மரங்களும், செடிகளும், நீர்நிலைகளும், பறவைகளும் சூழ்ந்த தனது பண்ணை நிலத்தில், இயற்கையின் மடியில் மௌனமாக உறங்குகிறார் எஸ்.பி.பி. "இந்த தேகம் மறைந்தாலும் இசையாய் மலர்வேன்" என்கிற அவரது குரல் காற்றில் மிதந்து கொண்டிருக்கிறது.

6. யுகபாரதி

எஸ்.பி.பி.- யின் வெற்றிக்கு காரணம்

தனிப்பட்ட முறையில் எஸ்.பி.பி. ஆகச்சிறந்த பாடகர் என்பதில் மாற்றுக் கருத்து கிடையாது. அவர் பாட வந்த சில ஆண்டுகளிலேயே அதை அவர் நிரூபித்து விட்டார். அதன் பிறகு அவர் 50 ஆண்டுகள் இயங்கிக் கொண்டே இருந்ததற்கு காரணம் அவரின் ஆற்றல் மட்டுமே அல்ல. அவருடைய பண்பும் தன்மையும் கூடத்தான். அது ரொம்பவும் ஆச்சர்யப்படத் தக்கதாக இருக்கும். நான் அவருடைய மொத்தம் வாழ்க்கை வரலாற்றையும் கவனித்திருக்கிறேன். அவருடன் நிறைய பேசி இருக்கிறேன். அவர் சொன்ன ஒரு விஷயம் என் மனதில் ஆழப் பதிந்துவிட்டது.

அவர் முதல் பாடலைப் பாடும் போது அவரிடம் "நீ இந்தப் பாடலைச் சிறப்பாக பாடவில்லையென்றால்

கண்டசாலாவைக் கூப்பிட்டு பாட வைத்துவிடுவோம்!'' அதாவது அவரின் முதல் தெலுங்குப் பாடலைப் பாட முற்பட்டபோது அவரிடம் சொல்லப்பட்ட வாசகம் இது.

அவர் என்னிடம் இப்படிச் சொன்னார். ''நான் அந்த முதல் பாடலைப் பாடும் போது அது கடைசிப் பாடல் என்று நினைத்து தான் பாட வந்தேன்!'' அவரின் கடைசிப் பாடலை பாடும் வரை அந்த மன நிலையில் தான் எல்லாப் பாடல்களையும் பாடியுள்ளார். அதை அவர் வெளிப்படுத்திக் கொண்டே இருந்தார்.

பாடல் ஒலிப்பதிவின் போது, அவரின் பண்பினால் பல ஆச்சரியங்கள் நடக்கும். அவர் பாட வருகிறார் என்றால் எனக்கும் கை கால்களெல்லாம் நடுங்க கூடிய சூழ்நிலை இருந்தது. நான் அந்த சமயத்தில் 100 பாடல்கள் என்ற அளவில் தான் எழுதி இருந்தேன். எஸ்.பி.பி. பாட வருகிறார் என்றால் அவர் எப்படி என்னை ஏற்றுக் கொள்வார்? நான் எப்படி அவரை அணுக வேண்டும்? அவரிடம் என்ன வார்த்தைகளால் பேச வேண்டும்! அவர் முதலில் என்னை ஒரு கவிஞராக ஏற்றுக் கொள்வாரா என்று கேள்விகள் எல்லாம் என் மனதில் எழுந்தன.

அவர் பாட வந்த ரீமிக்ஸ் பாடலை சந்தத்தைப் பிரித்து இசையுடன் எழுதியிருந்தேன். அதைப் படித்து பார்த்த அவர், இது ரொம்பவும் புது முயற்சியாக இருக்கிறது என்று சொன்னார்.

அந்த பாடலின் 'ராப்'பை மலேசியாவின் யோகிபி பாடினார். அதைப் பாடச் சொல்லி கேட்ட எஸ்.பி.பி. இந்த அளவுக்கு குரலை உயர்த்தி என்னால் பாட முடியாது என்று சொல்லிவிட்டு, யோகிபியைக் கட்டி அனைத்துப் பாராட்டினார் ''நீ நல்லா வருவே''என்றார்.

அவரின் காலில் விழுந்த யோகிபியை எழச் செய்து,''நீயொரு கலைஞன் கீழே விழக் கூடாது'' என்று சொன்னார்.

நாற்பதாயிரம் பாடல்கள் பாடிய ஒரு கலைஞன் முதல்முறையாக வரக் கூடிய ஒரு பாடகனை கூப்பிட்டு அவரை அனைத்துக் கொண்டு பேசிய வார்த்தைகளைக் கேட்டதும், எனக்கெல்லாம் கண்ணில் கண்ணீரே வந்து விட்டது. மாபெரும் கலைஞன் ஒருவன் புதிதாக வரும் சகக் கலைஞனைத் தாங்கிப் பிடிப்பது என்பது மிகவும் ஆச்சரியமான விஷயம். இப்படிப்பட்ட ஆச்சர்யங்களாலேயே அவர் நம்மை வீழ்த்தி விடுவார்.

அவர் கையில் எப்போதுமே ஒரு நோட்டுப் புத்தகம் வைத்திருப்பார். அவரிடம் கொடுக்கப்படும் பாடலின் வரிகளை அவரின் கைப்பட தான் நோட்டுப் புத்தகத்தில் எழுதிக் கொள்வார். பின்னர் வரிகளைச் சொல்ல சொல்ல எழுதிக் கொள்வார். அதன் பிறகு அவர் 20 நிமிடங்கள் முதல் 30 நிமிடங்கள் வரை யாருடனும் பேசமாட்டார்.

அவர் கையில் ஒரு சின்ன டேப் ரெக்கார்டர் வைத்திருப்பார். இசையமைப்பாளர் கொடுக்கும் சந்ததோடு பாடல் வரிகளை இணைத்து பாடி பார்த்து, தனியாக ஒலிப்பதிவுக் கூடத்தில் பயிற்சி எடுத்துக் கொள்வார்.இத்தனை ஆயிரம் பாடல்கள் பாடிய ஒருவர், இந்தியா முழுவதும் பிரபலமான பாடகராக உள்ள அவர், மொழியை எப்படி உச்சரிக்க வேண்டும் என்று அரைமணி நேரம் பயிற்சி எடுத்துக் கொண்டு தான் பாடுகிறார்.அதில் மிகுந்த கவனம் செலுத்துகிறார்.

அதோடு, அவர் பாடும்போது இரண்டு மூன்று வரிகள் என்றெல்லாம் பாட மாட்டார். பல்லவி பாட ஆரம்பித்தால் தொடக்கத்திலிருந்து இறுதிவரை பாடி முடித்து விடுவார்.

'மஞ்சப்பை' என்ற படத்தில் ஒரு பாடல். தாத்தா பேரன் குறித்துப் பாடும் அந்தப் பாடலில் ஒரு வரியில் 'ஒரு நிமிடம் உன்னை விட்டுப் பிரியச் சொன்னால் நான் செத்தே போய் விடுவேன்' என்ற வரி வரும்போது, அவர் லேசாக சிணுங்கிப் பாடி கேட்டுக் கொண்டிருந்த எங்கள் கண்களில் கண்ணீரை வரவழைத்துவிட்டார். அவருக்கு யாரும் சொல்லாமலேயே அந்த உணர்வுகளை எப்படிக் கடத்துகிறார் என்பது மிகவும் ரகசியமான விஷயம்; ஆச்சர்யமான விஷயம்.

அவருக்காக ஆயிரம் கண்ணீரை நாம் சிந்திவிட்டாலும் அந்த பாடல் ஒலிப்பதிவின் போது என்னிடமிருந்து அவர் வாங்கிய அந்தத் துளி கண்ணீர் மிகவும் உன்னதமானது. மறக்க முடியாதது.

'தேசிங்கு ராஜா' என்றொரு படம். அந்தப் படத்தில் இமானின் இசையில் ஒரு பாடல். அந்தப் பாடலின் பல்லவி இப்படித் தொடங்கும். 'யாருமே கேட்கவில்லை.நாடகம் போடுற புள்ளே!' இந்த பாடலை பாடிய அவர் ஒரு பாடகரைக் கூப்பிட்டு 'யாருமே கேட்கலே' எனப் பல்லவி எழுதி பாட வைக்கிறீங்க! என நகைச்சுவையாக குறிப்பிட்டார். எஸ்.பி.பி போன பிறகு இமான் அந்த பல்லவியை மாற்றி இருக்க வேண்டும். காரணம் எஸ்.பி.பி. சொன்னது பிறகு எங்களுக்கு சரி என்று பட்டது.

சில நாட்கள் கழித்து அந்தப் பாடலைப் படத்தில் பயன்படுத்த முடியாமல் போய்விட்டது என்று இயக்குனர் எழில் சொன்னார். அந்த காட்சியையே நாம் மாற்றி விட்டோம் என்று சொன்னார். அந்தப் பாடல் ஒலிப்பதிவு செய்யப்பட்டு விட்டது. ஆனால், படத்தில் இடம்பெற முடியாமல் போய்விட்டது. அப்போது தான் எனக்குத் தெரிந்து சொல்லுக்கு ஒரு வலிமை இருக்கிறதென்று. அதைத்தான் எஸ்.பி.பி. சொல்லி இருக்கிறார். எந்தச் சொல்லாக இருந்தாலும், அந்த சொல்லைச் சொல்வதில் நீ கவனமாக இரு என்பதைத்தான் அவர் சொல்லியிருக்கிறார்.

அதன் பிறகு, அவர் மூன்று பாடல்களைப் பாட வந்திருந்தார். அதில் இரண்டு பாடல்களை நாங்கள் பயன்படுத்தவில்லை. ஆனால், அவர் அந்தப் பாடல்களை ஏன் அந்தப் படத்தில் பயன்படுத்தவில்லை என்று கேட்கவேயில்லை.

எப்படி அவர் முதல் பாடலைப் பாட வந்தாரோ அதே மகிழ்ச்சியுடனேயே வந்தார். பாடல்கள் பயன்படுத்தாது குறித்து எதுவுமே பேசாமலேயே, எந்தப் புகாரும் வைக்காமலேயே, எந்தக் குற்றச்சாட்டும் இல்லாமலேயே சக கலைஞன் மீது அன்பு செலுத்தக்கூடிய தன்மை இருக்கிறதல்லவா? அது தான் எஸ்.பி.பி.

இது தான் அவரின் வெற்றிக்கும் மக்கள் அவரைக் கொண்டாடுவதற்கும் காரணமாகும்.

| 7 | கவிஞர் முத்துலிங்கம் |

இந்த தேகம் மறைந்தாலும்
இசையால் மலர்வேன்

எஸ்.பி.பி. அவர்கள் உண்மையிலேயே பாராட்டுக்குரியவர். ஏன் என்றால் இந்தி மொழிகளிலும், தென்னிந்திய மொழிகளிலும் 40000 பாடல்களுக்கு மேல் பாடி பெருமை சேர்த்திருக்கிறார். இந்தியாவின் பல உயரிய விருதுகளை பெற்றிருக்கிறார். அப்படிப்பட்ட சிறப்புக்குரியவர் என்பதினால் தான் இந்திய பிரதமர் மோடியிலிருந்து ஒவ்வொரு மாநில முதலமைச்சர்கள், கவர்னர்கள், கிரிக்கெட் வீரர்கள் என்று எல்லாரும் இரங்கல் தெரிவித்தார்கள்.

இது வரை தமிழக அரசு ஒரு பாடகருடைய மறைவுக்கு அரசாங்க மரியாதை கொடுத்து போலீஸ் மரியாதையுடன் அடக்கம் செய்ததை கேள்விப்பட்டிருக்கிறீர்களா? ஆனால்

அது எஸ்.பி.பி. அவர்களுக்கு நடந்திருக்கிறது. அந்த அளவுக்கு எல்லோராலும் விரும்பப்பட்டவர் எஸ்.பி.பி.

நான் எழுதிய பாடல்களில் ஏராளமான பாடல்களை எஸ்.பி.பி. அவர்கள் பாடியிருக்கிறார். அவர் பாடுகின்ற பொழுது நடிகர்களுக்கு ஏற்றாற்போல குரலை மாற்றி; சிணுங்குவது போல, சிரிப்பது போல, அழுவது போல, பாடக்கூடிய ஆற்றல் பெற்றவர் எனக்கு தெரிந்து அவர் ஒருவர் தான்.

'பயணங்கள் முடிவதில்லை' என்ற படத்தில் இளையராஜாவின் இசையில் நான் இரண்டு பாடல்களை எழுதியிருக்கிறேன். அதில் ஒரு பாடல் 'ராகதீபம் ஏற்றும் போது புயல் மழையோ', இரண்டாவது பாடல் 'மணியோசை கேட்டு எழுந்து... நெஞ்சில் ஆசை கோடி சுமந்து' என்ற ஒரு டூயட். இந்த பாடலை எஸ்.பி.பி. அவர்களும், எஸ். ஜானகியும் சேர்ந்து பாடியிருப்பார்கள்.

சாதாரணமா ரிக்கார்டிங்ல பாடகர்கள் பாடிட்டு இருக்கும்போது இருமல் வந்தா டேக் கட் பண்ணிட்டு இருமல் நின்ன பிறகு மறுபடியும் எடுப்பாங்க. ஆனால், அந்த லாஜிக் எல்லாம் பார்க்காம எஸ்.பி.பி. அந்த பாடலை பாடும்போது இருமல் வருவது மாதிரியும், அதை தொடர்ந்து ஜானகியம்மா பாடுவது மாதிரியும் எடுத்திருப்பாங்க. ஆனா, அந்த பாடலை கேட்ட ரசிகர்கள் அதன் லாஜிக் எல்லாம் உணராமல் அந்த படத்தோடும் அந்த காட்சியோடும் ஒன்றிப்போய் எனக்கு பல கடிதங்கள் எல்லாம் எழுதியிருந்தாங்க. அப்படி ரசிகர்களை ஒன்ற வைக்கும் அளவுக்கு எஸ்.பி.பி.யின் குரலும் இருமலும் அந்த படத்தில் சிறப்பாய் அமைந்தது.

அது மட்டுமல்ல, அந்த ஆண்டு எஸ்.பி.பி. அவர்கள் மலேஷியா போயிருந்தபோது இந்த ஆண்டில் நான் பாடிய பாடல்களில் மிக சிறந்த பாடல் இந்த பாடல் தான் என்று சொல்லி மலேஷியா வானொலியிலும் தொலைக்காட்சியிலும் 'மணியோசை கேட்டு எழுந்து...' என்ற பாடலை பாடினாராம்.

அதேபோல் 'உதயகீதம்' என்றொரு படம், அந்த படத்தில் நான் எழுதிய ஒரு பாடல் 'சங்கீத மேகம் தேன் சிந்தும் நேரம் ஆகாயம் பூக்கள் தூவும் காலம்... நாளை என் கீதமே எங்கும் உலாவுமே... என்றும் விழாவே என் வாழ்விலே...' ன்னு வரும்.

இந்த வரிகளை இப்ப கேட்கும் போது அவருக்காகவே எழுதினது மாதிரி இருக்கு.

தொகுப்பு: தினேஷ் கன்னிமாரி

அடுத்த சரணத்தில் -

'போகும் பாதை தூரமே
வாழும் காலம் கொஞ்சமே
ஜீவா சுகம் பெற ராக நதியினில்
நீ நீந்தவா
இந்த தேகம் மறைந்தாலும்
இசையாய் மலர்வேன்
கேளாய் பூ மனமே...'

இதற்கு அடுத்த சரணத்துல

'உள்ளம் என்னும் ஊரிலே,
பாடல் என்னும் தேரிலே,
நாளும் கனவுகள்
ராஜா பவனிகள் போகின்றதே...
எந்தன் மூச்சும் இந்த பாட்டும்
அணையா விளக்கே... கேளாய் பூமணமே...'

இந்த பாட்டு என்றைக்கும் அணையா விளக்காக வாழக்கூடிய பாட்டாக இருக்கிறது. நான் இந்த பாட்டை எழுதும் போது அப்படி நினைக்கல. அந்த சிச்சுவேஷனுக்கு எழுதினேன். அவ்வளவு தான். ஆனால், இன்றைக்கு அவருக்கு மிகவும் பொருத்தமான ஒரு பாடலாக இந்த பாடல் அமைந்துவிட்டது என்று எல்லோரும் பாராட்டும் பொழுது எனக்கும் மகிழ்ச்சியாக இருக்கிறது.

அதே போல் 'இதய கோயில்' என்ற படத்தில் நான் எழுதி அவர் பாடிய ஒரு ஹிட் பாடல்,

'கூட்டத்துல கோயில் புறா,
யாரையிங்கு தேடுதம்மா
கொலுசு சத்தம் கேக்கயிலே
மனம் தந்தியடிக்குது தந்தியடிக்குது
குமரிப்பெண்ண பார்க்கயிலே
ஒரு மின்னலடிக்குது மின்னலடிக்குது'

இந்த பாடலின் ஒளிப்பதிவுக்காக நான் காலையில பிரசாத் ஸ்டுடியோவிற்கு சென்று இளையராஜாவிடம் பாடலை கொடுத்தேன். அத பார்த்துவிட்டு பாடல் நல்லா இருக்கு; ஆனா அதுல ஒரு சரணத்த மட்டும் கொஞ்சம் மாத்தி எழுதுங்க. இது அவ்வளவு

நல்லா இல்லென்னாரு. அப்போது நான் சட்டமன்ற மேலவை உறுப்பினராக இருந்தேன். அவசரமாக சட்டமன்றத்துக்கு போக வேண்டியதினால் அவரிடம் சொல்லிவிட்டுக் கிளம்பினேன். மதியம் போய் அந்த சரணத்தை அவரிடம் மாற்றி எழுதி கொடுத்தேன். அந்த சரணம் இப்படி வரும்.

'நீ தானே நான் ஆடும் பிருந்தாவனம்
நின்றாடும் தேகம் ரோஜாவனம்
ஆகாயம் காணாத பொன்மேகமே
என் பாடல் உன்னாலே உயிர் வாழுமே ...'

இந்த வரிகள் நான் எஸ்.பி.பி. அவர்களுக்கு சொல்ற மாதிரியே இருக்கு. இந்த பாடலின் முழு சரணத்தையும் கேட்டு என்னை மிகவும் பாராட்டினார் எஸ்.பி.பி.

இன்னொரு பாடலைக்கூட சொல்கிறேன். இளையராஜாவின் இசையில் 'செவ்வந்தி' என்ற ஒரு படத்தில் நான் ஒரு பாடல் எழுதியிருந்தேன்.

'அன்பே ஆருயிரே
ஆசை பூங்கிளியே
உன்னை காண்பதற்க்கே உயிரே
உருகுது என் மனமே ...'

அப்படின்னு ஆரம்பிக்கும்.

ஒருமுறை எஸ்.பி.பி. அவர்கள் மலேசியாவுக்கோ, சிங்கப்பூருக்கோ போனபோது 'கவிஞர் முத்துலிங்கம்' எழுதிய இந்த பாட்டு மாதிரி எனக்கு வருடத்துக்கு ஒரு பாட்டு கிடைச்சாப்போதும் நான் ரொம்ப மகிழ்ச்சியா இருப்பேன்னு அங்க ஒரு பேட்டில சொல்லியிருக்காரு. அதை இங்க வந்த பிறகு என்னை பார்த்து அந்த விஷயத்தை சொல்லி பெருமைப்படுத்தினார்.

அதுமாதிரி, கே. பாலசந்தர் இயக்கிய 'உன்னால் முடியும் தம்பி' என்ற படத்தில் வரும்

'இதழில் கதை எழுதும் நேரமிது,
இன்பங்கள் அழைக்குது ஆ....'

என்றொரு பாடல்.

1968-ம் ஆண்டு நான் எழுதிய ஒரு கவிதை முத்தாரத்தில் பிரசுரமானது. இந்த கவிதை காதலன் காதலி பேசுவது மாதிரியான ஒரு கவிதை. அந்த கவிதையில் இருந்த சில விஷயங்களைத்தான் அந்த பாட்டுக்குள் நுழைத்தேன்.

அந்த பாட்டை பாடி முடித்த பிறகு எஸ்.பி.பி. அவர்கள் என் கைகுலுக்கி என்னை மிகவும் பாராட்டினார்.

இதையடுத்து இளையராஜா இசையில் 'காக்கிசட்டை' என்ற படத்தில் எஸ்.பி.பி., பி.சுசீலா இருவரும் பாடிய ஒரு பாடலை நான் எழுதினேன், 'பட்டுக்கன்னம் தொட்டுக் கொள்ள, ஒட்டிக் கொள்ள …'. இதுவும் ரொம்ப ஹிட்டான ஒரு பாடல்.

இதை தாண்டி மொழிமாற்ற படங்களுக்கு நான் எழுதிய 200 டூயட் பாடல்களுக்கு மேல் எஸ்.பி.பி. அவர்கள் பாடியிருக்கிறார்.

எஸ்.பி.பி. மறைந்தாலும் அவர் பாடினது மாதிரி

> "இந்த தேகம் மறைந்தாலும்
> இசையாய் மலர்வேன்
> எந்தன் மூச்சும் இந்த பாட்டும்
> அணையா விளக்கே"

என்பதுபோல் அவர் என்றைக்கும் அணையா விளக்காய் இருப்பார். காற்றின் ஒலியினிலேயே அவர் வாழ்ந்து கொண்டிருப்பார்.

8 மதன் கார்க்கி

1மூங்கில் மறைந்தாலும் அதன் இசை மறையாது

காலம் காலமாய்ப் பூமியைச் சுற்றி திரிவது
அதே காற்று தான்!
சில மூங்கில்கள் மட்டும் அந்தக் காற்றை
இசையாக்கக் கற்றுக்கொண்டன!
மூங்கில் மறைந்தாலும் அதன் இசை மறையாது!
காற்றோடு காற்றாய் கரையுமேயன்றி
காலத்தால் கரையாது!
இசையால் ஆனால் வாணி
ஆயிரம் நிலவுகளோடு உதித்தது ஒரு குயில்
இசை என்னும் உயிரும்
மொழி என்னும் உடலும்
அந்தக் குயிலின் குரலின் மீது

துகிலணிந்து ஆடியது!
மனிதர்கள் ரசிப்பது குயிலின் குரல்
அந்தக் குரல் குயில்களின் கூட்டில் கூட
ஒலிக்கும் எஃப் எம்மின்
எல்லா அலைவரிசைகளிலும் கேட்கும்
ஒரே குரல், அந்தக் குரல்
தமிழனின் பண்பாடிய குரல்!
பண்பாட்டைக் கூட்டியக் குரல்!
அந்தக் குரல் தெலுங்கர்கள்
இதயக் கூட்டைத் தேன் கூடாக்கிய குரல்
அந்தக் குரல் மலையாளிகளின்
மனப்பரப்பிற்கு மதுரம் பாய்ச்சிய குரல்
அந்தக் குரல் கன்னடக்காரர்களின் செவிகளில்
கனியமுதம் பால் சுரந்த குரல்
அந்தக் குரல் இந்தி எழுத்துக்களால்
இன்பத் தேனூறிய குரலில்
வாயால் "தேரே மேரே பீச் மே"
என உச்சரிக்க வைத்த குரல்
அந்தக் குரல் மொழிகளில் கலந்து கடந்து
மனிதத்தை சுமந்து சுமந்து
பெருத்து ஒலித்த குரல்
அந்தக் குரல் விண்ணில் முளைத்து
காற்றை வளைத்து இன்பம் குழைத்து
நெஞ்சத்தை துளைத்த குரல்
அந்த குரலை இழந்து இன்று
இந்த உலகமே ஊமையாய் அழுகின்றது
உயிருள்ளபோது இதயம் துடிப்பது இயல்பு
ஆனால், அந்தக் குரலின் இதயத் துடிப்பு
நின்ற போது முதன் முறையாக
உயிர்களே துடித்தது!
குவிந்த விருதுகள், உடைந்த சாதனைகள்
அடைந்த சிகரங்கள் எல்லாம் தாண்டி
பணிவால் உயர்ந்து விண்ணை முட்டிய குரல்
கடவுளை எட்டிய குரல்!
உருவம் தவிர்த்து, உணரத் தொடங்கு
எஸ்.பி.பி. பெயரல்ல, உணர்வு!

9 கலைஞானம்

ஐயாயிரத்தை திருப்பி தந்தார்

நான் கதாசிரியரா இருந்த காலங்களிலேயே எஸ்.பி.பி. சார் பல படங்களில் பாடி இருக்காரு. 'ஜோதிமலர்'னு ஒரு படத்தை நான் தயாரிச்சேன். அதுல "வண்ண மலர் பூங்கொடியே, வண்டாடும் தேன் குடமே" னு ஒரு பாட்டை நானே எழுதினேன். பாலு சார் வாய்ஸ் எனக்கு ரொம்ப பிடிக்கும்.

என்னோட சொந்த படம். அதுலயும் நான் எழுதின பாட்டுங்கிறதுனால எஸ்.பி.பி. சார் தான் அந்த பாட்டை பாடணும்னு பிடிவாதமா இருந்தேன். அப்போ அவர் பாம்பேல ரொம்ப பிசி. இந்த பாட்டுக்காக அவரால் உடனே வர முடியல. இந்த ஒரு பாட்டை தவிர மீதி எல்லா வேலையுமே முடிஞ்சு தியேட்டர் ரிலீஸ் டேட் கொடுத்த பிறகும் நாங்க வெயிட் பண்ணிகிட்டே இருந்தோம். கிட்டத்தட்ட ஒரு மாசம் ஆயிடுச்சு.

நான் மனசுல ஒன்னு நெனச்சிட்டேன்னா அது நடக்கிற வரைக்கும் விடவே மாட்டேன். திடீர்னு ஒரு நாள் எதிர்பாராம பாம்பேயிலிருந்து சென்னைக்கு வந்தவர் நேரா ரெக்கார்டிங்க்கு வந்து அந்தப் பாட்டை பாடிக் கொடுத்தார். வாணி ஜெயராம் அம்மா கூட சேர்ந்து அவர் பாடின டூயட் சாங் அது. பாடி முடிச்சதும், "எனக்காக நீங்க இவ்வளவு நாள் வெயிட் பண்ணி இருக்கீங்களே; சாரி சார்." என்று பணிவா சொன்னார். அப்போ அவர் ஒரு பாட்டுக்கு 25000 ரூபாய் வாங்கிக்கிட்டிருந்தார்.

நான் 30000 ரூபாய் கொடுத்தேன். "சார் நான் 25000 தான் வாங்குறேன்" ன்னு சொல்லி அவர் ஐயாயிரத்தை என்னிடம் திருப்பிக் கொடுத்தார். "சார், நீங்க வரலைன்னாலும் நான் உங்களுக்காக வெயிட் பண்ணிகிட்டே தான் இருந்திருப்பேன். நீங்க இவ்வளவு தூரம் எனக்காக வந்து பாடியிருக்கீங்க. பாட்டும் அருமையா வந்திருக்கு. சந்தோஷமா இந்த 5000 ரூபாயை சேர்த்து தரேன்"னு பிடிவாதமா அவர் கையில திணிச்சேன். இது நடந்தது 1986-ல். அதிகம் பணம் கொடுத்தும் வாங்க மறுத்த அவருடைய பெருந்தன்மை யாருக்கு வரும்.

அவர் பாடி இந்தியாவுக்கே பெருமை சேர்த்தவர். தமிழ் நாட்டுக்கு வந்த பிறகு அம்பது வருஷத்துக்கு மேல இங்கேயே தான் அவர் இருந்தார். இந்த மண்ணிலேயே தான் உயிரை விட்டு இருக்கார். கொஞ்சம் கூட இறுமாப்பு இல்லாத தமிழ் மண்ணுக்கே தன்னை அர்ப்பணித்து கொண்ட ஒரு அற்புத கலைஞன் பாலு!

பின்னணி பாடகர்கள்

1 கே.ஜே. ஜேசுதாஸ்

பாலு என் தம்பி

பாலு என் சகோதரன், அவர் என்னை எந்தளவுக்கு நேசித்தார் என்று வார்த்தைகளால் சொல்ல முடியாது. 'அண்ணா' என்ற அவருடைய அன்பான அழைப்பில் எல்லாமே அடங்கியிருந்தது. நாங்கள் இருவரும் ஒரு தாயின் வயிற்றில் பிறக்கவில்லை என்றாலும் முன் ஜென்மத்தில் சகோதரர்களாக இருந்திருக்க வேண்டும். காரணம் 50 வருடத்திற்கு மேலான எங்கள் நெருங்கிய நட்பு அதற்கு உதாரணம்.

ஒரு பிண்ணனி பாடகர் என்ற முறையில் பாலு ஒரு அதிசயப்பிறவி. இசையை முறையாக கற்றுக்கொள்ளாத ஒருவருக்கு எப்படி வித்தியாசமான பாடல்களை எல்லாம் பாட முடிந்தது? இசையமைப்பாளர் மனதில் நினைத்ததைவிட சிறப்பாக பாட முடிந்தது...? எத்தனை எத்தனை புது முயற்சிகள்? இவையெல்லாம் எனக்கு ஆச்சரியத்தை

தருகிறது. 'சங்கராபரணம்' படத்திற்காக அவர் பாடிய கிளாசிக்கல் பாடல்களை எல்லாம் கேட்டால் இசை கற்றுக்கொள்ளாத பாடகர் என்று நம்மால் எப்படி நம்ப முடியும்? போன ஜென்மத்தில் பாலு முறையாக சங்கீதத்தை கற்றுக் கொண்டவராக இருந்திருக்க கூடும் என்று தான் எனக்கு தோன்றுகிறது.

அது கடவுள் அவருக்கு கொடுத்த அனுக்கிரஹம்; வரபிரசாதம். சினிமாவிலாகட்டும் மேடை கச்சேரிகளிலாகட்டும் பாலுவோடு சேர்ந்து பாடும் பொழுது ஒரு தனிப்பட்ட உற்சாகமும் சந்தோஷமும் எனக்குள் ஏற்படும். 'தங்கத்தில் வைரம்' என்ற படத்தில் 'என் காதலி யார் சொல்லுவா…' என்ற பாடல் தான் நாங்கள் இருவரும் இணைந்து பாடிய முதல் பாடல். அப்போது ட்ராக் சிஸ்ட்டம் எல்லாம் கிடையாது. ஒன்னா சேர்ந்து மைக் முன்னாடி நின்னு பாட வேண்டும். அதுக்கப்புறம் மணிரத்தினத்தின் இயக்கத்தில் வெளியான 'தளபதி' என்ற படத்திற்காக 'காட்டு குயிலு மனசுக்குள்ள..' என்ற பாடலை நாங்கள் இருவரும் இணைந்து பாடினோம். எங்கள் நட்பின் ஆழம் அந்த பாடலில் இருந்தது.

நாங்கள் இருவரும் இணைந்து எந்த மேடை கச்சேரிக்கு சென்றாலும் எங்களிடம் ரசிகர்கள் விரும்பி கேட்கும் பாடல் 'காட்டு குயிலு மனசுக்குள்ள …' என்ற பாடல் தான்.

தமிழில் நாங்கள் இணைந்து இன்னும் சில பாடல்களை கூட பாடியிருக்கிறோம். அதில் குறிப்பாக இசைஞானி இளையராஜாவின் இசையில் பிறந்த பாடல்களை நாங்கள் எத்தனை முறை பாடினாலும் எங்களுக்கு சலிப்பே ஏற்பட்டதில்லை.

மலையாளத்தில் 'சர்ப்பம்' என்ற படத்திற்காக 'சொர்ன மீனின்டே சேலொத்த …' என்ற பாடல். அதுபோல் 'துஷாரம்' படத்துக்காக 'மஞ்சேவா' என்ற பாடல். அதுக்கப்புறம் கடைசியா 'கிணர்' என்ற படத்துக்காக 'ஐயா சாமி …' போன்ற பாடல்கள் எல்லாம் பாடியிருக்கிறோம்.

நாங்கள் இணைந்து பாடிய 'காட்டு குயிலு மனசுக்குள்ள …' என்ற பாடலுக்கு பிறகு 25 வருடங்கள் கழித்து 'ஐயா சாமி…' என்ற பாடலுக்காக இணைந்தோம். அதன் சந்தோஷம் எங்கள் இருவருக்கும் இருந்தது. மேடை கச்சேரிகளில் கூட நான் மிகவும் இணைய விரும்பியது பாலுவோடு தான். அதற்கு காரணம், எனக்கு பாலுவோடு இருந்த மானசீக நெருக்கம் தான். அது மட்டுமல்ல

எங்கள் இரண்டு குடும்பத்துக்குமான நட்பும், உறவும் மிகவும் நெருக்கமானதாக இருந்தது.

ஆந்திர மாநிலத்தில் இருந்து வந்த பாலு பின்னாட்களில் தமிழகத்தை கட்டிப்போட்டதை நாம் அனைவரும் பெருமையாக பார்த்தோம். அவருடைய தனித்துவமான குரல், உணர்வோடு பாடும் திறமை இவை தான் பாலுவின் வெற்றிக்கு முக்கிய காரணமாக இருந்தது. அதன் மூலமாக பாலு பல தேசங்களை தாண்டி பல்வேறு மொழிகளில் ஹிட் பாடல்களை பாடி சிறப்பு சேர்த்தார். அதுமட்டுமல்ல அவர் இசையமைப்பாளரான போதும் கூட அதிலும் தன் திறமையை வெளிக்காட்டி ஆச்சர்யப்பட வைத்தவர்.

பாலு இசையமைத்த 'சிகரம்' என்ற படத்தில் இடம்பெற்ற 'அகரம் இப்போ சிகரம் ஆச்சு...' என்ற பாடலை அவர் எனக்கு பரிசாக அளித்தார். அந்த பாடலை பாடுவதற்கும் கேட்பதற்கும் மிக சுகமான ஒரு மெலடி. ஆனால், அந்த பாடலை பாடுவது அவ்வளவு எளிதல்ல என்பது தான் உண்மை. எனக்கு மிகவும் பிடித்தமான பாடல்களில் இதுவும் ஒன்று. அந்த பாடலை நாங்கள் இணைந்து மேடையில் பாடும் பொழுது ஆர்கெஸ்டராவை கண்ட்ரோல் செய்து பாலுவும் என்னோடு ஒத்துழைப்பார்.

அவர் யாரையும் காயப்படுத்த மாட்டார். தன்னை சுற்றியுள்ளவர்களை அன்போடும் பாசத்தோடும் அரவணைத்துக் கொள்வார்.

ஒரு முறை நாங்கள் பாரீஸில் ஒரு கச்சேரி நடத்த போயிருந்தோம். கச்சேரி முடித்துவிட்டு திரும்பும் போது நேரம் அதிகமாகிவிட்டது. அதனால் இரவில் சாப்பிட உணவு எதுவும் கிடைக்கவில்லை. ஹோட்டல் அறைக்கு வந்தபோது எனக்கு நல்ல பசி. அப்போது அறைக்கு வெளியே "ரூம் சர்வீஸ் ப்ளீஸ்" என்று சொல்லி கதவில் யாரோ தட்டி அழைக்கும் குரல் கேட்டது. கதவை திறந்து போது பாலு, தன் குரலை மாற்றி அவர் என்னை அழைத்திருக்கிறார் என்பது எனக்கு புரிந்தது. அப்போது அவருடைய கையில் சூடான தயிர் சாதம். எனக்காக அவரே சமைத்து எடுத்து வந்திருந்தார். பசியில் அந்த சாதத்தின் ருசி சொல்லி புரிய வைக்க முடியாது. என் பசியை கூட புரிந்து பரிமாறுகிற ஒரு சகோதரனாக இருந்தார் பாலு. அது மட்டுமல்ல, என்னை சங்கீத குருவாக பாலு நேசித்திருந்தார் என்பது அவருக்கு என்னோடு இருந்த அளவு கடந்த அன்பின் மிகுதி என்று தான் சொல்ல வேண்டும்.

பாலு சினிமாவில் பாடவந்து 50-வது ஆண்டை குறிக்கும் வகையில் எனக்கு பாத பூஜை செய்ய வேண்டும் என்று அன்போடு கேட்டுக் கொண்டார். அவருடைய அன்பினால் நான் அதற்கு சம்மதித்தேன். அந்த நிகழ்வு என்னை மிகவும் நெகிழ வைத்தது.

உடலையும், ஆரோக்கியத்தையும் கவனிக்க வேண்டும் என்று நான் பாலுவோடு பேசும் போதெல்லாம் அவருக்கு அறிவுரை சொல்வேன். பாடகர்களை பொருத்தவரை குரலும், உடலும் ரொம்ப முக்கியம். அவருக்கு கொரோனா என்று தெரிந்தபோது தொலைபேசியில் தொடர்பு கொண்டிருந்தேன். பல தடைகளை தாண்டி வந்த பாலு இந்த கொரோனா தொற்றிலிருந்தும் குணமாகி வந்துவிடுவார் என்று பெரிதும் நம்பினேன். நான் அமெரிக்காவில் இருந்த போதும் அவருக்காக பிரார்த்தனை செய்து கொண்டிருந்தேன். ஆனால், கடவுள் அவரை அழைத்துக் கொண்டு போய்விட்டார். அது எனக்கு பெரிய துயரத்தை தந்தது.

என்னை போன்ற வயதானவர்களுக்கு US-ல் இருந்து இந்தியாவுக்கு வர அனுமதி மறுக்கப்பட்டதினால் பாலுவின் முகத்தை கடைசியாக ஒருமுறை பார்க்க முடியாமல் போனது. அந்த விஷயம் எனக்குள் பெரிய ஒரு துக்கத்தை ஏற்படுத்தியது. ஆனால், ஒரு வகையில் பாலுவின் சலனமற்ற அந்த உடலை பார்க்காமல் இருந்தது நல்லது என்று நினைக்கிறேன். காரணம், மேடையில் என் அருகே சிரித்த முகத்தோடு நிற்கின்ற பாலுவின் முகம் என் மனதில் இருக்கிறது. அந்த ஒரு பிம்பம் மட்டும் போதும் இப்போதும் எப்போதும்.

2 மனோ

என் தகப்பன்

நான் எஸ்.பி.பி. அண்ணாவை 1979-ம் ஆண்டு தான் முதன்முதலில் சந்தித்தேன். அப்ப அவர் எம்.எஸ்.விசுவநாதன் சாரோட இசையில் ஒரு தெலுங்கு பாடலுக்காக பாட வந்திருந்தார்.

நான் அப்போது தெலுங்கில் 'சக்கரவர்த்தி' சார், தமிழில் 'எம்.எஸ்.வி.' சார் போன்றவர்களிடம் ட்ராக் சிங்கரா பணியாற்றிக் கொண்டிருந்தேன். ஸ்டுடியோ ஆர்கெஸ்டராவில் பாடறது, பாடகர்களுக்கு பாட்டு சொல்லி கொடுப்பது இப்படி போயிட்டிருந்தது என்னோட வாழ்க்கை.

அந்த முதல் சந்திப்பில் எஸ்.பி.பி. அண்ணன் என்னிடம் எப்படி பாசம் காட்டினாரோ அதைவிட பின்னாட்களில் நூறு பங்கு பாசம் காட்டினார்.

இந்த 39 வருடங்களில் அவரோடு சேர்ந்து நிறைய மேடைகளில் பாடுவதற்க்கான வாய்ப்பு எனக்கு கிடைத்தது. அப்போது என் தோளில் கைப்போட்டுக் கொண்டு அவருக்கு சமமான ஒரு பாடகனை போல என்னை வழி நடத்தினார். அதுக்கு ஒரு பெரிய மனசு வேண்டும். அந்த அளவுக்கு என்கிட்ட அன்பா பழகினார்.

அவர் என்னை பாசத்துடன் "வாடா போடா" ன்னு தான் அழைப்பார்.

எனக்கு அப்பா அம்மா இல்லை. ஆனா, அந்த ஸ்தானத்துல தான் நான் அவரை பார்த்தேன். என்னுடைய வளர்ச்சியை பார்த்து ஒரு அப்பாவா, அண்ணனா அவர் மிகுந்த சந்தோஷம் அடைந்தார். அது மட்டுமல்ல, அவர் என் அப்பா ஸ்தானத்திலிருந்து கொண்டு எனக்கு நிறைய அறிவுரை சொல்லியிருக்கிறார். நான் பாடும் பாடல்களில் அவர் சில திருத்தங்கள் சொல்லி என்னை மெருகேற்றியிருக்கிறார். நான் ட்ராக் சிங்கராக இருக்கும் போதே அவர் எனக்கு தெலுங்கு திரைப்படங்களில் பின்னணி குரல் கொடுப்பதற்கும், பாடல்கள் பாடுவதற்குமான நிறைய வாய்ப்புகள் வாங்கி தந்திருக்கிறார்.

தெலுங்கில் கமல் சாருக்கு எப்பவுமே பாலு அண்ணா தான் பின்னணி குரல் கொடுப்பார். ஆனா 'பம்மல் கே.சம்பந்தம்', 'சதிலீலாவதி' போன்ற படங்களில் மனோ பேசினால் நல்லா இருக்குமென்று அவரே என்னை சிபாரிசு செய்தார்.

நான் 14 வயதிலிருந்து அவரை பார்த்து வளர்ந்தவன். எனக்கு அவர் தான் உலகம், அவர் தான் பல்கலை கழகம்.எனக்கும் அவருக்கும் 21 வயது வித்தியாசம் இருந்த போதிலும் அவர் எனக்கு எல்லா விஷயங்களும் சொல்லி தந்தார். கடவுள் கொடுத்த வாழ்க்கையை எப்படி வாழ வேண்டுமென்று எனக்கு சொல்லிக் கொடுத்த தகப்பன் அவர். 1985-ல் என் திருமணத்துக்கு வந்து சாட்சி கையெழுத்து போட்டவர் அவர்.

ஒரு மனிதன் வாழ்க்கையில சாதிக்க முடியாததை எல்லாம் அவர் சாதிச்சிருக்கார். 55 வருஷம் ஒரு பாடகரா பயணித்திருக்கிறார். அதில் 42000 திரைப்பட பாடல்கள் ஏராளமான பக்தி பாடல்கள் என்று பல மொழிகளில் பாடியிருக்கிறார். அதில் அவருடைய நேர நிர்வாகம் என்னை மிகவும் ஆச்சரியப்படுத்திய ஒரு விஷயம். காரணம் அவர் எப்போது பாடுகிறார், எப்போது தூங்குகிறார், எப்போது குடும்பத்தோடு நேரம் செலவழிக்கிறார் என்று எனக்குள்

பலமுறை கேள்வி எழுந்தது உண்டு. அப்படியொரு ஓய்வில்லாத பயணம்.

ஒரே நாளில் பின்னணி பாடுவது, இசை கச்சேரிகளில் கலந்து கொள்வது என்று தினமும் பரபரப்பாகவும் சுறுசுறுப்பாகவும் இருந்தார். அவர் இத்தனை ஆயிரம் பாடல்களை பாடியும், ஏராளமான விருதுகளை வாங்கி குவித்தும் கூட அவரிடமுள்ள பணிவு யாரிடமும் காணமுடியாத ஒன்று. அவர் ஆரம்பம் முதல் இறுதிவரை ஒரு குழந்தை மனதுடனேயே செயல்ப்பட்டு வந்தார்.

அவர் ஒவ்வொரு பாட்டிலும் காட்டும் அர்ப்பணிப்பு என்னை மிகவும் வியக்க வைத்திருக்கிறது. அதற்கு உதாரணம், 2019-ல் இளையராஜா சார் கோயம்புத்தூர்ல வெச்சு நடத்திய ஒரு இசை நிகழ்ச்சியில் கலந்துக்கொள்ள பாலு அண்ணாவோடு சேர்ந்து நானும் போயிருந்தேன்.

நிகழ்ச்சி மாலையில் தான். அதனால அன்னைக்கு காலைல பாலு அண்ணா என்னிடம் “மனோ, நான் 11:30 க்கு ஒரு நண்பரை பார்க்க வெளிய போறேன். அப்ப என்னோடு நீயும் வா” என்று அழைத்தார். நானும் “சரி” என்றேன்.

அவர் சொன்னது போல 11:30 க்கு அவர் அறைக்கு சென்றபோது காதில் ஹெட் செட் மாட்டிக்கொண்டு பாட்டு ப்ராக்ட்டீஸ் பண்ணி கொண்டிருந்தார்.

நான் அவரது அறையில் சென்று “எண்ணான்னே, ஏதாவது புது பாட்டா?” என்று கேட்டேன்.

“இல்லடா, நம்ம லிஸ்ட்டில் உள்ள பாட்டுத்தான். அதுல ரெண்டு பாட்டை ஒருமுறை கூட ப்ராக்ட்டீஸ் பண்ணி பார்த்தேன்”, என்றார்.

“அண்ணே, நாம இந்த பாட்டெல்லாம் ஏற்கனவே ப்ராக்ட்டீஸ் பண்ணினது தானே, பின்ன இப்ப எதற்கும் ப்ராக்ட்டீஸ் பண்ணறீங்க” ன்னு கேட்டேன்.

“அது வந்து இந்த பாட்டெல்லாம் நான் பாடி கிட்டத்தட்ட 30 வருஷத்துக்கு மேலாயிடுச்சு. இந்த பாட்டை கேட்க ஆர்வமா வரும் ரசிகர்களுக்கு நான் நிறைவா திருப்தியா பாடி கொடுக்கனுமல்லவா, அதுல ஒரு சங்கதி கூட மிஸ் ஆயிடக்கூடாது இல்லயா, அதான் கொஞ்சம் ரீகலெக்ட் பண்ணி பார்த்தேன்.” என்று சொன்னார்.

அதை கேட்டு நான் அசந்துட்டேன். ''அண்ணே, நீங்க காட்டும்இந்த அர்ப்பணிப்புல ஒரு பத்து சதவிகிதம் நாங்க காட்டினாலே போதும் நாங்க எல்லாம் பெரிய ஆளாகிடுவோம்'' என்று சொன்னேன். அதை கேட்டு அவர் சிரித்துக்கொண்டார். அப்படி ஒரு டெடிக்கேஷன். நான் அவர்கிட்ட மட்டும் தான் பார்த்திருக்கிறேன்.

கமல் சார் நடித்த 'இந்திரன் சந்திரன்' என்ற தமிழ் படத்துல ஒரு கேரக்ட்டருக்காக நான் குரலை மாற்றி பாடினேன். அது எனக்கு மிகவும் கஷ்டமாக இருந்தது. ஆனா அந்த படத்துல அந்த கேரக்டருக்கு தெலுங்குல வந்து பாலு அண்ணா தான் பிண்ணனி பேசியிருந்தார். அதோடு அதே குரலில் பாடவும் செய்தார். அது அவருக்கு சவாலாக இருந்திருக்கலாம். ஆனா, ஒரு படம் முழுக்க அப்படி பேசறது என்பது ரொம்ப ரொம்ப கஷ்டம். அதுக்கு பிறகு தான் அவருக்கு வோக்கல் கார்டுல சின்ன ப்ராபளம் ஏற்பட்டது. பிறகு 3 மாதம் ஓய்வெடுத்து டிரீட்மென்ட் எடுத்து கொண்டார். ஆனா, அப்பவும் அவர் அதை பற்றி எல்லாம் கவலைப்படாமல் ரொம்ப ஜாலியாத்தான் பாடிட்டு இருந்தார்.

தமிழில் கண்டசாலா, டி. எம்.எஸ். அவர்களுக்கு பிறகு பாடல்களில் ஒரு நவரசத்தை வெளிப்படுத்தியவர் எஸ்.பி.பி. சார் தான்.

அவருக்கு ஒரு பாடலின் ட்யூன் சொல்லி கொடுத்தால் அதை மேன்மைப்படுத்த என்ன செய்யலாம் என்று யோசிப்பார். இசையமைப்பாளர் பாடல்களை குறித்து சில விஷயங்கள் சொல்லி கொடுப்பார். அதை அவர் நன்றாக புரிந்து கொண்டு தனது பாணியில் அந்த பாடலை சிறப்பாக பாடி அசத்துவார். எந்த பாடலை கொடுத்தாலும் அதில் ஏதாவது ஒரு புதுமையை கொண்டுவர அவர் முயற்சிப்பார். அந்த விஷயத்தில் அவர் ஒரு பெரிய நடிகன் என்று தான் சொல்ல வேண்டும். அந்த நடிப்பை மைக் மூலமாக வெளிப்படுத்தி பாடல்களுக்கு உயிர் கொடுத்த ஒரு பாடகர் அவர். தனக்கு ஒரு பாடல் கிடைத்தால் அது எந்த மொழியானாலும் அதில் நூறு சதவிகிதம் பெர்ஃபெக்ஷன் கொண்டு வர அவர் மெனக்கெடுவார்; அது ஆர்கெஸ்டராவாக இருந்தாலும் கூட.

'சின்னத்தம்பி' என்ற படத்தில் வரும் 'குயில புடிச்சு கூண்டிலடைச்சு' என்ற பாடலை ராஜா சாரின் இசையில் முதலில் நான் தான் பாடினேன். என்னோட பெர்ஃபெக்ஷனும் பெர்ஃபோமன்சும் சரியா வராத காரணத்தால ராஜா சார் பாலு அண்ணாவை கூப்பிட்டு பாடவைத்தார். அவர் பாடியபோது அந்த பாடலின் ஒவ்வொரு

வரியின் உச்சரிப்பும் அவ்வளவு தெளிவா இருந்துச்சு. அந்த பாடலை ஒரு சாதாரண ரேடியோவில் கேட்டாலும் கூட அந்த ஒரு பெர்ஃபெக்ஷன் மிக துல்லியமாக நம்மால் உணர முடியும்.

வெளில கச்சேரிக்கு போகும்போது டீ டைம்ல சாப்பிட பஜ்ஜி, வடை எல்லாம் கொண்டு வந்து கொடுப்பாங்க. அப்ப அவர் அதை எல்லாம் விரும்பி எடுத்து சாப்பிடுவாரு. அப்ப நான் அவர்கிட்ட "அண்ணே, இதெல்லாம் எந்த எண்ணெயில செஞ்சதோ என்னமோ" என்று அச்சத்தோட சொன்னா, "சும்மா, எடுத்து சாப்பிடறா"ன்னு சொல்வாரு. சாப்பாட்டு விஷயத்துல அவருக்கு இது தான் வேணும்னு எந்த ஒரு கட்டாயமும் இல்ல. எது கிடைச்சாலும் சாப்பிடுவாரு. குரலை பற்றியோ, உடலை பற்றியோ எல்லாம் பெரிசா அலட்டிக்கவே மாட்டார்.ஆனால், மேடையில் ஏறி மைக் எடுத்தால் அந்த சரஸ்வதி வந்து அவர் குரல் வழியாக ஒரு மாஜிக் நடக்கும். அது நம் அனைவரையும் கட்டிப்போட்டுவிடும். காரணம், மேடைக்கு ஏறும் முன்னே அவர் அதுக்கான ஒரு மைண்ட் செட் பண்ணி கொள்வார். மிக உற்சாகமாக சிரிச்சு விளையாடி கிண்டலடித்து கொண்டிருப்பார். அவர் ஒரு போதும் கச்சேரியில் சீரியஸாகவோ, கவலையாகவோ இருந்ததை நான் பார்த்ததே இல்லை. கச்சேரில அவர் இருந்தாலே எங்களுக்கு எல்லாம் உற்சாகம் தானா வரும்.

இசையமைப்பாளர்களிடம் எப்படி பழக வேண்டும், பணிவாக இருக்க வேண்டும், என்பதை எல்லாம் நான் அவரை பார்த்து தான் கற்றுக்கொண்டேன். அவருடைய அந்த குரு பக்தியும், பணிவும், அன்பும் தான் அவருக்கு அப்படி ஒரு பேரும் புகழும் கிடைக்க காரணம். என் வெற்றிக்கும், வளர்ச்சிக்கும் வழிகாட்டியாகவும், துணையாகவும் இருந்த என் அப்பா எஸ்.பி.பி. சார் அவர்களை நான் வாழ் நாள் முழுவதும் வணங்கி கொண்டே இருப்பேன்.

3 ஸ்ரீநிவாஸ்

எஸ்.பி.பி.யோடு நான்

எஸ்.பி.பி. சாரோட ரசிகனாத்தான் நானும் ஆரம்பத்தில் பாட வந்தேன். 1979 - களில் நான் கல்லூரியில் படித்துக் கொண்டு இருக்கும்போது ஹிந்தி பாடல்கள் தான் நான் அதிகமா விரும்பி கேட்பேன். அப்போது 'நினைத்தாலே இனிக்கும்' - அப்படின்னு ஒரு படம் வந்தது. அதுல எல்லா பாட்டுமே எஸ்.பி.பி.சார் தான் பாடியிருப்பாரு. ஒரே ஒரு பாட்டு மட்டும் எம்.எஸ்.வி சார் பாடியிருப்பார்.

அந்த படத்துல வரும் - 'நம்ம ஊரு சிங்காரி', 'எங்கேயும் எப்போதும்', 'பாரதி கண்ணம்மா', 'யாதும் ஊரே யாவரும் கேளீர்', 'காத்திருந்தேன், காத்திருந்தேன்' போன்ற பாடல்கள் எல்லாமே சூப்பர் ஹிட்டான பாடல்கள்.

அதே மாதிரி அந்த காலகட்டத்தில் பாரதிராஜா இயக்கிய 'நிழல்கள்' என்ற படத்தில் இடம்பெற்ற எஸ்.பி.பி. பாடிய -

"பொன் மாலை பொழுது
இது ஒரு பொன் மாலை பொழுது
வான மகள் நாணுகிறாள்
வேறு உடை பூணுகிறாள்
இது ஒரு பொன் மாலை பொழுது."

அதுபோல் 'நினைவெல்லாம் நித்யா' என்ற படத்தில் இளையராஜா இசையில் எஸ்.பி.பி. அவர்கள் பாடிய...

"பனி விழும் மலர் வனம்
உன் பார்வை ஒரு வரம்
இனி வரும் முனி வரும்
தடுமாறும் கனி மரம்"

என்ற பாடலும், அதே படத்தில் வரும்

"ஆ ஆ ஆ ஆ
ஆ ஆ ரோஜாவை தாலாட்டும் தென்றல்
பொன் மேகம் நம் பந்தல்
உன் கூந்தல் என் ஊஞ்சல்
உன் வார்த்தை சங்கீதங்கள்
ஹா ரோஜாவை தாலாட்டும் தென்றல்
பொன் மேகம் நம் பந்தல்"

என்ற பாடலும் அதே படத்தில் வரும் மற்றொரு பாடலான...

"நீ தானே எந்தன் பொன் வசந்தம்
புது ராஜ வாழ்க்கை நாளை என் சொந்தம்
என் வாசல் ஹே வரவேற்கும் அந்நேரம்
உன் சொர்க்கம் ஹே அரங்கேறும் கண்ணோரம்..."

போன்ற பாடல்கள் எல்லாம் அந்த காலத்துல அப்படி இருந்துச்சு. அந்த பாடல்கள் மூலமா எஸ்.பி.பி. சார் எனக்குள் ஒரு பெரிய தாக்கத்தை ஏற்படுத்தினார். அதை தொடர்ந்து எஸ்.பி.பி. அவர்கள் இசைபுயல் ஏ.ஆர். ரஹமான் இசையில் பாடிய

"தொட தொட
மலர்ந்ததென்ன பூவே
தொட்டவனை மறந்ததென்ன" என்ற பாடலும்
"என் காதலே என் காதலே
என்னை என்ன செய்ய போகிறாய்

நான் ஓவியன் என்று தெரிந்தும் நீ
ஏன் கண்ணிரெண்டை கேட்கிறாய்''

போன்ற பாடல்கள் எல்லாம் என்னை மிகவும் வியக்க வைத்த பாடல்கள்.

அவரோட *skill* வந்து நாம யாராலுமே அவர் பக்கத்துல போகமுடியாது. அப்படி ஒரு *skill.*

அவர் நினைத்ததை அவர் பாடிடுவாரு. ஆனா, அது எவ்வளவு கஷ்டமுன்னு பாடகர்களுக்கு தான் தெரியும். ஆனா, அவர் வந்து ரொம்ப ஈஸியா பாடிடுவாரு.

அப்படிப்பட்ட ஒரு *skill* உள்ள பாடகர்கள் எல்லாம் நூறு வருடத்துக்கு ஒரு முறை தான் வருவார்கள். அப்படி வந்த அதிசய பிறவி தான் எஸ்.பி.பி..அவர்கள்.

அவர் எப்போதுமே ஒரு *miracle* தான்.

74 வயதிலும் மேடையேறி அவ்வளவு *perfect*ஆ ஒவ்வொரு நோட்ஸும் ஆணியடிச்சா மாதிரி பாடினார். அது ஒரு சாதாரண பாடகரால் முடியாத ஒன்று. அவர் பாடுவதற்காகவே பிறந்தார். அதே போல் கடைசிவரை பாடினார்.

'டூயட்' படத்தில் ஏ.ஆர். ரஹ்மான் இசையில் எஸ்.பி.பி. சார் பாடிய

''அஞ்சலி அஞ்சலி புஷ்பாஞ்சலி
பூவே உன் பாதத்தில் புஷ்பாஞ்சலி
பொன்னே உன் பெயருக்கு பொன்னாஞ்சலி
கண்ணே உன் குரலுக்கு கீதாஞ்சலி
கண்காணா அழகுக்கு கவிதாஞ்சலி''

என்ற பாட்டுக்கு நான் தான் ட்ராக் பாடினேன். அதுக்கப்புறம் எஸ்.பி.பி. சார் வந்து பாடினார். அவர் ஏற்ற இரக்கத்தோட பாடிய விதம் என்னை வியக்க வைத்தது. அது வேற யாருக்கும் வாய்க்காது. வேற லெவல் ன்னு தான் சொல்லனும்... *FANTASTIC,*

அதே மாதிரி பாரதிராஜா, ரஹ்மான், வைரமுத்து கூட்டணியில் வெளிவந்த ''கிழக்கு சீமையிலே'' படத்தில் இடம்பெற்ற

''மானுத்து மந்தையிலே
மான்குட்டி பெத்த மயிலே
பொட்டப்புள்ள பொறந்ததுன்னு
பொலி காட்டில் கூவும் குயிலே''

இந்த பாட்டு ரெக்கார்டிங்கிற்காக காலைல வந்து எங்களை கூப்பிட்டாங்க. நாங்களும் போனோம். அப்போ காலைல எட்டு மணிக்கு எஸ்.பி.பி. சார் வந்து அரைமணி நேரத்தில் அந்த பாட்டை பாடி கொடுத்துட்டு கிளம்பி போவதை பார்த்து நான் அசந்து போனேன். அதற்கு பிறகு தான் நாங்கள் கோரஸ் எல்லாம் கொடுத்தோம்.

அந்த பாட்டை அவர் பாடினப்போ அதுல எல்லாமே இருந்துச்சு. 40 நிமிஷத்துல ஒரு பாட்டை கத்துக்கிட்டு சுருதி சுத்தத்தோட, அதுல இருக்கக்கூடிய எக்ஸ்பிரஷனோட பாடறது வந்து அவரோட தனி திறமைன்னு தான் சொல்லனும். அதுல அவருக்கு நிகர் அவர் தான். அதுல எந்த கருத்து வேறுபாடும் இல்லை.

இதெல்லாம் பாத்துட்டு ஒருமுறை அவர்கிட்ட கேட்டேன். “சார், நீங்க எப்படி இவ்வளவு perfectaa பாடறீங்க. இப்படி ஏற்ற இரக்கத்தோட பாடறதுக்கு ஏதாவது டெக்னிக்கல் இருக்கா?”

“எனக்கு தெரியாதுப்பா. அது வந்து கடவுள்கிட்ட இருந்து கிடைத்த வரம்னுதான் நான் நினைக்கிறன். நான் பாடறேன் அப்படி வருது அவ்வளவு தான். மத்தபடி ஒண்ணுமே இல்ல”ன்னு சொன்னார்.

“இதை கத்துக்கொடுக்க முடியாது. நான் பாடறதை வேணும்ன்னா நீ ரெக்கார்டிங் ஸ்டுடியோவில் வந்து பாரு” ன்னு என்னை அன்போடு அழைத்த ஒரு பாடகர் எஸ்.பி.பி. சார் அவர்கள்.

நான் வந்து அவர் பாடல்களையும் ரெக்கார்டிங் பண்ணியிருக்கிறேன். அப்படி ரெக்கார்டிங் செய்யும்போது பாடகர்களிடம் சில விஷயங்கள் சொல்ல வேண்டி வரும். ஆனால், எஸ்.பி.பி. சார் பாடும்போது மட்டும் நாம பேசாம இருக்கனும்.

ஏன்னா அவர் பாட்டை கத்துக்கிட்டு உள்ள போயிட்டார்ன்னா நாம என்ன நினைச்சமோ அதைவிட சிறப்பா கொடுப்பாரு. *That is very Great!* ஆனா அவர் வந்து எனக்கு நோட்ஸ் எல்லாம் தெரியாதுன்னு சொல்வார். ஆனா, இசை அமைப்பாளர் சொல்றதை கவனமா உள்வாங்கி அதை சிறப்பா வெளிப்படுத்தும் ஆற்றல் பெற்றவர்.எஸ்.பி.பி. சார் அவர்கள். அந்த அளவுக்கு அவருடைய *Brain* வந்து *super sharp.*

அவர் முதல்ல பாட்டை கத்துக்கறப்போ பாடவே மாட்டார். அப்படியே பாடல் வரிகளை மட்டும் அப்படியே கவனிச்சு கேட்டுட்டு

இருப்பார். அதுக்கப்புறம் மைக்குக்கு முன்னாடி போயிட்டார்ன்னா நாம எதுவும் சொல்ல தேவையில்லை. அவ்வளவு perfect ஆ பாடிடுவாரு. He is a Great Singer.

அவர் பாடின பாடல்கள்ல எனக்கு பிடிச்ச பாடல்கள் நிறைய இருக்கு, அதுல குறிப்பா நான் மேடையில் பாடற பாடல்கள் வந்து

'நம்ம ஊரு சிங்காரி
சிங்கப்பூரு வந்தாளாம்
பொட்டு வச்சு பூ முடிச்சு
நின்னாளாம்....'

அதேமாதிரி கல்லூரியில் நான் அதிகமா பாடின பாடல் வந்து

'இது ஒரு பொன் மாலை பொழுது' என்ற பாடல் தான். அந்த பாட்டின் ஆரம்பத்தில் வரும் 'ஹ்ம்ம் ஹே ஹோ ஹா ல ல லா' என்ற ஹம்மிங் வந்து Most Difficult. ஆனா அவர் அந்த நோட்டை அவ்வளவு perfect ஆக எடுப்பார். அது மேடையிலானாலும் சரி வேற எங்கயா இருந்தாலும் சரி. அப்படியான ஒரு Perfect pitch-ல் பாடறது ரொம்ப கஷ்டம். ஆனா, அதை அவர் எப்படி ஈஸியா பாடறார்ன்னு எனக்கு தெரியல.

அவரை பற்றி மறக்க முடியாத இன்னொரு அனுபவம் -

கோயம்புத்தூர்ல வச்சு இசை புயல் ஏ ஆர். ரஹ்மான் சாரோட ஒரு Concert நடந்தது. அந்த நிகழ்ச்சில நானும் கலந்து கொண்டேன். அதுக்கு முந்தின நாள் வந்து நான் குவைத்துல ஒரு ஷோவில் கலந்து கொண்டு இரவு இரண்டு மணிக்கு விமானத்தில் பாம்பே வந்து இறங்கி அங்கிருந்து கோயம்பத்தூர் வந்தப்ப மணி ஐந்து. ஏழு மணிக்கு ஷோ. எனக்கு என்ன பண்றதுன்னு தெரியல. அப்ப ரஹ்மான் சார் சொன்னார்,"நீ வந்து 'பெண்ணல்ல பெண்ணல்ல ஊதா பூ' என்ற பாட்டு மட்டும் பாடிட்டு ஹோட்டல்ல போய் ஓய்வெடுத்துக்கோ" என்றார்.

அன்னைக்கு எஸ்.பி.பி. சாரும் அந்த Concert - ல இருந்தார். நான் அந்த பாட்டை பாடி முடித்ததும் எஸ்.பி.பி. சார் என் கன்னத்தில் ஒரு முத்தம் கொடுத்தார். அது எதுக்குன்னு எனக்கு தெரியல. ஆனா, நான் ரொம்ப பூரிச்சு போயிட்டேன்.

ஒரு வேளை நான் அன்னைக்கு கோவைக்கு போகாம இருந்திருந்தா அவரோட அன்பான முத்தத்தை நான் மிஸ் பண்ணியிருப்பேன்.

அன்னைக்கு நான் ரொம்ப சந்தோஷப்பட்டேன். I am very lucky ன்னு ஃபீல் பண்ணினேன்.

எஸ்.பி.பி. சாரோட life வந்து celebrate பண்ண வேண்டிய ஒரு life. அதே மாதிரி அவருடைய பாடல்களும் celebrate பண்ண வேண்டும்.

எஸ்.பி.பி. சார்ன்னா அது அவரோட பாடல்கள் தான். அது தமிழ்ல மட்டும் அல்ல. 16 மொழிகள்லயும் அவர் பாடிய பாடல்களை கொண்டாடப்பட வேண்டும்.

ஒருத்தர் கூட ஒரு நாளைக்கு அவரோட பாட்டை கேட்காமல் இருக்க முடியாது. நல்ல மியூசிக் எங்கிருந்தாலும் கண்டிப்பா எல்லாரும் கேப்பாங்க. அதுல எந்த சந்தேகமும் இல்ல. அதன் மூலம் நம் வாழ்நாள் முழுவதும் அவர் நம்மோடு பயணித்துக் கொண்டே இருப்பார்.

4 உன்னி மேனோன்

சிகரம் தொட்ட எஸ்.பி.பி.

ஒரு பாடகன் ரெக்கார்டிங் ஸ்டுடியோவில் எப்படி இருக்க வேண்டும், சக கலைஞர்களோடு எப்படி நடந்து கொள்ள வேண்டும் என்பதற்கு சிறந்த உதாரணம் பாலு சார் தான். சக கலைஞர்களோடு அவர் காட்டும் அன்பும் மரியாதையும் நான் அவரிடமிருந்து தான் கற்றுக் கொண்டேன். ரெக்கார்டிங் ஸ்டுடியோவிற்குள் நுழைந்ததும் ஒவ்வொரு கலைஞர்களையும் பார்த்து பணிவாக வணங்கிய பிறகே அவர் பாட ஆரம்பிப்பார். அந்த பண்புகளை எல்லாம் பார்த்து நான் வியந்திருக்கிறேன்.

தன் குரலை இந்த அளவுக்கு ஏற்ற இரக்கத்தோடு வித்தியாசப்படுத்துகின்ற ஒரு பாடகரை நான் பார்த்ததில்லை. மெலடி பாடல்களால் இசை ரசிகர்களை கட்டிப்போட்ட காலத்தில் 'ஒருவன் ஒருவன் முதலாளி...' போன்ற ஃபாஸ்ட்டான பாடல்களையும் பாடி அசத்தினார். தன் குரலை

எந்த அளவுக்கு சிறப்பான முறையில் வெளிப்படுத்த முடியுமோ அதன் உச்சத்துக்கு அவர் வெளிப்படுத்தினார்.

எத்தனை ஆயிரம் பாடல்கள் பாடியிருக்கிறார். எத்தனை இசையமைப்பாளர்களோடு பணியாற்றியிருக்கிறார். இப்படி எத்தனை எத்தனை அனுபவங்கள். அவர் பாடிய ஒவ்வொரு பாடல்களிலும் ஒரு சிறப்பம்சம் ஒளிஞ்சிருக்கும். ஒரு பாடகரால் தொட முடியாத சிகரத்தை அவர் தொட்டிருக்கிறார். இந்தியாவின் பெருமைக்குரிய பாடகர் அவர். எனக்கும், என்னை போன்று வளர்ந்து வரும் பாடகர்களுக்கெல்லாம் அவர் ஒரு வழிகாட்டி.

போன வருடம் கேரளா, கோட்டயத்தில் வைத்து நடந்த ஒரு இசை கச்சேரியில் அவரோடு நானும் இணைந்து பாடினேன். அன்று அந்த மேடையில் அவரோடு சேர்ந்து ஒரு பெண்மணி 'மலரே மௌனமா...' என்ற பாடலை பாடினார். பாடி முடிந்ததும் அந்த பாடகியை அன்போடு அரவணைத்து "இந்த பாடலை இவ்வளவு அழகாக என்னோடு சேர்ந்து யாரும் இதுவரை பாடியதில்லை"என்று மனமார பாராட்டினார்.

ஒரு பாடகிக்கு இதைவிட ஒரு பெருமை வேறு உண்டா? பாலு சாரின் அன்பில் அந்த பாடகி கரைந்து போய்விட்டார். இப்படி அன்போடு பாராட்டி உற்சாகப்படுத்துகின்ற ஒரு மனசு எல்லோருக்கும் இருக்காது. அதுக்கு பெரிய ஒரு மனசு வேண்டும். அந்த பண்புக்கு சொந்தக்காரர் பாலு சார் மட்டுமே. அவரை நாங்கள் காலத்துக்கும் வணங்கி கொண்டிருப்போம்.

5. பி. ஜெயச்சந்திரன்

கின்னஸில் இடம் பிடித்த பாடகர்

எஸ்.பி.பி. அவர்களை நான் 'பாலு' என்று தான் அழைப்பேன். அவரை 50 ஆண்டு காலமாக நான் பார்த்துக் கொண்டிருக்கிறேன். சென்னையில் பல ரெக்கார்டிங் ஸ்டுடியோக்களில் நாங்கள் அடிக்கடி சந்தித்து கொள்வோம். அப்போது நிறைய பேசுவோம். மிக அன்பாகவும் மரியாதையாகவும் பேசுவார்.

மேடை கச்சேரிகளில் தன் பாடல்களால் ரசிகர்களை கட்டிப்போடும் திறமை பாலுவுக்கு இருந்தது. அதற்கு பெரிய ஒரு சாதுர்யம் வேண்டும். அந்த திறமை பாலுவிடம் இருந்தது. அது மட்டுமல்ல, பாடல்களை சீக்கிரமாக கற்றுக்கொண்டு பாடக்கூடிய திறமையும் அவரிடமிருந்தது.

பாலு பாடிய பல பாடல்கள் எனக்கு மிகவும் பிடிக்கும். அதில் குறிப்பாக 'புன்னகை மன்னன்' படத்தில் வரும்

'என்ன சத்தம் இந்த நேரம்
உயிரின் ஒலியா
என்ன சத்தம் இந்த நேரம்
நதியின் ஒலியா
கிளிகள் முத்தம் தருதா
அதனால்,
சத்தம் வருதா...
அடடா ...'

என்ற பாடலை அவர் அவ்வளவு ரசித்து பாடியிருப்பார். அதுபோல் 'இளமை ஊஞ்சலாடுகிறது' என்ற படத்தில் வரும்

'என்னடி மீனாட்சி
சொன்னது என்னாச்சு
நேற்றோடு நீ சொன்ன வார்த்தை
காற்றோடு போயாச்சு....'

என்ற பாடலை பாலு மிக சிறப்பாக பாடியிருப்பார். பாலு 40 ஆயிரத்துக்கும் மேலான பாடல்களை பாடி கின்னஸில் இடம் பிடித்திருக்கிறார். அது மிகப் பெரிய ஒரு சாதனை.

அவர் அனைவராலும் ஏற்றுக்கொள்ளப்பட்ட ஒரு பாடகர். அது மட்டுமல்ல அனைவருக்கும் ஒரு நல்ல நண்பராகவும் விளங்கினார். யாராலும் மறக்க முடியாத ஒரு பாடகர். அவர் புகழ் என்றும் வாழ்க.

6. எஸ். ஜானகி

எஸ்.பி.பி என் சுப்பிரமணி

எஸ்.பி. பாலசுப்பிரமணியத்தை நான் 'சுப்பிரமணி' என்று தான் கூப்பிடுவேன். நான் அவரை நெல்லூருக்கு பக்கத்துல 'குண்டூர் காளிதாஸ் கலாகேந்திரா' நடத்திய ஒரு பாட்டு போட்டியில் தான் முதன்முதலா சந்திச்சேன். அந்த பாட்டு போட்டியில வெற்றி பெற்ற பாடகர்களுக்கு பரிசு கொடுக்க என்னை விருந்தினராக அழைத்திருந்தார்கள்.

முதல் பரிசு 'வில்சன்' என்ற ஒரு பையனுக்கு ; இரண்டாவது பரிசு எஸ்.பி.பாலசுப்பிரமணியத்துக்கு. அவங்க ரெண்டு பேரும் என் முன்னாடி ஒருமுறை கூட பாடினாங்க. அதையடுத்து பரிசு வழங்கிய பின்னர் என் கருத்தை மேடையில் சொன்னேன்.

"இங்கு பாடிய ரெண்டு பேரும் ரொம்ப நல்லா பாடினாங்க. முதல் பரிசு கிடைத்த பையனை நான் குறைத்து மதிப்பிடுவதாக யாரும் தப்பா எடுத்துக் கொள்ள கூடாது.இங்கு இரண்டாவது

பரிசு கிடைத்த பையனுக்கு முதல் பரிசு கிடைத்திருந்தால் சிறப்பாக இருந்திருக்கும். காரணம், அந்த பையன் யாருடைய குரலையும் இம்மிட்டேட் பண்ணாம தன் சொந்த குரலில் பிரமாதமாக பாடியிருந்தார்.அது எனக்கு ரொம்ப பிடிச்சிருந்துச்சு.''

அன்னிக்கு அந்த நிகழ்ச்சி முடிந்த பிறகு நான் சுப்பிரமணியத்தை அழைத்து ஒரு விஷயம் சொன்னேன். ''கண்ணா, நீ ரொம்ப நல்லா பாடுறே, நீ சினிமாவுல பாடினா ரொம்ப முன்னுக்கு வருவேன்'' னு சொல்லி பாராட்டி ஆசீர்வாதம் பண்ணினேன்.

'சுப்பிரமணி' அப்போ சென்னையில படிச்சுக்கிட்டிருந்தாரு. அதனால சென்னைல பல இசையமைப்பாளர்களை சந்திச்சு பாட வாய்ப்பு கேட்க சொன்னேன். அப்ப சுப்பிரமணி சொன்னாரு. ''அம்மா நான் சங்கீதம் முறையா கத்துக்கலை என்றும், சினிமாவில் பாடுவதற்கான தைரியம் எனக்கில்லை'' என்றும் சொன்னார்.

அப்ப நான் சொன்னேன் ''நான் கூடத்தான் முறையா சாஸ்திரிய சங்கீதம் கத்துக்கல. ஆனா, நமக்குள்ள சங்கீதம் இருந்தால் எதுக்கு சாஸ்திரீய சங்கீதம் கத்துக்கணும்.'' என்னுடைய அந்த வார்த்தைகள் சுப்பிரமணிக்கு தன்னம்பிக்கையை ஊட்டியிருக்க வேண்டும் என்று நினைக்கிறேன்.

அதன் பிறகு ஒரு பாடகனா நான் அவரை மெட்ராசில் சந்தித்தேன். அப்ப இருந்து நாங்கள் இருவரும் இணைந்து பாட ஆரம்பிச்சோம். எவ்வளவு பாடல்கள் பாடியிருப்போம், எத்தனை மொழியில் பாடியிருப்போம் என்று கணக்கே இல்லை. தினம் தினம் நாங்கள் ஏதாவது ஒரு மொழியில் தொடர்ந்து பாடிகிட்டே இருந்தோம்.

பின்னர் சுப்பிரமணி கலந்து கொள்ளும் இசை நிகழ்ச்சிகளிலெல்லாம் அன்று கலாகேந்திராவில் நடந்த அந்த சம்பவத்தை நினைவு கூறுவார்,''அன்று ஜானகியம்மா கொடுத்த அறிவுரையும், பாராட்டும், அனுகிரஹமும் தான் என்னை இங்கு கொண்டு வந்து நிறுத்தியிருக்கிறது.''என்று பெருமையாக சொல்வார்.

ஆனால், உண்மை அதல்ல. நாம் எத்தனை குழந்தைங்க கிட்ட நீ நல்லா பாடினே; எதிர்காலத்துல நீ பெரிய ஆளா வருவேன்னு வாழ்த்தியிருப்போம். ஆனா, எல்லாரும் அப்படி ஆயிடறதில்ல.

சுப்பிரமணியை பொருத்தவரை அவருக்கு பிறவியிலேயே ஒரு தனித்துவமான திறமை இருந்தது. அதோடு, கடவுளின்

அனுகிரஹமும் அதிர்ஷ்டமும் இருந்துச்சு. அதைவிட அவர் தன் தொழில் மேல் காட்டுகின்ற பக்தியும், கடின முயற்சியும் தான் அவரை இந்த அளவுக்கு உயரத்துக்கு கொண்டு போனது.

அன்னைக்கு அந்த மேடையில சுப்பிரமணியத்தோட பாட்டை கேட்டு எனக்கு பிடிச்சுப்போய் நான் அவரை சாதாரணமா தான் பாராட்டி அனுகிரஹம் பண்ணினேன். மற்றபடி எல்லாமே கடவுள் அனுகிரஹமும் சுப்பிரமணியத்துடைய தனித்திறமையும் தான்.

பொதுவா நான் ரெக்கார்டிங்லே பாடும் போது சுப்பிரமணி எங்கிட்ட ரொம்ப குறும்பு பண்ணுவார். ஒருமுறை ரெக்கார்டிங் தியேட்டர்ல நான் பாடும்போது சுப்பிரமணி என்னோட மேனரிசத்தை கவனித்துக் கொண்டிருந்தார்.

நான் ரெக்கார்டிங்கில் பாடும்போது ஒரு சிறிய புத்தகத்துல பாடல்களை எழுதி வைத்துக் கொள்வேன். அதோடு கையில் ஒரு சிறிய கர்சீப் வைத்துக் கொள்வேன். அதை கவனித்த சுப்பிரமணி நான் சரியாக பாட ஆரம்பிக்கும் சமயத்தில் அந்தக் கர்சீப்பை என் கையிலிருந்து வெடுக்கென்று பிடுங்கிக் கொண்டார்.

நான் இளையராஜாவிடம் “ராஜா, இந்த சுப்பிரமணி என்னை ரொம்ப கிண்டல் பண்றான். நான் நல்லா பாடுறது அவனுக்கு கொஞ்சங்கூடப் பிடிக்கலே” என்று புகார் செய்தேன்.

உடனே ராஜா உள்ளேயிருந்து “அவன் என்ன பண்ணினாம்மா” என்று கேட்டார். அதற்கு என்னால் இளையராஜாவிடம் என் கர்சீப்பை இழுத்துவிட்டான்” என்று சொல்ல முடியாது. அதனால “என்னை பாடவிடாமல் தொல்லை பண்றான்” என்று மட்டும் சொன்னேன்.

உடனே இளையராஜா சுப்பிரமணியத்திடம் “டேய் பாலா, முதலில் ரெக்கார்டிங் முடியட்டும், அது வரைக்கும் கொஞ்சம் சும்மா இருடா” என்று கண்டிப்பார். அதற்கு பாலா, “நான் ஒன்னுமே செய்யலடா, அந்தம்மா எதுக்குச் சொல்றாங்கன்னு எனக்கு தெரியலே” என்று சொல்வார். நான் உடனே சுப்பிரமணியத்தை அடிப்பதற்கு துரத்திக் கொண்டு ஓடுவேன்.

சுப்பிரமணி குரலில் மட்டுமல்ல, குறும்பிலும் கெட்டிக்காரர். அப்படி நாங்க ரெண்டுபேரும் அடிக்கடி விளையாட்டா சண்டை போட்டுக்குவோம். திரும்ப மறுபடியும் சேர்ந்துக்குவோம்.

நாங்க என்ன தான் சண்டை போட்டாலும் விளையாடினாலும் கையில மைக் எடுத்துட்ட மியூசிக்கோடாவும் பாட்டோடவும் விளையாடுவோம். அது மட்டுமல்ல ஒருத்தருக்கொருத்தர் நீ நல்லா பாடுவியா நான் நல்ல பாடுவேனா என்று போட்டி போட்டுக்கொண்டு பாடுவோம். அப்படி பாடிய எத்தனை டூயட் பாடல்கள். அத்தனை பாடல்களும் மிக சிறப்பாக பாடியிருந்தோம். அதுமட்டுமல்ல நான் இசையமைத்த படங்களில் கூட சுப்பிரமணி பாடவும், பின்னணி குரல் கொடுக்கவும் செய்திருக்கிறார்.

நாங்கள் இருவரும் சேர்ந்து பாடிய பாடல்களில் சுப்பிரமணிக்கு மிகவும் பிடித்த பாடல் –

'மணியோசை கேட்டு எழுந்து
நெஞ்சில் ஆசை கோடி சுமந்து
திருத்தேரில் நானும் அமர்ந்து
ஒரு கோவில் சேர்ந்த பொழுது
அந்த கோவிலின் மணி வாசலை
இன்று மூடுதல் முறையோ..ம்ம்ம்'

ஒரு முறை சுப்பிரமணி மைசூரில் கச்சேரிக்கு வந்த போது அதற்கு முந்தின நாள் எங்க வீட்டுக்கு வந்தார். அப்ப அவர் எங்கிட்டயும், என் மகன்கிட்டயும் ரொம்ப நேரம் பேசிக்கிட்டிருந்தார். அப்புறம், அவரோட மொபைலில் சில பாடல்களை எங்களுக்கு போட்டு காட்டினார்.அன்று இரவு எங்க வீட்டுல சாப்பிட்டுட்டு ரிலாக்ஸா கிளம்பி போனாரு. அது எனக்கு ரொம்ப மனநிறைவு தந்தது. அன்னைக்கு அப்படி அவர் சர்ப்ரைஸா வந்து போனது தான் எங்கள் கடைசி சந்திப்பு. அதே மாதிரி மறக்க முடியாத இன்னொரு ஒற்றுமை : நான் கடைசியா புரோகிராம் பண்ணினது மைசூரில் தான் சுப்பிரமணி கடைசியா புரோகிராம் பண்ணினதும் மைசூரில் தான். அதுக்கப்புறம் அவர் இசை கச்சேரி எதுவும் செய்யல.. கடைசியா ஹைத்ராபாத் போய் வந்ததும் உடம்புக்கு சரியில்லாம மருத்துவமனையில் அட்மிட் பண்ணினாங்க. அதுக்கப்புறம், 51-நாள் தீவிர சிகிச்சை அளித்தும் கூட அவரை காப்பாற்ற முடியவில்லை. கொரோனா அவரை நம்மிடமிருந்து பிரித்து விட்டது. அவருக்கு இன்று சரியாகும் நாளை சரியாகும் என்று நாம் எல்லோருமே ரொம்ப எதிர்பார்ப்போட பிரார்த்தனை பண்ணி காத்திருந்தோம். கடைசியில் அவர் நம்மை விட்டு போய்விட்டார். பாடல்கள் மூலம் அவர் நம் நெஞ்சில் வாழ்ந்து கொண்டிருப்பார். அந்த பாடல்களுக்கு என்றும் மரணமில்லை.

7 லதா மங்கேஷ்கர்

தாயை விட
இசையை நேசித்தவர்

எஸ்.பி.பி. அவர்கள் மிக சிறந்த பாடகர்; கனிவாக பேசக் கூடிய மனிதர். நாங்கள் இருவரும் பல பாடல்களை இணைந்து பாடியிருக்கிறோம்.

எஸ்.பி.பாலசுப்பிரமணியம் முதன் முறையாக துபாயில் நடைபெற்ற ஓர் இசை நிகழ்ச்சியில் கலந்து கொள்ள போனபோது அவரோடு நானும் சென்றிருந்தேன். அந்த நிகழ்ச்சியை ஏறத்தாழ 20000 பேர் கேட்டு ரசிக்க வந்திருந்தார்கள்.

அந்த நிகழ்ச்சியில் எஸ்.பி.பி. அவர்களை நான் இப்படி அறிமுகப்படுத்தினேன். "நான் மிகவும் மதிக்கின்ற இந்தியப் பின்னணிப் பாடகர் எஸ்.பி.பாலசுப்பிரமணியம் என்று" அதை கேட்டு எஸ்.பி.பி அவர்கள் மிகவும் உணர்ச்சி வசப்பட்டார்.

“சரஸ்வதி தேவியின் சொரூபமாகத் தான் மதிக்கும் லதாஜீ அவர்கள் என்னை அந்த மாபெரும் ஆடிட்டோரியத்தில் அப்படி அறிமுகப்படுத்தியது என் அதிர்ஷ்டம்” என்று தன் நண்பர்களிடம் எஸ்.பி.பி. அவர்கள் சொல்லி மகிழ்ந்தார்.

ஒருமுறை ஆந்திராவில் உள்ள விஜயவாடாவில் ஒரு பிரமாண்டமான நிகழ்ச்சி நடந்தது. அந்த நிகழ்ச்சியில் நானும், பாலசுப்பிரமணியமும் கலந்து கொண்டு சிறப்பித்தோம்.

அதில் எங்கள் இருவருக்கும் தலா ரூ.50000/- பணமுடிப்பு வழங்கி கௌரவித்தனர். எனக்கு கிடைத்த அந்தப் பணம் முழுவதையும் பாலசுப்பிரமணியம் நடத்தி வந்த அறகட்டளைக்கு நான் நன்கொடையாக வழங்குகிறேன் என்று அந்த மேடையிலேயே அறிவித்தேன். அதை கேட்டு அவர் மிகவும் நெகிழ்ந்து போனார். 1996-ஆம் வருடம் கொல்கத்தாவில் நடந்த ஒரு இசை நிகழ்ச்சியில் நானும் பாலசுப்பிரமணியமும் கலந்து கொண்டோம். அக்டோபர் 14-ஆம் தேதி நிகழ்ச்சி. ஆனால் அக்டோபர்-11 ஆம் தேதி நெல்லூரில் பாலசுப்பிரமணியத்தின் அம்மா ஒரு விபத்துக்குள்ளாகி மருத்துவமனையில் சேர்க்கப்பட்டிருந்தார்.

அப்போது பரபரப்புடன் நெல்லூர் சென்றடைந்த பாலசுப்பிரமணியம் கொல்கத்தா இசை நிகழ்ச்சியில் என்னால் கலந்து கொள்ள இயலாது என்பதை நிகழ்ச்சி ஏற்பாடு செய்தவர்களுக்கும், ஒரு மரியாதை நிமித்தமாக எனக்கும் தெரிவித்தார்.

அந்த விஷயத்தை கேட்டு அதிர்ந்து போன நான் பாலசுப்பிரமணியத்திடம் “நீங்கள் அம்மா கூட இருந்து அவரைக் கவனித்துக் கொள்ளுங்கள். அது தான் முக்கியம்” என்று சொன்னேன்.

ஆனால், மருத்துவமனையில் இருந்த அவருடைய அம்மாவோ, பாலசுப்பிரமணியத்திடம் “எனக்கு ஒன்றுமில்லை, நீ ஒப்புக்கொண்ட நிகழ்ச்சிக்குப் போகாமல் இருக்கக் கூடாது, நீ உடனே புறப்பட்டு போய், அந்த நிகழ்ச்சியில் கலந்து கொள்” எனச் சொல்லி அனுப்பி வைத்தார். அதன்படி பாலசுப்பிரமணியம் அவர்கள் அந்த நிகழ்ச்சியில் வந்து கலந்து கொண்டார். இசையை அவர் அந்தளவுக்கு நேசித்தார். இந்த விஷயத்தை நான் விழா மேடையிலேயே சொல்லி “பாலசுப்பிரமணியத்தின் தாயார் விரைவில் குணமடைய வேண்டும்” என பிரார்த்தனை செய்தேன். அந்த சம்பவம் பாலசுப்பிரமணியத்தை மிகவும் நெகிழ வைத்தது.

8. பி. சுசீலா

மூன்று மொழிகளில் முதல் பாடல்

நானும் எஸ்.பி.பி.யும் சேர்ந்து 54 வருஷங்களில் ஆறு மொழிகளில் கிட்டத்தட்ட 3000 டூயட் பாடல்கள் பாடியிருப்போம். அதற்கு மேலே கூட இருக்கலாம்.

1966-ல் ஒரு கன்னட படத்திற்காக பாலு முதன்முதலில் என்னோடு சேர்ந்து டூயட் பாடினார். அதை தொடர்ந்து 1967-ல் 'ஸ்ரீ ஸ்ரீ ஸ்ரீ மரியாத ராமண்ணா' என்ற தெலுங்கு படத்துக்காக என்னோடு சேர்ந்து டூயட் பாடினார். அதையடுத்து தமிழில் 1969-ம் ஆண்டு 'பால் குடம்' என்ற படத்துக்காக எம்.எஸ். விஸ்வநாதன் இசையில் 'மல்லிகை பூ வாங்கி வந்தேன்' என்ற பாடலை என்னோடு சேர்ந்து பாடினார். அப்படி கன்னடம், தெலுங்கு, தமிழ் போன்ற மூன்று மொழிகளிலும் பாலசுப்பிரமணியம் முதன்முதலா இணைந்து டூயட் பாடியது

என்னோடு தான். அதே போல பாலசுப்பிரமணியம் தமிழில் தொடர்ந்து பாடிய மூன்று டூயட்டுகளும் என்னோடு தான். புரட்சி தலைவர் எம்.ஜி.ஆர் நடித்து கே.வி.மஹாதேவன் இசையில் 'ஆயிரம் நிலவே வா' என்ற பாடலை நாங்க ரெண்டு பேரும் சேர்ந்து தான் பாடினோம். அதேபோல 'சாந்தி நிலையம்' என்ற படத்தில் 'இயற்கை என்னும் இளைய கன்னி' என்ற பாடலையும் நாங்கள் சேர்ந்தேதான் பாடினோம். இந்த இரண்டு பாடல்களும் இப்ப வரைக்கும் ரசிகர்கள் ரசிச்சு கேட்டுக் கொண்டு தான் இருக்கிறார்கள்.

ரெக்கார்டிங் தியேட்டர்ல நானும் அவரும் ரொம்ப ஜாலியா உற்சாகமா பாடுவோம்.

என்னுடைய ஒரு உறவினரை போலத்தான் நான் அவரோடு பழகி வந்தேன். எப்பவும் அவர் ரொம்ப அன்பா இருப்பாரு. எனக்கு நிறைய உதவிகள் செய்திருக்காரு.

உலகம் பூராவும் அவருக்கு ரசிகர்கள் இருக்காங்க. அவர் தொடர்ந்து 55 வருஷமா பாடிட்டு இருந்தார். அப்படி ஒரு பாக்கியம் யாருக்கும் கிடைக்காது.

அவரோடு பழகிய நாட்கள் எல்லாம் மிக இனிமையானவை. அவரோடு சேர்ந்து ஏராளமான மேடை- கச்சேரிகள் பண்ணியிருக்கோம். அவை எல்லாம் மறக்க முடியாத அனுபவங்கள். தன்னோடு பாடுகின்ற பாடகர்களை மிக அன்பாக கவனித்துக் கொள்வார். சக கலைஞர்களின் மனதை புண்படுத்தாமல் மிக மென்மையாக நடந்து கொள்வார். அது மட்டுமல்ல சீனியர்களையும், குருநாதர்களையும் மிகவும் மதிக்கக் கூடியவரும் கூட.

அவர் குரல் பல்லாண்டு வாழும். அவரை பற்றி ரசிகர்கள் என்றென்றும் பேசிக் கொண்டேதான் இருப்பார்கள். காரணம், சிறந்த குணாதிசயம் கொண்ட ஒரு மாமனிதர் எஸ்.பி.பாலசுப்பிரமணியம்.

9. கே.எஸ்.சித்ரா

எனக்கு தெலுங்கு கற்றுக் கொடுத்த ஆசான்

நான் முதன்முதலாக எஸ்.பி.பி. சாரை 1985-ல் 'புன்னகை மன்னன்' பாடல் பதிவின்போது தான் சந்தித்தேன். அதிலிருந்து 2015- ஆம் ஆண்டு வரை அவருடன் சேர்ந்து ஏராளமான பாடல்களைப் பாடியிருக்கிறேன். நான் அவரிடமிருந்து நிறைய அனுபவங்கள் பெற்றிருக்கிறேன். உச்சரிப்பு, பாடல் எழுதி கொள்வது, இவை எல்லாம் எனக்கு அவர் தான் கற்றுக் கொடுத்தார். அவரிடமிருந்து தான் நான் தெலுங்குக் கற்றுக்கொண்டேன். அதுமட்டுமல்ல மற்றவர்கள் மீது அக்கறை கொள்ளும் மனிதர் அவர். அந்த விஷயத்தில் நான் அவரைப் போன்று வேறு ஒருவரை பார்த்ததே இல்லை.

ஒருமுறை ஒரு தெலுங்குப் பாடலின் ரெக்கார்டிங் நடந்து கொண்டிருந்தது. அந்தப் பாடலை நான் பாடுவதாக இருந்தது.

ஆனால் எனக்குத் தெலுங்கு தெரியாததால் நான் பாலு சாரின் உதவியை நாடினேன்.

என்னிடம் குறும்பு செய்ய நினைத்த பாலு சார் அந்த தெலுங்குப் பாடலில் கொஞ்சம் கெட்ட வார்த்தைகளைப் போட்டு எழுதிக் கொடுத்துவிட்டார்.

அந்த பாடலை நான் ரெக்கார்டிங் தியேட்டரில் பாடியபோது அங்கிருந்த அனைவரும் விழுந்து விழுந்து சிரித்தனர். சிரிப்பு சத்தம் ஓயவில்லை.

“நான் சரியாகத்தானே பாடுகிறேன். எதுக்குச் சிரிக்கிறாங்க?” என நான் பாலு சாரிடம் கேட்க அவரும் தெரியாதஅப்பாவியைப் போல் “ஆமாம், எதுக்கு சிரிக்கிறாங்க?” எனக் கேட்டார்.

பின்னர் இயக்குனர் என்னிடம் “என்ன சித்ராம்மா? நீங்க தெலுங்கிலேயே எங்களைத் திட்டி பாட்டெழுதி பாடுறீங்களே, அந்த அளவுக்கு வளர்ந்தாச்சா?” எனக் கோபமாகக் கேட்டார்.

நான் அழுதபடியே டைரக்டரிடம் “சார், நான் அப்படி எல்லாம் எதுவுமே செய்யலே சார். பாலு சார் தான் எனக்குப் பாட்டுச் சொல்லி கொடுத்தார். அதை வைத்து தான் நான் பாடினேன்” என்று சொன்னேன்.

பிறகு தான் அது பாலு சாரின் குறும்பு வேலை என அனைவருக்கும் புரிந்தது. அதுக்கப்புறம் அவர் என்கிட்ட வந்து இது சும்மா வேடிக்கைக்காகப் பண்ணின என்று சொல்லி என்னை சமாதான படுத்தினார்.

எஸ்.பி.பி. சாருடன் நான் ஏராளமான நிகழ்ச்சிகளில் பங்கேற்றிருக் கிறேன். இசையிலும், பாடலிலும் மட்டுமல்ல, மத்தவங்க கூட எப்படி பழகணும்ங்கிறதைக் கூட அவர்கிட்டேயிருந்து நான் நிறைய படிச்சிருக்கிறேன். அமெரிக்காவில் ஒரு இசை நிகழ்ச்க்கிக்குப் போனபோது நடந்த ஒரு சம்பவம்.

வெள்ளி, சனி, ஞாயிற்றுக்கிழமைகளில் நிகழ்ச்சி. முதல் இரண்டு நாட்கள் நிகழ்ச்சி முடிந்து ஓட்டலுக்குப் போகிறோம். எல்லோரும் டயர்ட் ஆகியிருந்தோம். எஸ்.பி.பி. சாரின் அறை ரெடியாகிவிட்டது. எங்களோடு வந்தவங்க அறையில் க்ளீனிங் நடந்திட்டு இருக்கு. கொஞ்ச நேரத்துல ரெடியாகிடும்னு சொன்னாங்க... ஆனால் எஸ்.பி.பி. சார் அவர் அறைக்குப் போகாமல் மத்தவங்க அறைக்கான

க்ளீனிங் முடிந்து அறைகள் தயாராகும் வரை அங்கு காத்திருந்தார். அனைவரும் அறைக்குச் சென்ற பின்னரே எஸ்.பி.பி. சார் அவர்கள் அவரது அறைக்கு ஓய்வெடுக்கச் சென்றார்.

“என்னோட பிள்ளைங்க”ன்னு தான் உடன் இருப்பவர்களை அன்பா சொல்வார். அதுமட்டுமல்ல அவர் உடன் இருப்பவர்கள் மீது செலுத்தும் அன்பும், பாசமும், மரியாதையும் நினைத்துப் பார்த்தால் நெஞ்சம் சிலிர்க்கிறது.

அதேபோல் புரோகிராமிற்கு செல்வதற்கு முன்பு முழுமையான ரிகர்சல் பார்ப்பது, எல்லோரும் சேர்ந்து பிரார்த்திப்பது போன்ற விஷயங்களில் எல்லாம் அவர் ரொம்ப கண்டிப்பா இருப்பார்.

கொரோனா காலத்தில் பாலுசார் என்னை ஒருமுறை அழைத்தார். அவர் தெலுங்கில் தயாரித்த கோவிட்-19 விழிப்புணர்வுப் பாடலை மலையாளத்தில் மொழிபெயர்த்து வாய்ஸ் மெசேஜ் செய்ய கேட்டுக்கொண்டார். அதில் கோவிட் -19 முன்னனி போராளிகளைப் பெருமைப் படுத்தி வணங்கும் பாடலை நான் பாடினேன். எஸ்.பி.பி. சாரின் இசையில் நான் இறுதியாகப் பாடிய பாடல் அது தான். அப்ப எனக்கும் ஏதாச்சும் செய்யணும்னு தோணிச்சு. பாடகர்களின் வாட்ஸ் அப் குருப்பில் அதை தெரிவித்தேன். அப்படித்தான் பல பாடகர்கள், பாடகிகள் பங்கேற்ற ‘லோகம் முழுவன் சுகம் பகரனாயி’ என்ற பாடல் பிறந்தது. அந்த பாடல் சோஷியல் மீடியாவில் வைரலானது.

பாலு சார் மலையாளப் பாடல்களை எங்கு பாடப்போனாலும் சில எழுத்துக்களை எப்படி உச்சரிக்க வேண்டுமென்று என்னை அழைத்து கேட்பார். மலையாளத்தில் ‘ந’என்ற எழுத்தை எங்கு எப்படி சொல்ல வேண்டுமென்ற குழப்பம் அவருக்கு எப்பவும் இருந்து வந்தது. சித்ரா அது வந்து ‘ந’ வா இல்ல இந்த ‘ன’ வான்னு ஒரு குழந்தை மாதிரி சிரிச்சுக்கிட்டே கேப்பார்.

ஒரு பாட்டை கற்றுக்கொள்ள இவ்வளவு தூரம் மெனக்கெடுகின்ற ஒருத்தரை நான் பார்த்ததில்லை.

அவர் கடைசிவரை ஒவ்வொரு மொழியையும் கடவுளாக கருதினார்.

ஒரு சிறந்த பாடகியாக என்னை வழிநடத்தியதற்கு அவருக்கு நன்றி சொல்ல வார்த்தைகள் போதாது.

10 வாணி ஜெயராம்

எளிமையின் அடையாளம் எஸ்.பி.பி.

எஸ்.பி.பி. அவர்களை பொருத்தவரை எளிமையா எல்லார்கிட்டயும் சகஜமா பழகக்கூடிய ஒரு மிக சிறந்த மனிதர். அவரும் நானும் சேர்ந்து பாடின நிறைய பாடல்கள் சூப்பர் ஹிட். தமிழ்ல, 'ஒரே நாள் உனை நான்', 'தேவாமிர்தம் ஜீவாமிர்தம்', 'ஒரே ஜீவன்', 'இலக்கணம் மாறுதோ', 'பாரதி கண்ணம்மா',... இப்படி சொல்லிகிட்டே போகலாம். அதே மாதிரி தெலுங்குல 'சங்கராபரணம்' சாங்ஸ், அதே மாதிரி கன்னடத்தில் நிறைய சூப்பர் ஹிட் சாங்ஸ் கொடுத்திருக்கோம். ஒரு டைம்ல கன்னடத்துல நாங்க ரெண்டு பேரும் ஒவ்வொரு ஞாயிற்றுக்கிழமையும் காலையில முதல் ஃப்ளைட்டுக்கு கிளம்பி, பெங்களூருக்கு போய் அங்க கிட்டத்தட்ட ஒரு பத்து பதினைந்து சாங்ஸ், அப்புறம் என்னோட சோலோ,

அவரோட சோலோ எங்க ரெண்டு பேரோட டூயட்டுன்னு பல பாடல்கள் பாடிட்டு ஈவினிங் *9:50* பிளைட்ல திரும்பி சென்னைக்கு வந்திடுவோம். சில வருஷங்கள் தொடர்ந்து அப்படியே நடந்திருக்கு. அதே மாதிரி 'சங்கராபரணம்' படத்தோட பாடல்கள் ரெக்கார்ட் பண்ணும் போது அவர் வர்றதுக்காக லேட் ஆச்சுன்னா'' எங்க நம்ம சங்கர சாஸ்திரிகள இன்னும் காணோம்'' ன்னு நான் கிண்டல் பண்ணுவேன். அதே நேரத்துல ''சங்கர சாஸ்திரிகள் ஆஜர் அக்கா'' ன்னு அவரு உள்ள நுழைய, ரெக்கார்டிங் ஸ்டுடியோவே சிரிப்பலையில் அதிரும். அதையெல்லாம் இப்போ நெனைச்சு பார்க்கும்போது அவ்ளோ விளையாட்டுத்தனமா இருந்த அவரு திரும்ப வந்துட கூடாதான்னு நினைக்க தோணுது.

நான் எப்பவுமே ரெக்கார்டிங்குக்கு சரியா டைமுக்கு போயிடுவேன். அவரும் கரெக்ட்டா வந்துருவார். ஒருவேளை லேட்டாயிடும் போல தெரிஞ்சா, அவருடைய செக்ரட்டரியை விட்டு ''வாணியம்மாவை கொஞ்சம் லேட்டா வர சொல்லுங்க; எனக்காக அவங்க வந்து காத்து இருக்க வேண்டாம்'' அப்படின்னு அக்கறையாய் சொல்லுவார். அவ்ளோ மரியாதையான பர்சன். அவர் ஹாஸ்ப்பிட்டல்ல இருந்தப்ப எல்லாருமே அவர் மீண்டு வந்துவிடுவார்ன்னு தான் நெனச்சோம். ஆனா, இப்படி திடீர்னு ஏற்பட்ட அவருடைய மரணம் திரையுலகம், இசை உலகம் தாண்டி எல்லோருக்குமே ஒரு பர்சனல் இழப்பாத்தான் ஒவ்வொருத்தரும் நினைக்கிறாங்க.

அவர் பாடிய பாடல்கள் சாகாவரம் பெற்றவை. அந்த பாடல்கள் என்றைக்கும் உயிர்ப்போடு இருக்கும்.

11 எல்.ஆர். ஈஸ்வரி

வாழ்ந்தா அவர மாதிரி வாழனும்

எஸ்.பி.பி. அவர்கள் அவ்ளோ நல்லவர். அவர் எங்கே இருந்தாலும் நல்லா இருப்பார். அவருடைய ஆன்மா திருப்தியோட இருக்கும். ஆனா, இவ்வளவு நல்ல மனிதர் இவ்வளவு கஷ்டப்பட்டு இறந்து போயிருக்காரேன்னு தான் ரொம்ப வருத்தமா இருக்கு. அவருக்கு ஹாஸ்பிட்டல்ல கடைசி நாட்கள்ல என்ன சாப்பிட அனுமதிச்சாங்கன்னு தெரியல. அவர் பூரி மசாலா, மசாலா தோசை இதையெல்லாம் விரும்பி சாப்பிடுவாரு. நேரத்துக்கு சாப்பிடுவாரு. நல்லா வாழ்ந்த மனுஷன்.ஹாஸ்ப்பிட்டல்ல அவரு இருந்த வீடியோக்கள பார்த்தப்போ மனசுக்கு ரொம்ப வருத்தமா இருந்தது.

அவர் மட்டுமில்ல அவரோட குடும்பவும் அன்பால் கட்டுண்டது தான். பாலுவை அவ்ளோ நல்லா பார்த்துக்கிட்டாங்க. அவங்க எல்லாரும் நல்லா இருப்பாங்க.

பாலு கூட சேர்ந்து நான் பல்லாயிரக்கணக்கான பாடல்கள் பாடியிருக்கேன். அவரோட சேர்ந்து பாடின எல்லா பாடல்களுமே எனக்கு பிடிச்சது தான். அவர் கூட பாடுறப்ப அலுப்பே தெரியாது. ஒரு குழந்தை இருக்கிற இடம் மாதிரி எப்பவுமே சந்தோஷமா கலகலன்னு சூழலையே மாத்திடுவார். அவரு ஒரு குழந்தை மாதிரி. ரொம்ப மனித நேயமிக்க ஒரு மனிதர். பொறந்தா அவரை மாதிரி பொறக்கணும். அவரை மாதிரி வாழனும் அவர் கொரோனா டைம்ல எல்லாரையும் ரொம்பவும் ஜாக்கிரதையா இருங்க, ஜாக்கிரதையா இருங்கன்னு சொன்ன மனுஷன்; அதே கொரோனா வந்து ஹாஸ்ப்பிட்டல்ல போய் சேர்ந்தாரு. திடீர்னு நல்லா ஆயிட்டாரு. அப்படின்னு நியூஸ் வந்தப்போ கொஞ்சம் நிம்மதியா இருந்தது. ஆனா, அதுக்கு பிறகு, ரொம்ப சீரியசாய் நம்மையெல்லாம் விட்டுட்டு போயிட்டார்ன்னு எல்லாரும் சொல்றாங்க ஆனா, என்னை பொருத்தவரைக்கும் அவர் எங்களை விட்டு எங்கேயும் போகல. எங்க கூட தான் வாழ்ந்துட்டிருக்காரு. அவரோட பாடல்கள் எல்லாம் காலத்தால் அழிக்க முடியாத பாடல்கள். அந்த இறவாத பாடல்களோடு நாமும் இருக்கிறோம். நம்மோடு அவரும் இருக்கிறார்.

காற்றில் கலந்த புல்லாங்குழல் இசையாக எஸ்.பி.பி. என்றென்றும் நம்முடனே வாழ்ந்து கொண்டிருப்பார். அவரின் இனிமையான பாடல்களின் மூலமாக.

12 சுதா ரகுநாதன்

மேஜிக் பாடகர்

எனக்கு அவர் பாடிய எல்லா பாடல்களும் ரொம்பப் பிடிக்கும் குறிப்பா ‘மலரே மௌனமா’, ‘என் இனிய பொன் நிலாவே’, ‘ஆயிரம் நிலவே வா’ போன்ற பாடல்கள் எனக்கு ரொம்ப பிடிக்கும்.

அவர் பாடும் பாடலில் காதல் இருக்க வேண்டும் என்றால் ‘காதல்’ இருக்கும்.அதே போல் வீரம், கம்பீரம், சோகம், எது வேண்டுமோ... அது கண்டிப்பாக இருக்கும். ஒரே குரலில் இவ்வளவு உணர்ச்சிகளைக் கொண்டு வருவது என்பது பெரிய சாதனை. அப்படிப்பட்ட எஸ்.பி.பி. சார் தனக்கென்று ஒரு மேஜிக் வெச்சிருக்க்கார்.

தொகுப்பு: தினேஷ் கன்னிமாரி ❧ 151

நடிகர்கள்

| 1 | கமல் ஹாசன் |

என் உடன் பிறவா அண்ணன்

எந்த ஒரு பாடகருக்கும் எஸ்.பி.பி. அவர்கள் அளவுக்குச் சாதனைகள், விருதுகள், பாராட்டுக்கள் கிடைத்ததில்லை. அதுபோல் வாய்ப்புகளும் கிடைத்ததில்லை. வெகுசில பெரும் கலைஞர்களுக்கே தாம் வாழும் காலத்துலேயே அவர் திறமைக்கு தகுந்த புகழ் கிடைக்கும். அப்புகழ் கிடைக்கப் பெற்ற ஒருவர்தான் என் உடன் பிறவா அண்ணன் திரு. எஸ்.பி.பி. அவர்கள். அதுமட்டுமல்ல விமர்சனத்தையும் பாராட்டையும் ஒரே மாதிரி எடுத்துக்கொள்ள கூடியவர் எஸ். பி.பி. அவர்கள். நானும் அவரைப் போல் ஆவதற்கு முயற்சி செய்து கொண்டிருக்கிறேன்.

எப்படி சந்திரஹாசன் அவர்கள் எனக்கு அறிவுரை சொல்லுவாரோ எப்படி சந்திரஹாசன் அவர்கள் என் வெற்றியில் குதூகலித்து என் தவறுகளில் பதறிப்போய்

எனக்கு அறிவுரை கொடுப்பாரோ அதே மாதிரி எஸ்.பி.பி. அவர்கள் என்னை தேடிவந்து அறிவுரையும் பாராட்டும் சொன்னவர். அதே போல் மற்றவர்கள் என்னை தவறாக பேசும்போது கண்கலங்க கூடிய வெகு சிலரில் அவரும் ஒருவர்.

என்னை பத்தி பெருமையா பேசினா கண்கலங்கிடுவாரு. அதனால ஒரு சந்தோஷமான சூழல்ல கூட எஸ்.பி.பி.யை கண்கலங்க வச்சு பாக்கணும்னா என்னை பத்தி நிறைய நல்லது பேசிக்கிட்டுருந்தாலே போதும் கர்சீப் எடுத்து கண்ண துடைச்சுக்குவாரு. அப்படிப்பட்ட ஒரு உறவு ஏற்பட்டதினால் தான் அவர் என்னோட அண்ணனா இருக்கிறார். ஆரம்பத்துல நான் அவரோட நண்பரா ஆரம்பிச்சேன். அப்புறம் இணை பிரியாத ஒரு ஜோடி ஆயிட்டோம். அதுக்கப்புறம் அவர் என்னோட உறவாவே மாறிட்டாரு.

என்னை பத்தின விமர்சனங்களையும், அவரை பற்றிய விமர்சனங்களையும் எனக்கு தேவையான விஷயங்களையும் நான் அவர்கிட்ட வற்புறுத்தி கேட்க முடியும்.

அவரை நடிக்க கூப்பிட்டதற்கு நான் தான் காரணம்னு தைரியமா சொல்லலாம். அவருக்கு நடிப்பில் ஒரு சின்ன ஆர்வம் இருந்தாலும் கூட ஆரம்பத்தில் அவரை நடிக்க கைய்ய புடிச்சு தரதரன்னு கூட்டிட்டு வந்தது நானாகத்தான் இருக்கும். அந்த உரிமையை அவர் எனக்கு கொடுத்திருந்தார்.

தெலுங்குல 'சக்ரவர்த்தி'ன்னு ஒரு இசையமைப்பாளர் இருந்தாரு. அவர் வந்து பாலு சாருக்கு மிக நெருங்கிய நண்பர். அவர் எனக்கும் நண்பரா ஆனாரு. அதற்கு காரணம் பாலு சார் அல்ல. நாங்கள் தனித்தனியா நண்பர்களானோம் ஒருவர் தொடர்பில்லாமல்.

அந்த சமயங்களில் நான் நடித்த தெலுங்கு படங்களுக்கு சக்கரவர்த்தி சார் தான் டப்பிங் பேசினார். அவர் தான் பாலுவை சிபாரிசு செய்து என்னை விட பாலு பேசினால் ரொம்ப நல்லா இருக்கும்னு சொன்னார்.

சக்கரவர்த்தி சார் சொல்லித்தான் பாலு வந்து எனக்கு முதன் முதலா டப்பிங் பேசினாரு.

அந்த சமயங்கள்ல பாலுவுக்கு வீட்ல இருக்கிற உறவினர்கள் கிட்ட கூட பேச நேரம் இருக்காது. ஆனா, அந்த நேரத்துலயும் அவர்

எனக்காக நேரம் ஒதுக்கி டப்பிங் பேச வந்தாரு. அப்படி கிட்டத்தட்ட 100 படங்களுக்கு மேல் எனக்கு குரல் கொடுத்திருக்கிறார்.

அவர் டப்பிங் பேசினால் அது என் குரலா பாலுவோட குரலான்னு ரசிகர்கள் குழம்பி போயிடுவாங்க. அதுல இன்னொரு யுக்தி என்னான்னா தெலுங்குல எனக்கு டப்பிங் பேசும்போது கிட்டத்தட்ட என் குரல் மாதிரியே கொண்டு வந்துடுவாரு. அது வந்து மிமிக்ரி அல்ல. அது அவரோட ஸ்பெஷல்ன்னு தான் சொல்லணும். அவ்வளவு கச்சிதமா பேசுவாரு. நானே பாத்திரங்கள் மாறி மாறி பாடும்போது அதுக்கேத்த மாதிரியும் அவர் பாடியிருக்கிறார்.

ஒரு உதாரணம் சொல்லணும்னா 'இந்திரன் சந்திரன்'ன்னு ஒரு படம் தமிழ்ல டப் பண்ணினோம். அது வந்து தெலுங்குல தான் எடுத்தோம். அந்த படத்துல வந்த ஒரு மேயர் கதாபாத்திரம் பாடுற பாட்டுக்கு நான் பேசின குரல்லயே அவர் பாடியிருப்பாரு. அதுல என்னாச்சுன்னா அந்த பாட்டை முழுசா பாடி முடிக்கும் போது எஸ்.பி.பி.யோட தொண்டை புண்ணாகி டாக்டர் கிட்ட போற மாதிரி ஆயிடுச்சு. என்னை மற்ற தயாரிப்பாளர்கள் எல்லாம் வைய்ய ஆரம்பிச்சுட்டாங்க.

அவரை கொண்டுபோய் இப்படி பண்ண வச்சு எங்க ரெக்கார்டிங் எல்லாம் கெடுத்திட்டீங்களேன்னு சொன்னவர்களும் உண்டு.

அவர் எனக்கு குரல் கொடுத்தது டப்பிங்கில் மட்டுமல்ல, நான் இல்லாத போது எஎன்னை புகழ்ந்து பேசும் குரலாகவும் அவர் இருந்திருக்கிறார். காரணம், வெளியே எங்காவது என்னை பற்றி பேச வேண்டி வந்தால் பத்து செகண்ட் பேசறதை நீட்டி ரெண்டு நிமிஷம் பேசுவார். அதை பல பேர் வந்து என்கிட்டயே சொல்லியிருக்காங்க. தனிப்பட்ட முறையில் மட்டுமல்ல மைக்கில் கூட என்னை பற்றி அப்படித்தான் பேசுவாரு. அதற்கு காரணம் எங்கள் professional வாழ்க்கை இணைந்திருந்ததினால் மட்டுமல்ல, அதையும் தாண்டி எங்களுக்குள்ளான புரிதலும், அன்பும் தான்.

அவர் வந்து எனக்கு வாத்தியார் மாதிரி தான். மேல் க்ளாஸ்ல படிக்கிற பையன் கீழ் க்ளாஸ்ல படிக்கிற பையன் கிட்ட கிண்டல் அடிக்கிறது யதார்த்தம். ஆனா, எஸ்.பி.பி. அவர்கள் அப்படியில்லை. என் கூட நின்னு என்னை பாட சொல்லி வற்புறுத்துபவரும் கூட.

ஐய்யயோ அப்ப அந்த பாட்டை நீங்கள் பாடிடுங்கன்னு அவர்கிட்ட சொன்னால் "இல்லை நீ நல்லா பாடியிருக்கே"ன்னு சொல்லி

என்னை தைரியப்படுத்தி என்கிட்ட நின்னு எனக்கு உதவி பண்ணுவாரு. அப்ப நான் அவர் கூட எடுத்துக்கொண்ட ஒரு ஃபோட்டோ கூட ஞாபகார்த்தமா எடுத்து வச்சிருக்கேன்.

அவருக்கு வந்து உடம்பு மட்டும் பெருசல்ல ; மனசும் அதை விடபெரிசு. முதல்ல ஒல்லியாதான் இருந்தாரு. அப்புறம் அவரோட உடலும் பெருசாயிடுச்சு.

அவருடைய பாட்டு மத்தவங்களுக்கெல்லாம் எப்படி சோகத்தில், சந்தோஷத்தில், காதலில், பிரயோஜனப்பட்டிருக்கோ அதே போல் எஸ்.பி.பி. அண்ணனோட பாடல் எனக்கும் பிரயோஜனமா இருந்திருக்கு.

எஸ்.பி.பி. அண்ணன் முதன் முதலா பாடினா "ஆயிரம் நிலவே வா" பாட்டை நான் கொஞ்சம் சுமாரா பாடுவேன். அந்த பாட்டு என்னை கல்யாணம் வரைக்கும் கொண்டு போயிருக்கு. அதுக்கு காரணம் எஸ்.பி.பி. தான். இதை சொல்லி நான் அவரை கிண்டல் பண்ணிருக்கேன்.

"ஆயிரம் நிலவே வா" பாட்டை நான் முதன் முதலா கேட்டப்போ அந்த பாடலை பாடிய பாடகரை நேரில் சந்திக்கணும்னு தோணுச்சு. அந்த சந்திப்பு மிக சாதாரணமா நடந்துச்சு. ஆனா, வாழ்க்கைல நாங்க இப்படி இணையப் போறோம்னு அப்போது நினைக்கல. அவர் எனக்கு பின்னணி பாடினால் நல்லா இருக்கும்ன்னு நினைச்சுட்டு இருந்தேன். ஆனா, காலப்போக்குல அவரைத்தவிர வேறு யாரும் பாடக்கூடாதுன்னு தயாரிப்பாளர்களும் ரசிகர்களும் சேர்ந்து நிர்பந்தம் செய்யும் அளவிற்கு ஆகிவிட்டது. அவர் இல்லேன்னு சொன்னாதான் வேற பாடகர்கள் பாடுவாங்க. அப்படிதான் எனக்கும் பாடுவதற்கான வாய்ப்புகள் கிடைத்தது.

சில சமயம் எஸ்.பி.பி. அவர்கள் இந்தியாவுல இல்லை, எங்களுக்கு சீக்கிரமா ஷூட்டிங்க்கு போக வேண்டும். அப்படியான சில சூழல்ல சரி, தற்சமயம் ட்ராக்காவது பாடி ஷூட் பண்ணிக்கலாம். அதுக்கப்புறம், பாலு வந்து சரியா பாடி கொடுத்துடுவார். அப்படின்னு சொல்லி இளையராஜா அவர்களின் வற்புறுத்தலின் பேரில் நான் பாடிட்டு வந்திருக்கிறேன்.

கடைசில, அது என்னாச்சுன்னா பரவாயில்லை இதுவே நல்லாத்தான் இருக்குன்னு சொல்லி ராஜா சார் அந்த பாடல்களையே

படத்துல வச்சுக்கிட்டார். எஸ்.பி.பி. அவர்களுக்கு நேரம் இல்லாத காரணத்தினால் எனக்கு கிடைத்த வாய்ப்புகள் அது.

அவர் எனக்காக ஏராளமான ஹிட் பாடல்களை பாடியிருக்கிறார். அதை பற்றி சொல்ல வேண்டுமென்றால் ஏராளாமான விஷயங்கள் இருக்கு. அதில் ஓரிரு பாடல்களை பற்றி குறிப்பிடுகிறேன்.

அவர் வந்து ஒரு பக்கம் 'மேகம் கொட்டட்டும் ஆட்டம் உண்டு' என்று குரலில் ஆட்டம் காட்டுவார். இன்னொரு பக்கம் 'நீ தானே என் பொன் வசந்தம்' என்று உருகுவார்.

என்னுடைய நூறாவது படமான 'ராஜா பார்வை' என்ற படத்திற்காக

'அந்தி மழை பொழிகிறது...
ஒவ்வொரு துளியிலும்
உன் முகம் தெரிகிறது.
இந்திரன் தோட்டத்து முந்திரியே
மன்மத நாட்டுக்கு மந்திரியே'

என்ற ஒரு பாடலை பாடி அந்த படத்திற்கு புகழ் மாலை சூட்டினார்.

அதே போல் ஆங்கில புத்தாண்டுக்கான சிறப்பு பாடல் என்றால் 'சகல கலா வல்லவன்' படத்தில் எஸ்.பி.பி. எனக்கு பாடிய

'இளமை இதோ இதோ...
இனிமை இதோ இதோ...
காலேஜ் டீன் ஏஜ் பெண்கள்
எல்லோர்க்கும் என் மீது கண்கள்
இளமை இதோ இதோ...
இனிமை இதோ இதோ ...'

என்ற பாடல் தான்.

அது மட்டுமல்ல, ஒரு பாட்டை குரல் மாற்றி பாடி அந்தப் பாடலை எல்லோரும் ரசிக்கும் படி செய்வதில் அவர் ஒரு சூரர்.

குறிப்பா நான் நடித்த 'உல்லாச பறவைகள்' என்ற படத்தில் 'எங்கெங்கும் கண்டேனம்மா' என்னும் பாட்டில் எஸ்.பி.பி. சுருளிராஜன் குரலில் பாடியிருப்பார். அதேபோல் நான் நடித்த 'விக்ரம்' படத்தில் வரும்

> 'ஏஞ்சோடி மஞ்சக்குருவி
> சாஞ்சாடு நெஞ்சத் தழுவி
> ஆட்டம் போடடி
> ஹோ ஓ ஓ
> பாட்டு பாடடி
> ஹோ ஓ ஓ
> சூடான பொட்டல் காடு
> ஜோராக கத்திப் பாடு
> ஒன்னப் பாரு மண்ணைப் பாரு
> பொன்னப் போல மின்னும் பாரு'

என்ற பாடலில் எனக்காக குரலை மாற்றி பாடியிருப்பார். அதே பாடலில் ஹிந்தி நடிகர் அம்ஜித் கானுக்கும், ஜனகராஜுக்கும் குரல் மாற்றி பாடியிருப்பார்.

அதே போல் நான் நடித்த 'ஜப்பானில் கல்யாணராமன்' என்ற திரைப்படத்தில் 'வாய்யா வாய்யா' என்னும் பாடலை என் கதாப்பாத்திரத்துக்கு ஏற்றார் போல் மிக வெகுளியாக பாடியிருப்பார். அதே போல் 1974-ல் வெளிவந்த 'அவள் ஒரு தொடர் கதை' என்ற திரைப்படத்தில்

> 'கடவுள் அமைத்து வைத்த மேடை
> இணைக்கும் கல்யாண மாலை
> இன்னார்க்கு இன்னாரென்று
> எழுதி வைத்தானே தேவன் அன்று'

என்ற பாடலை அவர் எனக்காக பல குரலில் வித்தைகள் செய்து பாடியிருப்பார்.

அவர் இப்படி பாடியது தமிழ் மொழியில் மட்டுமல்ல, பிறமொழி பாடல்களிலும் கூட இப்படிக் குரலை மாற்றிப் பாடி ரசிகர்களை ஈர்த்தார் என்பது ஒரு சிறப்பம்சமாகும்.

கடைசியா நம்மளை எல்லாம் ஜாக்கிரதையா இருங்கன்னு சொல்லி கோவிட் பாட்டு கூட பாடியிருக்காரு. அப்படி அவர் எல்லா தருணத்திற்கும் பாடி வைத்திருக்கிறார். கிட்டத்தட்ட 45000 பாடல்கள். அதுல நாம தினமும் நாலைந்து பாடல்கள் கேட்டுட்டு வந்தா கூட அதை கேட்டு முடிக்கும் பொது நமக்கு இந்த பூமியில் இருந்து விடைபெறுவதற்கான நேரம் சரியா இருக்கும்.

தொகுப்பு: தினேஷ் கன்னிமாரி

என்னை பொருத்த வரை 'வாழ்க்கை', 'மரணம்' என்பதை நான் இரண்டு புத்தகங்களாக பார்ப்பதில்லை. ஒரே புத்தகத்தின் இரண்டு அத்தியாயங்களாகத்தான் பார்க்கிறேன்.

"வாழ்க்கையில் சம்பந்தப்பட்டது தான் மரணம்" என்பதை ஒத்து கொண்டவர்களில் நானும் ஒருவன். அதனால எஸ்.பி.பி. அவர்கள் இறந்துவிட்டார் என்பது உண்மை தான். ஆனால், அவர் இல்லை என்று சொல்ல முடியாது. இப்போ என் பேச்சில் இருக்காரு, என் சிந்தனையில் இருக்காரு. என் படங்களில் குரலாகவும், உருவமாகவும் இருக்காரு. அதனால தான், அவர் நடிக்கணும்னு நான் விரும்பியது. மற்ற பாடகர்கள் மாதிரி இல்லாமல் கிஷோர் குமார் மாதிரி அவரை பற்றிய நிறைய ஆவணங்கள் இருக்கணும்னு நான் நினைச்சேன். அதனால தான் நான் அவரை நடிக்க கூப்பிட்டேன். அவருடைய பாடலை பார்த்து நான் என்றைக்குமே பொறாமை பட்டதில்லை. காரணம், பெரிய பெரிய பாடகர்களே பொறாமை பாடறதை விட்டுட்டு அவரை ஏத்துக்கிட்டு ஒத்துக்க ஆரம்பிச்சுட்டாங்க. அதை போல் என் நடிப்பை பார்த்து அவரும் பொறாமை பட்டதில்லை. ஆனால், அவர் நடிக்க வந்த பிறகு என்னுடைய public relation officer ஆக மாறிப்போனார் என்று சொன்னால் அது மிகையாகாது.

நாடு தழுவிய புகழ் மழையில் நனைந்த படியே அவரை வழியனுப்பி வய்த்த அவரின் அத்தனை ரசிகர்களுக்கும், அவர்களில் ஒருவனாக என் சிரம் தாழ்ந்த வணக்கங்கள். அவர் நனைந்த மழையில் கொஞ்சத்தை நானும் பகிர அனுமதித்த அண்ணனுக்கு நன்றி. அவரின் குரலில் நிழல் பதிப்பாக பல காலம் வாழ்ந்தது எனக்கு வாய்த்த பேரு. பல மொழிகளில் நாலு தலைமுறை திரை நாயகர்களின் குரலாக வாழ்ந்தவர். ஏழு தலைமுறைக்கும் அவர் புகழ் வாழும்.

2 ரஜினிகாந்த்

எனக்கான ஃபார்முலாவை உருவாக்கியவர்

எனக்காக எஸ்.பி.பி. பாடிய முதல் பாடலைப் பலரும் அறிந்திருக்க வாய்ப்பில்லை என்பது சற்று ஆச்சர்யமான உண்மை. காரணம், அந்தப் பாடல் பெரிதாக பிரபலம் ஆகவில்லை. மேலும், அந்தப் பாடலின் பல்லவி முழுவதும் ஆங்கில வார்த்தைககளைக் கொண்டு அமைக்கப்பட்டிருக்கும். அந்த படமும் ஒரு பிரபலமான படமல்ல.

அந்த படம் வந்து 'என் கேள்விக்கு என்ன பதில்' எனும் திரைப்படம் தான். அந்தப் படத்தில் எனக்கான பாட்டை எஸ்.பி.பி. பாடியிருந்த போதிலும் நான் அந்தப் படத்தின் கதாநாயகன் அல்ல. படத்தின் கதாநாயகன் 'விஜயகுமார்' அவர்கள். நான் அந்த படத்தில் இரண்டாவது கதாநாயகன் மட்டுமே.

அந்த படத்தின் கதை பழிவாங்கும் கதையாக அமைக்கப்பட்டிருந்தது. இறுதிக் காட்சிக்கு முன்னர் வில்லனுக்குச் சவால் விட்டு நான் பாடுவது போல் எழுதப்பட்ட பாடல் அது.

அந்த பாடல் எம்.எஸ்.விஸ்வநாதன் இசையில் கவிஞர் கண்ணதாசனின் வரிகளில் எஸ்.பி.பி. அவர்கள் பாடியிருந்தார்.

'மை நேம் இஸ் நோபடி
ஹிஸ் நேம் இஸ் சம்படி
ஐ வான்ட் தட் சம்படி
ஓம் ஹரி ஓம் ஹரி ஓம் ஹரி ஓம்...'

இப்படி ஆரம்பிக்கும்....இந்தப் பாடலை முதலில் எம்.எஸ். விஸ்வநாதன் பாடுவதாக இருந்தது. பின்னர் கடைசி நேரத்தில் தான் எஸ்.பி.பி.யை அழைத்தார்கள். அந்த பாடலில் என்னுடைய டான்ஸ், ஆக்ஷன் இவை எல்லாம் இருக்கிறது என்றதும் எஸ். பி.பி. தன்னுடைய குரலை மாற்றி ஏற்ற இறக்கங்களோடு பாடி எனக்கென்று ஒரு ஃபார்முலாவை உருவாக்கினார். 1978-இல் உருவாக்கப்பட்ட அந்த ஃபார்முலா 40 ஆண்டுகளைக் கடந்தும் வெற்றிகரமாகக் கொண்டாடப்படுகிறது.

எனக்கான முதல் டூயட் பாடலைப் பாடியவரும் எஸ்.பி.பி. அவர்கள்தான். 1977-ல் இளையராஜாவின் இசையில் பஞ்சு அருணாசலத்தின் வரிகளில் 'புவனா ஒரு கேள்விக்குறி' என்ற படத்தில் இடம் பெற்ற

'விழியிலே மலர்ந்தது
உயிரிலே கலந்தது
பெண்ணென்னும் பொன்னழகே அடடா
எங்கெங்கும் உன்னழகே அடடா
எங்கெங்கும் உன்னழகே ...'

எஸ்.பி.பி. இந்தப் பாடலை ஏற்ற இரக்கத்தோடு பாடியிருப்பார். அதுமட்டுமல்ல இளையராஜா - எஸ்.பி.பி. கூட்டணிக்கு நல்ல பேர் வாங்கித் தந்த படமும் கூட.

தமிழில் மட்டுமல்லாது, அந்த வருடத்தில் அதே மாதத்தில் வெளியான தெலுங்கு, கன்னடப் படங்களுக்கும் எனக்காக எஸ். பி.பி. பாடியிருந்தார்.

எனக்காக எஸ்.பி.பி. பாடிய இரண்டாவது டூயட், தமிழில் அல்ல தெலுங்கில்.

'சிலகம்மா செப்பிந்தி' என்ற படத்தில் வரும் 'குர்ரா பானுகோனி', என்ற பாடல் எஸ்.பி.பி.க்கு தெலுங்கில் பெயர் வாங்கித் தந்த பாடல்களில் ஒன்று.

'சிலகம்மா செப்பிந்தி' என்ற படம் தான் பின்னாளில் தமிழில் மறு உருவாக்கம் செய்யப்பட்டு 'நிழல் நிஜமாகிறது' என்னும் பெயரில் வெளியானது. எஸ்.பி.பி. பாடிய அதே தெலுங்குப் பாடலைப் பின்னாளில் தமிழிலும் பாடினார். அந்தப் பாடல் தான் 'கம்பன் ஏமாந்தான்' என்ற பாடல்.

எனக்கான எஸ்.பி.பி.யின் மூன்றாவது டூயட் பாடல்,'சகோதர சவால்' என்னும் கன்னட படத்தில் இடம் பெற்றது. அந்தப் பாடல் 'நல்லனி சவி' என்ற இப்பாடல் மெகா மெலடி ஆகும். இதே பாடல் தெலுங்கிலும் உருவாக்கப்பட்டு அந்த தெலுங்குப் பாடலையும் எஸ்.பி.பி. அவர்கள் எனக்காக பாடினார்.

அதன் பிறகு ஏராளமான படங்களில் விதவிதமான பாடல்களைப் எனக்காக பாடியுள்ளார் எஸ்.பி.பி. அவர்கள். அப்படி பாடிக் கொண்டிருந்த எஸ்.பி.பி.க்கு என் அறிமுகப் பாடல் தான் அதிக அளவில் அவருக்கு பெரிய அடையாளத்தை தேடி தந்தது என்று சொல்லலாம்.

1990-களில் 'தளபதி' என்ற படத்தில் ஆரம்பித்து, 2020 'தர்பார்' வரை எனக்காக எஸ்.பி.பி.யின் வெற்றிக்கொடி பறந்தது. இறுதியில் 'அண்ணாத்தே' என்ற படத்தில் வந்து நிலைக்கொண்டு விட்டது.

எஸ்.பி.பி. எனக்காகப் பாடிய பாடல்கள் 100க்கும் குறைவானவையே. அதில் எனக்கான அறிமுகப் பாடல்கள் 30க்குள் இருக்கும். ஆனாலும், அத்தனை பாடல்களும் உலகெங்கும் உள்ள தமிழர்களால் கொண்டாடப் பட்டவை என்றால் அது மிகையல்ல.

எஸ்.பி.பி.யின் பாட்டுக்கும் அவரது குரலுக்கும் ரசிகர்களாக இல்லாதவர்களே இந்தியாவில் இருக்க மாட்டார்கள். அவருக்கு தெரிந்தவர்கள் அவரது பாட்டைவிட அவரது குரலை விட, அவரை நிறைய நேசித்தார்கள். அதற்கு காரணம் அவருடைய மனித நேயம். அவர் எல்லோரையும் சிறியவர் பெரியவர் என்று பார்க்காமல்

தொகுப்பு: தினேஷ் கன்னிமாரி ෆ 163

மதித்தார், கவுரவப்படுத்தினார். அன்பு செலுத்தினார். அவ்வளவு அருமையான மனிதர்.

பல வருடங்கள் என் குரலாக இருந்து இருக்கிறார் எஸ்.பி.பி. அவர்கள்.

இந்திய திரையுலகம் எத்தனையோ மிகப்பெரிய பாடகர்களை உருவாக்கி இருக்கிறது. முகமது ரஃபி, கிஷோர்குமார், கண்டசாலா, டி. எம்.சவுந்தர ராஜன் போன்ற பாடகர்களுக்கு இல்லாத ஒரு சிறப்பு எஸ்.பி.பி.க்கு இருக்கிறது. அவர்கள் எல்லோரும் குறிப்பிட்ட மொழியில் தான் பாடினார்கள். ஆனால், எஸ்.பி.பி. பல மொழிகளில் பாடியிருக்கிறார். அவருக்கு ரசிகர்களாக இல்லாதவர்களே இருக்க மாட்டார்கள். அவரை அவ்வளவு ரசித்தார்கள்.

அவருடைய இனிமையான, கம்பீரமான அந்த குரல் இன்னும் நூறு ஆண்டுகள் ஆனாலும் கூட நம் மத்தியில், நம் காதுகளில் ஒலித்துக் கொண்டு தான் இருக்கும்.

3 சிவகுமார்

மூச்சு காற்றை பாட்டாக்கியவர்

எஸ்.பி.பி. என்னைவிட ஐந்து வயசு சின்னவன். அவர் முதன் முதலா எனக்கு பாடின பாட்டு 'பால்குடம்' படத்துக்காக 'மல்லிகை பூ வாங்கி வந்தேன்' என்றொரு பாடல்.

அதுக்கு முன்னாடி 'சாந்தி நிலையம்' படத்துக்காக 'இயற்கை எனும் இளைய கன்னி' என்ற பாட்டை ரிக்கார்டு பண்ணிட்டாங்க. அதே மாதிரி எம்.ஜி.ஆர் நடித்த 'அடிமை பெண்' படத்துக்காக 'ஆயிரம் நிலவே வா' என்ற ஒரு பாட்டும் ரிக்கார்டு பண்ணிட்டாங்க. ஆனா, 1969-ல பொங்கலுக்கு நான் நடித்த 'பால்குடம்' படம் ரிலீசாச்சு. மே மாசத்துல தான் சாந்தி நிலையமும், அடிமைப்பெண்ணும், ரிலீஸ் ஆச்சு. அந்த கணக்குப்படி பார்த்த எஸ்.பி.பி. தமிழில் முதன் முதலா எனக்கு தான் பாடியிருக்காரு.

தொகுப்பு: தினேஷ் கன்னிமாரி

அடுத்தது 1971-ல 'மூன்று தெய்வங்கள்' ன்னு ஒரு படம். அதுல 'முள்ளில்லா ரோஜா'ன்னு ஒரு பாட்டு எஸ்.பி.பி. பாடியிருப்பாரு. அப்ப அவருக்கு 24 வயசிருக்கும். குரலில் இளமை துள்ளி விளையாடியது. அவரோடு சேர்ந்து சுசீலாம்மாவும் பாடியிருப்பாங்க. அவங்க 2 பேரும் அவ்வளவு அழகா டூயட் பாடியிருந்தாங்க.

அதே வருடத்துல 'கண்காட்சி' ன்னு ஒரு படம் இயக்குனர் A.P.நாகராஜ் எடுத்தாரு. அதுலயும் எஸ்.பி.பி.க்கு ஒரு பாட்டு வந்துச்சு. கே. டி.சந்தானம் ன்னு சொல்லி ஒரு பாடலாசிரியர் அந்த பாட்டை எழுதியிருந்தாரு.

பாட்டு ரெடியானதும் இயக்குனர் எஸ்.பி.பி.யை கூப்பிட்டு "பாலு, இந்த பாட்டை நீங்க வீட்ல கொண்டு போயி படிச்சிட்டு வந்திருங்க" ன்னு சொன்னாரு.

அதுக்கு பாலு வந்து "நான் மெட்ராசுல வளைந்த பையன் சார். எனக்கு தமிழ் நல்லா தெரியும். நீங்க கவலையே படாதீங்க"ன்னு சொன்னாரு.

"அப்படி இல்லப்பா இங்க வா" ன்னு சொல்லி அந்த பாட்டை இயக்குனர் பாலுவுக்கு படிச்சு காட்டினாரு...

'அநங்கன் அங்கஜன் அன்பன்
வசந்தன் மன்மதன் என்றும்
வணங்கும் உன் உயிர் மன்னவா
மண் உயிர் பிம்பம் வழங்கும்
உன் புகழ் சொல்லவா
கதம்பம் செண்பகம் தங்கும்
கருங் கூந்தல் கவின் பொங்கும்
கனிந்து ஓங்கும் பெயர் கன்னியே
அன்பெழுந்தங்கம் கலந்தின்பம்
தரும் கன்னியே ...'

இப்படி ஆரம்பிக்கும் அந்த பாடல் கொஞ்சம் கடினமான பாடலாக இருந்தது. பாடல் வரிகளை கேட்டதும் பாலு இயக்குனர் கிட்ட சார் அந்த பேப்பரை குடுங்கன்னு சொல்லி வாங்கிட்டு போயி வீட்ல வச்சு படிச்சுட்டு அடுத்த நாள் வந்து பிரமாதமா பாடினார்.

அதுக்கடுத்தது 1978-ல 'சிட்டுக்குருவி' ன்னு ஒரு படம் இயக்குனர் 'தேவராஜ் மோகன்' இயக்கினார். அதுல வந்து

‘என் கண்மணி
உன் காதலி இள மாங்கனி
உன்னை பார்த்ததும் சிரிக்கின்றதேன்;
சிரிக்கின்றதேன்
நான் சொன்ன ஜோக்கை கேட்டு நாணமோ
நீ நகைச்சுவை மன்னனில்லையோ’

இப்படி ஒரு பாட்டு வரும். அதை எஸ்.பி.பி. ரொம்ப நல்லா பாடியிருப்பாரு. இளையராஜாவோட இசையில் ரொம்ப ஹிட்டான பாடல் அது.

அதை தொடர்ந்து இளையராஜாவின் இசையில் எஸ்.பி.பி. எனக்காகப் பாடி உச்சம் தொட்ட ஒரு பாடல் -

‘உச்சி வகுந்தெடுத்து பிச்சி பூ வச்ச கிளி,
பச்சைமல பக்கத்தில மேயுதுன்னு சொன்னாங்க
மேயுதுன்னு சொன்னதுல நியாயமென்ன கண்ணாத்தா’

என்று தொடங்குகின்ற இந்த பாடல் எனது 100-வது படமான ‘ரோசாப்பூ ரவிக்கைக்காரி’ என்ற படத்தில் இடம் பெற்ற பாடல்.

ஒரு நாள் நான் பிரசாத் ஸ்டுடியோவில் ராத்திரி ‘ஏணிபடிகள்’ என்ற படத்தில் நடித்து கொண்டிருந்தேன். அப்ப இந்த பாட்டை ரிக்கார்டிங் பண்ணி முடிச்சிட்டு திருப்பூர் மணி ஒரு டேப் ரிக்கார்டர் கொண்டு வந்து எனக்கு அந்த பாட்டை ப்ளே பண்ணி காட்டினார். நான் அந்த பாட்டை கேட்டதும் என் கை கால் எல்லாம் விறச்சு போச்சு. அப்படி ஒரு அருமையான பாடல்.

நான் திருப்பூர் மணியை கூப்பிட்டு அந்த பாட்டை நீங்க உடனே படமாக்க வேண்டாம். நாம முழு படத்தையும் முடிச்ச பிறகு கடைசில தான் இந்த பாட்டை படமாக்கணும்னு சொன்னேன். படம் வெளியானதும் பாடல்கள் எல்லாம் சூப்பர் ஹிட். குறிப்பா இந்த பாடல் இளையராஜாவுக்கும், எஸ்.பி.பி.க்கும் பெரிசா பேர் வாங்கி கொடுத்த ஒரு பாட்டு. அதே மாதிரி அந்த படத்தில் என்னுடைய வெகுளித்தனமான கதாபாத்திரத்திற்கேற்றவாறு எஸ்.பி.பி.யும், எஸ்.பி.ஷைலஜாவும் ஒரு பாட்டு பாடியிருப்பாங்க.

‘மாமன் ஒரு நா
மல்லியப்பூ கொடுத்தான்
என் மாமன் ஒரு நா

மல்லியப்பூ கொடுத்தான்
அடி ஆத்தி இது எதுக்கு
நான் யோசனை பண்ணி
பார்த்தேனம்மா அவன்
வாங்கிக்கச் சொல்லித்
தந்தானம்மா ...'

என்று தொடங்கும் அந்த பாடலில் எஸ்.பி.பி. அப்படியே அந்த கதாபாத்திரமா மாறி அசத்தியிருப்பார். அந்த படம் 8 செண்டரில் 100 நாள் ஓடி ஒரு பெரிய வெற்றியை தந்தது.

அதுக்கப்புறம் 1982-ல கே.பாலசந்தர் இயக்கத்துல எம்.எஸ். விஸ்வநாதன் இசையில வாலி சார் உருகி உருகி எழுதின ஒரு பாட்டு இருக்கு.

'கனாக் காணும் கண்கள் மெல்ல
உறங்காதோ பாடல் சொல்ல
நிலாக் கால மேகம் எல்லாம்
உலாப் போகும் நேரம் கண்ணே....'

என்ற இந்த பாட்டை எஸ்.பி.பி. உணர்வு பூர்வமா பாடியிருப்பார்.

என் தம்பி பாலு முழுசா வாழ்ந்த ஒரு கலைஞன். 50 வருஷத்துக்கு மேலா தான் சுவாசிச்சு வெளியவிட்ட காற்றை முழுவதும் பாட்டாக்குனவன். இல்லாட்டி எப்படி 42000 க்கும் மேலான பாடல்களை பாடியிருக்க முடியுமா?

ஆறு தேசிய விருதுகள், நான்கு மொழிகள்ல வாங்கியிருக்காரு. ஒரு கால்ஷீட்டுக்குள்ள 21 பாடல்கள் கன்னடத்துல பாடியிருக்காரு. அப்படி 16 பாடல்கள் ஹிந்தியில பாடியிருக்காரு. 19 பாட்டு தமிழ்ல பாடியிருக்காரு. இப்படி ஒரு உலக ரெக்கார்ட் உலகத்துல யாரும் பண்ணுனது நான் கேள்விப்பட்டதே இல்லை.

இந்த பூமியில் காற்றுள்ள வரைக்கும் ஒலி உள்ள வரைக்கும் எஸ்.பி.பி. தன்னுடைய பாடல்கள் மூலமாக சிரஞ்சீவியா நம்மோட வாழ்ந்துட்டே இருப்பார்.

4 | மோகன்

நான் பாடும் பாடல்

என் வீட்டில் ரேடியோ இருந்த காலம். நான் பள்ளிக்கூடத்திற்கு போகும் வழியில் எஸ்.பி.பி.யின் குரல் ஆங்காங்கே ஒலிக்கும். காலப்போக்கில் அந்த குரல் எனக்கெல்லாம் எம்.எஸ். சுப்புலட்சுமியின் 'சுப்ரபாதம்' மாதிரி ஆகிவிட்டது. போகும் வழியில் அவருடைய பாடலை கேட்டால் நான் நின்று கேட்பேன். காரணம் அவரோட குரல் அவ்வளவு இனிமையா இருக்கும்.

நான் கல்லூரிக்கு போக ஆரம்பித்த பிறகு நண்பர்களோடு சேர்ந்து ஒவ்வொரு வெள்ளிக்கிழமையும் படம் பார்க்க போவது வழக்கமாக இருந்தது. அப்போது நான் எல்லா மொழி படமும் பார்ப்பேன். காரணம், எல்லா மொழி நண்பர்களும் கல்லூரியில் எனக்கு நண்பர்களாக இருந்தார்கள்.

தொகுப்பு: தினேஷ் கன்னிமாரி ☙ 169

தெலுங்கு, ஹிந்தி படங்களில் வரும் பாடல்கள் கூட எஸ்.பி.பி.யோட குரல்ல கேட்டப்போ அவ்வளவு சுகமா இருந்துச்சு.

EXTRA ORDINARY VOICE

EXTRA ORDINARY SINGER

நான் சினிமாவுக்கு வந்த பிறகு அவரோட குரலுக்கு நான் வாயசைத்து நடிக்கக்கூடிய வாய்ப்பு கிடைத்தது. அது எனக்கு கிடைத்த பெரும் பாக்கியம் என்று தான் சொல்ல வேண்டும்.

என்னை சினிமாவுக்குள் கொண்டு வந்தவர் இயக்குனர் பாலுமகேந்திரா. ஆனால், என்னை உச்சம் தொட வைத்தவர் எஸ்.பி.பி. அவர்கள் தான்.

எத்தனை ஆயிரம் பாடல்கள் பாடியிருக்கிறார். எத்தனை ஜனரேஷனுக்கு அவரோட குரல் போய் சேர்ந்திருக்கிறது. அதை நினைச்சாலே பிரமிப்பா இருக்கு.

எந்த ஒரு பாட்டாக இருந்தாலும் நூறு சதவிகிதம் perfect ஆக பாடுவார். அது எந்த மொழி பாட்டானாலும் சரி அதில் நூறு சதவிகிதம் perfection கொண்டு வந்திடுவாரு. அதில் அவர் ஒரு பெரிய ஜீனியஸ். அதைவிட Extra ordinary human being... wonderful person.

42000 பாடல்கள் பாடியும் கூட அவரோட குரலுக்கு சோர்வு ஏற்படல. ஆனா, அவரோட உடம்பு எப்படி திடீர்னு சோர்வு ஆச்சுன்னு எனக்கு தெரியல.

அவரோடு பழகிய நாட்களும், அவரோட குரலையும் நான் என்றைக்குமே மறக்க மாட்டேன்.

எனக்கு மட்டும் குரல் கொடுத்த எத்தனை எத்தனை பாடல்கள்! அதில் எதை சொல்வது, எதை விடுவது, காதல் பாடல்கள், சோக பாடல்கள் என்று ஏராளமான சூப்பர் ஹிட் பாடல்களை எல்லாம் எனக்காக பாடி கொடுத்துவிட்டு போயிருக்கிறார்.

அதில் குறிப்பாக

'மன்றம் வந்த தென்றலுக்கு, மஞ்சம் வர நெஞ்சம் இல்லையோ, அன்பே என் அன்பே... '

'வா வெண்ணிலா... உன்னை தானே வானம் தேடுதே... '

'இளைய நிலா பொழிகிறதே, இதயம் வரை நனைகிறதே....'

'சங்கீத மேகம், தேன் சிந்தும் நேரம் ...'

'தோகை இளமயில் ஆடி வருகுது, வானில் மழை வருமோ...'

'நிலாவே வா... செல்லாதே வா... '

'இதயம் ஒரு கோவில்...'

'பாடு நிலாவே தேன் கவிதை ...'

'பனிவிழும் இரவு... நனைந்தது நிலவு...'

'நான் பாடும் மௌன ராகம் கேட்கவில்லையா...'

போன்ற பாடல்கள் எல்லாம் இன்றும் ரசிகர்கள் மத்தியில் தொடர்ந்து ஒலித்துக் கொண்டு தான் இருக்கிறது.

அது மட்டுமல்ல நான் நடித்த 'வேங்கையின் மைந்தன்', 'நூறாவது நாள்', 'நான் பாடும் பாடல்', 'உதய கீதம்', (இளையராஜாவின் *300-வது படம்*) 'தென்றலே என்னை தொடு', 'குங்குமசிமிழ்', 'இதய கோயில்', 'மௌன ராகம்', 'பிள்ளை நிலா' - போன்ற திரைப்படங்கள் எல்லாம் 200 நாட்களுக்கு மேல் ஓடி வெற்றி பெற்ற படங்களாகும். அதற்கு முக்கியமான ஒரு காரணம் எஸ்.பி.பி. அவர்களின் பாடல்கள் தான்.

அவர் எனக்காக பாடிய "இந்த தேகம் மறைந்தாலும் இசையாய் மலர்வேன்..." என்பது போல் அவர் குரலும், புகழும் என்றென்றும் வாழ்ந்து கொண்டிருக்கும்.

5 நாசர்

யாராலும் மறக்க முடியாத ஒரு மனிதர்

எஸ்.பி.பி அவர்கள் மிக சிறந்த ஒரு பாடகர் என்பதை விட மிக சிறந்த ஒரு மனிதராக வாழ்ந்தார். அவர் மேல ஒரு அப்பழுக்கு கிடையாது. யாரும் அவரை ஒரு குறை சொன்னதாக ஒரு பதிவு கிடையாது. அவர் எல்லார்கிட்டயும் வந்து மிக அன்பாகவும் பணிவாகவும் பழகினாரு. நான் அவர்கிட்டயிருந்து கத்துக்கிட்ட ஒரு குணம் அது தான். எனக்கு அவரோடு நெருங்கி பழகும் வாய்ப்பு கிடைக்கவில்லை என்றாலும் காலத்தால் அழிக்க முடியாத ஒரு பெரிய பரிசை எனக்கு அவர் கொடுத்துவிட்டு போயிருக்கிறார்.

'Athadu'னு ஒரு தெலுங்கு படம். அதுல நான் நடிச்சிருந்தேன். அந்த படத்துல நான் வந்து மிக நுட்பமான முறையில் வசனம் எல்லாம் பேசி நடிக்க வேண்டியிருந்தது.

அந்த படத்தின் டப்பிங்கின் போது நான் சென்று பேசினேன். ஆனா எனக்கு சரியா பேச வரல. அப்புறம் அந்த படத்தின் இயக்குனர் என்ன ஃபீல் பண்ணுனார்ன்னா எஸ்.பி.பி. சாரை வச்சு டப்பிங் பண்ணினா நல்லா இருக்கும்னு சொன்னார்.

எனக்கும் சந்தோஷமா இருந்துச்சு. “சரி சார், நீங்க அவரை வச்சு பண்ணிக்குங்க”ன்னு சொன்னேன். சரின்னுட்டு அவர் போய் எஸ். பி.பி. சார் கிட்ட கேட்டு இருக்கார்.

அதுக்கு எஸ்.பி.பி. சார் வந்து “நான் கமல் சாரை தவிர வேற யாருக்கும் பிண்ணனி குரல் கொடுக்கறது இல்லே”ன்னு சொல்லியிருக்காரு.

அப்புறம், மறுபடியும் அந்த படத்தோட இயக்குனர் எஸ்.பி.பி. சார் கிட்ட பேசி “இல்ல சார் நீங்க வந்து அந்த படத்தை ஒரே ஒருமுறை பாத்துடுங்க. நாசர் நடிச்சிருக்கும் கேரக்டரையும் பாருங்க. அதுக்கப்புறம், நீங்க முடிவு பண்ணுங்க”ன்னு சொல்லியிருக்கார். அதுக்கப்புறம், எஸ்.பி.பி. சார் வந்து அந்த படத்தை பார்த்தார்.

அந்த படத்துல நான் நடிச்சேன் என்பதை விட அந்த கதாபாத்திரம் வந்து மிக முக்கியமானதாகவும், மிக நுட்பமானதாகவும் பதிவாக்கப்பட்டிருப்பதை பார்த்துவிட்டு சரி நான் பண்ணறேன்னு எஸ்.பி.பி. சார் ஒத்துக்கிட்டாரு.

வேற யாருக்கும் பிண்ணனி குரல் கொடுக்க மாட்டேன்னு சொன்ன அந்த மாபெரும் குரல் மன்னன் எனக்கு குரல் கொடுத்தது வந்து உண்மையிலேயே மறக்க முடியாத ஒரு விஷயம்.

நான் அந்த படத்துல வந்து ஒரு வகையில் நடிச்சிருந்தாலும் கூட அவர் குரல் மூலமாக இன்னொரு பரிமாணத்தை வந்து அந்த கேரக்டருக்கு கொடுத்திருந்தார். அது காலத்துக்கும் என்னால மறக்க முடியாது. ஏன்னா அந்த படம் தான் என்னை இன்னும் அடுத்த கட்டத்துக்கு கொண்டு போச்சுன்னு கூட சொல்லலாம். அதற்கு நான் அவருக்கு நன்றி சொல்கிறேன்.

அவர் நம்மைவிட்டு மறைந்து போனாலும் கூட வாழும்போது ஒவ்வொரு நிகழ்வையும், ஒவ்வொரு மணித்துளியையும் மிக சந்தோஷமாகவும், மிக பயன்னுள்ளதாகவும், மத்தவங்களுக்கு ஒரு எடுத்துக்காட்டாக வாழ்ந்துவிட்டு போயிருக்கிறார்.

ஆயிரம் ஆண்டுகள் கடந்தாலும் கூட ஏதாவது ஒரு தொழில்நுட்பத்தின் வழியாக அவருடைய பாடல்களை நாம் கேட்டுக்கொண்டு தான் இருப்போம், அவருக்கு மறைவில்லை.

தொகுப்பு: தினேஷ் கன்னிமாரி ❧ 173

6. Y.G. மகேந்திரன்

எனக்கும் பாடியவர் எஸ்.பி.பி.

நான் எஸ்.பி.பி.யை முதன் முதலா மீட் பண்ணினது வந்து 1965 -லேன்னு நினைக்கிறேன்.

நான் PUC படிச்சிட்டிருந்த காலம். அப்போ எஸ்.பி.பி கோடம்பாக்கத்துல IIT-ல Diploma Course படிச்சிட்டிருந்தார்.

அப்ப வந்து எங்கப்பாவுடைய நாடக குழு எஸ்.பி.பி. படிச்சிட்டிருந்த கல்லூரில ஹாஸ்ட்டல் டேக்கு (Hostel Day) ஒரு நாடகம் போட்டிருந்தார். அப்ப வந்து ஒரு இளைஞன் எங்களை நல்ல படியா கவனிச்சுக்கிட்டார். எங்களுக்கு டீ, காபி எல்லாம் வாங்கி கொடுத்து அன்போடு பாத்துக்கிட்டார். அந்த சந்தர்ப்பத்துல வந்து அந்த இளைஞன் எங்கப்பா கூட ரொம்ப க்ளோஸ் ஆயிட்டார். ஏன்னா எங்கப்பா வந்து நல்லா

தெலுங்கு பேசுவார். அந்த இளைஞனும் நல்ல தெலுங்கு பேசுவார். அப்படி அன்னைக்கு எங்களை அன்போடு கவனித்து கொண்ட அந்த கல்லூரியின் கல்ச்சுரல் செக்ரட்டரி தான் இன்றைய நம் எஸ்.பி.பி. அவர்கள். அப்படி தான் எனக்கு எஸ்.பி.பி. அவர்களோடு பழக்கம் ஏற்பட்டது.

அதுக்கப்புறம் 'ஆயிரம் நிலவே வா' பாடல் வந்த போது எங்கப்பா சொன்னாரு "டேய், நம்ம அன்னைக்கு ஹாஸ்டல்ல சந்திச்ச பாலுடா இது" ன்னு பெருமிதம் கொண்டார்.

1965- ல நாங்க கல்லூரில பார்த்த பாலு எப்படியோ அதே மாதிரிதான் கடைசி வரைக்கும் இருந்தாரு. அது தான், அவரோட ஸ்பெஷாலிட்டி.

அவர் வந்து மாபெரும் பாடகர் என்பது இந்த உலகத்துக்கே தெரியும். அவர் குரல் கேட்காத இடமே இல்லை. நாள்தோறும் உலகத்துல ஏதாவது ஒரு மூலையில் அவரோட குரல் ஒலிச்சிகிட்டு தான் இருக்கும். ஆனா அதை எல்லாத்தையும் விட பாலுவோட மனசு இருக்கு பாருங்க; அந்த மாதிரி பெரிய மனசுள்ள ஒரு மனுஷனை நாம பார்க்கவே முடியாது. அது மட்டுமல்ல குறிப்பா போட்டி பொறாமை இருக்கிற இந்த சினிமா உலக்கத்துல அந்த மாதிரி ஒருத்தரை பார்க்கவே முடியாது. புகழின் உச்சாணிக்கு போன பிறகும் கூட ஒரு மனுஷனால எப்படி அதே மாதிரி இருக்க முடியும்? 55 வருஷத்துல எங்கயாவது ஓரிடத்துல நாம மாறுவோம் இல்ல. ஆனா அவர் கடைசி வரைக்கும் அப்படியேதான் இருந்தார். நான் கூட இதை சொல்லி அவரை சில சமயம் சீண்டி பார்ப்பேன்.

ஏன்னா ஒருத்தர் ரொம்ப நல்லவர்ன்னு சொன்னா அவங்க மேல நமக்கு ஒரு சந்தேகம் வரும். காரணம் ஒருத்தர் 24 மணி நேரமும் எப்படி நல்லவரா இருக்க முடியும்னு ஒரு சந்தேகம் எழும். அதனால் நான் அவரோடு தமாஷா பேசும்போது யாரை பற்றியாவது கிண்டல் பண்றது, தப்ப பேசறது இப்படி எல்லாம் அவர் முன்னாடி பேசினா கூட அவர் வாயில் இருந்து ஒருத்தரை பத்தி கூட நெகட்டீவா ஒரு வார்த்தை சொல்ல மாட்டாரு. கடவுள் அவருக்கு எப்படி அவ்வளவு பெரிய மனசை கொடுத்தார்ன்னு தெரியல. அவரோடு சேர்ந்து நான் இசை நிகழ்ச்சி நடத்தும் போது மேடையில் வச்சு நான் ஒரு விஷயத்தை சொல்லியிருந்தேன்.

"பாலுசார், நீங்க உங்க உடம்பு பெரிசா இருக்குன்னு அதை பாதகமா நினைக்காதீங்க. அந்த பிரம்மாவுக்கு வேறு வழியில்லை. அதனால

மொதல்ல உங்களுக்கு பெரிய மனசை உள்ள வச்சிட்டாரு. அந்த பெரிய மனசை வச்சுக்கிறதுக்கு இவ்வளவு பெரிய உடம்பு தேவை பட்டிருக்கு. அதனால தான் கடவுள் உங்களுக்கு இவ்வளவு பெரிய உடம்பை கொடுத்திருக்காரு. அது வந்து ஓவர் வெயிட் கிடையாது உங்க சரீரமும் பெரிசு, சாரீரமும் பெரிசு''ன்னு இதை சொல்லி நான் அவரை அடிக்கடி கலாட்டா பண்றதுண்டு.

இந்த சினிமா துறையில என்னதான் நல்லபேர் வாங்கினாலும் ஏதாவது ஒரு 10 பெர்சன்ட் நம்மள பத்தி கெட்டதா பேசறவங்களும் இருப்பாங்க. அது பெரிய நடிகர்களானாலும் சரி, பெரிய கலைஞர்களானாலும் சரி. ஆனா, எனக்கு நினைவு தெரிஞ்சு என்னுடைய 50 வருஷ சினிமா அனுபவத்துல எஸ்.பி.பி. சார் பற்றி இது வரைக்கும் ஒருத்தராவது நெகட்டீவா சொல்லியிருப்பாங்களான்னு பார்த்தா இல்லைன்னு தான் சொல்லனும். ஏன்னா அப்படி ஒரு விஷயம் நான் இது வரை கேட்டதே இல்லை. அந்த மாதிரி ஒரு மனுஷனை பார்க்கறது ரொம்ப அபூர்வம்.

எனக்கு சங்கீதம் தெரியும், கர்னாடிக் தெரியும் அப்படின்னு எல்லாம் ஒரு நாளும் தன் தற்பெருமையை வெளிக்காட்டினதே இல்லை.

அவர் 'சங்கராபரணம்' படத்துல பாடினதுக்கு விருது கிடைச்சபோது ''எனக்கு புகழேந்தி மாமா ஆர்மோனியம் வாசிச்சு பாட்டு சொல்லி கொடுத்தாரு. நான் அதுல இருந்து காப்பி அடிச்சு பாடினேன். அதுல கிடைச்சதுதான் எனக்கிந்த விருது''ன்னு வெளிப்படையா சொன்னார்.

அதே மாதிரி தன்னோட நண்பர்களை விட்டுக்கொடுக்கவே மாட்டாரு.

கடந்த 20-25 வருஷமா நான் போட்ட எல்லா நாடகங்களையும் அவர் பார்த்திருக்காரு.

அவர் எவ்வளவு பிசி பர்சன். அப்படி இருந்த போதும் கூட நான் ஒரு புது நாடகம் போடுறேன்னு தெரிஞ்சா உடனே எனக்கு ஒரு மெசேஜ் அனுப்புவாறு.

''Y.G, உங்க நாடகம் இந்த மாசம், அடுத்த மாசம் எந்த எந்த தேதியிலிருக்குன்னு பாத்துட்டு எனக்கு மெசேஜ் பண்ணிடுங்க. எனக்கு எப்போ FREE TIME கிடைக்குதோ அப்போ உங்ககிட்ட சொல்லாம வந்து நான் பாத்திடறேன்.'' என்பார்.

அதே மாதிரி திடீர்ன்னு எனக்கு போன் பண்ணி "Y.G, நான் இன்னைக்கு FREE யா இருக்கேன். சாயந்திரம் நாடகம் பார்க்க வரேம்பார். அதே மாதிரி சாயந்திரம் வந்து முன் சீட்ல உக்காந்திருப்பார். அப்படி அவர் முன் சீட்ல இருந்துட்டார்ன்னா எங்க நாடக குழுவில் இருக்கும் பசங்கெல்லாம் ரொம்ப குஷியாகி ஸ்பெஷலா நடிப்பாங்க. காரணம் என்னன்னா நாடகம் முடிஞ்சதும் அவர் நேரா உள்ள வந்து எங்க எல்லோரோடையும் நல்லா பேசுவார். அதுமட்டுமல்ல எங்க நாடக குழுல இருக்க கூடிய அனைத்து கலைஞர்களையும் பாசத்தோடு பாராட்டுவார்.

எங்க TROOP MEMBERS எல்லாம் அவரை தொட்டு பாப்பாங்க. இது எஸ்.பி.பி. சார் தானான்னு தொட்டு பாத்துட்டு வந்து என் காலில் விழுவாங்க.

"ஏண்டா என் காலில் விழறீங்க"ன்னு கேட்டா "சார் உங்களாலதான் சார் எங்களுக்கு பாலுசாரை தொடுற பாக்யம் கிடைச்சது"ன்னு நெகிழ்ச்சியோடு சொல்லுவாங்க.

ஒரு முறை நான், எஸ்.பி.பி. சார், கமல்ஹாசன் மூணு பேருக்கும் 'ராஜாபார்வை' என்ற படத்தோட தெலுங்கு VERSION க்காக ஒரு விருது கொடுத்திருந்தாங்க.

அந்த விருது வாங்கறதுக்காக நாங்க மூணு பேரும் ரயில்ல ஒரே கம்பார்ட்மெண்ட்ல பயணம் பண்ணினோம். அந்த இரவு முழுக்க நாங்க தூங்கவே இல்ல.

என் மனைவி எல்லாம் கத்து கத்துன்னு கத்திக்கிட்டே இருந்தாங்க. "ஏங்க நீங்களும் தூங்காம மத்தவங்களையும் தூங்க விடாம இப்படி பண்றீங்களே"ன்னு கோவிச்சுக்கிட்டா.

அந்த இரவு முழுக்க எஸ்.பி.பி. சார் பயங்கர கலாட்டா பண்ணி, கிண்டல் அடிச்சிட்டு நாங்க மூணு பேரும் சிரிச்சிட்டே பயணம் பண்ணினோம். மறக்க முடியாத ஒரு பயணம் அது.

அவர் உடம்பு வேணா கொஞ்சம் மாறி இருக்கலாம். அவர் புகழ் உச்சானிக்கு போயிருக்கலாம். ஆனா அவரோட குழந்தைத்தனமான உள்ளம் வந்து கடைசி வரைக்கும் மாறவே இல்லை, அந்த பயணத்தை பற்றி எப்ப பேசினாலும் விழுந்து விழுந்து சிரிப்பார்.

எங்க வீட்டுக்கு எஸ்.பி.பி. சார் பல முறை டின்னர் பார்ட்டிக்கு எல்லாம் வந்திருக்கார். அந்த சமயங்கள்ல நான் தபேலா எடுத்து

வாசிக்க ஆரம்பிச்சிட்டேன்னா அவர் அப்படியே உக்காந்து பாட ஆரம்பிச்சிடுவார்.

நண்பர்கள் எல்லாம் விளையாட்டா சொல்லுவாங்க. “உங்க வீட்டுக்கு வந்தா விருந்தோட எஸ்.பி.பி. சார் LIVE MUSIC எல்லாம் எங்களுக்கு கிடைக்குதே”ன்னு சொல்லி சந்தோஷத்துல பூரிச்சுப்போவாங்க.

அப்படி ஒரு SIMPLE PERSON. அது தான் அவரோட GREATNESS.

அவரோட பாடல்களை வானொலில கேட்கலாம். YOUTUBE -ல போய் கேட்கலாம். ஆனா அவரோட பெரிய மனசை இனி எங்க போய் தேடறது?

அந்த காலகட்டங்கள்ல எஸ்.பி.பி. சார் வந்து இளையராஜா சாரோட நட்பை பற்றி எங்கிட்ட நிறைய சொல்லியிருக்காரு. நான் அவங்க வாசிக்கிறதையும், பாடறதையும் எல்லாம் நேரில் பார்த்து வியந்திருக்கிறேன்.

அப்படி எஸ்.பி.பி. சார் சொல்லித்தான் நான் இளையராஜா சாரின் இசைக்குழுவான ‘பாவலர் பிரதர்ஸ்’ ஆர்கெஸ்டராவை -3-4 முறை என் நாடகத்துக்கு பயணப்படுத்திக் கொண்டது.

எஸ்.பி.பி. சார் வந்து எம்.எஸ்.வி. சாரோட மிக பெரிய ரசிகன். ஆனா, அதே லெவல்ல ராஜா சாரோட திறமைய பத்தியும் பேசுவாரு.

“என்னம்மா கம்போஸ் பண்றன், ஆர்மோனியத்துல கை வச்சு பிச்சு உதறுரான்.” அப்படின்னு நிறைய முறை அதை பத்தி எங்கிட்ட வியந்து சொல்லியிருக்காரு.

அதே மாதிரி அவருக்கு ‘HUMOUR’ன்னா ரொம்ப பிடிக்கும்.

எங்க நாடகத்துல வரக்கூடிய நகைச்சுவை காட்சிகளை பற்றி எல்லாம் எங்கிட்ட சொல்லி சிரிப்பார். அதோடு பாலு சார் எங்க நாடகம் பார்க்க வர்றார்ன்னு தெரிஞ்சதும் அவருக்கு CONNECT ஆகுற மாதிரி ஏதாவது ஒரு ஜோக்கை நான் நாடகத்துல புகுத்திடுவேன்.

மேடையில நான் அந்த ஜோக்கை சொன்னவுடனே எஸ்.பி.பி. சார் சிரிக்கிறதோட இல்லாம அங்கிருந்தே கத்துவார்.

“டேய் மகேந்திரா பாவி, என்னை இப்படி இழுத்து விட்டுட்டியேடா”ன்னு சொல்வாரு. அப்படி என்னோடு அவ்வளவு ஜாலியா இருப்பார்.

எஸ்.பி.பி சார் ஹாஸ்ப்பிட்டல்ல இருந்தபோது 'சரண்' என்னை அழைத்து "உங்களுக்குள்ள இருக்கிற ஜோக்ஸ் ஏதாவது அப்பாவுக்கு மெசேஜ் பண்ணுங்க" ன்னு சொல்லியிருந்தார்.

உடனே நான் ஒரு வீடியோ மெசேஜ் அனுப்பிவெச்சேன்.

அதற்கு சரண் பதில் போட்டிருந்தார்."உங்க வீடியோவை பாத்துட்டு அப்பா கொஞ்சம் சிரிச்சார்."ன்னு சொன்னார்.

நாங்க போன ரயில் பயணத்தை ஞாபகப்படுத்தி பேசியிருந்தேன்.

"ஞாபகம் இருக்கா பாலு, நாம மூணு பேரும் ரயில்ல ஜாலியா கிண்டலடிச்சிட்டு போனோமே. சீக்கிரம் வாங்க. இன்னொரு முறை அதே மாதிரி ஒரு ரயில் பயணம் போய் ஒருத்தரை வாரனும். உங்களுக்கும், எனக்கும் ஒன்னும் அவசரமில்லை மேல போறதுக்கு. நாம செய்ய வேண்டிய தப்பெல்லாம் இன்னும் நிறைய இருக்கு, அப்புறந்தாய்யா போவோம்"ன்னு சொல்லி கொஞ்சம் கலாட்டா பண்ணியிருந்தேன். அதை பாலு சார் ரொம்ப ரசிச்சாராம். அது அவர் காதுல விழுந்திருக்கு. ஆனா, அந்த ஆண்டவன் காதுல விழல. அதை விதின்னு சொல்றதா, கடவுளின் விளையாட்டுன்னு சொல்றதா, இந்த இரண்டையும் ஒத்துக்காதவங்களுக்கு விஞ்ஞானம்னு சொல்றதா? தெரியல. வேற என்ன சொல்றது?

என்னோட ஷோ எல்லாம் அவர் நிறைய பண்ணியிருக்காரு. ஒரு முறை அவருக்கு ரொம்ப பிடிச்ச பி.பி.ஸ்ரீநிவாஸ் பாடிய "நிலவே என்னிடம் மயங்காதே..." பாட்டை பாடினார்.

அந்த பாட்டுக்கு நான் மேடையில் அவருக்காக தபேலா வாசிச்சேன். அதெல்லாம் மறக்க முடியாத தருணங்கள்.

ஆரம்ப காலத்தில் எஸ்.பி.பி. அவர்கள் "நிலவே என்னிடம் மயங்காதே" என்ற பாட்டை தான் எம்.எஸ். விஸ்வநாதன் சார் முன்னாடி ஆடிஷனுக்கு போயிருந்தப்போ பாடிக் காட்டின பாடல்.

அது மட்டுமல்ல நான் கதாநாயகனா நடிச்ச ரெண்டு படங்களுக்கு எஸ்.பி.பி. அவர்கள் எனக்கு குரல் கொடுத்திருக்கிறார்.

'தனிக்குடித்தனம்' என்ற படத்துல எம்.எஸ்.வி சார் இசையில 'புஷ்பராகம்'ன்னு ஒரு பாட்டை எனக்காக பாடியிருக்கார். அதே மாதிரி 'பாலூட்டி வளர்த்த கிளி'ங்கற படத்துல நான் ஒரு மெயின் ஹீரோ ரோல் பண்ணியிருந்தேன். 'வாடியம்மா பொன் மகளே'ங்கற

பாட்டை இசைஞானி இளையராஜா இசையில எஸ்.பி.பி. அவர்கள் எனக்காக பாடியிருக்கிறார்.

தமிழ் நாட்டின் இசை மேதைகளான எம்.எஸ்.வி., இளையராஜா இவர்களுடைய இசையில் 'சிகரம் தொட்ட எஸ்.பி.பி.' அவர்கள் எனக்காக குரல் கொடுத்திருக்கிறார். எனக்கு அது போதும். வேற எந்த விருதும் தேவையில்லை.

இந்த பெருமையை நான் காலத்துக்கும் என் பேரப்பிள்ளைகளோடு சொல்லி கொண்டே இருப்பேன்.

வாழ்க எஸ்.பி.பி. யின் புகழ்.

7 விஜய் சேதுபதி

என் தந்தைக்கு பிறகு எஸ்.பி.பி.–யை ரொம்ப மிஸ் பண்ணறேன்

எஸ்.பி.பி. சார் அவர்களை பார்க்க முடியாமல் போனதும், அவரோட நெருக்கமா பழக முடியாமல் போனதும் என்னோட மிக பெரிய துரதிர்ஷ்ட்டமா நினைக்கிறேன்.

அது எப்படி ஒரு மனுஷன் எல்லா இடத்துலயும் இவ்வளவு அழகா இருக்க முடியும்ன்னு எனக்கு தெரியல. குரலாகவும், குணமாகவும், வீட்லயும், வெளியலயும் எல்லா இடத்துலயும் உன்னதமா இருக்காரு.

நாம ஒரு விஷயத்தை ரொம்ப அதிகமா நேசிச்சா நாம அதுவாகவே மாறுவதற்கான வாய்ப்புகள் அதிகம்னு சொல்லுவாங்க. எனக்கு தெரிஞ்சு எஸ்.பி.பி. சார் ஒரு கலையின் வடிவமாக இருந்தார் என்று நான் நம்பறேன்.

அதே மாதிரி எல்லா இடத்துலயும் வந்து தான் ஒரு அன்பின் திருவுருவமாகவும், கலையின் வடிவமாகவும் ஏதோ ஒரு அன்பை பரப்புவதற்காகவும் வந்த கடவுளோட நேரடி தூதராக தான் நான் அவரை பார்க்கிறேன்.

என்னால வந்து எஸ்.பி.பி. அவர்களை நேர்ல பார்க்க முடியாமல், பேச முடியாமல் போனாலும் கூட அவரோட பையன் எஸ்.பி.பி. சரண் அவர்களுக்கு எந்த அளவுக்கு நெருக்கம் இருக்கிறதோ, கமல் சாருக்கு எந்த அளவுக்கு நெருக்கம் இருக்க்கிறதோ, அவருடைய நண்பர்களுக்கு எந்த அளவுக்கு நெருக்கம் இருக்கிறதோ அதே மாதிரி உலகம் முழுக்க பரவிக்கிடக்கின்ற அவருடைய கோடிக்கணக்கான ரசிகர்களாக இருக்கிற எங்களுக்கும் அதே அளவுக்கு உரிமையும், நெருக்கமும் இருக்கு.

அதை கொடுத்த அவருக்கு ரொம்ப நன்றி. என்றைக்கும் நான் பெருமையா சொல்லி கொள்வேன். “பாலு சார் எங்களுடைய சொத்து” அப்படின்னுட்டு.

சின்ன வயசுல எங்க பாட்டி சொல்லுவாங்க; நம்ம குடும்பத்துல இறந்து போனவங்க எல்லாம் வந்து மேல நிலவாகவும், நட்சத்திரமாகவும், சூரியனாகவும், மழை மேகமாகவும் இருக்கிறாங்கன்னு.

அதே மாதிரி நம்ம பாலு சார் மேல போய் நமக்காக நிலாவா இருந்து பாடுவார்ன்னு நம்பறேன்.

நீண்ட தூர பயணங்கள்ல அவர் பாடல்களை எல்லாம் கேட்க்கும்போது அவர் இப்பவும் நம்ம கூட இருப்பது மாதிரியா தான் தோணும். அப்படி அவர் பாடும்போது நானும் கூட சேர்ந்து பாட முயற்சி பண்ணுவேன். எனக்கு சுத்தமா பாட வராது அது வேற விஷயம். இருந்தாலும், அவர் நமக்கெல்லாம் ஒரு confidence கொடுப்பார். நம்மலையும் கூட சேர்ந்து பாட சொல்வார். அப்படி அவரோட பாடல்கள் கூட நாம சேர்ந்து பாடறப்போ மொதல்ல பல்லவி கடக்கறதுக்குள்ளயே நாம பாட ஆரம்பிச்சிடுவோம்.

நேரில் பார்த்திராத, தெரியவே தெரியாத நபர்கள் கூட தொடர்பு வைத்துக்கொள்ள கூடிய உன்னதமான மனுஷன் எஸ்.பி.பி. அவர்கள்.

நாம உலகத்துல ஏதாவது ஒரு மூலைக்கு போறப்ப முதல்ல விமானத்துல போவோம். ஓரிடத்துல இறங்கி ட்ரெயின்ல போவோம், அப்புறம் பஸ்ல போவோம். இப்படி மாறி மாறி போக

வேண்டிய ஒரு தேவை இருக்கும். அதே போல எஸ்.பி.பி. அவர்கள் இந்த அண்ட சராசரத்துல பூமிங்கற கிரகத்துல தன் பயணத்தை முடிச்சிட்டு இன்னொரு கிரகத்துக்கு பயணப்பட்டிருக்கிறார்.

இங்கே நம்ம கூட கொஞ்ச காலம் இருந்தார். அது மிக கொஞ்ச காலமாத்தான் எனக்கு தெரியுது. அப்படி கொஞ்ச காலம் அவர் இருந்தபோது, நம்ம எல்லோருக்கும் காலத்தால் அழிக்க முடியாத ஏராளமான பாடல்களையும், சந்தோஷத்தையும் பேரன்பையும் கொடுத்து விட்டுப்போன ஒரு உன்னதமான ஜீவன் அவர்.

என்னோட வாழ்க்கைல நான் முதன் முதலா நடிகனான போது அதை பார்த்து என்னை கட்டிப்பிடிச்சு கத்தி சொல்வதற்கு என்னோட அப்பா இல்லையேன்னு நான் வருத்தப்பட்டிருக்கேன். அதுக்கப்புறம், எஸ்.பி.பி. சாருடைய மரணம் என்னை மிகவும் வேதனைக்குள்ளாக்கியது. அவரை ஒரு முறை நேரில் பார்க்க முடியாமல் போனதே என்ற வருத்தம் எனக்கு இப்பவும் இருக்கு. என் தந்தைக்கு பிறகு எஸ்.பி.பி. அவர்களை நான் ரொம்ப மிஸ் பண்ணறேன்.

நடிகைகள்

1. ரோகினி

என் நிறைவேறாத ஆசை

எஸ்.பி.பி. சாருடைய அன்பு, அவருடைய மனிதநேயம், அவருடைய குரல் இவை தான் நம் எல்லோரையும் கட்டி போட்டிருக்கிற ஒரு விஷயம். அது மட்டுமல்ல ஏற்ற தாழ்வு பார்க்காமல் அனைவருடனும் இனிமையாக பழகக் கூடிய ஒரு மனிதர்.

நாம என்ன மாதிரியான ஒரு மூடுல இருந்தாலும் கூட அவர்கிட்ட ஒரு அஞ்சு நிமிஷம் பேசினால் நம்ம மூடு சரியாயிடும்.

ரெக்கார்டிங் ஸ்டுடியோல நான் அவரை அடிக்கடி சந்திப்பேன். நான் டப்பிங் பண்ணிட்டு இருக்கும்போது அவரும் டப்பிங்கிற்காக ஸ்டுடியோவிற்கு வருவார். என்னோட வாய்ஸ் அவருக்கு ரொம்ப பிடிக்கும். என்னுடைய டப்பிங் எல்லாம் பாத்துட்டு என்னை ரொம்ப பாராட்டியிருக்கிறார்.

தொகுப்பு: தினேஷ் கன்னிமாரி ௧ 185

தெலுங்குல 'விருமாண்டி' என்ற படத்தில் கமல் சாருக்கு எஸ்.பி.பி. சார் தான் டப் பண்ணினார். நானும் அந்த படத்துல நடிச்சிருந்தேன். என் கேரக்டருக்காக நான் டப் பண்ணினேன். என்னுடைய கேரக்டரை பாத்துட்டு அவர் ரொம்ப ஊக்கப்படுத்தினார்.

ஒரு முறை இசையமைப்பாளர் 'பரத்வாஜ்' சாரோட இசையில இயக்குனர் 'குணசேகரன்' அவர்கள் என்னோட வாய்ஸ் ரொம்ப பிடிச்சுப்போய் அவர் இயக்கிய ஒரு தெலுங்கு படத்துல என்னை பாடவச்சார்.

எனக்கு சரியா பாட்டு பாட வராதுன்னு நான் அவர்கிட்ட ஏற்கனவே சொன்னேன். ஆனா, அவர் அதை கேக்காம என்னை பாடவச்சார். அதுவும் எஸ்.பி.பி. சாரோட சேர்ந்து, அந்த டூயட் பாடி முடிச்ச பிறகு தான் என் குரல் கரெக்ட்டா இல்ல என்பதை அவர்கள் புரிந்து கொண்டார்கள். அதுக்கப்புறம், சுஜாதா அம்மாவை கூப்பிட்டு பாடவச்சாங்க.

அதன் பிறகு எஸ்.பி.பி. சாரை சந்தித்தபோது நீங்க இன்னும் *practice* பண்ணிட்டு வந்து பாடியிருக்கலாம் அப்படின்னு எதாவது சொல்வாறுன்னு நான் எதிர்பார்த்தேன். ஆனா, அவர் எதுவுமே சொல்லல. காரணம், என் மனசை நோகடிச்சிடக்கூடாது என்பதை புரிந்து கொண்டு பெருந்தன்மையாக நடந்து கொண்டார்.

1995 - ல 'சின்ன வாத்தியார்' ன்னு ஒரு படம் அதுல

'கண்மணியே கண்மணியே
சொல்லுவதை கேளு
என் பொன்மணிக்கு கோபம்
வந்தா மின்னும் பனி பூவு..'

ன்னு ஒரு பாட்டு இருக்கு. அந்த பாட்டை பாலு சார் பாடுவாரு. நான் அந்த பாட்டுக்கிடையில் கூட கூட வந்து பேசுவேன்.

ஸ்டூடியோவில் அவர் பாடும்போது நான் அவர் கூட சேர்ந்து பேசுவதை ரெக்கார்டு பண்ணல. இளையராஜா சார் சொல்லிட்டு போயிட்டாரு. நான் பேச வேண்டியதை முதல்ல ரெக்கார்டிங் பண்ணிட்டாங்க. அதுக்கப்புறம் எஸ்.பி.பி. சார் வந்து என்னோட டயலாக் போட்டுட்டு அவர் பாடினாரு. அவர் அந்த பாடலை முழுசா பாடி முடிக்கிற வரைக்கும் நான் அங்கேயே தான் இருந்தேன்.

இதுல ஒரு பெருமை என்னன்னா இசைஞானி இளையராஜா சாரோட இசையில் எஸ்.பி.பி. சாரோட சேர்ந்து என்னோட பெயரும் அந்த படத்தின் பாடல் கேசட்டில் இடம் பெற்றிருக்கும். அது எனக்கு கிடைச்ச பெரும் பாக்கியம்.

நான் இயக்குனர் ஆனபோது எஸ்.பி.பி. சார் அவர்களை நடிக்க வைக்கனும்ன்னு முடிவு பண்ணினேன். அப்ப வந்து ரேவதி, சுரேஷ் மேனன் இணைந்து 'சின்ன சின்ன ஆசை'ன்னு ஒரு சீரியல் தயாரிச்சாங்க. அப்போது ஹீரோயின்ஸ் எல்லாம் ரெண்டு ரெண்டு எபிசோடு இயக்கினார்கள். அதில் நானும் ஒரு கதை எடுத்து எஸ்.பி.பி. சார் அவர்களை நடிக்க வைத்து 2 எபிசோடு இயக்கினேன். அந்த சமயங்களில் எஸ்.பி.பி.சாருக்கு இருந்த பிசியிலயும் கூட எனக்காக வந்து நடித்து கொடுத்துவிட்டு போனார்.

அந்த சீரியல் பண்ணிட்டு இருக்கும்போது நான் அவர்கிட்ட ஒரு விஷயம் சொன்னேன். "சார், நான் இயக்கும் முதல் படத்துலயும் நீங்க தான் நடிக்கனும். உங்களோட தான் என்னுடைய கரியர் ஆரம்பிக்கனம்." அவருக்கு என்னோட செண்டிமெண்ட் புரிஞ்சிருச்சு. அதுக்கப்புறம் என்னை எங்க வச்சு பார்த்தாலும் "என்ன பண்ணிட்டு இருக்கீங்க? எதாவது படம் பண்ணீட்டு இருக்கீங்களா?"ன்னு விசாரிப்பார்.

ஒரு முறை யதேட்சயா அவரை சந்திச்சப்போ சார், நான் இயக்கின படம் ரிலீசாக போகுதுன்னு சொன்னேன். ரொம்ப சந்தோஷப்பட்டார். ஆனா, அந்த படத்தை வந்து அவருக்கு போட்டு காட்ட முடியாமல் போனது எனக்கு ஒரு பெரிய வருத்தத்தை ஏற்படுத்தியது.

1966 டிசம்பர் 15-ல தான் அவருடைய கரியர் ஆரம்பிச்சது அதே மாதிரி என்னுடைய பிறந்த தேதி வந்து டிசம்பர் -15. இதை நான் எஸ்.பி.பி. சார்கிட்ட ஒரு முறை சொல்லியிருந்தேன்.

"சார், நாம ரெண்டு பேருக்கும் இப்படியான சில விஷயங்கள் வந்து ரொம்பவும் ஒத்து போகுது பாத்தீங்களா"ன்னு சொன்னப்ப இருந்து டிசம்பர் -15 ஆம் தேதி ஆச்சுன்னா அவர் என்னை அழைத்து வாழ்த்து சொல்வார். நானும் அவருக்கு வாழ்த்து சொல்வேன்.

அப்படியான ஒரு டிசம்பர் -15 ஆம் தேதி கலைவாணர் அரங்கில் வைத்து அவருடைய ஒரு கச்சேரி நடந்தது. அதுக்கு நானும் போயிருந்தேன்.

அப்போது அவர் ஸ்டேஜில் இருந்த படியே எனக்கு பிறந்த நாள் பாடல் பாடி என்னை வாழ்த்தினார். நான் மிகவும் நெகிழ்ந்து போன ஒரு சம்பவம் அது.

நான் அவரை ஒரு ரோல் மாடலாக எடுத்திருக்கிறேன். நானும் அவர் மாதிரி இருக்கனும், அவர் மாதிரி எல்லார்கிட்டயும் அன்பா பழகனும், அவரை மாதிரி ரொம்ப இனிமையான மனுஷனா இருக்கனும் அப்படின்னெல்லாம். காரணம் அந்தளவுக்கு எனக்கு அவரை பிடிக்கும்.

கமல் சார் நடித்த ‘அன்பே சிவம்’ படத்துல வித்யாசாகர் இசையில எஸ்.பி.பி. சார் வந்து ஒரு பாட்டு பாடியிருப்பார். ‘மௌனமே பார்வையாய்’ ங்கிற அந்த பாடலை அவங்க பிக்ச்சரைஸ் பண்ணல. நான் அந்த பாட்டை ரொம்ப விரும்பி கேட்பேன். அந்த பாடலை கேக்கறப்போ எஸ்.பி.பி. சாரோட முகம் மட்டும் தான் ஞாபகத்துக்கு வரும்.

எந்த பாட்டை கேட்டாலும் அதை நமக்கு பிடித்தமான ஒரு பாடலா மாத்திடறது வந்து அவருடைய தனி திறமைன்னு தான் சொல்லனும். அதுல அவர் வந்து பெரிய கெட்டிக்காரர்.

அதே மாதிரி அவர் ஸ்டேஜ் performance பண்ணும்போது கூட ஒவ்வொரு பாட்டும் புதுசா பிறக்கிற மாதிரி இருக்கும். நாம ஏற்கனவே கேட்ட பாடலாக தான் இருக்கும். ஆனா, அவர் அந்த பாட்டை திரும்பவும் பாடும்போது, அவரோடு சேர்ந்து நாமளும் அந்த பாடலோடு பயணம் செய்ய ஆரம்பிச்சுடுவோம். அது ஒவ்வொரு முறையும் நடக்கும், சலிப்பே ஏற்படாத ஒரு விஷயம் அது.

நான் அவரை வைத்து இயக்கியிருக்கிறேன், அவர் கூட பாடியிருக்கிறேன், அவரோடு சேர்ந்து டப்பிங் பண்ணியிருக்கிறேன். அதோடு சேர்ந்து எனக்கு இன்னொரு ஆசை கூட இருந்தது. அதை இசையமைப்பாளர் ‘தமன்’ கிட்ட கூட ஒருமுறை சொல்லியிருந்தேன்.

நான் ஒரு பாடல் எழுதி அதை எஸ்.பி.பி. சார் அவர்களின் குரலில் பாட வைக்க வேண்டும் என்ற ஒரு ஆசை எனக்குள் இருந்தது. ஆனால், அது நிறைவேறாமலேயே போய்விட்டது.

2. கே.ஆர். விஜயா

எனக்கு குரல் கொடுத்திருப்பார்

'நெஞ்சிருக்கும் வரை' என்ற ஷூட்டிங் ஸ்பாட்ல தான் நான் முதன் முதலாக எஸ்.பி.பி.அவர்களை சந்தித்தேன். இரண்டாவது முறை அவரை சந்தித்தது ஒரு விழா மேடையில். அப்போது எனக்கும் அவருக்கும் டாக்டர் பட்டம் கொடுத்தாங்க. அவர் திரைப்பட உலகில் அறிமுகமான கொஞ்ச நாட்களிலேயே அவருடைய குரலுக்கு அவ்வளவு வரவேற்பு கிடைத்தது. இவர் மட்டும் பெண்ணா பிறந்திருந்தா நமக்கு கூட குரல் கொடுத்திருப்பாரேன்னு நான் நினைச்சிருக்கேன். அவருடைய நிறைய பாடல்களை நான் திரும்பத்திரும்ப கேட்டிருக்கேன். குறிப்பிட்டுச் சொல்லனும்ன, அவருடைய முதல் இரண்டு பாடல்களை சொல்லலாம். 'ஆயிரம் நிலவே வா', 'இயற்கை எனும் இளைய கன்னி' என்ற இந்த இரண்டு பாடல்கள் எல்லாத் தலைமுறையினருக்கும் பிடிக்கும்.

| 3 | ராதிகா |

மண்ணில் இந்த காதலின்றி

'கேளடி கண்மணி' என்ற படத்தில் 'சாரதா டீச்சர்' என்ற கதாபாத்திரத்தில் நான் எஸ்.பி.பி. சாரின் ஜோடியாக நடித்தேன். இதனால், எஸ்.பி.பி. சார் படப்பிடிப்பில் கூட என்னை 'சாரதா டீச்சர்' என்று தான் அழைப்பார்.

எஸ்.பி.பி. சார் ஒரு முறை என்னிடம் "இந்த படத்தில் தன்னுடன் நடிக்க ஒப்புக்கொண்டது ஏன்?" என்று கேட்டார்.

"நல்ல கதை என்பதால் ஒப்புக்கொண்டேன்" என்றேன்.

எஸ்.பி.பி. போன்ற ஒரு இசை ஜாம்பவானுடன் இணைந்து நடித்தது எனக்கு கிடைத்த பெரும் பாக்கியம்.

எஸ்.பி.பி. சார் பாடிய பாடல்களில் எல்லோருக்கும் பிடிச்ச 'மண்ணில் இந்தக் காதலின்றி' என்ற பாடல் தான் என்

மனசுக்கும் மிக நெருக்கமானது. அந்தப் பாடலின் காட்சியில நடித்த நடிகை என்பது எனக்கு இன்னும் பெருமை.

அந்த பாடல் மகாபலிபுரத்துல தான் படமாக்கப்பட்டது. அந்த படப்பிடிப்பில் எஸ்.பி.பி.அவர்கள் எப்பவுமே ஜோக் அடிக்கறதும், கலாய்க்கிறதுமா ஷூட்டிங் ஸ்பாட்டையே கலகலன்னு வச்சிருப்பார். அந்தத் தருணங்கள் எல்லாம் இப்பவும் பசுமையா அப்படியே என் நினைவிலிருக்கு.

4 குஷ்பு

மௌன ராகம் ஹம்மிங்

எஸ்.பி.பி.சார் பாடிய பாடல்கள்ல ரெண்டு பாட்டு என்னுடைய ஆல் டைம் பேவரிட், 'மௌன ராகத்துல' 'மன்றம் வந்த தென்றலுக்கு', 'நிழல்கள்ல' 'இது ஒரு பொன் மாலை பொழுது'.

'மௌன ராகம்' சாங்ல ஒப்பனிங்ல வர்ற அந்த ஹம்மிங் போர்ஷன்... இருக்கே ... ஆஹா...! நான் அவரை எங்காச்சும் நேர்ல பாத்தேன்னா "சார் ப்ளீஸ்" னு கேட்பேன் அவரும் உடனே பாடிடுவார்.

இனி அப்படி லைவா கேட்க முடியாதுங்கிற நினைப்பே மனசை அலட்டுது.

5 கலா மாஸ்டர்

என்னை ஆட வைத்த பாடகர்

எஸ்.பி.பி. சார் வந்து பயங்கர Will Power உள்ள ஒரு மனிதர். அதுமட்டுமல்ல எந்த இடத்துலயும் நெகட்டிவா நடந்துக்கவே மாட்டார்.

1990 - ல தான் நான் நடன உதவியாளரானேன். அன்று முதல் இன்று வரை எஸ்.பி.பி. சார் தங்கியிருந்த ஏரியாவுல தான் நானும் தங்கி வருகிறேன். ஜஸ்ட் ஒரு ரெண்டு நிமிஷம் நடந்து போற தூரத்துல தான் அவர் வீடு. அதனால நாங்க வந்து ஒரு Family Friend ஆக தான் இருந்தோம்.

டான்ஸ் மாஸ்டர் 'ரகுராம் சார்' மூலமா தான் நாங்க Friend ஆனோம், அவரும் எஸ்.பி.பி. சாரும் ரொம்ப க்ளோஸ். அதனால ரகுராம் சாரை எங்க பார்த்தாலும் "நாம ரெண்டு பேரும் பிரதர்ஸ் மாதிரி குண்டா இருக்கோம்டா"ன்னு சொல்லி எஸ்.பி.பி. சார் கிண்டல் பண்ணுவாரு.

எஸ்.பி.பி. சாருக்கு கொரோனான்னு கேள்விப்பட்டதும் நான் கொஞ்சம் ஷாக் ஆயிட்டேன். அதுக்கப்புறம், அவர் Ventilator - ல இருக்கார்ன்னு தெரிஞ்சப்போ நான் டென்ஷானாயிட்டேன். அப்ப இருந்து நான் ஒரு மாசமா என் ரூமுக்குள்ள தனியா ஸ்ரீ ராம ஜெயம் எழுதிட்டு அவருக்காக பிரார்த்தனை பண்ணிட்டு இருந்தேன். அந்த சமயத்துல அவருக்கு கொஞ்சம் *Critical* ன்னு சொன்னப்போ எனக்கு கை கால் எல்லாம் ஆடி போச்சு. காரணம், 30 வருஷமா நாங்க ஒரே ஏரியாவுல இருக்கோம். அவர் பாடினா பல பாடல்களுக்கு நான் கொரியாகிராபி பண்ணியிருக்கேன்.

நான் முதன் முதலா கொரியாகிராபி செய்த படம் வந்து ‘புது புது அர்த்தங்கள்’ அதுல எஸ்.பி.பி. சார் பாடின குருவாயூரப்பா, கேளடி கண்மணி, எல்லாரும் மாவாட்ட கத்துக்கிடனும், அப்புறம் இளையராஜா சாரும், எஸ்.பி.பி. சாரும் சேர்ந்து திக்கி திக்கி பாடுவாங்களே அது செம சூப்பரான ஒரு பாடல். அந்த பாட்டுல அவங்க ரெண்டு பேருடைய பிரன்ஷிப்ப அதுல பார்க்கலாம்.

> **“எடுத்து நான் விடவா என் பாட்டை**
> **.தோ.... தோ..... தோழா....**
> **குடிக்க தான் உடனே கொண்டா நீ**
> **சோ.... சோ.... சோடா...”**

இந்த பாட்டை நாங்க ரொம்ப ரசிச்சு கொரியாகிராபி பண்ணினோம்.

எஸ்.பி.பி. சார் கொரோனா காலத்துல கொரோனாவுக்காகவும் பாடினார். இப்படி எல்லாத்துக்கும் பாடின அவரைப்போய் இப்படி படுக்க வச்சிருச்சே, மூச்சுவிடாம பாடறவருக்குப் போய் மூச்சுத்திணறலா? ன்னு...என்னால ஏத்துக்கவே முடியல.

ஏன் கடவுள் இப்படி சோதிக்கிறாருன்னு நான் ரொம்ப உடைஞ்சு போயிட்டேன்.

எனக்கு கொரியாகிராபி பண்ண ரொம்ப கஷ்டமான பாடல்கள்ன்னா அது எஸ்.பி.பி. சாரோட பாடல்கள் தான். ஆனா, அவரோட பாடல்கள் தான் எங்க கோரியாகிராபியை காப்பாத்துது.

எஸ்.பி.பி. சார் வந்து மிக சிறந்த ஒரு பாடகர் என்பது அனைவருக்கும் தெரியும். ஆனா, அவர் மிக சிறந்த ஒரு மிமிக்ரி ஆர்டிஸ்ட்டும் கூட. அதனால, எப்பவும் ஜாலியா நகைச்சுவை உணர்வோட நடந்துக்குவார். அவருடைய ஏராளமான பாடல்களுக்கு நான் கோரியாகிராபி பண்ணியிருக்கேன்.

நான் ஒரு தெலுங்கு படத்துக்கு கோரியாகிராபி பண்ணியிருந்தேன். அது ஒரு க்ளாசிக்கலான படம்.பானுபிரியா தான் டான்ஸ் பண்ணியிருந்தாங்க. அந்த பாட்டு வந்து ரொம்ப difficult - ஆ இருந்துச்சு. எஸ்.பி.பி. சாரோட ஸ்வரத்தை வச்சுட்டு என்னால கம்போஸே பண்ண முடியல. அப்படி ஒரு சிச்சுவேஷன். அந்த படத்துக்காக எஸ்.பி.பி. சார் மூணு பாடல்கள் பாடியிருந்தார். மூணுமே சங்கராபரணம் மாதிரியான பாடல்கள்.

எஸ்.பி.பி. சாருக்கு 74 வயசாச்சுன்னு நான் சொல்லமாட்டேன். அவருக்கு இப்பவும் 29 வயசு தான். காரணம், அவர் எம்.ஜி.ஆர்க்கு பாடிய 'ஆயிரம் நிலவே வா' பாடல்... முதல் அவர் கடைசியா ரஜினிக்கு பாடின 'சும்மா கிழி'... பாடல் வரைக்கும் அதே வாய்ஸ் தான். அந்த வாய்ஸ்க்கு வயசே இறங்கல. அதுமட்டுமல்ல, கடைசி வரைக்கும் அவரோட எனர்ஜியும் இறங்கல.

நான் ஒருமுறை எஸ்.பி.பி. சார் பற்றி ஒரு தகவல் கேட்டேன். "அவர் சென்னையில் இருந்து மாலை 4:30 க்கு விமானம் ஏறி 5:30 க்கு பெங்களூர் ரீச்சு ஆனாராம். நேரா ஸ்டூடியோவுக்கு போய் 6:30 க்குள்ள பாட்டை பாடி கொடுத்திட்டு 7 மணிக்கு விமானம் ஏறி திரும்ப சென்னைக்கு வந்திட்டாராம். அப்படி ஒரு ஸ்பீடு.

அவர் எப்பவும் சொல்ற விஷயம் என்னன்னா "Don't waste the time." நேரத்தை வீணடிக்கவே மாட்டார்.

அதே மாதிரி, அவர் வெளில கச்சேரிக்கு போனால் எத்தனை பாடல்களானாலும் சலிக்காமல் பாடுவார். அப்படி ரிக்கார்டிங்குல வந்து பண்ணலாம், ஆனா ஸ்டேஜுல வந்து ஒரு தனி ஆளா நின்னு 30 க்கும் மேற்பட்ட பாடல்கள் பாடறது என்பது சாதாரண விஷயம் கிடையாது.

நான் எல்லாம் 2 டான்ஸ் ஆடிட்டு வந்தாலே களைச்சுப்போய் தண்ணியிருக்கான்னு தேடுவேன். ஆனா, அவர் வந்து ஸ்டேஜுல சும்மா கெத்தா அப்படி நிப்பாரு. அது தான் அவரோட தனித்துவமான எனர்ஜி.

ஆரம்பத்துல இருந்தே நான் வந்து அவரோட பைத்தியம். புது புது அர்த்தங்கள், டூயட், ரோஜா போன்ற படங்களில் இடம்பெற்ற எல்லா பாடல்களுமே எனக்கு ரொம்ப பிடிக்கும். அந்த திரைப்பட பாடல்கள் எல்லாம் என் மனசை ரொம்ப ஈர்த்தது.

சினிமா துறையில நான் வந்து டான்ஸை லவ் பண்றேன். எஸ்.பி.பி. சார் வந்து பாட்டை லவ் பண்றார். அந்த ரெண்டு விஷயங்களும் ஒண்ணா சேரும் போது அந்த பாட்டும் டான்ஸும் இன்னும் சிறப்பா அமைந்துவிடும். அது வந்து அவரோட டூயட் பாட்டானாலும் சரி, மற்ற பாடல்களானாலும் சரி. தனி சிறப்பாக அமைந்துவிடும்.

நான் வந்து 'மானாட மயிலாட'ன்னு ஒரு ரியாலிட்டி ஷோ ஆரம்பிச்சப்போ எனக்கு டக்குன்னு ஒரு யோசனை தோனிச்சு. எஸ். பி.பி. சார் பாடிய பாடல்களுடைய ஒரு ரவுண்டு வைக்கலாமேன்னு... உடனே அவருடைய மேனேஜருக்கு ஃபோன் பண்ணி பேசினேன்.

அப்போ எஸ்.பி.பி. சார் வந்து "என்னம்மா ஒரே தெருவுல இருந்துட்டு எங்கிட்ட இப்படி கேக்குறீங்க, நீ எங்க பொண்ணு. உனக்கில்லாததான்னு". உடனே அதுக்கு ஒத்துக்கிட்டார்.

நான் அவர்கிட்ட "சார் உங்க ஹிட் பாடல்களுடைய ஒரு லிஸ்ட் கொடுங்க நாங்க கோரியாகிராபி பண்ணிக்கிறோம்"ன்னு கேட்டேன். அதுக்கு அவர் சொன்னாரு "நான் Song List கொடுக்கறதை விட அவங்களுக்கு பிடிச்ச பாட்டை எடுத்து டான்ஸ் பண்ண சொல்லி நீங்க ஷூட் பண்ணிட்டு வாங்க. அதுக்கப்புறம், எனக்கு அந்த பாட்டு ஏன் பிடிக்குது பிடிக்கலேங்கறதை சொல்றேன். ஏன்னா எனக்கு பிடிச்ச பாட்டைவிட அவங்களுக்கு பிடிச்ச பாட்டை எடுத்து கோரியாகிராபி பண்றது வந்து கொஞ்சம் ஈஸியா இருக்கும்" அப்படின்னார்.

அவர் சொன்னது மாதிரியே நான் ஷூட் பண்ணி எடுத்துட்டு போனேன். என்னோட ஃபோன்ல அந்த நிகழ்ச்சியை பாத்துட்டு "கலா எனக்கு பிடிச்ச பாடல்களை எல்லாம் நீ பசங்கள வச்சு அழகா கோரியாகிராபி பண்ணியிருக்க; பிரமாதமா இருக்கு" ன்னு சொல்லி பாராட்டினார்.

அதுக்கு நான் சொன்னேன் "சார் நீங்க பாடினது எல்லாமே எங்களுக்கு பிடிச்ச பாட்டு தான். அதுல எதை எடுக்கறது எதை விடறதுன்னு எங்களுக்கு ஒரே குழப்பமா இருந்துச்சு. மூணு மணிநேரம் தான் ஷூட்டிங் என்பதாலா இவ்வளவு தான் எடுக்க முடிஞ்சது. இல்லாட்டி அத்தனை பாடல்களையுமே எடுத்திருப்போம்."

"கலா அது ரொம்ப ரொம்ப கஷ்டம் குழந்தைங்க ஆடணுமில்லயா" என்றார். அவர் ஹாஸ்ப்பிட்டல்ல இருந்த போது தான் அந்த நிகழ்ச்சி டெலிகாஸ்ட் ஆச்சு.அது என்னால மறக்க முடியாது.

நான் வெளிய போகும்போது எப்பவுமே *Self-drive* தான். ஒரு முறை நைட் ஷூட்டிங் முடிச்சிட்டு இரவு 2 மணிக்கு வீட்டுக்கு போகும் போது நல்ல மழை. என் கார்ல வைப்பரும் கெட்டு போச்சு. அந்த சமயத்துல என் கூட என்னோட அசிஸ்டென்ட் மட்டும் தான் இருந்தா. அவ இருந்திட்டு "அக்கா, பயங்கர மழையா இருக்கு"ன்னு பதர்றுன்னா.

அதுக்கு நான் சொன்னேன். "ஏய், நம்ம எஸ்.பி.பி. சாரோட பாட்டு இருக்குடீ"ன்னு சொல்லிட்டு *Full Volume* - ல அவரோட பாட்டை போட்டு கேட்டுட்டு வந்தோம். அதுல நான் கோரியாகிராபி பண்ணின பல பாடல்கள் இருந்துச்சு. அந்த பயணத்துல தொடர்ந்து அவரோட பாடல்கள் ஒலித்துக் கொண்டே இருந்துச்சு.

அந்த மழை இரவில் எஸ்.பி.பி. சாரோட பாடல்கள் தான் எங்களை காப்பாத்திச்சு. அவரோட பாட்டை கேட்கும் போது *100%* ஒரு மன அமைதி நமக்கேற்படும். நம்ம கவனம் சிதறாது.

அதுமட்டுமில்ல ஒரு குடும்பத்துல புருஷன் பொண்டாட்டி சண்டை போட்டு அவங்க தனியா போயிட்டா கூட எஸ்.பி.பி. சார் பாட்டை தான் கேப்பாங்க. அதேபோல் நாம அம்மா கூடவோ, சிஸ்டர் கூடவோ சண்டை போட்டா கூட எஸ்.பி.பி. சார் பாட்டை கேட்டால் சரியாயிடும்.

நமக்குள் எந்த மாதிரியான ஒரு மன அழுத்தம் ஏற்பட்டால் கூட எஸ்.பி.பி. சாரோட பாட்டை கேட்டால் எல்லாமே சரியாயிடும்.

அவர் இறந்தப்போ அவருக்காக ஒரு *Classical Dance Tribute* பண்ணலாம்னு அவர் பாடின 'சங்கீத ஜாதி முல்லை' பாட்டை எடுத்து நான் ஆட முயற்சி பண்ணினேன். ஆனா, என்னால ஆட முடியல. ஆட ஆரம்பிச்சா அழுகை அழுகையா வருது. என் உடம்பு ஆட மாட்டேங்குது. ஒத்துழைக்க மாட்டேங்குது. பைத்தியம் பிடிச்ச மாதிரி ஆயிடுச்சு. என் உடம்பு கேக்குது. *Where is SPB?*

35 வருட கால நட்பு கொண்ட எஸ்.பி.பி. அவர்கள்
என்னை ஆட வைத்தாய்
துள்ள வைத்தாய்
தூங்க வைத்தாய்
பாட வைத்தாய்
ஆனால் இன்று,
உங்க காந்த குரலில்
எங்களை கலங்க வைத்தாய்.

நண்பர்களும் குடும்பத்தினரும்

1 முரளி (பால்ய கால நண்பன்)

நண்பேன்டா

நானும் எஸ்.பி.பி.யும் பால்ய கால நண்பர்கள், நாங்கள் சின்ன வயசுல இருந்தே ரொம்ப நெருக்கமா இருந்தவர்கள். எங்க நட்புக்கு 60 வயதாகிறது. 1959-ல் இருந்து எங்க நட்பு தொடர்கிறது.

நாங்க சின்ன வயசுல ஜாலியா ஆடி பாடி விளையாடிட்டு இருந்தோம். எங்க குடும்பம் வந்து ரொம்ப மிடில் கிளாஸ். பணத்துக்கெல்லாம் ரொம்ப கஷ்டம் தான்.

எஸ்.பி.பி.யோட அப்பா வந்து ஒரு ஹரிகதா பாகவதர், அந்த வருமானத்துல தான் அவங்க குடும்பம் நடத்திட்டு இருந்தாங்க.

எஸ்.பி.பி.க்கு அப்பவே நல்ல குரல் வளம். நல்லா பாடுவாறு. எங்க பாட சொன்னாலும் யார் பாட சொன்னாலும் எந்த

ஒரு தயக்கமுமில்லாமல் உடனே பாடிடுவாறு. அவரோட குரலுக்கு நான் அப்பவே அடிமையாக இருந்தேன்.

நாளடைவில் நாங்களும் சில நண்பர்களும் சேர்ந்து ஒரு மியூசிக் ட்ரூப் ஆரம்பிச்சோம். அதன் மூலமா ஆங்காங்கே சின்ன சின்ன கச்சேரிகள் பண்ணிட்டு இருந்தோம். அப்ப வந்து நாங்க ஒரு கச்சேரிக்கு 50 ரூபா வாங்குவோம். ஆனா, நாங்க 2 பேரும் காசுக்காக அதை பண்ணல. எங்க திறமைய வெளிய தெரியப்படுத்தனுங்கிறதுக்காக அதை பண்ணிட்டு இருந்தோம்.

அப்ப நாங்க வந்து புது பாடல்களை கத்துக்கறதுக்காக சினிமா பார்க்க போவோம். இரண்டாவது முறை அந்த படத்தை பார்க்க எங்க கிட்ட காசு இருக்காது. அப்ப என்ன பண்ணுவம்னா அந்த பாட்டு வர்ற நேரத்துக்கு போய் தியேட்டர் ஹால் கிட்ட நின்னு அதை கேக்கறது. அப்படி இரண்டு மூன்று முறை அங்க போய் நின்னு அந்த பாடலை கேட்டு பழகிட்டு போய் கச்சேரில பாடுவோம். எஸ்.பி.பி.க்கு அப்பவே பீஜியம் ஸ்கோர் எல்லாம் ரொம்ப நல்லா உள்வாங்க கூடிய திறமை இருந்தது.அவர் முறையா மியூசிக் கத்துக்கல. ஆனா, ஒரு விஷயத்தை சொன்னால் கர்ப்பூரம் போல கப்புன்னு பிடிச்சிக்குவார்.

அப்போ எஸ்.பி.பி. யோட அப்பா கிட்ட ஹார்மோனியம் வாசிக்க ஸ்ரீனிவாசன்னு சொல்லி ஒருத்தரும்; ராஜராம்னு சொல்லி ஒரு வயலினிஸ்டும் இருந்தாங்க.அவங்க ரெண்டு பேருமே நல்ல சங்கீத காரங்க. அவங்ககிட்ட எஸ்.பி.பி. தியேட்டரில் கத்துக்கிட்டு வந்த பாடல்களுடைய Back Ground Score சொல்லுவார். அவங்க ரெண்டு பேரும் Notation எல்லாம் எழுதி வாசிப்பாங்க. அப்படி எஸ்.பி.பி. பாடி பழகி தன்னை கொஞ்சம் தயார் படுத்தி கொண்டிருந்தார்.

அதன் மூலம் பக்காவா கச்சேரி பண்ண முடிந்தது. சினிமா பாடல்கள் எப்படி இருக்கோ அதை எங்ககிட்ட இருந்த இசைக்கருவிகளை வச்சு சிறப்பா பண்ணினோம். அது எங்களுக்கு ரொம்ப நல்ல பெயர் வாங்கி கொடுத்தது.

அதன் பிறகு தான் எஸ்.பி.பி. கலந்து கொண்ட ஒரு பாட்டு போட்டியில் ஜானகியம்மா வந்து பரிசு கொடுத்து பாராட்டி அவரை சினிமாவில் பாட முயற்சி செய்ய சொல்லிவிட்டு போனார்கள். சினிமான்னு சொன்னா எஸ்.பி.பி.யோட வீட்டுல ஒத்துக்க மாட்டாங்க. அதனால சென்னை AME ல சேர்ந்து படிக்க

போறேன்னு எஸ்.பி.பி. அவங்க அப்பாகிட்ட சொல்லி சம்மதிக்க வைத்து சென்னைக்கு வந்துட்டாரு. நானும் Radio Engineer Course படிக்க சென்னைக்கு வந்துட்டேன்.

அதுக்கப்புறம் நாங்க ரெண்டு பேரும் கோடம்பாக்கத்துக்கு பக்கத்துல ஒரு ரூம் எடுத்து தங்கி படிச்சுக்கிட்டு இருந்தோம்.

அப்ப சனி, ஞாயிறு விடுமுறை நாட்களில் நாங்க ரெண்டு பேரும் சைக்கிள்ல போய் இசையமைப்பாளர்களை சந்திச்சு வாய்ப்பு தேடிட்டு இருந்தோம்.

கண்டசாலா, நாகேஸ்வர ராவு, மாதவபுரம் சத்யா, ஏ.எம்.ராஜா இப்படி பல இசையமைப்பாளர்களை போய் சந்திச்சோம்.

புது பாடகன் என்பதால் “சரி பாப்போம். அடுத்த வாரம் வா தம்பி” ன்னு சொல்லி அனுப்பிடுவாங்க. சில இசையமைப்பாளர்களை சந்திக்க ஒரு மணி நேரம், ரெண்டு மணி நேரம் வரை எல்லாம் காத்திருக்க வேண்டியிருந்தது. ஆனாலும், நாங்கள்சோர்வடையாமல் தொடர்ந்து முயற்சி செய்து கொண்டே இருந்தோம்.

இதற்கிடையில் எங்களுக்கு பண பிரச்சனை வேற. வீட்டில் இருந்து அனுப்புற பணம் எங்களுக்கு போதவில்லை. அதுக்கப்புறம் நாங்க ஹோட்டலில் போய் சாப்பிடறதெல்லாம் கட் பண்ணிட்டு வீட்டில் இருந்து கொஞ்சம் மளிகை பொருட்கள் கொண்டு வந்து வச்சுக்கிட்டு சொந்தமா சமைச்சு சாப்பிட ஆரம்பிச்சோம்.

நான் ஓரளவுக்கு சமைப்பேன். எஸ்.பி.பி.அவர்களுக்கு சமையல் எல்லாம் தெரியாது. ஆனா, நான் என்ன சமைச்சாலும் நல்லா இருக்குடான்னு சொல்லி பாராட்டியபடி ரசிச்சு சாப்பிடுவார்.

நாங்க சமைத்த பாத்திரங்கள் எல்லாம் க்ளீன் பண்ணறது வந்து இரவு பத்து மணிக்கு மேலதான். காரணம் நாங்க தங்கி இருந்த இடம் வந்து பத்து வீடுகள் கொண்ட ஒரு காம்ப்ளக்ஸ். அதனால அவங்க யாரும் பார்த்திட கூடாது என்பதற்காக பத்து மணிக்கு மேலதான் நாங்க ரெண்டு பேரும் சேர்ந்து பாட்டு பாடிட்டு பாத்திரங்கள் எல்லாம் கழுவி சுத்தப்படுத்தி வைப்போம்.

காலைல ஏதாவது டிபன் செய்து சாப்பிட்டுட்டு கல்லூரிக்கு கிளம்பிடுவோம். அப்புறம் மதியம் வந்து தான் பொறுமையா சமையல் செய்து சாப்பிடுவோம்.

இப்படி கொஞ்ச காலம் ஜாலியா சமைச்சு சாப்பிட்டுட்டு வாழ்ந்தோம்.

ஒரு நாள் ஆந்திர கிளப் கிட்ட ஆல் இந்தியா லெவெல்லா இசை, நாடகம், நடனம் போன்ற கலை நிகழ்ச்சி போட்டிஒன்று நடத்த போவதாக ஒரு விளம்பர நோட்டீஸ் பார்த்தேன்.

அந்த இசை நிகழ்ச்சி பற்றி விசாரிச்ச போது நிகழ்ச்சியில் கலந்து கொள்ள பத்து ரூபாய் நுழைவு கட்டணம் கட்ட வேண்டும், சொந்த பாடலாக இருக்க வேண்டும், சினிமா பாடலாக இருக்க கூடாது. இப்படியான சில நிபந்தனைகள் இருந்தது. நான் எஸ்.பி.பி.யிடம் கேட்காமலேயே பத்து ரூபாய் நுழைவு கட்டணத்தை கட்டிவிட்டு வந்தேன்.

நான் ரூமுக்கு வந்த பிறகு அந்த விஷயத்தை எஸ்.பி.பி.யிடம் சொன்னேன். அவர் இருந்துட்டு "அதெல்லாம் நமக்கு வேண்டாம்டா. அங்க நூற்றுக்கணக்கான போட்டியாளர்கள் வருவாங்க. அங்க போய் நாமெங்க ஜெயிக்க போறோம். என்னால அங்கெல்லாம் போய் பாட முடியாதுடா. அது வேஸ்ட்டு"ன்னு சொன்னார்.

"இல்ல இல்ல நான் வந்து உனக்காக பத்து ரூபா கட்டிட்டு வந்துட்டேன் நீ கண்டிப்பா பாடியே ஆகணும் எனக்கு உன் மேல நம்பிக்கை இருக்கு"ன்னு சொன்னேன்.

என்னடா நீ பைத்தியக்காரத்தனமா இருக்கேன்னு எஸ்.பி.பி. எங்கிட்ட கோவிச்சுக்கிட்டாரு. கடைசில என் வற்புறுத்தலின் பேரில் சரி, நான் பாடறேன்னு ஒத்துக்கிட்டாரு.

அந்த நிகழ்ச்சிக்கு நடுவர்களாக வந்தவர்கள் எல்லாருமே பெரிய பெரிய இசை மேதைகள்.

அதில் கண்டசாலா, நாகேஸ்வர ராவ், தக்ஷினா மூர்த்தி போன்றவர்கள் எல்லாம் இருந்தார்கள்.

அவர்களை எல்லாம் பார்த்ததும் எஸ்.பி.பி. கொஞ்சம் பயந்திட்டாரு.

மைக்கில் எஸ்.பி.பி.யை அழைத்ததும் அவர் போய் பாடினார். எல்லாரும் பயங்கரமா கைதட்டி ரசிச்சாங்க.

அந்த பாட்டு வந்து எஸ்.பி.பி. யோட நண்பர் ஊர்ல இருந்து வந்தப்போ மெரினா கடற்கறையில் வைத்து எழுதி கொடுத்த ஒரு தெலுங்கு பாட்டு அது.

அடுத்த நாள் தான் பரிசு கொடுத்தாங்க. அப்ப மறுபடியும் அந்த பாடலை பாட சொன்னாங்க. எஸ்.பி.பி. மீண்டும் பாடினார்.

அவர் பாடி முடித்ததும் 'கோதண்டபாணி'ன்னு ஒரு இசையமைப்பாளர் எஸ்.பி.பி. கிட்ட வந்து "தம்பி நீ சினிமாவுல பாடறியா?" ன்னு கேட்டார்.

அவர் எதோ தன்னை கிண்டல் பண்றார்ன்னு நினைச்சிட்டு "இல்ல சார், நான் பாடலை" ன்னு சொல்லியிருக்கார்.

"தம்பி நீ நல்லா பாடறே, நீ ஒழுங்கா ப்ராக்டீஸ் பண்ணி பாடினேன்னு வச்சுக்கோ ஏறத்தாள 40 வருஷம் பாடுவேய்யா. அது மட்டுமல்ல நிறைய அவார்ட் எல்லாம் கூட வருமய்யா" என்று சொன்னார்.

அதுக்கு எஸ்.பி.பி. இருந்துட்டு "சார் நீங்க யார்ன்னு எனக்கு தெரியாது"ன்னு சொல்லியிருக்காரு. "தம்பி என் பெயர் கோதண்டபாணி இசையமைப்பாளர்"ன்னு தன்னை அறிமுகப்படுத்தியிருக்காரு.

"தம்பி நான் உன்னை பாட வைக்கிறேன்"னு சொல்லிட்டு கோதண்டபாணி சார் ஒரு தயாரிப்பாளர்கிட்ட எஸ்.பி.பி.யை பத்தி சொல்லியிருக்காரு.

ஒரு புது பையன் நல்லா பாடுறாம்பா, ஆனா பெரிய ஹீரோக்களுக்கு பாட முடியாது. சின்ன பசங்களுக்கும் பாட முடியாது. கொஞ்சம் மீடியமான வாய்ஸ். ஆனா வாய்ஸ் கொஞ்சம் மெச்சூர்டு. ஆனால், நல்லா இருக்கும். அதனால ஒரு வருஷம் ரெண்டு வருஷம் கழிச்சு வந்தால் நல்லா இருக்கும்னு சொல்லி அனுப்பிச்சிட்டாரு.

சரி அவருக்கு எதுக்கு நாம டென்ஷன் கொடுக்கணும்னு சொல்லி 2 வருஷம் எஸ்.பி.பி. அவர்கள் அவரை போய் சந்திக்கவே இல்லை. அது மட்டுமல்ல எஸ்.பி.பி. தன்னோட முகவரி கூட அவர்கிட்ட கொடுக்காம வந்திட்டார்.

அப்போது தெலுங்குல ஒரு படம் ஆரம்பிச்சாங்க. அந்த படத்துக்கு இசையமைப்பாளர் கோதண்டபாணி சார் தான். அந்த படத்துல ஒரு பாட்டு, 4 பேர் சேர்ந்து பாடணும். சுசீலாம்மாவும், 3 ஆண் பாடகர்களும் சேர்ந்து பாட வேண்டும். அந்த பாடலில் எஸ்.பி.பி. யை பாடவைக்கலாம்னு முடிவு பண்ணினார்கள். அவர்களுக்கு எங்க முகவரி தெரியாததால எஸ்.பி.பி. அவர்கள் படிக்கும் கல்லூரியை

கண்டுபிடிச்சு அவரை பாட ஸ்டூடியோவிற்கு வர சொல்லிவிட்டு போனார்கள்.

நாங்க ரெண்டு பேரும் ஸ்டூடியோவிற்கு போனோம். அங்க பயங்கரமா ரிகேர்சல் நடந்து கொண்டிருந்தது. நாங்க பயந்துட்டு வெளியவே நின்னுட்டோம். பத்மநாபன் சார் வீட்டுல தான் ரிகேர்சல். இரண்டு தபேலா, ஒரு ஹார்மோனியம் வச்சு கம்போசிங், ரிகேர்சல் நடந்துக்கிட்டு இருந்துச்சு. கோதண்டபாணி சார் பாடிக்கிட்டு இருந்தார்.

அவர் பாட்டை நிறுத்தியதும் நாங்க மெதுவா கதவை திறந்தோம். உடனே அவர் எங்களை பாத்திட்டார் வாப்பா, உள்ளவானு எங்களை அன்போட அழைத்தார். அப்புறம் எஸ்.பி.பி.யை பாட சொன்னார். அன்றைக்கு ஸ்டேஜ்ல பாடின தெலுங்கு பாட்டை பாடி காமிச்சார்.

ஒரு ஹிந்தி பாட்டு பாட சொன்னார். முகமது ரஃபி சாரோட ஒரு பாட்டை பாடினார். அதை எஸ்.பி.பி. கொஞ்சம் மிகைப்படுத்தி பாடினார்.

பாட்டை கேட்டுட்டு "தம்பி அவர் அப்படியா பாடியிருக்கிறார்?" கோதண்டபாணி சார் எஸ்.பி.பி.யிடம் கேட்டார்.

"இல்ல சார் நான் கொஞ்சம் இம்ப்ரூவைஸ் பண்ணினேன்" னு பயந்திட்டு சொன்னார்.

"எனக்கு அதுதாய்யா வேணும். உன்கிட்ட அந்த திறமை இருக்கு. நான் உன்னை கண்டிப்பா பாட வைக்கிறேன். இன்னொரு பாட்டு பாடு"ன்னு சொன்னாரு.

மீண்டும் ஒரு முகமது ரஃபி பாடிய மற்றொரு பாடலை எஸ்.பி.பி. பாடினார். அதை கேட்ட கோதண்டபாணி சார் "இதுவும் ரொம்ப நல்லா இருக்கு. தயாரிப்பாளர் பத்மநாபன் சார் வந்ததும் இந்த பாட்டை பாடி காட்டு" ன்னு சொன்னார்.

தயாரிப்பாளர் வந்ததும் அவர்கிட்ட கோதண்டபாணி சார் எஸ். பி.பி.யை அறிமுகம் செய்து வைத்தார்.

அவர் முன்னாடி எஸ்.பி.பி. மீண்டும் முகமது ரஃபியின் பாடலை பாடி காட்டினார். அதை கேட்டு அவருக்கும் பிடிச்சு போய் "இந்த பையனை கட்டாயம் நம்ம படத்துல பாட வைப்போம்"னு உறுதியளித்தார்.

சரிப்பா நாளையிலிருந்து ரிகேர்சலுக்கு வந்திடுன்னு சொன்னார் கோதண்டபாணி சார்.

எஸ்.பி.பி.யும் தினமும் ரிகேர்சலுக்கு போய் பாட்டை கத்துக்கிட்டார். அங்க வந்து பி.சுசீலாம்மா, ரகுராமய்யா போன்ற பாடகர்கள் எல்லாம் பாட்டு கத்துக்க வந்தாங்க. அப்போ கோதண்டபாணி சார் ஆர்மோனியம் பிடிச்சு எஸ்.பி.பி.யை பாட சொல்லி மற்ற பாடகர்களுடைய போர்ஷனையும் பாடி காட்ட சொன்னார்.

அதெல்லாம் முடிந்த பிறகு அந்த பாட்டின் ரெக்கார்டிங் தேதி முடிவு பண்ணி எஸ்.பி.பி. கிட்ட சொன்னாங்க.

“தம்பி, புரொடக்ஷன்ல இருந்து கார் வரும், நீ வந்துடு. 2 மணி லேர்ந்து 9 மணி வரை கால்ஷீட்” னு சொன்னாங்க.

டிசம்பர் - 15 - 1966 - ல விஜயா கார்டென்ல வச்சு ரெக்கார்டிங்.

அன்னைக்கு நாங்க ரெண்டு பேரும் ரெடியாகி காருக்காக காத்திருந்தோம். கார் வரும் வரும்னு ரொம்ப நேரம் காத்திருந்தும் கார் வரல. அப்போது தொலைபேசி வசதியும் இல்ல.

கார் வரலைன்னதும் எஸ்.பி.பி. அப்செட் ஆயிட்டார். “அவங்களுக்கு என் பாட்டு பிடிக்கல போலிருக்கு அது தான் என்னை விட்டுட்டாங்கன்னு” சொல்லி பீஃல் பண்ணி டிரெஸ் கழட்டி வைக்க போனார்.

நான் எஸ்.பி.பி.-யை கொஞ்சம் ஆறுதல் படுத்தி “அங்க ஏதாவது நடந்திருக்கு மணி. நாம சைக்கிள்ல போய் என்னாச்சுன்னு விசாரிப்போம் வா” ன்னு சொல்லி ரெண்டு பேரும் சைக்கிள்ல விஜயா கார்டனுக்கு போனோம். நாலு கிலோமீட்டர் தூரம் இருக்கும்.

சைக்கிள்ல போனா உள்ள யார் அனுப்புவாங்க. வாச்சுமேன்கிட்ட விஷயத்தை சொன்னா உள்ள அனுப்ப மாட்டேங்கிறாரு.

நான் மறுபடியும் அந்த வாச்சுமேன்கிட்ட போய் விவரமா விஷயத்தை எடுத்து சொன்னேன். “இவருக்கு உள்ள ரெக்கார்டிங் இருக்கு. கோதண்டபாணி சார் இசையில இவர் பாட வந்திருக்கார்” னு சொன்னேன்.

“ஏன் அவர் ஆக்டிங் பண்ண மாட்டாரா?” என்று வாட்சுமேன் கிண்டல் பண்ணினார். ஏன்டா, அம்மா அப்பா கஷ்டப்பட்டு

காலேஜ்ல போய் படிங்கடான்னு சொல்லி பணம் கொடுத்து அனுப்பி வெச்சா இங்க வந்து விஜயா கார்டன் பார்க்கலாமா, ஸ்டூடியோ பார்க்கலாமான்னு சுத்திட்டு இருக்கீங்கன்னு சொல்லி விரட்டினார்.

“இல்ல சார், உண்மையாலுமே இவர் பாடணும்; டைம் வேற ஆயிடுச்சு. எங்களுக்கு அனுப்பின காரும் வரல. தயவு செய்து எங்களை உள்ள அனுப்புங்க”- ன்னு சொன்னேன்.

“தம்பிகளா இந்த மாதிரி எல்லாம் நான் நிறைய கேட்டுட்டேன். ஆந்திராவுல இருந்து இப்படி நிறைய பேர் வருவாங்க. தயவு செய்து நீங்க ரெண்டு பேரும் சைக்கிள் எடுத்திட்டு அப்படி ஓரமா போய் நில்லுங்க. இல்லாட்டி எனக்கு திட்டு விழும்” னு சொல்லி எங்களை உள்ளயே விடல.

எஸ்.பி.பி.க்கு அழுகையா வந்தது. “இந்த அவமானம் நமக்கு வேணான்டா வாடா போலாம்” னு பிடிவாதமா இருந்தாரு.

“கொஞ்சம் பொறுடா”னு சொல்லி நான் எஸ்.பி.பி. யை சமாதான படுத்தி மறுபடியும் அந்த வாட்சுமேன் கிட்ட போய் “சார் சைக்கிள் இங்க இருக்கட்டும், இவரும் இங்க இருப்பாரு. நான் மட்டும் உள்ள போய் புரொடக்ஷன்ல யாராவது இருந்தா அவங்ககிட்ட சொல்லி பெர்மிஷன் வாங்கிட்டு உடனே வந்திடறேன். காரணம், ரெண்டு மணிக்கு இந்த பையனுக்கு கால்ஷீட். இப்பவே ரொம்ப லேட் ஆயிடுச்சு”ன்னு சொன்னப்ப என்னை கொஞ்சம் நம்பினாரு.

“சரி, பாத்துட்டு உடனே வந்திடனும். ப்ளோர் பக்கத்துல ஷூட்டிங் இருக்கு. அந்த பக்கமெல்லாம் போயிடாதே எனக்கு திட்டு விழும்” னு சொல்லி என்னை மட்டும் உள்ள அனுப்பினாரு.

நான் உள்ளே ஓடிப்போய் புரொடக்ஷன் சம்பந்தப்பட்ட யாராவது இருக்காங்களான்னு தேடிட்டு இருந்தப்போ கோதண்டபாணி சார் வெத்தலை போட்டுட்டு எச்சில் துப்பறத்துக்காக வெளிய வரவும் என்னை பாத்துட்டார்.

“என்னப்பா... அவரெங்கே” ன்னு விசாரிச்சார். “சார், அவர் கேட்டுக்கு வெளிய நிக்கிறார். வாட்சுமேன் உள்ள அனுப்ப மாட்டேங்குறார்”ன்னு சொன்னேன்.

“அய்யய்யோ... என்னப்பா நாங்க அவருக்காகத்தான் வெயிட் பண்ணிட்டு இருக்கோம்”னு சொல்லி உடனே புரொடக்ஷன்

மானேஜரை கூப்பிட்டு... ''ஓடிப்போய் அந்த பையன உள்ள அனுப்ப சொல்லுங்க''ன்னு சொல்லி அனுப்பினாரு.

எஸ்.பி.பி. உள்ள வந்ததும் கோதண்டபாணி சார் ''என்னப்பா இப்பவே பெரிய ஆளாயிட்டீங்க. ரெண்டு மணிக்கு கால்ஷீட்டுன்னா நாலு மணிக்கு வர்றீங்க''ன்னு கேட்டார்.

''இல்ல சார், எங்களுக்கு அனுப்பின வண்டி வரல. நாங்க ரொம்ப நேரமா காத்திருந்தும் கார் வராததால சைக்கிள்ல இப்ப தான் சார் வந்து சேர்ந்தோம். இங்க வந்தா... வாட்சுமேன் உள்ள விடாம கேட்டுக்கிட்டேயே நிற்க வெச்சுட்டார்'' னு சொன்னோம்.

''சரி, சரி அதை பத்தி அப்புறம் பேசிக்கலாம். எல்லோரும் காத்திட்டு இருக்காங்க... உள்ளே போ'' - ன்னு சொன்னார்.

உள்ளே போய் பார்த்தா 40 பேர் கொண்ட ஒரு பெரிய ஆர்கெஸ்ட்ரா டீம் காத்துட்டு இருக்காங்க.

எஸ்.பி.பி.க்கு அந்த பாட்டு ஏற்கனவே நல்லா தெரியுங்கிறதுனால உள்ள போனதும் உடனே பாடினார்.

நான்கு பேர் கொண்ட ஒரு காம்பினேஷன்ல எஸ்.பி.பி. முதன் முதலா பாடினார். அந்த பாடலை பாடும் போது எஸ்.பி.பி.க்கு கோதண்டபாணி சார் ரொம்ப சுதந்திரம் கொடுத்தார்.

அதன் மூலமா கோதண்டபாணி சார் என்ன எதிர்பார்க்கிறார் என்பதை எஸ்.பி.பி. தெளிவா புரிஞ்சுகிட்டு அதுக்கேத்த மாதிரி பாடினார்.

எஸ்.பி.பி.யோட அந்த முதல் பாட்டை 'ஏ. ஆர். சுவாமிநாதன்' சார் தான் ரெக்கார்டிங் பண்ணினார். அந்த பாட்டு வந்து ரொம்ப ஹிட்டாயிடுச்சு.

'ஸ்ரீ ஸ்ரீ ஸ்ரீ மரியாத ராமண்ணா' என்ற படத்துல 'சோஹன் பாபு' சாருக்காக எஸ்.பி.பி. அந்த பாட்டை பாடினார். அவர் பாடின முதல் பாடலே வந்து ஒரு முன்னனி ஹீரோவுக்காக என்பது பெரிய பாக்கியம். அந்த பாட்டு மூலமா எஸ்.பி.பி. பாப்புலர் ஆயிட்டார். ரசிகர்கள்கிட்ட இருந்து நல்ல ரெஸ்பான்ஸ் கிடைச்சது.

எஸ்.பி.பி. முதன் முதலா பாடினத்துக்கு கிடைச்ச சம்பளத்தை என்கிட்டதான் கொண்டு வந்து கொடுத்து சந்தோஷப்பட்டார். அப்ப 100 ரூபா நோட்டு வந்து ரொம்ப பெரிசு. அந்த பாட்டுக்கு 300 ரூபாய்

சம்பளம். அப்புறம் அந்த படத்துல ஒரு பத்தியம் பாடினதுக்கு 150 ரூபா கொடுத்தாங்க அப்படி மொத்தமா 450 ரூபாய் கிடைத்தது.

அடுத்த நாள் சாயந்திரம் எஸ்.பி.பி. என்னை ஒரு பெரிய ஸ்டார் ஹோட்டலுக்கு கூட்டிட்டு போய் ஒரு விருந்து கொடுத்தார். அதுக்கப்புறம் '*The Train*' அப்படினு ஒரு சினிமாவுக்கு அழைச்சிட்டு போனார். அதெல்லாம் என்றும் மறக்க முடியாத வசந்த கால நினைவுகள்.

அதுக்கப்புறம் ஸ்டுடியோவிற்கு வரும் தயாரிப்பாளர்கள் சுவாமிநாதன் சார் கிட்ட சமீபத்துல ஒரு புது பையன் பாடின அந்த பாட்டை போட சொல்லி கேப்பாங்க. அவரும் அதை போட்டு காட்டுவார். அதை கேட்டுட்டு சில தயாரிப்பாளர்கள் எஸ்.பி.பி. க்கு வாய்ப்பு கொடுத்தாங்க.

அந்த சமயத்துல கோதண்டபாணி சாருக்கு 5-6 படம் கைல இருந்துச்சு. அதுல எஸ்.பி.பி.க்கு ஒரு பாட்டு, ரெண்டு பாட்டுன்னு வாய்ப்புகள் கொடுத்துட்டு இருந்தார்.

அந்த நேரத்தில் தமிழ்ல ரவிச்சந்திரன் நடிச்ச 'நான்' என்ற படத்தை தெலுங்குல ரீமேக் பண்ணினாங்க. அதுல 'கிருஷ்ணா' என்பவர் ஹீரோவா நடிச்சார். அந்த படத்துக்கு கோதண்டபாணி சார் தான் இசையமைப்பாளர் அதுல எல்லா பாட்டையும் எஸ்.பி.பி.யை பாடவச்சார். அது எஸ்.பி.பி.க்கு ஒரு ப்ளஸ் பாயிண்டாக அமைந்தது.

அந்த வாய்ப்புக்கு பிறகு எஸ்.பி.பி.க்கு படிப்படியா ஒவ்வொரு வாய்ப்புகள் வந்துகிட்டே இருந்துச்சு. அதனால அவரால் படிப்பை தொடர முடியாம அவங்க அப்பா கிட்ட போய் அபிப்ராயம் கேட்டிருக்கிறார்.

அதற்கு பிறகு தான் முடிவா எஸ்.பி.பி. சினிமா துறையை தேர்ந்து எடுத்தார். அதோடு தெலுங்குல அவர் சிறந்த பாடகரா மாறி நல்ல பாப்புலர் ஆயிட்டார்.

அதையடுத்து தமிழ்ல 'சாந்தி நிலையம்' படத்துக்காக 'இயற்கை என்னும் இளையகன்னி' எம்.ஜி.ஆருக்காக 'ஆயிரம் நிலவே வா' போன்ற பாடல்களை எல்லாம் பாடி தமிழில் பாப்புலரானார். அப்புறம் கன்னடம், ஹிந்தி, மலையாளம்னு பிற மொழிகளில் பாப்புலரான ஒரு பாடகராயிட்டார்.

அவருடைய பெருந்தன்மையான குணத்தை பற்றி சொல்லியாக வேண்டும். அவருக்கு நட்பு, விசுவாசம் ரொம்ப ஜாஸ்தி.

எஸ்.பி.பி. ஒரு ரெக்கார்டிங் ஸ்டூடியோ கட்டினப்போ தனக்கு முதன் முதலா பாட வாய்ப்பு கொடுத்த இசையமைப்பாளர் கோதண்டபாணி சார் அவர்களை மனதில் வைத்து கொண்டு அந்த தியேட்டருக்கு 'கோதண்டபாணி *AUDIO LABORATORY*'னு பெயர் சூட்டினார்.

அந்த தியேட்டருல நீயும் வந்து என்னோட வேலை செய்யணும்னு சொல்லி என்னையும் விடா புடியா புடிச்சிட்டு வந்து அங்க எனக்கும் ஒரு வேலை போட்டு கொடுத்து அழகு பார்த்தவர் என் பால்ய கால நண்பன் எஸ்.பி.பி.

அந்த தியேட்டர்ல நான் வேலை பார்த்த காலங்களில் பெரிய பெரிய மகான்களை எல்லாம் பக்கத்தில் பார்க்க முடிந்தது. அவர்களோடு வேலை செய்ய முடிந்தது. அப்படி ஏராளமான இசையமைப்பாளர்களோடு சேர்ந்து வேலை செய்யும் ஒரு வாய்ப்பு கிடைத்தது.

அது என் நண்பன் எஸ்.பி.பி. மூலம் எனக்கு கிடைத்த பெரும் பாக்கியம் என்று தான் சொல்ல வேண்டும்.

அதையடுத்து எஸ்.பி.பி.யின் முதல் பாடலை ரெக்கார்டிங் செய்த ஓய்வு பெற்ற இன்ஜினியர், 'ஏ.ஆர்.சுவாமிநாதன்' அவர்களையும் தன்னோட ரெகார்டிங் தியேட்டருக்கு கொண்டு வந்து தன் குருவாக நியமித்தார். நாங்களும் அவரை குரு ஸ்தானத்தில் வைத்து கொண்டு பணியாற்றி வந்தோம்.

அப்படி ஒரு நன்றி விசுவாசத்துக்குரியவர் என் நண்பன் எஸ்.பி.பி.

எஸ்.பி.பி. யோட 54 வருட சங்கீத பயணத்துல நானும் ஒரு நண்பனா அவரோடு பயணித்திருக்கிறேன் என்பதே எனக்கு கிடைத்த பெரும் பாக்கியம்.

2. ஆஷிக் (Sound Engineer)

எஸ்.பி.பி.யின்
அறியப்படாத முகம்

1997-ஆம் ஆண்டு மதுரையில வந்து ஒரு பெரிய நிகழ்ச்சி நடந்துச்சு. 'மேடை மெல்லிசை கலைஞர்கள் சங்கம்'னு ஒன்னு ஆரம்பிச்சிருந்தாங்க. அதன் துவக்க விழாவாகவும், ஒரு பெரிய டிக்கெட் ஷோவாகவும் ஏற்பாடு பண்ணி நடத்தினாங்க.

அப்ப வந்து மதுரையில பெரிய சவுண்ட் சிஸ்டம் எங்களுடையது தான். நாங்க தான் அந்த நிகழ்ச்சியை எடுத்து பண்ணினோம்.

அந்த ஷோவுக்கு எஸ்.பி.பி.சார், கங்கை அமரன், சங்கர் கணேஷ், எம்.எஸ்.வி, அப்துல் ஹமீது, மலேசியா வாசுதேவன், தேவா இப்படி பெரிய இசை ஜாம்பவான்கள் எல்லாம் வந்து இறங்கின ஷோ அது.

அப்ப நான் ரொம்ப சின்ன பையன். சவுண்ட் சிஸ்டத்தில் ஆரம்ப கட்டத்தில் இருந்தேன்.அந்த ஷோவுலதான் நான் எஸ்.பி.பி. அவர்களை முதன் முதலா நேரில் பார்த்தேன்.

அன்னைக்கு அவங்க பாடி முடிச்சிட்டு போயிட்டாங்க. அதன் அடுத்த கட்டமா அப்துல் ஹமீது சாருக்கும், திண்டுக்கல் அங்கிங்கு இசை குழுவினருக்கும் எங்க சவுண்ட் சிஸ்டம் பிடிச்சு போய் எங்களை சென்னைக்கு அழைத்துப்போய் 'லலிதாவின் பாட்டுக்கு பாட்டு' நிகழ்ச்சியில் அறிமுகப்படுத்தினார்கள்.

அப்போது தான் சவுத் ஆப்பிரிக்காவுக்கு போய் ஒரு பெரிய மியூசிக் ஷோ பண்ண போறதா சொன்னாங்க. அந்த நிகழ்ச்சிக்கும் நான் தான் சவுண்ட் என்ஜினீயராக போய் இருந்தேன்.

அந்த நிகழ்ச்சிக்கு எஸ்.பி.பி. சார், ஜானகி அம்மா ரெண்டு பேரும் வந்திருந்தாங்க. அன்னைக்கு ஜானகி அம்மாவுக்கு கொஞ்சம் வீசிங் பிரோப்லம். அந்த ஊர் சூழல் அவங்களுக்கு ஒத்துக்கல. பொதுவா எஸ்.பி.பி. சார் எல்லார் மேலையும் ரொம்ப அக்கறை காட்ட கூடியவர். ஜானகி அம்மா மேல அவருக்கு அளவு கடந்த பாசம். அதுமட்டுமல்ல அளவுக்கு மீறிய அக்கறை எடுத்துக்கொள்வார்.

ஒரு பெரிய ஷோ பண்ண வந்திருக்கோம்.அதுவும் வெளிநாட்டுக்கு வந்திருக்கோம். கூட 40 பேர் கொண்ட ஒரு பெரிய ஆர்கெஸ்டரா டீம் வேற. இந்த ஷோ நல்ல படியா நடக்கனும் என்பது எல்லோருக்குமே இருக்கும். ஆனா அன்னைக்கு ஜானகி அம்மாவுக்கு கொஞ்சம் முடியாத சூழ்நிலை. அவங்க மேடையில் வந்து பாடுவாங்களா மாட்டாங்களான்னு ஒரே சந்தேகம்.

கடைசியில் நிகழ்ச்சி ஏற்பாடு செய்தவர்களிடம் ஜானகி அம்மா என்னால முடிஞ்சதை பாடறேன்னு சொல்லி ஸ்டேஜூல வந்து பாட ஆரம்பிச்சாங்க.

அப்படி பாடும்போது எங்க சவுண்ட் சிஸ்டத்தினுடைய எஃபக்ட் அவங்களுக்கு ரொம்ப நிறைவா இருந்திருக்கு. அந்த விஷயத்தை ஜானகியம்மா எஸ்.பி.பி. சார் கிட்ட சொல்லியிருக்காங்க. ஆனா அது எனக்கு தெரியாது. நான் song console-ல இருந்தேன். அவங்க ஒரு பாட்டு ரெண்டு பாட்டுன்னு சொல்லி பத்து பாட்டு வரைக்கும் பாடினாங்க. "நான் இங்க இப்படி பாடினத்துக்கு முக்கிய காரணம் இங்க சவுண்ட் சிஸ்டம் மேனேஜ் பண்ணிட்டுருக்கிற ஒரு தம்பி தான். அவருக்கு நாம பலத்த ஒரு கைதட்டல் கொடுக்கலாம்."னு

சொன்னாங்க. அது மட்டுமல்ல "எனக்கு உடம்புக்கு ரொம்ப முடியாத ஒரு சூழ்நிலைல தான் இங்க பாட வந்தேன். ஆனா, அவர் அமைத்து கொடுத்த இந்த சிறப்பான சவுண்ட் சிஸ்டம் காரணமாக தான் என்னால இந்தளவுக்கு பாட முடிந்தது"னு சொன்னாங்க.

அப்பதான் எஸ்.பி.பி. சாருடைய கவனம் என் பக்கம் திரும்புது. அப்பாவும் என்னை யார்னு அவருக்கு தெரியாது. ஏன்னா நான் இருட்டில் உக்காந்திட்டு இருந்தேன்.

அடுத்த நாள் வந்து எங்க எல்லோரையும் அந்த ஊரை சுற்றி பார்ப்பதற்கு அழைத்து போக இருக்க எஸ்.பி.பி. சாரும் எங்க கூட வருவதாக தகவல் வந்தது. நாங்க எல்லோரும் ரொம்ப குஷி ஆயிட்டோம். அவருக்காக காத்திருந்தோம். அப்போ அவர் ஹோட்டலில் இருந்து வெளியே வந்து கைதட்டி அழைத்தார். நாங்க 40 பேர் நிக்கிறோம். யாரை கூப்பிடுறார்னு தெரியல. இங்க இருந்து மேனேஜர் ஓடி போய் விசாரிச்சப்போ என்னை அழைத்திருப்பதாக சொன்னார்.

என்னை எதுக்கு கூப்பிடறார்னு குழப்பத்தோட நான் எஸ்.பி.பி. சார் கிட்ட ஓடி போய் நின்னேன்.

இங்க வான்னு சொல்லி என் தோளில் கைபோட்டு கொண்டு நடந்துக்கிட்டே ஒரு ஐந்து நிமிஷம் பேசினாரு.

நேத்து ஷோ ரொம்ப நல்லா இருந்தது. ஜானகி அம்மா வந்து நிறைவா பாடினாங்க. அவங்க ரெக்கார்டிங்கில கூட இன்ஜினீயர்கிட்ட HF கேப்பாங்க. அங்க எவ்வளவு கொடுத்தாலும் அவங்களுக்கு பத்தாது. ஆனா, நீங்க LIVE- ல ரொம்ப நிறைவா கொடுத்தீங்க. அவங்களுக்கு என்ன மைக் கொடுத்தீங்க? வயலின் எல்லாம் நிறைய இருந்துச்சே? இப்படி நிறைய விஷயம் என்கிட்ட கேட்டார்.

நானும் அதுக்கு பதில் சொல்லிட்டே வந்தேன். நான் கூட அவருக்கு இந்த விஷயம் எல்லாம் தெரியாம தான் கேக்கறார்ன்னு நினைச்சிட்டு இருந்தேன். ஆனா, அவருக்கு எல்லாமே தெரிஞ்சிருக்கு. இவன் விஷயம் தெரிந்த ஆளா, இல்ல ஏதாவது தெய்வாதீனமா நடந்துச்சா என என்னை செக் பண்ணிருக்காரு.

அதுக்கப்புறம் என்னை பத்தி, என் குடும்பம் பத்தி எல்லாம் விசாரிச்ச பிறகு என்னோட விசிட்டிங் கார்டு கேட்டார்.

நான் எடுத்து கொடுத்ததும் அதை அவர் தன் மனைவியிடம் கொடுத்து "இதை பத்திரமாக வைத்துக் கொள். சென்னை வந்ததும் இந்த கார்டை எனக்கு ஞாபகத்தோட கொடு " என்றார்.

அது தான் எனக்கும் எஸ்.பி.பி. சாருக்குமான முதல் பரிச்சயம். எஸ்.பி.பி.சார் மேடையில் பாடும்போது என்னோட Audio effects ஐ ரொம்பவும் ரசிப்பார். சில கோளாறுகள் ஏற்பட்டாலும் கூட அதை நானும் அவரும் சேர்ந்து மேடையிலேயே மேனேஜ் செய்து கொள்வோம். ஸ்டேஜ்ல பாடும் போது ஒவ்வொரு பாட்டுக்கும் ஒரு டிலே இருக்கும். அந்த டிலே வந்து நம்ம இஷ்டத்துக்கு பண்ணிட முடியாது. அதே மாதிரி ஒவ்வொரு பாட்டுக்கும் ஒரு டெம்போ இருக்கும். அந்த பாட்டோட டெம்போவுக்கு தான் நாம டிலே மிக்ஸ் பண்ண முடியும். இல்லேன்னா எல்லாமே கொலாப்ஸ் ஆயிடும்.

உதாரணத்துக்கு 'புன்னகை மன்னன்' படத்துல 'என்ன சத்தம் இந்த நேரம்' என்ற பாட்டுக்கு இடையில ஒரு சாக்ஸோ ஃபோன் பீஜியம் வரும். அந்த டிலே -ங்கறது வந்து சரியான டெம்போ -ல போடலேன்னா பாட்டு முழுக்க சொதப்பலாகிடும். நான் சரியான டைமிங்கோட பேலன்ஸ் பண்ணி கொடுத்த தான் அவரால சரியா பாட முடியும்.

அந்த டிலே கொஞ்சம் ஸ்பீடு ஆகி போனால் கூட அவரால சரியா பாட முடியாம போயிடும். அதனால ஒரு சவுண்ட் இன்ஜினீயருக்கு கொஞ்சம் மியூசிக் சென்சும் இருக்கனும், சரியான நேரத்துக்கு பாடலுக்கேத்த மாதிரி டிலே, டெம்போ, போன்ற விஷயங்கள் ஆப்ரேட் பண்ணவும் தெரியனும்.

'என்ன சத்தம் இங்க நேரம்' பாட்டுல அந்த டிலே ரொம்ப முக்கியமான இடம். ரசிகர்கள் அந்த பாட்டை ரொம்ப ரசிப்பார்கள்; எதிர்பார்ப்பார்கள். அதனால அதை சரியா பண்ணாட்டி பாடலே டோட்டலா மாறி போயிடும்.

ரெக்கார்டிங் தியேட்டர்ல இப்ப வந்து அவர் பாடிட்டு போன பிறகு டெம்போ மிக்ஸ் பண்ணிக்குவாங்க. தப்பா போச்சுன்னா கூட அளிச்சிட்டு திரும்பவும் மிக்ஸ் பண்ணிக்கலாம்.

ஆனா அப்ப வந்த பாடல்கள் எல்லாமே மானுவலா தான் பண்ண வேண்டியிருந்தது. இப்ப இருக்கிற பாடல்கள் எல்லாமே டிஜிட்டலைஸ் ஆகிடுச்சு. அதனால Electronic Rhythm pad -ல ஒரு க்ளிக் போட்டு விட்டுட்டாங்கன்னா ஆட்டோமாட்டிக்கா இங்கிருக்கிற

Digital Mixing க்கு வந்து அந்த டெம்போவுக்கு சிங்கரனைஸ் ஆயிடும். இப்படி கஷ்டப்பட்டு மேட்சு பண்ண வேண்டிய அவசியம் இல்லை.

அப்ப வந்த பாடல்கள் எல்லாமே மானுவல் என்பதாலா அதை நம்ம நேரடியா மேடையிலும் பண்ண வேண்டிய ஒரு கட்டாயத்துல இருந்தோம்.

எஸ்.பி.பி. சார் வந்து அதை எல்லாம் ரொம்ப கவனிப்பார். அவர் எதிர்பார்த்த audio effects கிடைத்தால் அதை உடனே மேடையில் சொல்லி பாராட்டுவார்.

ஒரு முறை அமெரிக்காவுல ஒரு ஷோ பண்ண போயிருந்தோம். அங்க போய் விமானம் இறங்கி அவரவர்களுடைய லக்கேஜ் எல்லாம் எடுத்துட்டு இருந்தோம். அப்போ என் Suitcase காணம்னு தேடிட்டு இருந்தப்ப எஸ்.பி.பி. சார் என்னோட Suitcase எடுத்துட்டு இருக்காரு. எங்க டீமில் உள்ள எல்லோரோட Suitcase-லையும் '*SPB Concert*'னு ஒட்டியிருக்கும். அந்த பெயர் எந்த Suitcase - ல இருக்கோ அதை எல்லாம் எஸ்.பி.பி. சார் எடுத்துட்டு இருக்காரு. நான் பார்த்து பிரமிச்சு போயிட்டேன். அது மட்டுமல்ல அவரோட ட்ராலில என்னோட Suitcase தூக்கி வச்சுட்டாரு.

நான் உடனே "சார் அது என்னோட Suitcase" என்றேன். அதற்கு அவர் "ஏய்யா உன் Suitcase என்னோட ட்ராலில இருக்க கூடாதா? உன் ட்ராலில இன்னொரு Suitcase எடுத்து வச்சுட்டு வா" என்று சொன்னார். அவரோட அந்த Care எனக்கு ரொம்ப பிடிச்சிருந்துச்சு. Carrying னா என்னன்னு நான் அவர்கிட்டத்தான் கத்துக்கிட்டேன்.

அது மட்டுமல்ல அந்த நாட்டு ஆளுங்க எஸ்.பி.பி. சாரை அழைச்சிட்டு போக வந்தப்போ "தன்னோடு வந்திருப்பவர்களுக்கும் வண்டி வரட்டும் வந்த பின் எல்லோரும் ஒன்றாக போகலாம்" னு சொன்னார்.

எங்களுக்கான வண்டி வந்து நாங்க எல்லோரும் ஏறி அமர்ந்த பிறகும் கூட "எல்லாம் ஓகே தானே" என்று கேட்ட பிறகு தான் அவர் கார்ல ஏறப் போனார். அவர் நேரா ஹோட்டலுக்கு போய் Lobby - ல எங்களுக்காக காத்திருந்தார் நாங்க போன பிறகு எங்களுடைய Passport எல்லாம் ஹோட்டல்க்காரங்க சரி பார்த்து முடிக்கின்ற வரையிலும் Lobby - லயே அவர் உக்காந்திட்டு இருந்தார். அதற்கு பிறகு எங்கள் எல்லோரையும் ரூமுக்கு அனுப்பிய பிறகுதான்

அவர் அவரோட ரூமுக்கு போனார். அந்த அளவுக்கு அக்கறை எடுத்துக்கொள்ள கூடிய ஒரு மாமனிதர் அவர்.

ஒரு முறை வெளிநாட்டுக்கு ஷோ பண்ண போயிருந்த போது டின்னர் சாப்பிட எல்லோரும் போக வேண்டிய சூழ்நிலை. எனக்கு பயங்கரமான தலைவலி. அதனால என்னோட நண்பர்கள் கிட்ட நான் வரலேன்னு சொல்லி அறையில் ஓய்வெடுத்து கொண்டிருந்தேன். நண்பர்கள் டின்னருக்கு போனதும் பாலு சார் என்னை விசாரிச்சிருக்காரு. விஷயம் தெரிஞ்சதும் இரவு 12 மணி இருக்கும் என்னோட ரூம் கதவை யாரோ தட்டற சத்தம் கேட்டுச்சு. எழுந்து போய் பார்த்த மிக பெரிய ஒரு உருவம் நின்னுட்டு இருந்துச்சு. என்னோட தூக்கம் எல்லாம் எங்க போச்சுன்னு தெரியல. தலைவலி கூட காணாம போச்சு. அவர் ரூமுக்கு வந்து எங்கிட்ட ஏதாவது சாப்பிட்டியா, மாத்திரை போட்டியானு எல்லாம் விசாரிச்சார். "நான் இன்னும் சாப்பிடல சார்" னு சொன்னதும் நான் போய் ரூமுல இருந்து ஏதாச்சும் அனுப்பறேன் சாப்பிட்டுட்டு படுன்னு சொல்லிட்டு போனார்.

என் வாழ்க்கையில அப்படி ஒரு Caring யார்கிட்டயுமே கிடைச்சது இல்லை. நானும் நிறைய பிரபலங்களுடன் வேலை செஞ்சிருக்கிறேன். அவங்க நினைப்பெல்லாம் காசு கொடுக்கறோம் வேலை செய்யறாங்க அவ்வளவு தான். ஆனா, எஸ்.பி.பி. சாரோட கவனிப்பு என்பது தனி.

ஆரம்பத்துல எங்க அப்பாகிட்ட பாலு சார் சொன்னது. "உங்க பையனை என் மகனை போல பாத்துக்கிறேன்"னு சொல்லி தான் என்னை முதன் முதலா வெளிநாட்டுக்கு ஷோ நடத்த அழைச்சிட்டு போனாரு. அவரை மாதிரி Care பண்ணுகிற மனுஷன் இனிமேல் என் வாழ்க்கையில பார்க்கவே முடியாது.

அவர் ஏற்கனவே SPB fans Charitable Foundation ன்னு ஒன்னு நடத்திட்டு இருந்தார். அது மூலமா ஏழைகளுக்கு, கஷ்டப்படுபவர்களுக்கு, அனாதைகளுக்கெல்லாம் அந்த Foundation - ல இருந்து நிறைய உதவி பண்ணிட்டு இருந்தார்.

அதன் பேரில் தான் Covid - 19 காலத்துல இசை கலைஞர்களுக்கு எல்லாம் Facebook Live - ல வந்து பாட்டு பாடி ஒவ்வொரு இசை கலைஞர்களுக்கும் தனிப்பட்ட முறையில் 4000 ரூபாய் கொடுத்தார். அதனால தான் மக்கள் மனதில் இன்றும் நீங்காத மனிதனாக அவர் இருக்கிறார். பிறரையும் தன்னைப்போல் நினைத்து ஃபீல் பண்ற

மனிதர் அவர். என்ன உதவி செய்தாலும் அதை வெளிய சொல்ல மாட்டார். அது தான் பெரிய விஷயம். அதுல அவரை அடிச்சுக்க ஆளே இல்ல.

சில சமயம் அவர் பாடல் ப்ராக்டீஸுக்கு வர கொஞ்சம் லேட்டானால் இசை கலைஞர்கள் என்னை பாட சொல்வார்கள். ஒருமுறை அப்படி சும்மா பாடிட்டு இருந்தேன். அப்படி பாடிட்டு இருந்தபோது எஸ்.பி.பி. சார் திடீரென்று வந்திட்டார். நான் அவரோட நாற்காலியில் உக்காந்து பாடிட்டு இருந்தேன். நான் பாடிட்டு இருப்பதை பார்த்து நாங்க பாடி முடிக்கிற வரைக்கும் அவர் வெளியவே நின்னுட்டு இருந்தார். அப்பதான் அவருக்கு நான் பாடற விஷயம் தெரிய வந்தது. அதை அவர் மனசுல வச்சிட்டு காலிஃபோர்னியால ஒரு நிகழ்ச்சியின் போது என்னை பாட சொல்லி ஒருத்தர் கிட்ட சொல்லிவிட்டார். அதுக்கப்புறம் எனக்கு சவுண்ட் மிக்சிங்கே மறந்துடுச்சு. அப்புறம் ‘வான் நிலா நிலா அல்ல’ என்ற பாடலையும் ‘வால மீனுக்கும் விலங்கு மீனுக்கும் கல்யாணம்’ என்ற பாடலையும் பாட வைத்தார்.

எஸ்.பி.பி. சார் எவ்வளவு பெரிய ஒரு லெஜண்ட். என்னை மாதிரி ஒரு சாதாரண சவுண்ட் இன்ஜினீயரை கூட பாட வைக்கணும் என்ற எண்ணம் எவ்வளவு பேருக்கு வரும்? அது வந்து பெரிய விஷயம். அவருக்கு நிகர் அவர் தான். அவரை மாதிரி ஒருத்தரை நான் பார்த்ததில்லை.

இந்த இசை துறையில் 20 வருட காலமாக எனக்கு ஒரு நல்ல அப்பாவாக இருந்தார் எஸ்.பி.பி. சார். அது எனக்கு இறைவன் கொடுத்த பெரிய பாக்கியம். அவர் அடிக்கடி சொல்லக் கூடிய ஒரு விஷயம்... “ஒரு இசை கலைஞன் இந்த துறையில் ரொம்ப காலம் இருக்கணும்னா நிறைய திறமைய வச்சுக்கிட்டு கொஞ்சம் ஒழுக்கம் இல்லாம போயிட்டான்னா அவன் கொஞ்ச நாள் கூட இந்த துறையில இருக்க முடியாது. அதே நேரத்துல கொஞ்சம் திறமைய வச்சுக்கிட்டு நிறைய ஒழுக்கத்தோடு இருந்தா இந்த துறையில எத்தனை காலம் வேணுன்னாலும் பயணம் பண்ணலாம். அதை நான் எனக்கான அறிவுரையா எடுத்துக்கிட்டேன். எஸ்.பி.பி. சார் ஜனாதிபதியோட வீட்டு விசேஷத்துல கூட பாடல, ஆனா, என்னோட கல்யாணத்துல கலந்துக்கிட்டு ரெண்டு பாட்டு பாடி என்னை மகிழ்வித்து எங்களை வாழ்த்திட்டு போனார். அது எனக்கு கிடைத்த பெரிய பரிசு.

| 3 | எஸ்.பி.பி. சரண்

அன்புள்ள அப்பா

என்னை பொருத்தவரை எங்கப்பாவை ஒரு மோசமான அப்பான்னுதான் சொல்லுவேன். ஏன்னா அவர் எப்பவுமே எங்களுக்காக இருந்ததில்லை. அவர் தன் வாழ்க்கையை மக்களுக்காகவும் இசைக்காகவுமே அர்ப்பனிச்சிட்டாரு.

ஒரு முறை அப்பாகிட்ட "நீங்க எப்பப்பாரு சுத்திக்கிட்டே இருக்கீங்களே எங்க கூட கொஞ்ச நாள் இருங்களே" ன்னு சொல்லி பார்த்தோம். ஆனா அது நடக்கல.

நானும் அக்காவும் அமெரிக்காவுல படிச்சிட்டிருக்கும்போது அப்பா டூர் முடிச்சிட்டு வந்து எங்க கூட ஒரு வாரம் இருந்தார். அங்க இருக்கும்போது கூட சென்னைல எனக்கு நிறைய ரெக்கார்டிங் இருக்கு. நிறைய பேர் எனக்காக காத்துக்கிட்டுருப்பாங்கன்னு சொல்வார்.

அப்பெல்லாம் இப்ப மாதிரி டெக்நாலஜி கிடையாது. இப்பவெல்லாம் ஈ மெயில்ல ட்ராக் அனுப்பிச்சு விட்டுட்டு எங்க இருந்து வேணாலும் பாடிடலாம்.

நான் அமெரிக்காவுல படிக்கிறப்போ அப்பா வாரத்துக்கு ஒரு நாள் எனக்கு ஃபோன் பண்ணுவார்.

"என்னடா நல்லா இருக்கியா? நல்லா படிக்கிறியா? அங்க வெதர் எப்படி இருக்கு? கைல காசு இருக்கா? வேலை ஏதாவது பண்ணிட்டு இருக்கீயா? ஏதாவது தேவைன்னா சொல்லு. நான் ரெக்கார்டிங்கிற்கு போயிட்டு இருக்கேன். அம்மாகிட்ட பேசு" இவ்வளவு தான் எங்கிட்ட பேசுவாறு. ஆனா, ஒரு அப்பாவா அவர் வந்து எங்கிட்ட எந்த ஒரு achievement ம் திணிக்கல. அது மட்டுமல்ல எங்க குடும்பத்துல யார் மேலயுமே வந்து அவர் எந்த ஒரு விஷயத்தையும் திணிக்க முயற்சித்ததில்லை.

வாழ்க்கையில நாம சில விஷயங்கள விட்டு கொடுத்தருனம். அப்படி நாங்க எங்கப்பாவை விட்டு கொடுத்துட்டோம்.

நான் படிச்சிட்டு இந்தியாவுக்கு வந்த போது "நீ எதுக்கும் கவலைப்படாதே ; நீ சரியா தான் பண்ணியிருக்க. உன்னுடைய சின்சியாரிட்டி எனக்கு தெரியும். நான் வருத்தப்படுவேன்னு நினைக்காதே, அம்மாவும் நானும் உன் கூடவே இருப்போம். Don't worry" அப்படின்னார். அப்பாவோட அந்த ஒரு வார்த்தை, தைரியம் எனக்கு பெரிய ஒரு ஊக்கம் தந்தது. அது மட்டுமல்ல அவருடைய ஆசீர்வாதம் இல்லாம எனக்கு எதுவும் நடந்தது கிடையாது.

ஆனா, அப்பா வீட்ல இருக்கும்போது சின்ன சின்ன சேட்டைகள் எல்லாம் நடக்கும். அவர் எங்களோடு விளையாடறதும் சரி, கண்டிக்கறதும் சரி, எங்களுக்கு அவரோட ஏற்படும் கோபங்களும் சரி, அதெல்லாமே வந்து இயல்பான ஒரு குடும்ப வாழ்க்கைக்குள் நடக்கிற விஷயமாத்தான் இருந்துச்சு.

நானும் அவரோட சண்டை போட்டுருக்கேன். எதுக்குன்னா அம்மா கூட Time spend பண்ணாதப்போ கோவிச்சுக்குவேன்.

நான் வந்து ரொம்ப காலம் அப்பாவை பார்க்கல. நானுமே வந்து அவரை எஸ்.பி.பி.யாத்தான் பார்க்க முடிந்தது. அது மட்டுமல்ல நான் வந்து அவரோட பெரிய ரசிகனும் கூட. அவரோட பாடல்கள் எல்லாம் நான் ரொம்ப விரும்பி கேட்பேன்.

ஒரு காலகட்டத்துல என் வாழ்க்கைல வந்து வேற பாடகர்கள் இல்லை. பாட்டுன்னா அது எஸ்.பி.பி.யோட பாட்டுத்தான். காலைல எழுந்தது முதல் இரவு தூங்குற வரையிலும் அவரோட பாடல் தான். நான் சொல்றது வந்து All India Radio இருந்த காலம்.

நான் US- க்கு போனதுக்கப்புறம் தான் மற்ற மியூசிக் எல்லாம் கேட்கவும், கத்துக்கவும் ஆரம்பிச்சேன்.

அப்பாவுக்கு எங்களை கவனிக்கறதுக்கான நேரம் இருந்ததில்லை. ஏன்னா அவர் காலைல ஏழு மணிக்கு எழுந்து ரெக்கார்டிங்குக்கு போயிட்டார்னா இரவு 2-3 மணிக்குத்தான் திரும்பி வருவாரு.

அந்த காலத்துல சினிமா துறையில் இரண்டாம் ஞாயிற்றுக்கிழமை மட்டும் தான் லீவு விடுவாங்க. அந்த சமயத்துல மட்டும் தான் எங்களுக்கு அப்பாவை பார்க்க முடியும். அதுவும் வந்து அவர் வெளியூர் போகாம இருந்தார்னா எங்களுக்கு பண்டிகை தான்.

அப்படி மாசத்துல ஒரு நாள் இரண்டு நாள் மட்டும் தான் எனக்கு அவரை பார்க்க முடிந்தது. அதனால எங்களுக்கு எது பண்றதா இருந்தாலும் எல்லாமே அம்மா தான்.

எங்க அப்பாவை நானும் வந்து தூரத்தில் இருந்து பார்த்துத்தான் பழக்கம். அதனால, நானுமே வந்து அவரை ஒரு ஸ்டாராகத்தான் பார்த்திருக்கிறேன்.

எங்களுக்குன்னு அப்பா எதுவும் கத்துக்கொடுத்தது கிடையாது. பாட்டு, இசை இதெல்லாம் கத்துக்கொடுக்க அவருக்கு நேரம் இருந்ததில்லை.

எனக்கு தெரிஞ்சு பாடகர் ஜேசுதாஸ் அப்பா கூட அவர் பசங்களுக்கும் சரி, அவங்க பேரப்பிள்ளைகளுக்கும் சரி அடிப்படையான இசை கத்துக்கொடுத்திருக்காரு. ஆனா, எங்களுக்கெல்லாம் அது கிடைக்கல.

நான் பாடகனானது கூட எதிர்பாராத விதமா நடந்த ஒரு விஷயம் தான்.

ஒரு நாள் அப்பாவோட கார் டிரைவர் வரல. அப்ப எங்கிட்ட "டேய், என்கூட ரெக்கார்டிங்குக்கு வர்றியா" ன்னு கேட்டார். நான் அவர்கிட்ட "யார் ரெக்கார்டிங்குப்பா" ன்னு கேட்டேன். "இளையராஜாவோட ரெக்கார்டிங்டா"னு சொல்ல, "அப்ப நானும் வர்றே"ன்னு சொல்லி அவர் கூட போனேன்.

ரெக்கார்டிங் ஸ்டுடியோவுக்கு போனதும் நான் வண்டியை ஓரிடத்துல பார்க் பண்ணிட்டு ஓரமா போய் உக்காந்திட்டேன். ஸ்டுடியோல இருந்த சுந்தர்ராஜன்னா அப்பாவுக்கு பாட்டு கத்து கொடுத்துகிட்டுருந்தார். அப்ப திடீர்னு கதவை திறந்துட்டு ராஜா சார் வாய்ஸ் ரூமுக்குள் வந்திட்டார்.

அதுக்கப்புறம் ராஜசாரும், அப்பாவும் எதோ கதை பேசிட்டு இருந்தாங்க. யதேட்சயா ராஜாசார் திரும்பி பார்த்தப்போ நான் ஓரமா உக்காந்துட்டு இருப்பதை கவனித்துவிட்டார்.

உடனே "டேய், நான் உன்னை எங்கயோ பார்த்த மாதிரி இருக்கே" ன்னு சொன்னார். அப்பதான் அப்பா என்னை ராஜா சாருக்கு அறிமுகப்படுத்தி வச்சார்.

"இப்பத்தாண்டா USA- ல இருந்து படிப்பு முடிச்சிட்டு வந்திருக்கான்"னு சொல்ல ராஜாசார் உடனே எங்ககிட்ட "நீ பாடறியானு" கேட்டார்.

அவர்கிட்ட பாடுவேன்னும் சொல்ல முடியல, முடியாதுன்னும் சொல்ல முடியல. நான் மொத்தத்தில் குழம்பி போயிட்டேன்.

அவர் அங்கேயே எனக்கு ஒரு டெஸ்ட் வச்சார்.

ஹார்மோனியத்துக்கு முன்னாடி என்னை உக்கார வச்சுட்டு ஒரு சுரம் வாசிச்சு காட்டி அதுக்கு பாட சொன்னார்.

எனக்கு பயத்துல தொண்டையில் இருந்து வாய்ஸே வரல. ஆனா அவர் என்ன நினைச்சாரோ என்னமோ தெரியல.

"நல்ல நாளுக்காக காத்திருக்க வேண்டாம் இன்னைக்கு நல்ல நாள் தான், அதனால இன்னைக்கே பாட வச்சுரலாம்" னு சொன்னார்.

'புண்ணியவதி' ன்னு ஒரு படம். அதுல அப்பாவுக்கும் ராஜசாருக்குமான ஒரு டூயட் இருந்துச்சு. அதுல நிறைய கோரஸ் இருந்தது. அந்த கோரஸ்ல வந்து இரண்டு லைன் ஒதுக்கி அதுல என்னை பாட வச்சார் ராஜா சார்.

ஒரு பக்கம் ராஜாசார், இன்னொரு பக்கம் என்னோட அப்பா. எனக்கு பயத்துல ஜுரம் வந்த மாதிரி இருந்துச்சு.

அப்படி ராஜா சார் கை வச்சு ஆரம்பிச்சு வச்சது தான் என்னோட இசை பயணம். அதுக்கப்புறம், நான் படம் பண்ண ஆரம்பிச்சேன். அப்ப நான் அப்பாகிட்ட போய் "என்னோட முதல் படத்துக்கு

நீங்க தான் மியூசிக் பண்ணனும்'' னு கேட்டேன். அவரும் உடனே ஓகே சொல்லிட்டார். காரணம் அவருக்கு மியூசிக் பண்ணறது வந்து ரொம்ப பிரியம். அந்த சுதந்திரத்தை நான் அவருக்கு கொடுக்கணும்னு விரும்பினேன். அதுல சில சரித்திரங்கள் இருக்கிறது.

'கங்கை அமரன்' சார் தான் என்னோட முதல் பாடமான 'உன்னை சரனடைந்தேன்' படத்துக்கான முழு பாடலையும் எழுதினார். அடுத்தது வந்து இளையராஜா சார், எம்.எஸ்.வி. சார், அப்பா இவங்க மூணு பேரையும் இணைத்து ஒரு பாட்டு ரெக்கார்டிங் பண்ணினோம். அது வந்து தமிழ் சினிமாவுல ஒரு ஹிஸ்ட்டரின்னு சொல்லலாம். காரணம், அப்பா ராஜாசார் கூட பாடியிருக்காங்க; ராஜா சார் எம். எஸ்.வி சார் கூட பாடியிருக்காங்க. அப்பா வந்து எம்.எஸ்.வி சார் கூடவும் பாடி இருக்காங்க, ஆனா இந்த மூணு பேரும் இணைந்து பாடிய ஒரே ஒரு பாட்டு இந்த பாட்டு தான்

'வானுக்கு நிலத்தோடு....
நிலத்துக்கு நீரோடு...
நீருக்கு அலையோடு...
அலைகளோ மனதோடு...
நட்பு நட்பு.... ஆ.... நட்பு நட்பு
ஓ நட்பு நட்பு... ஆ... நட்பு நட்பு ...'

அதே மாதிரி இன்னொரு ஹிஸ்ட்டரி இருக்கு ஜி.வி. பிரகாஷ் குமார் இசையில் 'ஆடுகளம்' படத்துக்காக நானும் அப்பாவும் சேர்ந்து ஒரு பாட்டு பாடினோம்.

'அய்யய்யோ... நெஞ்சு அலையுதடி
ஆகாயம் இப்போ வளையுதடி
என் வீட்டில் மின்னல் ஒளியுதடி
என் மேல் நிலா பொழியுதடி
உன்ன பார்த்த அந்த நிமிஷம்
மறைஞ்சு போச்சு நகரவே இல்ல
தின்ன சோறும் செரிக்கவே இல்ல
கொளம்புறேன் நானே ...'

இந்த பாட்டுக்கு எங்க ரெண்டுபேருக்குமே வந்து சிறந்த பாடகர்களுக்கான விருது கொடுத்தாங்க.

அப்பா, பையன் ரெண்டு பேரும் ஒரு பாட்டுக்கு விருது வாங்கினது வந்து அது தான் முதல் முறை.

ஒரு முறை நாங்க வந்து World Tour போயிருந்தோம். அங்க வந்து stage -ல நானும் அப்பாவும் பெஸ்ட் பிரண்ட்ஸா இருப்போம். மேடையில வந்து நாங்க ரெண்டு பேரும் அப்பா மகன் கிடையாது. மேடையில் அவர் என்ன சேட்டை செய்தாலும் பதிலுக்கு நானும் கவுண்டர் அடிப்பேன். ஆனாலும், நான் செய்யற சேட்டைய விட அவர் பெரிய சேட்டை செய்வார்.

ஒருமுறை மேடையில நிகழ்ச்சியின் போது அப்பா பக்கத்துல தொகுப்பாளர் இருக்காங்க. ஒரு பாடகியும் இருந்தாங்க அவங்க ரெண்டு பேர் தோள்லயும் கைபோட்டுட்டு அவர் ஜாலியா பாடிட்டு இருந்தார்.

எங்கம்மா வேற ஸ்டேஜுக்கு முன்னாடி முதல் வரிசைல உக்காந்துட்டு இருக்காங்க. இதை கவனிச்ச நான் அவர்கிட்ட "அப்பா நீங்க என்ன பண்ணறீங்க" ன்னு கேட்டேன்.

டேய் இதெல்லாம் ஒரு ஜாலி டா, இவங்க எல்லாம் நம்ம பசங்கடான்னு சொல்லி ஜாலியா பாடிட்டு இருந்தார்.

On stage - ல வந்து அவர் வேற லெவல். Off stage - ல வந்து கொஞ்சம் சீரியஸா இருப்பார். On stage - ல நிகழ்ச்சியை ரசிக்கும் ரசிகர்களுடைய Positivity யை அவர் அப்படியே எடுத்துக்குவாரு. மொத்தத்தில் stage - ல வந்து அவருடைய performance வேற லெவலா இருக்கும்.

அவருடைய கடைசி நாட்களில் நடந்த ஒரு சம்பவம்.

அப்பாவோட பிரண்ட்ஸுங்க எல்லாரும் சேர்ந்து ஒரு Program பண்ணற விஷயம் பேசி முடிவு செஞ்சுட்டாங்க.

அந்த விஷயத்தை நான் அப்பாகிட்ட சொல்லி "தேதி கொடுத்திடட்டாப்பா" ன்னு கேட்டேன்.

"ஓகே" ன்னு உதட்டை பிசைந்து அப்பா தலையாட்டினார்.

அதுக்கப்புறம், ராஜா அங்கிள் அனுப்பிய ஒரு வீடியோவை நான் அப்பாவுக்கு காட்டினேன்.

அத மட்டும் தான் பக்க்கத்துல கொண்டு வர சொல்லி கை ஜாடையா கூப்பிட்டார்.

என்னப்பான்னு கேட்டேன். ஃபோன் கிட்ட கொண்டுவான்னாரு... கொண்டுபோனேன். அதுல ஒரு முத்தம் கொடுத்துட்டு அழுதாரு.

நான் அவருகிட்ட "உங்க நண்பர்கள் யாரையாவது வர சொல்லட்டா, உங்களுக்கு கொஞ்சம் கம்பனியா இருக்கும்" ன்னு கேட்டேன்.

அதுக்கு அவர் "வேண்டா, வேண்டா. நான் எல்லோரையும் வீட்டுல போய் பாத்துக்குறே"ன்னு சொன்னார்.

கடைசியா ராஜா சாரோட வீடியோ பாத்துட்டு "எனக்கு ராஜாவை பார்க்கனும் வர சொல்லு" என்று சொன்னார். ஆனா, அது முடியாம போச்சு.

அவருக்கு தன்னோட ஷோவை எப்ப முடிக்கனும்னு தெரிஞ்சிருக்கு. அந்த சமயத்துல சரியா முடிச்சுக்கிட்டார்.

இப்ப நாமெல்லாம் அவர் இன்னும் பாட மாட்டாரான்னு நினைச்சுக்கிட்டு இருக்கோமே; அப்படி தான் ஷோவை முடிக்கனும். அது தான் சரி.

அவருக்கு கிடைத்த பத்மவிபூஷன் விருதை நான் வாங்க போனப்ப எனக்கு கொஞ்சம் எமோஷனலா இருந்துச்சு.

ஏன்னா பத்மபூஷன் வரைக்கும் அவர் தான் போய் வாங்கினாரு. இந்த வாட்டி அவர் இல்லாததுனால நான் போய் வாங்கினேன். அப்போது எனக்கு சந்தோஷமாவும் இருந்துச்சு, பெருமையாவும் இருந்துச்சு. காரணம், அவர் இல்லாதப்பவும்கூட வந்து சாதிச்சுட்டு இருக்காரே; நாம எல்லாம் என்னத்த பண்ண போறோம்? அப்படிங்கற ஒரு சின்ன பீதியும் எனக்குள் இருந்துச்சு. அவர் இருக்கும் திசை நோக்கி வணங்குகிறேன்.`

| 4 | எஸ்.பி.பி. பல்லவி

அடுத்த ஜென்மத்திலும்
உங்க பொண்ணாவே பிறக்கனும்

நான் வந்து எஸ்.பி.பி. யோட பொண்ணுங்கறதே ஒரு பெரிய பெருமை தான். அது ஆயுள் முழுக்க இருக்கும்.

உண்மைய சொல்ல போனால் நாங்க எதுவும் செய்யல. இது எல்லாமே அவராலதான் வந்திருக்கு. நாங்க பண்ணினது எதுவுமே கிடையாது. இப்ப நாங்க இப்படி இருக்கோம்னா அது அவரால தான். அவர் போட்ட பிச்சைதான் இதெல்லாம்.

நான் சின்ன பொண்ணா இருந்தப்ப அப்பா ரொம்ப பிசியா இருந்தார். அம்மா தான் எங்களை எல்லாம் பாத்துக்கிட்டாங்க. என்ன பொருத்தவரைக்கும் நார்மலா அப்பா-பொண்ணு ரிலேஷன்ஷிப் எப்படி இருக்குமோ அப்படி தான் இருந்தது. இருந்தாலுமே அப்பாவோட பெஸ்ட் ஃபிரெண்ட் நான்.

அதுமட்டுமல்ல அப்பாவை பார்த்தால் எப்பவுமே ஒரு அதீத அன்பு இருக்கும்.ஆனா, அப்பா கூட நேரம் செலவழிக்க அம்மாவுக்கும் என் தம்பிக்கும் கிடைத்த டைம் கூட எனக்கு கிடைக்கல. ஏன்னா நான் வந்து *U.S*ல படிச்சேன். அப்புறம் கல்யாணம் ஆயிட்டு மறுபடியும் அங்க போயிட்டேன்.

அப்பா பற்றிய பல நினைவுகள் மறக்க முடியாதவை.

நான் படிக்கிற காலத்துல மியூசிக் எதுவும் முறையா கத்துக்கல. ஆனா வீட்டுல எல்லோரும் என்னை பாட சொல்லி கட்டாயப்படுத்துவாங்க. நானும் பாடிட்டு இருப்பேன். ஆனா எனக்கு பாடறதுல பெரிய ஆர்வம் இருந்ததுல்ல.

அப்பா கூட எங்காவது மியூசிக் ஷோவுக்கு போகும்போது ஏதாவது ஒரு ஹிந்தி பாட்டு பாட சொல்வார். அப்பகூட நான் ரொம்ப கூச்சப்பட்டு பயத்தோடு தான் ஸ்டேஜுக்கு போவேன். மற்றபடி எந்த ஒரு பாடலையும் அப்படி பாடனும் இப்படி பாடணும்னு எனக்கு எந்த விதமான விருப்பமும் இருந்ததில்லை, அது மட்டுமல்ல அவருடைய தகுதிக்கு நிகரா ஒருபோதும் எங்களால் வர முடியாது. அவருக்கு பாட வந்தது அவருக்கு கிடைத்த பெரிய ஒரு பரிசுன்னு தான் சொல்லனும்.

நான் வந்து ரொம்ப மெனக்கெட்டு பயிற்சி பண்ணினால் கூட அப்பா லெவெலுக்கெல்லாம் என்னால பாட முடியாது. இப்ப அவர் இல்லாதப்ப வந்து எதுக்கு நான் பாடி அவர் பேரை கெடுக்கனும்.

அப்பா வந்து ஆரம்பத்துல என்னை மியூசிக் கத்துக்க சொல்லி சொன்னாரு. ஆனா கட்டாயப்படுத்தல. சொல்லிட்டு விட்டுட்டாரு. அவ்வளவுதான். அவர் யாரையும் அப்படி வற்புறுத்த மாட்டார். எந்த ஒரு விஷயத்தையும் யார்கிட்டயும் ரொம்ப திணிக்கவும் மாட்டார். ஒருத்தங்க எப்படி இருக்கனும்னு விரும்புராங்களோ அவங்க அப்படியே இருக்கட்டும்னு ஃப்பிரீயா விட்டுடுவாரு. அதனாலதான் நான் மியூசிக் கத்துக்காததை அவர் சீரியசா எடுத்துக்கல.

சின்ன வயசுல நான் மியூசிக் கத்துருந்திருக்கலாமோன்னு ஒரு வருத்தம் எனக்கு இப்போ இருக்கு.

நான் வந்து ‘டார்லிங் டார்லிங் டார்லிங்‘ என்ற ஒரு படத்துல தான் முதன்முதலா பாடினேன். அப்ப எனக்கு 8 வயசு இருக்கும். என் தம்பியும், அத்தையும் (எஸ். பி. ஷைலஜா) எல்லாம் என் கூட

இருந்தாங்க. அப்பா தான் எங்கள வாங்கன்னு சொல்லி பாடறதுக்கு கூட்டிட்டு போனாரு.

நாங்க 6 - 7 பேரு சேர்ந்து பாடினோம். கோரஸ்தான். இசையமைப்பாளர் வந்து எங்ககிட்ட இதை இப்படி பாடுங்கன்னு சொன்னாங்க. நாங்களும் அந்த மாதிரி பாடிட்டு வந்துட்டோம். அது வந்து ஏதோ ஆங்கிலம் கலந்த ஒரு கோரஸுன்னு நினைக்கிறேன். அது மட்டும் தான் நாங்க பாடினோம், மீதி எல்லாம் அப்பா பாடினார்.

நான் வந்து அப்பா கூட ஒன்னு ரெண்டு வாட்டி ரிக்கார்டிங்க்கெல்லாம் போயிருக்கிறேன். அவருடைய இசையில பாடியும் இருக்கேன். அது வந்து ஒரு மறக்க முடியாத அனுபவம். என் தம்பி தயாரிச்ச 'உன்னை சரணடைந்தேன்' என்ற படத்துல வருகிற 'கண்ணா கலக்கமா...' என்ற பாடலை நான் முதன்முதலா அப்பா கூட சேர்ந்து பாடினேன். அதுமட்டுமில்ல அப்பா தான் அந்த படத்துக்கு இசையமைப்பாளர்.

எனக்கு அந்த சமயத்துல அப்பா கூட சேர்ந்து பாடறதுக்கு கொஞ்சம் பயமாதான் இருந்தது. இருந்தாலுமே வந்து அப்பா கூட சேர்ந்து பாடறது கொஞ்சம் வசதியாத்தான் இருக்கும். என்னை எதுவும் திட்டமாட்டாறு. அது சரியில்லை இது சரியில்லைன்னு குறை சொல்ல மாட்டாறு. அது மட்டுமல்ல அவர் பாட்டு சொல்லி தர்றே விதமே ரொம்ப அழகா இருக்கும். என்னை அந்தளவுக்கு உற்சாகப்படுத்துவாரு. அதுமட்டுமில்ல என்கிட்ட வந்து மென்மையா "நீ இப்படி பாடினா நல்லா இருக்கும்மா" - ன்னு சொல்லி ரொம்ப பொறுமையா பாட்டு சொல்லித் தருவாரு.

நான் அப்போது தான் முதன்முதலா ரிகார்டிங்ல பாடறதுனால என்னால சரியா பாடமுடியல. நான் அன்னைக்கு பாடினப்ப கூட அது சரியா வரல. அப்புறமா அவருடைய உதவியாளர் 'மூர்த்தி' ன்னு ஒருத்தர் அப்பாகிட்ட வந்து "சார் எனக்கு ஒரு நாள் டைம் கொடுங்க. நான் அவங்களுக்கு நல்லா பயிற்சி கொடுத்து நாளைக்கு சிறப்பா பாடவைக்கிறேன்னு சொன்னாரு. அதே மாதிரி எனக்கு ஒரே நாள்ல நல்லா பயிற்சி கொடுத்து அடுத்த நாள் வந்து சிறப்பா பாட வைத்தார். அந்த பாடல் எனக்கு ரொம்ப பிடிச்ச பாட்டு. அதுக்கப்புறம் 2019-ல் தெலுங்குல அப்பா இசையமைத்து ஒரு Devotional Song பண்ணினாரு. அதுல பாடினேன். அப்பாவுக்கு வீட்ல ஸ்டூடியோ இருந்ததுனால நான் வீட்லேயே பாடிட்டேன். *That was last.*

ஏ.ஆர்.ரஹ்மான் சார் இசையமைத்த 'காதலன்' படத்துல 'காதலிக்கும் பெண்ணின் கைகள் தொட்டு நீட்டினால் சின்ன தகரம் கூட தங்கம் தானே' என்ற பாடலை என் கூட சேர்ந்து அப்பாவும் பாடறாருன்னு எனக்கு தெரியும். ஆனா அந்த படத்துல அவர் நடிக்கிறார் என்பது எனக்கு தெரியாது. அந்த சமயத்துல வந்து அப்பாவுக்கு கொஞ்சம் உடம்புக்கு சரியில்லை. நல்ல காய்ச்சல் வேற. இருந்தும் அவர் வந்து அந்த ஷூட்டிங்குல நடிச்சாரு. 'காதலன்' படத்துல அவருடைய கேரக்டர் எப்படியோ அப்படித்தான் அவர் நிஜ வாழ்க்கையிலும் இருந்தார். எதுக்குமே வந்து எங்களை அதட்டவோ, திட்டவோ, கை ஓங்கவோ செய்தது கிடையாது.

நாங்க பண்ணினது அவருக்கு அவ்வளவா பிடிக்கலைன்னா கூட மௌனமா போயிடுவாரு. அதவச்சு நாம புரிஞ்சுக்கனும் நாம பண்ணினது அவருக்கு பிடிக்கலேன்னு.

குறிப்பா அப்பா பாடிய பாடல்கள் எனக்கு எவ்வளவு பிடிக்குமோ அந்தளவுக்கு அப்பா நடித்த சில திரைப்படங்களும் எனக்கு ரொம்ப பிடிக்கும். குறிப்பா அப்பா பொண்ணு உறவை சொன்ன 'கேளடி கண்மணி' படத்துல அப்பாவோட கேரக்டர் எனக்கு ரொம்ப ரொம்ப பிடிக்கும்.

அதே மாதிரி விஜய் சார் நடித்த 'பிரியமானவளே' படத்துல மருமகளுக்கு பிடிச்ச மாமனாரா ஒரு கேரக்டர் பண்ணியிருப்பாரு. அது அவ்வளவு நல்லா இருக்கும்.

அதே மாதிரி 'காதலன்' படத்துல நடிகர் பிரபுதேவாவோட அப்பாவா ஒரு கேரக்டர் பண்ணியிருப்பாரு, அது வேற லெவல். அந்த படத்துல பிரபுதேவாவோட சேர்ந்து ஒரு பாட்டுல பரதநாட்டியம் எல்லாம் ஆடியிருப்பார்.

வீட்டுல நாங்க எல்லாரும் அந்த படத்த பாத்துட்டு வந்து அவரை ரொம்ப கிண்டல் பண்ணி சிரிச்சோம். என் தம்பி தான் அவரை ரொம்ப கலாய்த்தான்.

அப்ப கூட அவர் வந்து எங்களை எதுவும் சொல்லல. சும்மா ஒரு பார்வை பாத்துட்டு ஒரு சின்ன சிரிப்பு சிரிச்சுட்டு அவர் பாட்டுக்கு போயிட்டாரு.

சில படங்கள்ல அவர் நடிக்கிறார் என்ற எண்ணமே எனக்கு ஏற்பட்டதில்லை. காரணம் அவர் நிஜ வாழ்க்கையிலும் அப்படிதான்

வாழ்ந்தார். படங்கள்ல அவர் அழும்போது சில சமயம் என்னையும் அறியாமல் நான் கொஞ்சம் உணர்ச்சி வசப்பட்டு அழுதுடுவேன்.

'காதலன்' படத்துல நான் பாடின பாடலை கேட்டுட்டு சூப்பர்டா செல்லம். *Very Nice, Lovely, I enjoyed...* அப்படின்னு சொல்லி பாராட்டினாரு.

'காக்கைக்கு தன் குஞ்சு பொன்குஞ்சு'ங்குற மாதிரி அவர் என்னைக்குமே என்கிட்ட வந்து நீ பாடின அந்த பாட்டுல இது சரியில்லை, அது சரியில்லை, இந்த வரி கொஞ்சம் அப்படி பாடியிருக்கலாமே, நீ அந்த வரி நல்ல பாடுல - அப்படின்னு எல்லாம் அவர் என்னைக்குமே என்கிட்ட சொன்னது கிடையாது. அது மட்டுமல்ல அவருடைய இயல்பே அப்படித்தான்.

குறிப்பா அவர் நிறைய தொலைக்காட்சி நிகழ்ச்சிகள்ல ஜட்ஜ் ஆக போயிருக்காரு, அப்பெல்லாம் அந்த குழைந்தைகளை அவர் எந்த அளவுக்கு ஊக்கப்படுத்தி சொல்வார் என்பது நாம எல்லோருமே பார்த்திருக்கோம். அப்படி இருக்கும்போது அவருடைய சொந்த பொண்ணை எந்த அளவுக்கு ஊக்கப்படுத்துவார்? அதெல்லாம் எனக்கு கிடைத்த ஒரு பெரிய அனுகிரஹம்ன்னு தான் சொல்லனும்.

ஒருவேளை அவர் எங்கிட்ட முரணா எதாவது சொல்லியிருந்தார்ன்னா அதுக்கப்புறம் நான் வேற பாட்டெல்லாம் பாடியிருப்பேனான்னு கூட தெரியாது. காரணம் எனக்கு ஏற்கனவே தைரியம் கொஞ்சம் கம்மி. ஆனா அதை அவர் சரியா புரிஞ்சுக்கிட்டு என்னை ரொம்ப ஊக்கப்படுத்தினார்.

அப்பா கூட நான் மேடை கச்சேரிக்கு போகும்போது சில பாடல்கள் எல்லாம் பாடுவேன். அதுல முக்கியமா 'வளையோசை கலகலகலவென' பாடல், அப்புறம் வந்துட்டு 'காதலன்' படத்துல வரக்கூடிய "காதலிக்கும் பெண்ணின் கைகள் தொட்டு நீட்டினால்" என்ற பாடல், 'ஜீன்ஸ்' படத்துல நடிகை ஐஸ்வர்யா ராய்க்காக நான் பாடிய 'ஹைர ஹைர ஹைரப்பா' போன்ற பாடல்களை எல்லாம் பாட வைப்பார்.

அதே மாதிரி நான் அப்பா கூட சேர்ந்து 'தேவா சார்' இசையில் பாடியிருக்கிறேன், 'ராஜ்குமார் சார்' இசையில பாடியிருக்கிறேன். அதெல்லாம் மறக்க முடியாத நினைவுகள். அதே மாதிரி 'பவித்ரா' படத்துல நான் பாடின 'செவ்வானம் சின்னப்பெண் சூடும் குங்குமம் ஆகாதோ' என்ற பாடல் அப்பாவுக்கு ரொம்ப பிடித்த பாடலாகும்.

நான் அமெரிக்காவுல இருந்து சென்னைக்கு வந்த பிறகு நான் பாடறேன்னு தெரிஞ்சுஇசையமைப்பாளர் சிலர் வந்து எனக்கு பாடறதுக்கு ஒவ்வொரு வாய்ப்பு கொடுத்தாங்க. அதுல, ரஹ்மான் சார் வந்து எனக்கு கொஞ்சம் ஜாஸ்தியா வாய்ப்பு கொடுத்தாங்க. அதுக்கப்புறம் வந்துட்டு என்னால அத சரியா தொடர முடியல. எனக்கு கல்யாணம் ஆனதும் ஃபேமிலி லைஃப்ல கொஞ்சம் பிஸி ஆயிட்டேன்.

நான் வந்து ஒரு மகளா, டாக்டரா அப்பாகிட்ட ஹெல்த்த பாத்துக்க சொல்லி அவர்கிட்ட நான் அடிக்கடி வலியுறுத்திக்கிட்டே இருப்பேன். என்னை பொறுத்தவரைக்கும் என்னால அவ்வளவு தான் சொல்ல முடியும். ஆனா, நான் சொன்னா அவர் கேப்பாரு. அது மட்டும் உறுதி.

ஒரு காலத்துல அப்பா வந்து தொடர்ந்து புகைப்பிடித்துக் கொண்டே இருந்தார்.

ஒரு நாள் நான் அவருகிட்ட போய் "இனிமே நீங்க புகைப்பிடிக்க கூடாது" ன்னு சொல்லி சத்தியம் வாங்கினேன். அவர் அதோட புகைபிடிப்பதை அடியோட விட்டுட்டார்.

என்னுடைய கருத்துக்களுக்கு அப்பா எப்பவுமே முக்கியத்துவம் கொடுப்பார். ஒருமுறை அப்பா வந்து என்ன பத்தி எங்க அம்மாகிட்ட "பல்லவி எப்பவுமே நியாயமா பேசுவா, பயமில்லாம பேசுவா, அவ ஒரு முடிவு எடுத்தா அது சரியாத்தான் இருக்கும்," அப்படின்னு எல்லாம் சொல்லியிருந்தார். ஏனோ அவருக்கு அந்த மாதிரி தோனியிருக்கு. அது மட்டுமல்ல அவருக்கு ஏதாவது ஒரு பிரச்சனைன்னா கூட என்கிட்ட கருத்து கேப்பாரு. நான் சொல்ற கருத்தை அவர் முழுசா எடுத்துப்பாறான்னு எனக்கு தெரியல. ஆனா நான் சொல்றது என்னான்னு அவர் கேட்க விரும்புவாரு.

கோவிட் டைம்ல அப்பாவை ஹைத்ராபாதுக்கு போக வேண்டான்னு சொல்லாதது என்னோட மிக பெரிய தப்பு. அது வந்து எனக்கு இப்பவும் பெரிய வருத்தத்தை தருது. அம்மா வந்து அப்பாகிட்ட ஹைத்ராபாத் போகவேண்டாம்னு ரொம்ப சொல்லி பாத்தாங்க ஆனா அவர் கேக்கல.

ஒருவேளை நான் சொல்லியிருந்தா அவர் நிச்சயம் போயிருக்க மாட்டார்ன்னு என் மனசுக்கு தோனுது. *I don't know.* என்

மனசு அப்படி சொல்லுது. ஹைத்ராபாத் நிகழ்ச்சிக்கு போய் வந்ததுக்கப்புறம் தான் கோவிட் அவரை ரொம்ப பாதிச்சது.

இப்ப நான் எங்கப்பாவை ரொம்ப மிஸ் பண்ணறேன்.

கல்யாணம் ஆகி நான் *US*-ல இருந்தப்ப ஒரு தீபாவளி நாள்ல அவர் எங்க வீட்ல வந்து தங்கினாரு. அங்க அவருக்கு ரொம்ப வசதியா இருந்துச்சு. பக்கத்துலயே பீச்சு. அதனால காலங்காத்தால எழுந்து காபி குடிச்சுண்டு, பால்கனியில உக்காந்துண்டு, அவருக்கு வந்த மெயில் எல்லாம் பாத்துண்டு, ரொம்ப சந்தோஷமா இருந்தார்.

இனிமே அவர் இப்படி அடிக்கடி வருவார்ன்னு நான் நினைச்சேன். ஆனா அது தான் அவரோட கடைசி தீபாவளியா இருந்துச்சு.

என்னோட சமையல், நான் பண்ற பாயசம் இவை எல்லாம் அவருக்கு ரொம்ப பிடிக்கும். ரசிச்சு சாப்பிடுவார். மனம் விட்டு பாராட்டுவார். உணவு விஷயத்துல அவர் எப்பவுமே குறை சொல்ல மாட்டார். என்ன இருக்கோ அதை சாப்பிட்டுட்டு போயிட்டே இருப்பார்.

சாப்பாடு நல்லா இருந்தா கண்டிப்பா பாராட்டிட்டுத்தான் போவாரு. அது மட்டுமல்ல என்னை இப்பவும் சின்ன பொண்ணா நினைச்சு "எப்படிம்மா வீடு இவ்வளவு க்ளீனா வச்சுருக்கே? நீ எப்படி இவ்வளவு நல்லா சமைக்க கத்துக்கிட்டே" ன்னு சொல்லி ரொம்ப ஆச்சர்யமா கேப்பாரு. அதெல்லாம் நினைச்சு பார்க்கும் போது மனசுக்கு ரொம்ப வருத்தமா இருக்கு.

நாங்க விடுமுறைக்கு *US*-ல இருந்து சென்னைக்கு புறப்படும் போதே என்னோட பிள்ளைங்க அங்க தாத்தைய்யா இருக்காறான்னு கேட்டுட்டுத்தான் வருவாங்க. ஏன்னா அவரு வீட்டுல இருந்தா பிள்ளைகளுக்கு ஒரு பொழுதுபோக்கா இருக்கும். பேரப்பசங்கன்னா அவருக்கு உயிரு. தம்பி சரனோட பசங்கன்னா அவர் அப்படியே உயிரை கொடுத்திடுவாறு. அதுக்கப்புறமா என்னோட குழந்தைங்க வந்தாங்க. அவங்க ரொம்ப லேட்டா வேற பிறந்ததனால அவங்க கூட ரொம்ப பாசமா இருப்பாரு. அவங்க என்ன கேட்டாலும் வாங்கி கொடுப்பாரு. அவர் வந்து குழந்தைங்க கூட சேந்துட்டார்ன்னா அவருமே வந்து ஒரு குழந்தையாகிடுவாறு. அவங்க கூட சேர்ந்து ஓடி புடிச்சு விளையாடறது, *Hide and Seek* விளையாடறது, பிள்ளைங்கள கலாய்க்கிறது இப்படி தொடர்ந்து எதாவது பண்ணிக்கிட்டே இருப்பாரு.

ஸ்டூடியோவிலிருந்து பாடி முடிச்சு ரொம்ப சோர்வா வீட்டுக்கு வருவாரு. ஆனா பேரப்பசங்க வீட்ல இருக்காங்கன்னா அவங்க கூட எவ்வளவு நேரம் செலவழிக்க முடியுமோ அவ்வளவு நேரம் செலவழிப்பார்.

நான் எங்க அப்பாகிட்ட எனக்கு இது வேணும் அது வேணும்னு எதுவுமே கேட்டது கிடையாது.

ஒரு முறை அவர் சுவிட்ஸர்லாந்து போனப்ப எனக்கு ஒரு வாச்சு வேணும்னு கேட்டேன்.

அவர் மறக்காம வாங்கிட்டு வந்து எனக்கு பரிசளித்தார். அது மறக்க முடியாத ஒரு நினைவு.

அவர் ஒரு அவதாரம். இந்த பூமிக்கு வந்தாரு, தொடர்ந்து பயணிச்சாரு, ஏதோ பண்ணுனாரு, கிளம்பி போயிட்டாரு. அவர் எங்கயோ ஒரு ஊருக்கு போயிருக்காரு. வந்திடுவாருன்னு ஒரு பைத்தியக்கார மனநிலையில் தான் நான் இப்பவும் இருக்கேன்.

அவர் இப்போ இந்த உலகத்துல இல்ல அப்படின்னு நினைக்கும் போது அவரோட பாடல்கள் கூட கேக்க கஷ்டமா இருக்கு. அதனால நான் அது கூட நிறுத்திட்டேன்.

காலைல கொஞ்சம் நேரம் அவரோட Devotional Song மட்டும் கேட்பேன்.

அவரோட குரலுக்கு வயசே ஆகல, இப்பவும் இளமையாத்தான் இருக்கு.

அவரை பற்றி ஆழமா யோசிச்சா நான் நொறுங்கி போயிடுவேன். மனசு வேதனைக்குள்ளாயிடும்.

மனதளவில் ரொம்ப தைரியமா இருக்கனும்னு பார்க்கிறேன் ஆனா முடியல. அந்த இழப்பை எப்படி பகிரறுதுன்னு தெரியல. இப்பவும் அந்த வேதனை ஆறாம இருக்கு. அது தான் உண்மை.

அடுத்த ஜென்மம்னு ஒன்னு இருந்தா அப்பவும் நான் அவரோட பொண்ணாவே பிறக்கனும்.. அது தான் என்னோட ஆசை.

5 Dr. தீபக் சுப்பிரமணியன்

எஸ்.பி.பி. சாரோடு – 52 நாள்

ஐந்து வருடத்திற்கு முன் என் நண்பருடைய கிளீனிக்கில் வைத்துத் தான் எஸ்.பி.பி. சார் அவர்களை நான் முதன் முதலில் சந்தித்தேன்.

அதன் பிறகு சிகிச்சை சம்பந்தமா நான் அவரை அடிக்கடி சந்திக்க நேர்ந்தது. அந்த சந்திப்புகள் காரணமாக எங்களுக்குள் நெருக்கமான ஒரு நட்பு ஏற்பட்டது. நாளடைவில் எஸ்.பி.பி. சாருக்கு உடல் சார்ந்து எந்த ஒரு பிரச்னைன்னாலும் என்னை அழைத்து கேட்பார். அது மட்டுமல்ல, அவங்க குடும்பத்துல யாருக்காவது ஏதாவது பிரச்சனைன்னா கூட உடனே எனக்கு ஃபோன் பண்ணி கேட்பார். அவருடைய நெருக்கமான நண்பர்களுக்கு உடல் சார்ந்த ஏதாவது பிரச்சனைன்னா கூட என்னை வந்து சந்திக்க சிபாரிசு செய்வார்.

அப்படி ஒரு அன்பும், நட்பும் எனக்கு கிடைக்க காரணமாக இருந்த என் நண்பரும் டாக்டருமான சசிக்கு நான் நன்றி சொல்ல வேண்டும். அவர் மூலமாகத்தான் எஸ்.பி.பி. சாரோடு நெருங்கி பழகுவதற்கான வாய்ப்பு எனக்கு அமைந்தது.

அதுக்கப்புறம், என்னோட எல்லா பிறந்த நாளுக்கும் இரண்டு வரி பாட்டு பாடி என்னை வாழ்த்தி வாட்ஸ் ஆப்புல ஒரு வீடியோ க்ளிப் அனுப்புவார்.

2020 ஆகஸ்ட் 3-ம் தேதி இரவு 8 மணிக்கு 'சரண்' எனக்கு ஃபோன் பண்ணி அப்பா ஒரு நிகழ்ச்சிக்கு போயிட்டு வந்திருக்கிறார். லேசா காய்ச்சல் இருப்பதாக சொன்னார்.

அடுத்த நாள் வந்தபோது கொரோனா டெஸ்ட் எடுத்து பார்த்தோம். பாசிட்டிவ் எனத் தெரிந்ததும் அவர்கிட்ட விஷயத்தை சொன்னோம்.

சார், 2 நாள் இங்க ஓய்வெடுங்க, பிரச்சனை ஏதும் இல்லாட்டி வீட்டுக்கு போயிடலாம்ன்னு சொன்னேன்.

அதுக்கு அவரும் ஓகே சொல்லிட்டார். ஆனா, அன்றைக்கு செவ்வாய்க்கிழமை என்பதால் புதன்கிழமை வந்து அட்மிட் ஆகி கொள்கிறேன் என்று சொல்லிவிட்டு ஆகஸ்ட் 8 - ஆம் தேதி வந்து அட்மிட் ஆனார்.

சாதாரணமா, அவர் ஹாஸ்பிட்டலுக்கு வரும்போது எனக்கு முன்கூட்டியே ஃபோன் பண்ணி சொல்லிடுவார்.

நான் ஹாஸ்ப்பிட்டல் செக்ரட்டரியை அழைத்து எஸ்.பி.பி. சார் வரும்போது அவரை வேறு வழியாக உள்ளே அழைச்சிட்டு வந்திடுங்கன்னு சொல்லிடுவேன்.

அப்படி வரும்போது தான் ஒரு பெரிய பாடகன் என்றோ, தனக்கு தனிப்பட்ட முறையில் ஒரு கவனிப்பு வேண்டுமென்றோ எதிர்பார்க்கவே மாட்டார். அப்படிப்பட்ட எந்த ஒரு பாவமும் அவர்கிட்ட இருக்காது.

டாக்டர், நான் வெளிய வெயிட் பண்ணறேன். நோ ப்ரொப்ளம் என்று சொல்ல கூடிய ஒரு Humble person எஸ்.பி.பி. சார் அவர்கள்.

அவ்வளவு பெரிய உயரத்தில் இருக்க கூடிய ஒருத்தர் அப்படி நடந்து கொள்வது என்னை ஆச்சர்யப்படுத்தியது. அதுமட்டுமல்ல எங்க

ஹாஸ்ப்பிட்டலுக்கு நிறைய VIP கள் எல்லாம் சிகிச்சைக்காக வந்து போயிருக்கிறார்கள். ஆனா, எஸ்.பி.பி. சார் வந்து வேற லெவல்.

அவர் ஹாஸ்ப்பிட்டலுக்கு வர்றார்ன்னா நான் அவருக்கு ஏற்ற மாதிரி ஒரு Comfort zone கொடுப்பதற்காக கொஞ்சம் தயார்ப்படுத்தி கொள்வேன். காரணம், அவருக்கு எந்த விதமான ஒரு இடையூறும் ஏற்பட்டு விட கூடாது என்பதில் நான் கொஞ்சம் எச்சரிக்கையாக இருப்பேன்.

அப்படி அவர் வந்தபோது அவருக்கு கொரோனா தொற்று இருப்பது தெரிந்ததும் அவரை தனிமைப்படுத்தி Isolation Ward - ல் வைத்திருந்தோம்.

புதன்கிழமை அட்மிட் ஆனார். வெள்ளிக்கிழமை கொஞ்சம் Breathing difficulty ஏற்பட்டுச்சு. உடனே அவரை ICU க்கு மாத்திட்டோம்.

ஆனா, அந்த மூன்று நாளும் அவர் வந்து புத்தகம் வாசிப்பது, சினிமா பார்ப்பது, Netflix - ல ஷோ பார்ப்பதுன்னு ரொம்ப ரிலாக்ஸா இருந்தார். வெள்ளிக்கிழமைல இருந்து தான் அவருக்கு ஆக்சிஜென் தேவைப்பட்டது.

நாங்க அவருக்கு கொடுத்த சிகிச்சை வந்து எல்லாமே அட்வான்ஸாக தான் பண்ணியிருந்தோம். ஒரு வேளை இப்படி நடக்கலாம் என்பதை முன்கூட்டியே அறிந்து சிகிச்சை அளித்தோம். அவருடைய Treatment Graph எடுத்து பார்த்தால் சனிக்கிழமை தான் அவருக்கு ICU தேவைப்பட்டிருக்கலாம். ஆனா, நாங்க வந்து வெள்ளிக்கிழமையே அவரை ICU க்கு மாத்திட்டோம்.

எஸ்.பி.பி. சாருக்கு Physiotherapy எல்லாம் கொடுத்திட்டு இருந்த சமயத்துல வந்து ரொம்ப தெளிவா இருந்தாரு.

அப்போது அவருடைய மொபைலில் வந்த மெசேஜ் வீடியோ எல்லாம் எடுத்து சரண் காமிச்சுக்கிட்டிருந்தார். அதில் இளையராஜா சார் அனுப்பிய ஒரு வீடியோ எடுத்து காட்டினார் சரண்.

எஸ்.பி.பி. சார் படுக்கையில் சாய்ந்த படி படுத்திருந்தார். சரண் வந்து அந்த வீடியோவை ரைட் சைடுல நின்னு காட்டினார். அப்போது லெஃப்ட் சைடுல வந்து காட்டுமாறு சைகை காட்டினார்.

அவர் விரும்பிய படி மீண்டும் ஒருமுறை ப்ளே பண்ணிக்காட்டினார் சரண். அப்போது ஃபோனை பக்கத்தில் கொண்டு வர சொல்லி அதில் இளையராஜாவுக்கு ஒரு முத்தம் கொடுத்தார்.

அது மிகவும் டச்சிங்கான ஒரு தருணம்.

அப்போதெல்லாம் நான் மாக்ஸிமம் அவர் கூட தான் இருந்தேன். அப்ப அவரை பூஸ்ட் பண்ண அவங்க குடும்பத்துல இருக்க கூடியவங்க, அவங்க பேரப்பிள்ளைங்க எல்லாம் *Greeting cards, Gifts* போன்றவையெல்லாம் வாங்கி அவர் பார்வையில் படும்படி சுவற்றில் ஒட்டி வைத்தோம். அது மட்டுமல்ல, அவருக்காக ஹாஸ்ப்பிட்டலுக்குள்ளேயே வந்து ஒரு ஸ்பெஷல் *ICU* வை *create* பண்ணியிருந்தோம். *So*, அதுல வந்து அவர் பின் பக்க சைடுல சாமி படங்கள் எல்லாம் வைத்தோம். அதோடு காலை வேளைகளில் அவர் பாடிய பக்தி பாடல்கள் ஒலிக்க செய்தோம். அப்புறம் வந்து இளையராஜா இசையில அவர் பாடின பாடல்கள் எல்லாம் தொடர்ந்து ஒலிக்கச் செய்தோம். அதெல்லாம் வந்து அவருக்கு ஒரு *Positive vibe* கொடுக்க ஆரம்பிச்சுச்சு. அது மட்டுமல்ல, அந்த சமயங்களில் சரண், பல்லவி, எஸ்.பி.பி. சாரோட மனைவி அவங்க எல்லாம் வரும்போது அவர் கொஞ்சம் பிரகாசமாக இருந்தார்.

அவருடைய நிலைமை கொஞ்சம் மோசமான போதுதான் நாங்க அவருக்கு எக்மோ *(ECMO)* கொடுத்தோம். எக்மோ என்பது அடிப்படையான *Oxygenation* பண்றதுக்கான ஒரு கருவி.

அப்படி எக்மோ கொடுக்கும்போது வந்து மூனு விஷயத்துல ரொம்ப கவனமா இருக்கனும். *1) Infection, 2) Bleeding, 3) Blood clot formation.* அந்த சமயத்துல சின்னதா ஒரு *Infection* அவரை சீக்கிரமாகவே தாக்கியது. நாங்க கொடுத்த மெடிசின் எதுவும் ஏற்கவில்லை. அதோடு சின்னதா அவருக்கு ஒரு *Bleeding* - ம் ஏற்பட்டுச்சு. இது ரெண்டும் சேர்ந்து ஒரே நேரத்துல அவரை தாக்கியது. அதுமட்டுமல்லாம அவருடைய வயது *(74)* -ம் ஒரு காரணமாக இருந்தது. அதனால, அந்த *infection* அவருடைய உடலுக்கு தாக்கு பிடிக்க முடியவில்லை. அவருடைய கடைசி *48* மணி நேரம் எங்க ஹாஸ்பிட்டலில் இருந்த டாக்டர்ஸ் டீம் முழுக்க அவரை காப்பாத்த மாக்சிமம் போராடினோம். ஆனா காப்பாத்த முடியல. அது எங்க டீமுக்கு பெரிய ஷாக் ஏற்படுத்திச்சு. அது மட்டுமல்ல அந்த சம்பவம் எங்க ஹாஸ்ப்பிட்டலில் இருந்த அனைவரையும் துக்கத்தில் ஆழ்த்தியது.

அவர் ஹாஸ்ப்பிட்டலில் இருந்த *52* நாட்களில் நான் அவர்கிட்ட இருந்து நிறைய விஷயங்கள் கத்துக்கிட்டேன். உண்மையிலேயே அவர் வந்து *very very positive* ஆனா ஒரு *person.*

எப்படின்னா சாதாரணமா ஒருத்தருக்கு Covid positive ன்னு தெரிஞ்சா ரொம்ப பயப்படுவாங்க, அட்மிட் ஆக வேண்டும் என்று சொன்னால் அதை விட பயப்படுவாங்க. ஆனா, எஸ்.பி.பி. சார் அதை பத்தி எல்லாம் கவலைப்படாம, பயப்படாம ரொம்ப Positive ஆக எங்களோடு ஒத்துழைத்தார்.

Covid Test எடுக்கனுமா OK பண்ணிக்கிறேன், ஹாஸ்ப்பிட்டலில் அட்மிட் ஆகனுமா OK ஆயிக்கிறேன், வார்டுக்கு மாத்தனுமா OK மாத்துங்க, டெஸ்ட் பண்ணறீங்களா பண்ணுங்க. ICU - க்கு Shift பண்ண போறீங்களா? யோசிக்காம பண்ணுங்கன்னு சொல்வார்.

Ventilator - ல Inbuilt செய்யும் போதெல்லாம் அவர் மிகவும் தெளிவாக இருந்தார். அப்போது கூட நீங்க தைரியமா, Confidentaa பண்ணுங்க டாக்டர். எதுவா இருந்தாலும் பாத்துக்கலாம்ன்னு சொல்லக் கூடிய ஒரு ஸ்ட்ரோங் ஆனா கேரக்டர் எஸ்.பி.பி. சார்.

என்னை நெகிழ வாய்த்த இன்னொரு விஷயம், அவர் என்னை அழைத்து தீபக், நான் உங்க மூலமா வந்து அட்மிட் ஆயிக்கிறேன்னு சொல்லி என்னை ஒரு சகோதரனை போல நினைத்து அவர் வந்து அட்மிட் ஆனார். என் வாழ்க்கையில வந்து அவரோடு இருந்த 52 நாட்களும் மறக்க முடியாதது.

எங்க MGM Clinic - ல எஸ்.பி.பி. சாரை பரிசோதித்த டாக்டர்ஸ் எல்லாருமே அவரை தன் குடும்பத்துல ஒருத்தரை பார்ப்பது மாதிரி தான் Treat பண்ணினாங்க. அதை விட எஸ்.பி.பி. சாரோட ஃபாமிலி வந்து எங்களோடு ரொம்ப ஒத்துழைச்சாங்க.

அவரை Treat பண்ணின நாட்களில் தினமும் அவருக்காக ஒரு Multi team meeting நடக்கும். அந்த மீட்டிங்குல பத்து டாக்டர்ஸ், Hospital Administration Staffs. எல்லாரும் இருப்பாங்க. அப்ப வந்து அவருடைய உடல்நிலை எந்த அளவுக்கு Progress இருக்கு? அது மாதிரியான பல விஷயங்கள் பற்றி எல்லாம் சர்ச்சைகள் நடக்கும். அந்த Meeting முடிஞ்ச பிறகு சரண் கிட்ட அந்த விஷயங்களை எல்லாம் பகிர்ந்து கொள்வோம்.

அதே மாதிரி USA, UK- ல இருக்க கூடிய Expert Doctors கிட்ட 20 முறை வீடியோ கால் பண்ணி பேசியிருப்போம். அங்க அவங்களுக்கு காலைன்னா நமக்கு இங்க இரவா இருக்கும். அப்படி நாங்க இரவு 10:30 - 11 மணி அளவில் வீடியோ கால் பண்ணி பேச ஆரம்பித்தால் 2 மணி நேரத்துக்கு மேல கூட போகும். அப்போதெல்லாம் ஒரு

முறை கூட நாங்க கொடுத்த Treatment - ல தவறுன்னு எதுவும் சொன்னது கிடையாது. நாங்க கொடுத்த சிகிச்சை எல்லாமே சரியானது தான் என்று சொல்லியிருந்தாங்க.

அவருடைய கடைசி 48 மணி நேரம் என்பது மிகவும் Critical ஆக இருந்தது. அந்த சமயங்களில் நிறைய வதந்திகள் எங்கள் காதுகளுக்கு வந்தது. அதெல்லாமே சுத்த பொய்.

எஸ்.பி.பி. சாரோட Treatment - யை பொருத்த வரையில் எங்க Doctors Team வந்து 100% முறையான சிகிச்சை தான் அளித்தோம் என்பதை உறுதியாக சொல்ல முடியும். ஆனால், எதிர்பாராத விதமாக அவர் இறந்து விட்டார்.

அவர் இறந்த நாளன்று மாலை 3:45 மணிக்கு அவருடைய உடலை ஆம்புலன்சில் ஏற்றிக் கொண்டுப்போனார்கள். அதற்கு பிறகு 2 நாள். நான் மிகவும் அப்சட் ஆகி போனேன். டி.வி. நியூஸ் கூட பார்க்கல. ஃபோன் எல்லாம் Silent mode - ல போட்டுட்டு தனியாக இருந்தேன். அந்த சமயத்தில் எனக்கு மிகவும் மன இறுக்கம் ஏற்பட்டது. அது மட்டுமல்ல எனக்குள் ஒரு வெறுமையை உணர்ந்தேன். அவருடைய இழப்பு என்பது ஒருபோதும் ஈடு செய்ய முடியாதது.

அவர் உடல் இறந்து போய்விட்டது. ஆனால், அவர் பாடிய பாடல்கள் மூலம் அவர் நம்மோடு வாழ்ந்து கொண்டு தான் இருப்பார்.

6. சாந்தகுமார் (ஆம்புலன்ஸ் டிரைவர்)

எஸ்.பி.பி.யின் இறுதி யாத்திரை

செப்டம்பர் 25ம் தேதி எனக்கு MGM ஹாஸ்ப்பிட்டலில் இருந்து ஒரு ஃபோன் வந்தது. உங்ககிட்ட இருக்கிற Special VIP வண்டி வேணும்னு கேட்டாங்க. நான் யாருக்குன்னு கேட்டப்ப அவங்க அதை சொல்லல.

"வண்டியை மட்டும் கொஞ்சம் ரெடி பண்ணி வைங்க. நாங்க எப்ப வேணாலும் ஃபோன்.பண்ணுவோம். நீங்க வண்டியோட உடனே வந்துடுங்க" ன்னு சொன்னாங்க.

மதியம் ஒரு மணிக்கு மறுபடியும் ஃபோன் பண்ணினாங்க. "எஸ்.பி.பி. சார் இறந்துட்டார். நீங்க நேரா அவங்க வீட்டுக்கு போய் பண்ண வேண்டியதெல்லாம் பண்ணிட்டு Freezer Box - யை ரெடி பண்ணி வைங்க. எங்க ஹாஸ்ப்பிட்டலில் இருந்து அவரது உடலை வீட்டுக்கு கொண்டு வரோம்"னு சொன்னாங்க.

நான் உடனே எங்க டீமை அழைத்து அலர்ட் பண்ணினேன்.

யார் யார் என்னன்ன பண்ணனும், எங்க எப்படி பண்ணணும்ங்கிற விஷயங்களை எல்லாம் நாங்க எல்லாருமா சேர்ந்து பேசி ஒரு பத்து நிமிஷத்துக்குள்ள முடிவெடுத்தோம். அதற்கு பிறகு வாகனம் தயாரானதும் எஸ்.பி.பி. சாருடைய புன்னகை தவழும் ஒரு Photo பிரின்ட் எடுத்து அதற்கு மாலை அணிவித்து வண்டிக்கு முன் வைத்தேன். அதன் பிறகு தான் வாகனம் மூவ் ஆனது.

அப்படி போகும்போது அவருடைய படம் வச்ச வண்டியை பார்த்ததும் ரோட்டுல போற ஆயிர கணக்கான மக்கள் அழ ஆரம்பிச்சுட்டாங்க.

கலை உலகில் இயற்கையின் அனுக்கிரகம் பெற்ற இரு மாமேதைகள் என்றால் அது நடிகர் திலகம் சிவாஜி ஐயாவும், பாடும் நிலா பாலு சாரும் தான். அவர்கள் இருவரின் இறுதி பயணமும் எனது வாகனத்தில் தான்.

சிவாஜி ஐயாவை மருத்துவமனையில் இருந்து வண்டியில் ஏற்றி அவர் வீடு இருக்கும் போக் ரோடு நோக்கி பயணிக்கும் போதும் மழை இல்லாத தூவானம் வாழ்த்தி வழி அனுப்பியது. அது போல் தான் எஸ்.பி.பி. சாருக்கும் MGM மருத்துவ மனையில் இருந்து கிளம்பும்போது மழை இல்லாத தூவானத்துடனே அவர் உடலைச் சுமந்து பயணிக்கிறேன். அவர் வீடு வரை இதமாய் வீசிய தூவானம்.... பிறகு விடை பெற்றது.

எஸ்.பி.பி. அவர்களின் உடல் என் வண்டியில் வர வாய்ப்பா அமைந்த அந்த துயரத்தை இங்கு விவரிக்க முடியவில்லை. அவர் தலை என் கரங்களில். அவரது முகம் மாறக்கூடாது என துளசியை கைகளில் கசக்கி உதடுகளை பிரித்து வாயில் வைக்கிறேன். கால் விரல்கள் கட்டப்பட்டு, அங்கவஸ்திரத்தை அணிந்து கைகளைக் கோர்த்து உடைலின் மேல் தெரிகிற மாதிரி வைத்தாகிவிட்டது. அவர் ஆத்மா வலிக்காத மாதிரி தலையை லூசாகக் கட்டி, மாலை அணிவித்து அவரைத் தயார் செய்து, விளக்கு ஏற்றி, தேங்காய் ஊதுவத்தியுடன் கடவுளை ஆராதனை செய்து வழி அனுப்புவது போல் நுங்கம்பாக்கம் வீட்டில் இருந்து அவரை கிளப்ப... அருகில் இருந்த சமுத்திரக்கனி சார் “நானும் ஏதாவது செய்யுறேன். பெட்டியை மூடும் வாய்ப்பாவது எனக்கு கொடுங்க சார் “ என வருத்தத்துடன் கண்ணீர் மல்கக் கேட்டார்.

இரவு 8:30 மணி ஆனதும் மனித உணர்வுகளைக் கட்டுப்படுத்த முடியாத ஒரு சகாப்தத்தை என்னோட பிரத்தியேக ரதத்தில் வைத்துக் கொண்டு செல்கிறேன் என நினைத்தால் மெய் சிலிர்க்குது. வாகனம் நுங்கம்பாக்கம் காம்தார் நகர் வீட்டில் இருந்து ஐயப்பன் கோவில் வாசலைத் தொட, என்னால் நினைத்தே பார்க்க முடியவில்லை. அது மக்கள் கடலே தான்.நோய்த் தொற்று நேரத்தையும் யோசிக்காமல் எங்கிருந்து தான் அத்தனை கூட்டமும் வந்தது. எனத் தெரியவில்லை அதை இப்போது நினைத்தாலும் பிரமிப்பா இருக்கு.

இருட்டைக் கிழித்து வாகனம் மெல்ல நகர... மக்கள் கைகளில் செல் ஃபோன்களின் டார்ச் ஒளி. பலர் கரங்களிலும் மலர் மாலை. “டிரைவர் சார் வண்டிய ஒரு நிமிடம் நிப்பாட்டுங்க போட்டோ எடுத்துக்குறோம்” என முன்னோக்கி வருகிறார்கள். வாகனம் ஸ்கைவாக் வழியே மெல்ல நகர்ந்து கோயம்பேடு பாலம்... பாடி மேம்பாலம் என ஏறி 100 அடி சாலையைத் தொட... மக்கள் புழக்க மற்ற நெடுஞ்சாலையின் இரு பக்கங்களிலும் கும்மிருட்டில் பெண்களும்... குழந்தைகளும்.... வயதானவர்களும்... கூட்டம் கூட்டமாய்.... சிலர் தடுப்பையும் மீறி... காவலர்களைத் தாண்டி உள்ளே நுழைந்தார்கள்.

என்னால் ஃபர்ஸ்ட் கியரில் தான் வண்டியை செலுத்த முடிந்தது. கொளத்தூரில் இருந்து மாதவரம் மேம்பாலத்தை தொடவே ஒரு மணி நேரத்திற்கு மேல் எடுத்தது. இடது காலில் கிளச்சையும் பிரேக்கையும் மாற்றி மாற்றி மிதிக்கிறேன். பூக்கூடைகளோடும் மாலைகளோடும் கடவுளை ஆராதிப்பது போல் ஆராதித்து, குழந்தைகளின் கைகளில் மாலைகளைக் கொடுத்து போடச் சொல்லி வழி அனுப்புகிறார்கள். மனிதக் கடலின் நடுவே நம் பாடும் நிலா மிதந்து தான் வந்தார்.

கொளத்தூர் பாலத்தை தாண்டி இருப்பேன், வயதான பெண்மணி ஒருவர் கையில் மாலையோடு தடுப்பைத் தாண்டி வண்டி முன்னால் வந்து நின்றார். “வண்டிய நிறுத்துங்கள் நான் அவருக்கு மாலை போடணும்” என குழந்தையை போல் அடம்பிடித்தார். வண்டியை நிறுத்தி அவர் மாலையை பெற்று உடலுக்கு அணிவித்த பிறகே நன்றி சொல்லி நகர்கிறார். ‘ரெட்ஹில்ஸ்’ தாண்டி தாமரைப்பாக்கம் நோக்கி வாகனம் திரும்ப அங்கும் கட்டுக்கடங்காத கூட்டம். பூக்களை மக்கள் மூட்டை மூட்டையாக கூடை கூடையாக வழியெல்லாம் கொட்டுகிறார்கள். இவ்வளவு பூக்களையும் இந்த இரவில் எங்கிருந்து வாங்கினார்கள் என ஆச்சரியமாகவே இருந்தது.

‘அலமாதி’ எனும் இடம் வந்ததும் “வண்டியை நிறுத்து நகர்த்தாதே “ன்னு ஒரே சத்தமும், கூப்பாடும், ஒப்பாரியும், பார்த்தால் ஒரு ஐம்பது அறுபது திருநங்கைகள் மாலைகளோடு கூட்டமாக நிற்கிறார்கள். நாங்க பாலு ஐயாவோட பேசணும் எனச் சொல்லி வண்டி முன்னாலும் பின்னாலும் டாப்பிலும் கட்டுப்படுத்த முடியாமல் ஏறுகிறார்கள். 5 நிமிடத்திற்கு மேல் நகர முடியாமல் அங்கேயே நிற்கிறேன். என் முன் சென்ற கான்வாய் ஒரு கிலோமீட்டர் தூரத்திற்கு தள்ளி சென்று விட்டது.

அன்று நடந்தது அத்தனையுமே மிராக்கிள். ஒரு மனிதனால் இத்தனை அன்பை சம்பாதிக்க முடியுமா? அவர் எப்போதுமே மக்களின் கலைஞர் தான். பாடல்கள் வழியே எல்லோரிடத்திலும் நெருக்கத்தில் இருந்தவர். குழந்தைகளையும் அன்பாக, நட்பாக அவர்களது திறமைகளைப் போற்றிப் பாராட்டியவர். தன்னோடு பாடும் சக கலைஞர்களை ஆரத்தழுவியவர். சிரித்த முகத்தோடு வலம் வந்தவர். இறுதியாய் அவர் முகத்தைப் பார்க்க முடியாமல் போயிருந்தால் எவ்வளவு வருந்தியிருப்போம். ஆனால், அந்த எண்ணத்தை எனது வாகனம் தீர்த்து வைத்தது.

100 மீட்டர் தொலைவில் எந்த டைரக்ஷனில் இருந்து பார்த்தாலும் அது மாடியாக இருந்தாலும் கூட உள்ளே இருக்கும் எஸ்.பி.பி. சாரின் முழு உடலும் வெளியில் நன்றாக தெரியும்.

இறுதி மரியாதை முடிந்து திரும்பிய பிறகும், இது தான் எஸ். பி.பி. சாரை சுமந்து சென்ற வாகனம் என்று சொல்லி என் வண்டி முன்னால் நின்றும், என்னோடு நின்றும் பலர் செல்ஃபி எடுத்தனர். எனது கரங்களையும் பற்றிக் குலுக்கினார்கள். “கொடுத்து வைத்தவர் நீங்கள். ரொம்பவே நல்லா இருப்பீங்க” என்றும் வாழ்த்தினார்கள். உணர்வைக் கட்டுப்படுத்த முடியாத சிலர் என் கைகளைத் தடவிப் பார்த்தார்கள். அந்த அளவுக்கு மக்கள் உணர்வுப் பூர்வமாய் இருந்தார்கள்.

எஸ்.பி.பி. என்கிற சிரித்த முகத்தை இனி நாம் பார்க்க முடியாது. 50 ஆண்டுகளுக்கு மேல் கோடிக்கணக்கான உள்ளங்களை தாலாட்டி, உற்சாகப்படுத்தி, காதலுக்கு தூது சென்று, சோர்வுக்கு மருந்தாகி, தன் மூச்சை இசையாக்கி, நம்மை மகிழ்வித்த அந்த மூன்றெழுத்து மந்திரம் நம்மிடத்தில் இப்போதில்லை. “இந்த தேகம் மறைந்தாலும் இசையாய் மலர்வேன்” எனும் அவரது குரல் காற்றாலைகளில் எப்போதும் ஒலித்துக் கொண்டே தான் இருக்கும்.

இணைப்புகள்

1. எஸ்.பி.பி.யின் பயணம்

1. படிப்பில் சுட்டி. பொறியியல் கல்லூரியில் சேர்ந்தவர், அதைப் பாதியில் விட்டு சென்னைக்கு நிரந்தரமாராக வந்துவிட்டார். ' உனக்கு என்ன விருப்பமோ அதை செய்.ஆனா, செய்யும் தொழிலை நேசிச்சு செய். இரட்டைக்குதிரை சவாரி செய்யாதே!' என்ற தந்தையின் அறிவுரை வழிகாட்ட, சென்னை வந்தவரை வாரி அனைத்துக்கொண்டது தமிழ்நாடு!

2. பாட்டுப்போட்டிக்காக 1966-ல் சென்னை வந்த பாலு இசையமைப்பாளர் எஸ்.பி.கோதண்டபாணியிடம் முதல் பரிசை வாங்கியதோடு அவர் இசையில் தெலுங்குப் படமான 'ஶ்ரீ ஶ்ரீ ஶ்ரீ மர்யாத ராமண்ணா' படத்தில் 'ஏமி ஈவிந்த மோகம்' என்ற பாடலைப் பாடித் திரையுலகில் அறிமுகமானார். முதல் பரிசுக்கான பாடல் 'ராமு' படத்தில் பி.பி.சீனிவாஸ் பாடிய 'நிலவே என்னிடம் நெருங்காதே'!

3. சென்னை வந்த பிறகு பாடகராக ஆரம்பத்தில் மேடைக் கச்சேரிகளில் பிஸியாக இருந்தார் பாலு. அப்போது பாரதிராஜாவின் பரிந்துரையால் பாலுவின் குழுவில் வந்து சேர்ந்தவர்கள் தாம் பாஸ்கர், ராசய்யா (இளையராஜா), அமர்சிங் (கங்கை அமரன்) என்ற மூவர். இவர்கள் வந்தபிறகு 'பாவலர் சகோதரர்கள்' என்று குழுவுக்கு பெயரும் மாறிப்போனது. ராசய்யா கிட்டாரும், ஹார்மோனியமும் கூடவே பெண் குரலிலும் பாடி ஆல்ரௌண்டராக கலக்க... பாலு ஸ்டார் பாடகராக மிரட்ட நூற்றுக்கணக்கான கச்சேரிகளின் மூலம் தமிழகத்தின் மூலைமுடுக்கெல்லாம் ரீச் ஆனது இந்தக் குழு!

4. தந்தை சாம்பமூர்த்தியின் ஆசை, பாலு சாஸ்திரிய சங்கீதம் பயின்று மேடையில் கச்சேரி செய்ய வேண்டும் என்பது. ஆனால், ரெக்கார்டிங் என நாள் முழுவதும் பாடிவிட்டு வீட்டுக்கு வரும் அவரால் நேரம் ஒதுக்கிக் கற்றுக்கொள்ள முடியவில்லை. தந்தை

மரணத்துக்குப் பிறகு சங்கீதம் கற்க எடுத்த முயற்சிகளும் பலனளிக்கவில்லை.

5. தமிழில் எம்.ஜி.ஆருக்குப் பாடிய ‘அடிமைப்பெண்’ படத்தின் ‘ஆயிரம் நிலவே வா’ தான் அதிகாரபூர்வமாக முதல் பாடல். ஆனால், ‘சாந்தி நிலையம்’, ‘குழந்தை உள்ளம்’ படங்களில் முன்பே பாடி, தாமதமாக ரிலீஸானது. முதன்முதலில் அவரைப் பாட அழைத்தது எம்.எஸ்.வி தான். எல்.ஆர்.ஈஸ்வரியோடு டூயட் பாடியிருந்தார் பாலு. ஆனால், ‘ஹோட்டல் ரம்பா’ என்ற அந்த படம் ரிலீஸாகவில்லை!

6. “செய்கிற கலையில் குறைவான தவற்றைச் செய்பவன் தான் மிக சிறந்த கலைஞன். எனக்கிருக்கும் குறைவான இசை ஞானத்துக்கு நிறைய புகழை வாரிக்கொடுத்திருக்கிறான் இறைவன்!” - பாலுவின் தன்னடக்கம் இது.

7. தேசிய விருதுகள்-6, கே.வி. மகாதேவன், லக்ஷ்மி காந்த் -பியாரிலால், இளையராஜா, ஹம்சலேகா, ஏ.ஆர். ரஹ்மான் ஆகிய இசையமைப்பாளர்களின் இசையில் பாடி வாங்கியிருக்கிறார். ராஜாவுடன் மட்டும் இரண்டு!

8. ஆரம்பக்கால சென்னை நாள்களில் ஸ்கூட்டரில் தான் ரெக்கார்டிங் ஸ்டூடியோக்களுக்கு வருவார். பாடகர் முகமது ரஃபியின் ரசிகர் என்பதால் அவரைப்போலவே பியட் கார் வாங்க வேண்டும் என்பதைக் கனவாகக் கொண்டிருந்தார்.1970-ல் “63-ன் மாடல் பியட் காரை வாங்கினார். சமீபமாக அவர் மெர்சிடிஸ் பென்ஸ் S 400 மற்றும் E 200 கார்களை பயன்படுத்தி வந்தார்.

9. அன்னக்கிளிக்காக “தொண்டை கட்டிக்காம பார்த்துக்கோ” என இளையராஜா சொல்லியிருந்தார். ஆனால், ரெக்கார்டிங்குக்கு முன் பாலுவுக்குத் தொண்டைகட்டிக்கொண்டது. அடுத்தடுத்த படங்களில் நண்பரைத் தவிர்த்திருக்கிறார் ராஜா. “ஏண்டா டே... நான்லாம் உனக்குப் பாடகராகவே தெரியலையா....? - சினிமா விழாவில் தன் ஆர்கெஸ்ட்ரா காலத்து நண்பன் இளையராஜாவிடம் உரிமையாகக் கோபப்பட்டார் பாலு. அந்த உரிமையான கோபத்துக்குப் புன்னகையைப் பதிலாகத் தந்த ராஜா, “சரி, நாளைக்கு ரெக்கார்டிங் வா” எனச் சொல்லி ‘உறவாடும் நெஞ்சம்’ படத்தில் ‘ஒருநாள் உன்னோடு ஒருநாள்!’ என்ற டூயட் பாடலை ஜானகியோடு பாட வைத்திருக்கிறார்.

10. முதல் தேசிய விருதைப் பெற்றுத்தந்த 'சங்கராபரணம்' படத்தின் இயக்குனர் கே. விஸ்வநாத்துக்கு எஸ். பி.பி நெருங்கிய உறவினர். படத்தில் பாலமுரளி கிருஷ்ணாவைப் பாட அழைக்க அவர் மறுத்துவிட்டார்.இதனால் அனைத்துப்பாடலையும் எஸ். பி.பிக்குப் பயிற்சி கொடுத்துப் பாடவைத்தார். படம் ஹிட்டாக பாலமுரளி கிருஷ்ணா கடுமையாக பாலுவை விமர்சித்தார். ஆனால், "குருவின் கருத்துக்குத் தலைவணங்குகிறேன்" என்று பாலு பொறுமை காக்க, சிலநாள்களில் பாலமுரளி கிருஷ்ணாவே, "என்னைப்போல அவரால் பாடமுடியும். அவரைப்போல் என்னால் பாட முடியாது!" என்று சொல்லி, தன் சீடனாக ஏற்றுக்கொண்டார்.

11. 75 படங்களில் நடித்துவிட்டார். மேடை நிகழ்ச்சியொன்றில் பாலு 'மைம்' செய்ததைப் பார்த்து கே.பாலச்சந்தர் 'மனதில் உறுதி வேண்டும்' படத்தில் நடிக்க அழைத்திருக்கிறார். ஷூட்டிங்குக்கு முந்தைய தினம் பாலுவின் தந்தை தவறிவிட, சுஹாசினியின் கால்ஷீட்டை மாற்றி 15 நாள்கள் காத்திருந்து ஷூட்டிங் நடத்தினார் பாலச்சந்தர். படத்தில் பாலுவின் மொட்டை தோற்றத்துக்கு இதுதான் காரணம்.

12. ஐஸ்கிரீம், சாக்லேட்டுகள் சாப்பிடுவதில் பெருவிருப்பம். "நிறைய பாடகர்கள் ஜில்லுன்னு எதுவும் சாப்பிடக்கூடாதுன்னு சொல்வாங்க. ஆனால், பாலமுரளி ஐஸ் வாட்டர் மட்டும் தான் குடிப்பார். முகமது ரஃபி, கச்சேரி பாடும்போது அரை கிளாஸ் ஐஸ் போட்ட கூல்ட்ரிங்ஸ் குடிச்சிட்டே இருப்பார். தூசி, புகை, மட்டுமே பாடகனுக்குப் பகை" என்று சிரிப்பார் பாலு.

13. 'சீக்கிரமே ஒரு படமாவது டைரக்ட் பண்ணனும்!' - என்பது பாலுவின் நிறைவேறா இன்னொரு கனவு. "ஒரு டைரக்டர்கிட்ட அசிஸ்டெண்ட் டைரக்டரா சேர்ந்து எல்லா டிப்பார்ட்மெண்ட்டும் கத்துக்கிட்டு இண்டிபெண்டண்ட் டைரக்டர் ஆகணும்!" என்று சொல்லிக்கொண்டே இருந்தார்.

14. குரல் மாற்றிப்பாடுவது இவர் ஸ்பெஷல் என்பார்கள். "நடிகர்களுக்காக நான் குரலை மாற்றியெல்லாம் பாட முயல்வது இல்லை. நான் பாடுன பிறகு அவங்க நடிப்பால எனக்குப் பெருமை தேடித் தந்திடுறாங்க!" என்று தன்னடக்கத்தோடு சொன்னாலும், 'சூரக்கோட்டை சிங்கக்குட்டி' படத்திற்காக

இளையராஜா இசையில் எம். ஆர். ராதா குரலில் ‘அப்பன் பேச்சைக் கேட்டவன் யாரு’ பாடலைப் பாடி அசத்தினார்.

15. இந்தியாவின் 16 மொழிகளில் பாடியவர் பாலு. “எப்படி சாத்தியமானது? எங்க மொழியை அவர் சரியா உச்சரிக்கலை “ன்னு இதுவரை யாரும் புகார் சொன்னதில்லை. தங்கள் தாய்மொழியைச் சேர்ந்த எத்தனையோ பாடகர்கள் இருக்கும்போது, எங்கேயோ இருந்து நம்மளைக் கூட்டிட்டு வந்து பாடவெச்சு நமக்கு வாய்ப்பு கொடுக்கிறாங்க இல்லையா... அந்த மரியாதைக்கு நாம நன்றியுடையவனா இருக்கணும்” என்று நெகிழ்ந்தவர் பாலு!

16. காதல் வழியப் பாடுவதில் வல்லவரான எஸ்.பி.பி காதல் திருமணம் செய்தவர். இளம் வயதிலேயே காதலித்து வீட்டில் எதிர்ப்பு இருந்ததால், தனது காதலி சாவித்திரியை விசாகப்பட்டினத்தில் உள்ள கோயிலுக்கு அழைத்துச் சென்று, நண்பர்கள் முன்னிலையில் திருமணம் செய்துகொண்டார்.

17. பாடகி ஜானகி முதன்முதலாக பாலுவைப் பார்த்தது குண்டூரில் ஒரு பாட்டுப்போட்டியில். நடுவராக வந்திருந்த ஜானகி யாரையும் இமிடேட் செய்யாமல் பாடிய பாலுவின் தலையில் கைவைத்து.’உனக்கு சினிமாவில் பெரிய எதிர்காலம் காத்திருக்கு’ என்று ஆசீர்வாதம் செய்திருக்கிறார். பின்னாளில் பல்லாயிரக்கணக்கான பாடல்களை அவருடனே பாடிய பாலு, அந்த ஆசீர்வாதத்தால் தான் நான் பாடகரானேன் என எல்லா மேடைகளிலுமே சொல்வார். பின்னே... முதல் பரிசு பெற்றவரை அப்படி வாழ்த்தாமல் இரண்டாம் பரிசைப் பெற்ற பாலுவை மட்டும் வாழ்த்தினால்....!

18. 2012-ல் தெலுங்கு நடிகர் ‘தணிகலபரணி’யின் இயக்கத்தில் நடித்த ‘மிதுனம்’ படம் தான் அவர் நடிப்பில் அவருக்கே பிடித்த படம். ‘படத்தில் லட்சுமியும் நானும் என ரெண்டே கேரக்டர்கள் மட்டும்தான். போட்டி போட்டு நடித்தோம். நந்தி விருதெல்லாம் கிடைச்சது.அதுபோல சவாலான ரோல்கள் கிடைச்சா நல்லது!’என்று தன் ஏக்கத்தைப் பதிவு செய்திருக்கிறார் பாலு.

19.1981-ல் பாலிவுட்டில் அறிமுகமான முதல் படம் ‘ஏக் துஜே கேலியே’. ஆனால், பாலு பாடுவது படத்தின் இசையமைப்பாளர்கள்

லக்ஷ்மிகாந்த்- பியாரிலாலுக்கு பிடிக்கவில்லை. தமிழ் பேசும் இளைஞனாகக் கமல் நடித்திருப்பதால் பாலு பாடினால் சரியாக இருக்கும் என கே.பாலச்சந்தர் தான் வற்புருத்திப் பாட வைத்திருக்கிறார். லதா மங்கேஷ்கருடன் டூயட் என்பதால் பதற்றத்தோடு பாடியிருக்கிறார். ஆனால், அந்த ஆண்டுக்கான சிறந்த பாடகருக்கான தேசிய விருது பாலுவுக்குக் கிடைத்தது. அதன் பிறகு லக்ஷ்மிகாந்த்-பியாரிலாலுக்குப் பிடித்த பாடகர்களில் பாலுவும் ஒருவர்.

20. 80, 90 களில் பாலிவுட்டில் சல்மான் கானின் படங்களுக்கு பாலுதான் பின்னணி பாடினார். மெய்னே பியார் கியா, ஹம் ஆப்கே ஹெய்ன் கோன், சாஜன் என பல படங்களில் சல்மான்கானுக்கு மியூசிக்கல் ஹிட் கொடுத்தது பாலு தான்.

21. எம். ஜி. ஆர்.,'ஆயிரம் நிலவே வா' எனப் பாட அழைத்து வந்தால், 1971-ல் 'சுமதி என் சுந்தரி' படத்துக்காக 'பொட்டு வைத்த முகமோ' என்று பாட அழைத்து வந்தார் சிவாஜி. காரணம் 'ஆயிரம் நிலவே வா' பாடல் ரிலீஸான அன்று ஓர் இரவில் அந்தப் பாடலை 35 முறை கேட்டாராம் சிவாஜி. 'அண்ணனுக்கு அழகா பாடுன பய நமக்கும் பாடணும் ஆமா!' என கண்டிஷனே போட்டுவிட்டாராம்!

22. 90 களில் சில மாதங்கள் குரல் உடைந்து பாடமுடியாமல் வீட்டிலேயே இருந்தார். திரை உலகில் பலர் வருத்தப்பட, 'நான் இவ்வளுவுதூரம் பாடுவேன்னே நினைச்சதில்லை. கடவுள் கொடுத்ததை அவனே எடுத்துக்கொண்டான்!' எனச் சொல்லி சமாதானப்படுத்தியிருக்கிறார். அதிசயத் திருப்பமாக... மீண்டும் குரல் அதுவாகவே சரியானது!

23. இசையமைப்பாளராக 60 படங்கள் இசையமைத்திருக்கிறார். கொங்கணி உள்ளிட்ட எல்லா இந்திய மொழிப்படங்களும் இதில் அடங்கும். 'துடிக்கும் கரங்கள்', 'சிகரம்' போன்ற படங்களில் அதிக கவனம் ஈர்த்தார் எஸ்.பி.பி. 'ஆனா யாரும் வாய்ப்பு கொடுக்கல... நானும் கேட்கல!' என்று வெள்ளந்தியாய்ச் சொன்னவர் பாலு.

24. யார் மனதையும் புண்படுத்தக்கூடாது என நினைக்கும் மனிதர். தமிழ் சினிமாவில் நடிகர்களில் ஜெய்சங்கரைப்போல, பாடகர்களில் எஸ்.பி.பி. என்பார்கள். நிறைய பாடல்களுக்கு

சன்மானம் வாங்காமல் தயாரிப்பாளர்களின் நிதிச்சுமை கருதி சம்பளத்தை விட்டுக் கொடுத்திருக்கிறார். பாடிய பிறகு பெற்றுச் சென்ற பல செக்குகள் பவுன்ஸ் ஆகி வருமாம்!

25. ஆந்திராவின் கிழக்கு கோதாவரி மாவட்டத்தில் ராஜ்குமார் உடையார் என்ற சிற்பியிடம் தன் பெற்றோரின் சிலைகளை ஆர்டர் கொடுத்துச் செய்த பாலு, சில மாதங்களுக்கு முன் தன் சிலையையும் செய்யச் சொல்லியிருக்கிறார். மரணத்தை முன்பே உணர்ந்தாரா பாலு என்பது தான் அவர் ரசிகர்களின் கண்ணீர்க் கேள்வி!

26. சீக்கிரம் தூங்கி சீக்கிரம் எழும் பழக்கம் கொண்டவர் பாலு. பாடல்களை ஹம் செய்துகொண்டு வாக்கிங் போகும்போது அவரை அடையாளம் கண்டுகொண்டு பேசுபவர்களோடு பேச ஆரம்பித்தால், நேரம்போவதே தெரியாது என்கிறார் உதவியாளர். இதனாலேயே மனைவியோடு செல்லமாய் சண்டை வருவதும் உண்டு.

27. முன்பு ஷட்டில்காக் நன்கு விளையாடியவர் பின்னர் பேரக்குழந்தைகளோடு செஸ் விளையாடுவதிலும், அந்தாக்ஷரி விளையாடுவதிலும் அவர் கடைசிக்காலம் கழிந்தது.

28. உலகமெங்கும் இருக்கும் ரசிகர்களோடு உரையாடுவதில் ஆர்வம் காட்டுவார். வெளிநாட்டிலிருந்து யாரேனும் ரசிகர்கள் பரிசுப் பொருள்களைக் கொண்டுவந்தால் அன்போடு தவிர்ப்பார். "இறைவன் அருளாலும் உங்கள் அன்பாலும் நான் நல்லாவே இருக்கேன்!" என்பார்.

29. 1978-ல் ரஜினியின் மாறுபட்ட பரிமாணத்தில் வெளியான 'முள்ளும் மலரும்' படத்தில் 'ராமன் ஆண்டாலும் ராவணன் ஆண்டாலும்' பாட்டு எஸ்.பி.பி. பாடியது. ஒருவகையில் ரஜினிக்கு எஸ்.பி.பி பாடிய முதல் மாஸ் பாடல் அது தான்! ஆனால், 1977-ல் ரஜினிக்கு 'புவனா ஒரு கேள்விக்குறி' படத்தில் 'ராஜா என்பார் மந்திரி என்பார்', விழியிலே மலர்ந்தது' என 2 மெலடி பாடல்கள் பாடியிருக்கிறார் பாலு!

30. "பருத்த சரீரத்தோடு நான் எப்படி 'மண்ணில் இந்தக் காதலன்றி' பாடலை மூச்சு விடாமல் பாடினேன்னு ஆச்சர்யப்படுறவங்களுக்கு நான் ஒண்ணு சொல்லிக்கிறேன். அது ஜிம்மிக்ஸ்தான். டெக்னாலஜியால, ராஜாவின் மேதமையினால

அது சாத்தியமாச்சு. ஆனாலும், அதுக்கு முன்பே, 'ஆறிலிருந்து அறுபதுவரை' என்ற படத்தில் 'கண்மணியே காதல் என்பது கற்பனையோ' பாடலில் தம் கட்டிப் பாடியிருக்கிறேன்!'' என்று ரகசியம் பகிர்ந்தவர் பாலு.

31. தான் பாடிய பாடலில் பிடிக்காத பாடல் எதுவுமில்லை என்பார். 'சினிமாவுல எத்தனையோ நாள்கள் யோசித்து ஒரு காட்சியை உருவாக்கி அதுல பாடலையும் வைக்கிறாங்க. பாடப்போன நான் அதப் பத்தி எல்லாம் கருத்து சொன்னா அபத்தம். அதனால எந்தக்குறையும் சொல்லாம பாடிட்டு வந்துருவேன்' என்பார்.

32. அடிக்கடி சொல்லும் வாக்கியம் சுவாமி விவேகானந்தரின் 'Every soul is potentially divine!'(ஒவ்வொரு ஆன்மாவும் தெய்வீகமானது). அது அவரது மனசுக்கு மிகவும் நெருக்கமானது.

33. ''கடவுள் கொடுத்த சரீரத்தையும் சாரீரத்தையும் நல்லா பார்த்துக்க பாலு!''- சில வருடங்களுக்கு முன் யேசுதாஸுக்கு எஸ்.பி.பி பாதபூஜை செய்தபோது யேசுதாஸ் பாலுவுக்குச் சொன்ன அட்வைஸ் இது.

34. ரெக்கார்டிங் ஸ்டுடியோவரை போய் பாடாமல் திரும்பியதில்லை. 12 நிமிடங்களில்கூட பாடிக்கொடுத்துவிட்டுக் கிளம்பிவிடுவார்.2010-க்கு பிறகுதான், ஆடியோவை அனுப்பச் சொல்லில் தன்னால் பாட முடியுமா என டெஸ்ட் செய்து படங்களுக்கு ஓகே சொல்லுவதை வழக்கமாக்கினார்.

35. தன் ரசிகர்களை வைத்து நலிந்த மேடைப்பாடகர்களுக்காகவும் அவர்களின் குடும்பத்துக்காகவும் டிரஸ்ட் ஆரம்பித்து சத்தமில்லாமல் பலருக்கு உதவி வந்தார்.

36. பழைய நட்புக்களைப் பேணுவதில் எஸ். பி.பி தனித்துவமிக்கவர். அனந்தபூரில் பொறியியல் படித்து டிஸ்கன்டினியூ செய்தாலும் இன்றும் கல்லூரி நண்பர்களோடு நட்பாய் இருக்கிறார். பள்ளிதோழரான விட்டல்தான் கடைசிவரை அவரது ஹெல்த் மற்றும் கால்ஷீட்டை உடனிருந்து பார்த்துக்கொண்டது!

37. பாடகர்கள் சோக பாட்டையே பாடினாலும் வரிகளில் அவச் சொற்கள் வராமல் இருக்க வேண்டும் என்று சொல்வார். உதாரணமாக பிஸியாகப் பாடிக்கொண்டிருந்த டி.எம்.எஸ் அவர்கள் 'என் கதை முடியும் நேரமிது', 'நான் ஒரு ராசியில்லாத

ராஜா' என்றெல்லாம் 'ஒருதலை ராகம்' படத்தில் பாடியதைக் குறிப்பிட்டுச் சொல்வார்.

38. பணிவுக்கே பெயர்போனவர் எஸ்.பி.பி. அவரையே ஆச்சர்யப்படுத்தியது ஏ.ஆர்.ரஹ்மான். "ராஜாகிட்ட இருக்குற இசை மேதைமையை நான் எங்குமே பார்த்ததில்லை. அதேபோல ரஹ்மான்கிட்ட இருக்குற பணிவையும் நான் உலகில் எங்குமே கண்டதில்லை!"என்று சொல்லியிருக்கிறார் எஸ்.பி.பி.

39. நடிப்புத்திறமையைப் பார்த்து 'முதல் மரியாதை' படத்தில் பாரதிராஜா நடிக்க அழைக்க, அன்போடு தவிர்த்திருக்கிறார் பாலு.

40. சக கலைஞர்கள் மீது அதிக அக்கறை கொண்டவர். அவர்களுக்கே தெரியாமல் தனக்குப் பாடவரும் வாய்ப்பை ரகசியமாக மற்றவர்களுக்குப் பரிந்துரை செய்வதை வாடிக்கையாக வைத்திருந்தார். மலேசியா வாசுதேவனும், மனோவும் இவருக்கு ரொம்பவே ஸ்பெஷல்.

41. இயக்குனர் ஷங்கருக்கு ஆரம்பத்தில் பாலுவை வில்லனாக்கிப் பார்க்க ஆசை. 'காதலன்' படத்தின் காக்கர்லால் பாத்திரத்தை பாலுவுக்காக யோசித்து வைத்திருந்தாராம். ஷங்கர் வீட்டிலேயே அதற்கு எதிர்ப்புக் கிளம்ப, திட்டம் ரத்தானது.

42. எஸ்.பி.பியை எல்லோருக்கும் பிடிக்கக் காரணமே அவரின் எளிமைதான். 40 ஆயிரத்துக்கும் மேலான பாடல்கள், கின்னஸ் சாதனை, 6 தேசிய விருது உட்பட ஆயிரக்கணக்கான விருதுகள்... ஆனாலும், எதிரில் இருப்பவர்களை வியந்து பார்த்து, "நான்லாம் ஒண்ணுமே இல்லை சார்!" என்றே பேச ஆரம்பிப்பார்.

43. கங்கை அமரனின் காதலுக்கு பாலுதான் தூது போனார். 22 வயதிலேயே ஊர்விட்டு ஊர் டூவீலரில் காதலியைக் கடத்திய பராக்கிரமங்களை நண்பர்களிடம் சொன்னதால் பாலுதான் இந்த பாவலர் சகோதரர்கள் கேங்கில் சூப்பர் ஹீரோ. பாலு தூது போன ராசி, கங்கை அமரனின் காதல் கைகூடியது!

44. 'புது ராகம்' படைப்பதாலே நானும் இறைவனே! - என இளையராஜாவுக்கே பின்னணி கொடுத்தவர் எஸ்.பி.பி 'நிழல்கள்' படத்தில் திரையில் தோன்றிப் பாடும் இளையராஜாவுக்குக் குரல்

கொடுத்ததை, 'நான் செய்த பாக்கியம்' என்று சொல்வார் எஸ்.பி.பி.

45. உணவு விஷயத்தில் அதிகம் அலட்டிக்கொள்ள மாட்டார். சின்னவயதில் அப்பாவிடம் அடிவாங்கிய ஒரே விஷயம் நின்றபடியே சாப்பிடுவதற்குத்தான். தயிர்சாதமும் மாவடுவும் பிடித்த உணவு!

46. கருப்பு வண்ணம் பிடிக்கும். "பந்த்கலா கோட்"அவரின் ஃபேவரைட் ஆடை!'மாஷா அல்லாஹ்','ப்ரைஸ் தி லார்ட்','ஓம் நமச்சிவாய' - இவ்வார்த்தைகளை அதிகம் உச்சரிப்பார் பாலு.

47. என்.டி. ஆர். - நாகேஸ்வர ராவ், சிரஞ்சீவி - நாகார்ஜுனா, எம்.ஜி.ஆர் - சிவாஜி கணேசன், ரஜினி - கமல் என வெவ்வேறு காலகட்டங்களால் வெவ்வேறு பரிமாணங்களில் நடித்த உச்ச நடிகர்களுக்கு அதிகம் பின்னணி பாடிய பாடகர் இவர் மட்டும்தான்!

48. பாடும்போது மெல்லிசாய் சிரிப்பது. குரலில் சேட்டை பண்ணுவதெல்லாம் எஸ்.பி.பி. ஸ்டைல். இளையராஜா இசையில் இதை விளையாட்டாகச் செய்ய, அவரும் அதை ஆமோதிக்க அதை அளவோடு வழக்கமாக்கிக் கொண்டார்!

49. எம். ஆர்.ராதா, சுருளி ராஜன், வெண்ணிற ஆடை மூர்த்தி, செந்தில் எனப் பலரின் குரலில் இளையராஜா இசையில் பாடியிருக்கிறார்.'பள்ளி நாள்களில் நான் மிமிக்ரி நல்லா பண்ணுவேன்.அதுதான் இப்படிப் பாடக் காரணம்' என்பார்.

50. தன்னிடம் சில வருடங்களுக்கு முன்புவரை இருந்த மதுப்பழக்கம், புகைப்பழக்கத்தை அவர் மீடியா முன் மறைத்ததே இல்லை. 'நல்ல தூக்கத்துக்காக அளவா குடிப்பேன். I am a social drinker. என் நலன்மீது அக்கறைகொண்ட உறவினர்களும் நண்பர்களும் சொல்லிக் கேட்காத நான் உடம்பு ஒத்துழைக்க மறுத்தபோது விட்டுவிட்டேன்!' என்பார். சார்மினார் சிகரெட் புகைப்பது வழக்கம். மகள் பல்லவிக்குக் கொடுத்த சத்தியத்தால் சிகரெட் பழக்கத்தை எப்போதோ விட்டுவிட்டார்.

51. ஆர்மோனியம் நன்றாக வாசிப்பார். தூக்கம் வராத இரவுகளில் புல்லாங்குழல் வாசித்துவிட்டு அசதியில் படுப்பது வாடிக்கை.

52. கிரிக்கெட் பாலுவுக்கு அவ்வளவு பிரியம். கிரிக்கெட் வீரர்களில் சச்சினில் ஆரம்பித்து தினேஷ் கார்திக்வரை இவர் பாடல்களுக்கு ரசிகர்கள் லிஸ்ட் பெருசு. அவர்கள் கேட்கும் பேவரைட் பாடல்களைப் பாடி அவர்களோடு செல்பி எடுத்துக்கொள்வார் ஒரு குழந்தையின் குதூகலத்தோடு!

53. அண்டார்ட்டிகா கண்டத்தைத் தவிர்த்து எல்லாக் கண்டத்திலும் காலடித்தடம் பதித்து இசை நிகழ்ச்சி நடத்திய பெருமை எஸ்.பி.பிக்கு உண்டு. பிடித்த நாடு கத்தார். 'கலை மற்றும் பாரம்பர்யத்துக்கு அந்நாடு கொடுக்கிற மரியாதை ரொம்ப பிடிக்கும்' என்பார்!

54. ஒரே நாளில் வெவ்வேறு இசையமைப்பாளர்களிடம் எவ்வளவு பிசியாக பாடினாலும், படத்தின் கதை என்ன என்பதையும் சிச்சுவேஷனையும் ஆர்வத்தோடு கேட்டுத் தெரிந்துகொண்டு பாடலுக்கான மூடு கிரியேட் செய்துபின் தான் பாடவே செல்வார்.

55. மனதை இலகுவாக்க ஓய்வு நேரத்தில் படங்கள் வரைவார் பாலு. பத்து வருடங்களுக்கு முன்வரை தனியாக கார் ஓட்டுவதில் அதீத ஆர்வம் காட்டியவர். "என்னைவிட சிறப்பா ஓட்டுறது சார்தான்!" என்கிறார் அவரின் டிரைவர்.

56. தனக்குக் கிடைத்த சுதந்திரம் தன் பிள்ளைகளுக்கும் கிடைக்க வேண்டும் என நினைத்தவர் பாலு. மகள் பல்லவியை அவர் விருப்பப்படி பாடகியாகவும், மகன் சரணை நடிகர், தயாரிப்பாளர், பாடகராகவும் உருவாக்கினார்.

57. தெலுங்கில் டப் ஆகும் கமல்ஹாசன் படங்கள் பலவற்றுக்கு டப்பிங் பேசியது எஸ்.பி.பிதான். 'சத்யா' படத்தின் வில்லன் பாத்திரமான கிட்டியின் குரலுக்கு ஒரு சாப்ட் வாய்ஸ் தேவைப்பட, கமல் சொல்லி அதையும் டப்பிங் பேசி அசத்தினார் எஸ்.பி.பி. தெலுங்கில் இருந்து தமிழுக்கு வந்த 'சிப்பிக்குள் முத்து' படத்திலும் கமலுக்குப் பதில் தமிழ் டப்பிங் பேசியதும் எஸ்.பி.பி.தான்.

58. விஜய் தன் அப்பா படங்களில் குழந்தை நட்சத்திரமாக இருந்தபோதும், அம்மா மேடைப்பாடகியாக இருந்தபோதும் பாலுவுக்கு குட்டி விஜய்யை ரொம்பவே பிடிக்கும். நிகழ்ச்சிகளில் விஜய்யை பார்த்தால் கார்ட்டூன் கேரக்டரைப்போல பேசிச் சிரிக்க வைப்பார். பின்னாளில் பிஸி ஷெட்யூலில் ஹீரோவாக

அறிமுகமான 'நாளைய தீர்ப்பு', மற்றும் 'ரசிகன்' படங்களில் விஜய்க்குப் பின்னணி பாடினார்.நீயும் பாடலாம்டா கண்ணா என பாட நம்பிக்கை கொடுத்ததே பாலுதான். 'பிரியமானவளே' படத்தில் நடித்த நாள்களில் யாரிடமும் அதிகம் பேசாத விஜய் பாலுவின் கேரக்டரால் ஈர்க்கப்பட்டு வெல்விஷராக பல அட்வைஸ்களை எஸ்.பி.பியிடம் கேட்டிருக்கிறார். அதன்பின் பாலு மறையும்வரை அவரிடம் நேரிலோ போனிலோ அவ்வப்போது பேசுவதை, குழப்பமான சமயங்களில் அறிவுரை கேட்பதை வழக்கமாக்கியிருக்கிறார் விஜய்!

59. ஆரம்பப் போராட்டக் காலங்களில் எஸ்.பி.பியிடம் நிறைய மனம்விட்டுப் பேசியிருக்கிறார் அஜித். எஸ்.பி.பி. சரணின் கிளாஸ்மேட். அமராவதியில் 4 ஹிட் பாடல்களில் நல்ல ஓப்பனிங் கொடுத்ததிலாகட்டும், 2 தெலுங்குப் படங்களில் அஜித் பெயரைப் பரிந்துரை செய்ததாகட்டும் பாலு காட்டிய அன்பை அஜித் எப்போதும் நினைவுகூர்வார். 'He is my philosopher' என்று சொல்லும் அஜித், அவரை 'குரு' என்றுதான் அழைப்பாராம். கார்களைப் பற்றி அஜித்திடம் ஆர்வமாகக் கேட்டுத் தெரிந்துகொள்வாராம் பாலு!

60. 'பேட்டை' திரைப்படத்துக்கு பாட வந்திருந்தபோது, அனிருத்திடம் 'உன்னை நான் பெரிய பையனா இருப்பேன்னு நினைச்சேன்!' எனச் சொல்லியிருக்கிறார். எஸ்.பி.பியிடம் வாங்கிய ஆட்டோகிராப், ஒரு விழாவில் அவருடன் எடுத்த போட்டோவைக் காட்டி நெகிழ்ந்திருக்கிறார் அனிருத். ஆனால், பேட்டையில் எஸ்.பி.பியை சரியாகப் பயன்படுத்திக் கொள்ளவில்லை என்ற விமர்சனம் வந்தபோது பாலுவிடம் அனிருத் 'ஸாரி' கேட்க, 'கிரிட்டிக்ஸ் எதையாச்சும் சொல்லிட்டேதான் இருப்பாங்க. நான் உன் மியூசிக்ல பாடுனதை பெருமையா நினைக்கிறேன்' என மென்மையாகச் சொல்லியிருக்கிறார் பாலு. "சும்மா கிழி என்ற ஒரு பாடலை பாடவைத்து நல்ல பெயர் வாங்கிட்டேன். இல்லைனா எனக்கு உறுத்தலாவே இருந்திருக்கும்!" என்கிறார் அனி!

61. சேட்டிலைட் சேனல் ரியாலிட்டி ஷோக்களுக்கு பாலு வருவாரா என்ற தயக்கத்தோடு நேரில் அழைக்கச் செல்ல, "நான் இப்ப அடுத்த ஜெனரேஷனுக்கு வழிவிட்டுட்டு ப்ரியாதான் இருக்கேன்பா... இதுக்கு எதுக்கு சுத்தி வளைச்சுக் கேக்குறீங்க.

ஐ ஆம் ரெடி டூ ராக் இன் எனி மீடியம்!'' என்று சொல்லி சர்ப்ரைஸ் கொடுத்திருக்கிறார்.

62. லாக்டௌனுக்கு முன்பு புது இசையமைப்பாளர் ஒருவருக்கு ஜிங்கிள்ஸ் பாட அவரின் புது ஸ்டுடியோவுக்கு வந்திருந்தார்பாலு. பதற்றத்தில் சுருதி விலகி அவர் நோட்ஸ் கொடுக்க, ''உன்னோட நோட்ஸ்க்கு என் குரல் செட்டாகுமான்னு தெரியலை. நான் மூணு மாடுலேஷன்ல பாடுறேன். எது பெட்டரோ போய்க்கலாம்!'' எனப் பாடிக் கொடுத்திருக்கிறார். ''ரஹ்மான்கிட்ட பத்தே நிமிஷத்துல பாடிக்கொடுத்துக் கிளம்பும் மனுஷன் எனக்காக 2 மணிநேரம் ஒதுக்கி ஒரு விளம்பரத்துல பாடினார்! He is Not only a Legend... He is so simple and humble soul!'' என்கிறார் அவர்.

63. சினிமாவுக்காக ரஜினியின் 'அண்ணாத்தே' படத்தில் பாடியதுதான் கடைசிப் பாடல். மே 30 அன்று 'பாரத பூமி' என்ற பாடலை இளையராஜா இசையில் பாடியிருந்தார். கொரோன மீட்புப்பணியில் இருக்கும் முன்களப்பணியாளர்களைப் பாராட்டும் வண்ணம் இந்த வீடியோவை இளையராஜாவுடன் சேர்ந்து வெளியிட்டார்.

64. ஒலிப்பதிவுக்கூடங்கள் அனலாக்கிலிருந்து கம்ப்யூட்டரில் டிஜிட்டலாக மாறிய சமயத்தில் சவுண்ட் மிக்ஸிங்கில் ஜாம்பவான்களே பாடகர்களின் ஒரிஜினல் வாய்ஸைத் தவறவிட்டுத் திட்டுவாங்குவதுண்டு. ஆனால், எஸ்.பி.பி மட்டும் இந்த இடைப்பட்ட காலத்தில் பாடும்போதே ஏற்ற இறக்கங்களில், மீட்டர்களில் சூழலுக்குத் தகுந்தாற்போல ஏற்ற இறக்கங்களோடு பாடுவார்.ஹெட்போன் மாட்டிக்கொண்டு தன் குரல் எப்படிப் பதிவாகிறது எனக் கேட்டுப் பாடும் பாடகர்கள் மத்தியில் ரொம்ப கேஷுவலாக எதுவும் மாட்டாமல் பாடுவார். டெக்னாலஜி அவரை எதுவுமே பாதிக்கவில்லை!உயிருடன் இருந்தால் இன்னும் பத்து வருஷத்துக்கு யூத்புல்லாகப் பாடிக்கொண்டிருப்பார்!'' என்கிறார். சவுண்ட் இன்ஜினீர் கம் மியூசிக் டைரக்டர் மரியா மனோகர்!

65. இளையராஜாவை இன்றும் 'வாடா போடா'என அழைக்கும் இருவரில் ஒருவர் பாரதிராஜா. மற்றொருவர் பாலு. 'சீக்கிரம் எழுந்து வா பாலு... உனக்காகக் காத்திருக்கிறேன்!' என்ற இளையராஜாவின் குரலில் தெரிந்தது நடுக்கமல்ல...பாலு ராஜாமீது வைத்திருந்த அன்பின் அலைவரிசை அது!

66. திடீரென தன் ரசிகர்களின் வீட்டுக்கு சர்ப்ரைஸ் விசிட் அடிப்பதைப் பல வருடங்களாக வாடிக்கையாக வைத்திருந்தார் பாலு. மனசு சரியில்லை என்றால் மைசூரிலிருக்கும் ஜானகியம்மாள் வீட்டுக்கு சொல்லாமலே போய் நிற்பார். 'வாடா குழந்தை!' என வாஞ்சையாக வரவேற்பார் ஜானகி.

67. எஸ்.பி.பி அரசியலே பேச மாட்டார் என்று நினைப்பவர்களுக்கு... வீட்டிலும் நெருங்கிய வட்டத்திலும் சீரியஸாய் அரசியல் பேசுவார். கோபப்படுவார். உணர்ச்சிவயப்படுவார்.'என் அரசியலைப் பொதுவெளில சொல்லணும்னு அவசியமில்லை' என்பது அவர் நிலைப்பாடு. எவ்வளவு பிஸியாக இருந்தாலும் ஓட்டுப்போடும் ஜனநாயகக் கடமையை அவர் மறந்ததில்லை!

68. "பாடகராகத் தன்னிறைவான வாழ்க்கை வாழ்ந்திருக்கிறேன். சில வருடங்களுக்கு முன் கடனிலிருந்து முழுவதும் மீண்டுவந்தேன். தினமும் 5 பாட்டு பாடிவிட்டு வீட்டுக்கு வந்தால் வீட்டு வாசலில் சேட்டு நிற்பான். ஆனா, நாளைக்கு வா என்று சொல்லும் நிலையை இறைவன் எனக்கு கொடுக்கலை. அந்த அளவுக்கு என் குரலைக் கேட்டு வளர்த்துவிட்ட ரசிகர்களுக்குக் கைம்மாறு செய்ய இன்னொரு ஜென்மம் எனக்கு வேண்டும்!" என்பதே பாலுவின் மறுஜென்ம ஆசை!

69. மருத்துவமனையின் இறுதிநாள்களில் நண்பர்கள் பேசிய விடியோக்களை மகன் சரண் அப்பாவிடம் ப்ளே பண்ணிக்காட்ட, பாலுவின் உலர்ந்த உதட்டில் புன்னகைக்கீற்று. இளையராஜாவின், 'பாலு எழுந்து வா' விடியோவைப் பார்த்ததும் செல்போனை சைகையில் கேட்டு, ரீப்ளே பண்ணி பார்த்து, விர்ச்சுவல் முத்தம் கொடுத்திருக்கிறார் பாலு! அப்போது அருகிலிருந்த மருத்துவர் தீபக் சுப்ரமணியம் ஆச்சர்யத்தில் அசந்துவிட்டார்.

70. "டேய் எனக்கு உன் அளவுக்கு பஞ்சமம் சட்ஜமம்...ராகமெல்லாம் தெரியாதுடா... அப்படியே ஹை பிட்ச்ல போறேன்.பிசிர் தட்டுற இடத்துல சிக்னல் கொடு!"- இப்படித்தான் நோட்ஸ் கொடுக்கும் இளையராஜாவிடம் சொல்லுவார் பாலு. பெரும்பாலும் சொதப்பாமல் பாடி, "டேய் படவா, எங்கே கத்துகிட்ட இந்த வித்தைய?" என ராஜாவிடமே பாராட்டு வாங்கிடுவார் பாலு!"எனக்காகத்தான் ராஜா பிறந்தான்... அவனுக்காக நான் பிறந்தேன்!"- இதயத்தின் அடி ஆழத்திலிருந்து இந்த வார்த்தைகளை பாலு சொன்னபோது இந்தக்கூட்டணியின்

ஆயிரக்கணக்கான பாடல்களின் முதல் புள்ளி நம் முன் மின்னலாய் வெட்டிச் செல்லும்!

71. தன் குரலில் பேசும் ஆட்டோ காலர் டியூனாக செல்போன் சேவையில் இணைத்து வைத்திருந்தார் பாலு. அவரால் போனை எடுக்க முடியாவிட்டால் அவர் குரல் ஸாரி சொல்லி காத்திருக்க சொல்லும். பிறகு லைனில் வருவார். இப்பொழுது உலகமே காத்துக்கொண்டிருக்கிறது!

72. எஸ்.பி.பி சமூக வலைத்தளங்களில் ஆர்வம் காட்டியதில்லை. தன் ரசிகர்கள் வற்புறுத்தலால் வெப்சைட் மட்டும் ஆரம்பித்து மெயில்களுக்கு ரிப்ளை பண்ணுவதை வாடிக்கையாக வைத்திருந்தார். "மத்தவங்களைப் பத்தி எளிதா அவதூறு சொல்லிடுறாங்க. விர்ச்சுவல் உலகத்தைவிட நேர்ல மனிதர்களோடு பழகுறதுதான் ஆரோக்கியம். ஃபேஸ்புக் எதுக்கு ரியல் ஃபேஸ் இருக்கும்போது?" என்பார்.

73. 60 வயதுக்கு மேலே ஒவ்வொரு நாளும் போனஸ்தான். எனக்கு வாழ்க்கை இப்ப லீஸ்லதான் போய்க்கிட்டு இருக்கு. 70 ஐத் தாண்டியும் பி.பி, சுகர் இல்லாம நல்லாத்தான் இருக்கேன். ஒருவேளை சாவு வந்துட்டா ஓடவா முடியும்? நாம எல்லோரும் தூங்கி எழுந்தாதான் நாம உயிரோட இருக்கோம்னே உணர்றோம். அதுபோலத்தான் இந்த வாழ்க்கை. எப்போவேணாலும் இறைவன் எடுத்துக்குவான். இருக்கும்வரை மத்தவங்களுக்குத் துன்பம் கொடுக்காம வாழ்ந்துட்டு போவோம்!"- சமீபத்தில் தன் பிட்னெஸ் ரகசியம் பற்றிக் கேட்டபோது இப்படிச் சொல்லியிருந்தார் எஸ்.பி.பி!

74. "நீங்க அரசியலுக்கு வரலாமே?" என்று கேள்வி கேட்பவர்களுக்கு முகம் சுளிக்காமல் பதில் சொல்வார். "அரசியலுக்கான தகுதி எங்கிட்ட இல்லைன்னு நம்புறேன். கடவுள் நம்ம எல்லோருக்கும் மிஷன் வெச்சிருக்கார். இந்த ஜென்மத்துல நான் உங்களை ஏதோவொரு வகையில மகிழ்விக்கப் பிறப்பெடுத்திருக்கேன். அதுக்கே என்னை உச்சியில உட்கார வெச்சிருக்கீங்க. இதைவிடப் பெரிய சிம்மாசனம் அரசியல்ல கிடைக்காது!" என்று சொல்வார்.

2. மாணவர்களுடனான நேர்காணல்

நீங்க பிறந்த ஊர் எது? சின்ன வயசுல உங்க வாழ்க்கை எப்படி இருந்துச்சு?

நான் பிறந்த ஊர் வந்து, நான் பிறந்த போது ஆந்திரப்பிரதேசத்துல ; சித்தூர் மாவட்டத்துல இருந்துது. இப்ப அது வந்து தமிழ்நாட்டுல செங்கல்பட்டு மாவட்டத்துக்குள்ள இருக்கு.

அந்த இடம் வந்து ஒரு சின்ன பட்டிக்காடு. அந்த இடத்தோட பெயர் வந்து கோனேட்டம்பேட்டை அப்படின்னு ஒரு சின்ன ஊர்.

எங்கம்மாவோட அப்பாவும், அம்மாவும் அந்த ஊரை சேர்ந்தவங்க. நான் அங்க தான் பிறந்தேன். ஆனா, அங்க நான் ரொம்ப நாள் இருந்து வளர்ந்ததில்லை.

எங்கப்பா வந்து ஆந்திரப்பிரதேசத்துல நெல்லூர் என்ற ஊரை சேர்ந்தவர். அந்த ஊர் தான் அவரோட சொந்த ஊர்.

நான் பிறந்ததுக்கப்புறம் அந்த ஊருக்கு வந்து ஏறத்தாழ என்னோட சின்ன வயசெல்லாம் நெல்லூர்ல தான் வளர்ந்தேன். ரொம்ப சாதாரணமான வளர்ப்பு தான். அப்ப கான்வென்ட் எல்லாம் கிடையாது. நான் ஸ்கூலுக்கு போறதுக்கு ரொம்ப அடம்பிடிப்பேன். எங்க வீட்டுக்கு எதிரிலேயே ஒரு எலிமென்டரி ஸ்கூல் இருந்துச்சு. ‘‘ஆஞ்சநேயம் வித்யாலயம்’’ன்னு பேரு, என்னை அங்க கொண்டு போய் எங்கம்மாவும், அக்காவும் என்னை தள்ளிடுவாங்க.

நான் வாத்தியாரோட கண்ணுலப்படாம திரும்பி வீட்டுக்கு ஓடி வந்திடுவேன். காரணம், எனக்கு பள்ளிக்கூடம் போகனும்னா அப்படி ஒரு பயம். அப்படி ஆரம்பிச்சு ஒன்னாம் வகுப்பு வரை நெல்லூர்ல படிச்சேன்.

அதுக்கப்புறம் எங்கம்மாவோட தம்பி ஸ்ரீனிவாசராவுன்னு ஒருத்தர் இருந்தார். அவரோட படிப்பை எல்லாம் எங்கப்பா தான்

பாத்துக்கிட்டார். அதனால அந்த விசுவாசத்தோட அவர் என்ன பண்ணிணார்ன்னா "பாலுவை நான் கொண்டு போய் படிக்க வச்சுக்கறேன்"னு சொல்லிட்டு என்னை கூட்டீண்டு போனார்.

அப்ப அவர் வந்து *Electricity Department*-ல வேலை பாத்திட்டு இருந்தார். அங்கிருந்து 'நகரி'ன்னு ஓரிடம். நான் பிறந்த ஊருக்கு பக்கத்து ஊரு அது. இப்ப சென்னைல இருந்து திருப்பதி போற வழியில இருக்கு அந்த டவுன்.

அந்த டவுன்ல அவர் வந்து லைன்மேனா வேலை பாத்துட்டு இருந்தார். அவருக்கு அப்பதான் புதுசா கல்யாணம் ஆயிருந்துச்சு.

அந்த ஊர் பள்ளிக்கூடத்துல என்னை இரண்டாம் வகுப்புல சேத்துவிட்டாரு. அவர் அந்த ஊர்ல இருக்கிற வரையிலும் நான் அங்க தான் படிச்சேன். நான்காம் வகுப்பு வரை நான் அங்க தான் இருந்தேன்.

அதுக்கப்புறம் காளஹஸ்தின்னு ஒரு ஊருக்கு வந்துட்டேன்.அங்க ஒரு பெரிய சிவன் கோயில் இருக்கு. அந்த ஊர்ல ஐந்தாம் வகுப்பு முதல் எஸ்.எஸ்.எல்.சி வரை படிச்சேன். அதுக்கப்புறம், பக்கத்துல இருக்குற திருப்பதில *Arts College* - ல *PUC* படிச்சேன்.

மெட்ராசுல எங்க சித்தி இருந்ததுனாலே என்னை மெட்ராஸ் *Engineering College*-ல சேக்கனும்னு முயற்சி பண்ணினாங்க. அப்ப வந்து *Technical Education* இருக்கிற வகுப்புல சீட் கிடைக்கிறது ரொம்ப கஷ்டம். அதனால எனக்கு *B.E* கிடைக்காம போச்சு. அதனால நான் உடனே *AMI*-ல போய் சேர்ந்துட்டேன்.

உங்க தாய் தந்தை, குடும்பம் பற்றி சொல்லுங்கள்?

எங்க தந்தையார் வந்து ஹரிக்கதாகலாக்ஷேபம் பண்ணிட்டிருந்தாரு. கதாகலாக்ஷேபம் தான் அவரோட தொழில். நாங்க வந்து ஒரு மிடில் க்ளாஸ் ஃபேமிலின்னு சொல்லலாம்.

எங்கம்மா வந்து எங்கப்பாவுக்கு இரண்டாவது தாரம். எங்க பெரியம்மா இறந்து போய்ட்டாங்க. அவங்களுக்கு ஒரு பெண் குழந்தையும் ஒரு ஆண் குழந்தையும் இருந்துச்சு. அப்படின்னா ஒரு பெரியக்கா ஒரு பெரியண்ணா 2 பேர். அதுக்கப்புறம் எங்கப்பா எங்கம்மாவை கல்யாணம் பண்ணி நான் பிறந்தேன்.

எங்கம்மா வந்து ஒரு சின்ன பட்டிக்காட்டுல வாழ்ந்தவங்க. அங்க ஒரே ஒரு பிராமின் குடும்பம் மட்டும் தான் இருந்துச்சு. ஆனா அந்த

ஊர்ல இருக்கிற எல்லாருமே வந்து ஒரு குடும்பமா இருப்பாங்க. இப்ப கூட அப்படி தான் இருக்காங்க. உறவு முறையோட அம்மா, அக்கா, சித்தப்பா, மாமான்னு தான் கூப்பிடுவாங்க.

எங்களை கூட அவங்களோட ஒருத்தரா ஒரு ஃபேமிலியா இணைச்சுக்கிட்டாங்க. அப்படி இருந்த அந்த ஊர்ல தான் எங்கம்மா பிறந்தாங்க. அங்க ஒரு சின்ன பள்ளிக்கூடத்துல ஆறாம் வகுப்பு வரை படிச்சாங்கன்னு நினைக்கிறேன். அதுக்கப்புறம் கல்யாணமாகி நெல்லூருக்கு வந்திட்டாங்க. எனக்கப்புறம் எங்கம்மாவுக்கு அஞ்சு குழந்தைங்க பிறந்தாங்க. முதல்ல ரெண்டு தம்பிங்க பிறந்தாங்க. அதுல ஒரு தம்பி இறந்துட்டான். அதுக்கப்புறம் ரெண்டு தங்கச்சி, ஒரு தம்பி பிறந்தாங்க. அதுல கடைசி தங்கச்சி தான் எஸ்.பி.ஷைலஜா.

எங்கப்பா வந்து கதாகலாக்ஷேபம் பண்ணுவார். ஆந்திராவுல அப்ப எல்லாம் எப்படி பழக்கம்னா யாரு வீட்லயாவது கல்யாணம் நடந்தா கதாகலாக்ஷேபம் வைப்பாங்க. அப்படி இல்லேன்னா ஸ்ரீராம நவமி, வைகுண்ட ஏகாதசி எல்லாம் வந்தாச்சுன்னா பந்தல் போட்டு ஒரு வாரத்துக்கு கொண்டாடுவாங்க. தசரா எல்லாம் வந்தாச்சுன்னா அப்பவும் இந்த புரோகிராம் நடக்கும். அதுமட்டுமில்லாம யாராவது பெரிய ஆளுங்க இறந்து போயிட்டாங்கன்னா பத்தாம் நாள்ல வைகுண்ட சமாரதனை பண்ணுவாங்க.

அப்படி பாக்கும்போது ஒவ்வொரு நாளும் கதாகலாக்ஷேபம் பண்றது வந்து கஷ்டமான விஷயம்.

ஒரு நாள் எங்கயாவது இந்த மாதிரி ஒரு நிகழ்ச்சி நடந்ததுன்னா அவருக்கு 100 ரூபாய் சம்பளம் கிடைக்கும். அந்த 100 ரூபாய்ல பக்கவாத்யங்களுக்கெல்லாம் கொடுத்தது போக ஏறத்தாள அவருக்கு ஒரு 50 ரூபா மிச்சமாகும். அதைவச்சிட்டு இவ்வளவு பெரிய ஃபேமிலியை வளத்துட்டு வந்தாரு.

அதனால இன்னைக்கு நாங்க எல்லாம் இப்படி இருப்பதற்கு ஒரு அஸ்திவாரமா இருந்தவுங்க எங்களோட அப்பா அம்மா தான். அதுல எங்கம்மா வந்து வீட்டுல இருந்து எங்களை எல்லாம் நல்லா பாத்துக்கிட்டாங்க. அது இல்லாம எங்க பெரியம்மா பசங்களை எங்களுக்கு மேல ரொம்ப அன்பா வளத்தாங்க. நான் எஸ்.எஸ்.எல். சி படிக்கிற வரைக்கும் அவங்க எங்க பசங்கன்னு கூட தெரியாது. எங்க சொந்த அம்மா அப்பாவுக்கு பிறந்த பெரிய பசங்கன்னு தான் நான் நினைச்சுட்டு இருந்தேன்.

நீங்க பல ஊர்ல படிச்சதா சொல்றீங்க... அப்போது உங்களுக்கு சுவையான பல சம்பவங்கள் எல்லாம் நடந்திருக்கும். உங்க பள்ளிக்கூடம், கல்லூரி காலங்களில் நடந்த சம்பவங்கள் பற்றி சொல்லுங்கள்?

நான் பல ஊர்ல படிச்சதுனால எனக்கு பலவிதமான அனுபவங்கள் கிடைத்தது.

நான் சின்ன பையனா இருக்கும்போதே ஓரளவுக்கு பாடுவேன். அதனால பள்ளிக்கூடத்துல ஏதாவது நிகழ்ச்சின்னா முதலில் என்னை கூப்பிட்டு பாட சொல்லுவாங்க. அப்ப நான் வந்து ரொம்ப ஒல்லியா இருப்பேன். என் வாய்ஸ் கூட ரொம்ப சாப்ட்டா இருக்கும். அப்பெல்லாம் நான் சுசீலாம்மா, ஜானகியம்மா வாய்ஸ்ல தான் பாடிட்டு இருப்பேன். Male வாய்ஸ் பாட்டெல்லாம் பாட மாட்டேன். இருந்தாலும் நான் ஓரளவுக்கு நல்லா பாடறேன்னு சொல்லிட்டு பள்ளிக்கூடத்திலும், கல்லூரியிலும் ஏதாவது நிகழ்ச்சிகள் வரும்போதெல்லாம் என்னை பாட சொல்லுவாங்க.

நான் வந்து ரொம்ப சின்ன பையனா இருக்கறதுனால Girls students எல்லாம் கூட என்கிட்ட ரொம்ப நட்பாகவும், அன்பாகவும் இருப்பாங்க.

நான் 5 வயசு பையனா இருக்கும் போது முதன்முதலா ஸ்டேஜுல ஏறினேன். அப்போது நான் வந்து சின்ன-சின்ன நாடகங்கள்ல வேஷம் போடுவேன்.

அந்த காலகட்டத்துல எங்கப்பா வந்து புராண நாடகங்கள் எல்லாம் போடுவாரு.

ஒரு முறை "பக்த ராமதாஸ்"ன்னு ஒரு நாடகம் போட்டப்போ அதுல நான் அவரோட பையனா நடிச்சேன். 'ரகுராமர்' அப்படிங்கற ஒரு கதாபாத்திரம் ஏற்று நடிச்சப்போ ஒரு சம்பவம் நடந்துச்சு.

நான் பாடறேங்கறதுக்காக எனக்கொரு கேரக்டர் கொடுத்தாங்க. அந்த நாடகத்தில் இடைவேளை ஆனதுக்கப்புறம் எங்கப்பாவை வந்து கைது பண்ணி ஜெயிலுக்கு கொண்டு போவாங்க. அந்த சீனுக்கு முன்னால நான் வரனும். அப்ப எல்லாம் வந்து நாடகம் பத்து மணிக்கு தான் ஆரம்பிப்பாங்க. என்னோட சீன் வரும்போது ஏறத்தாள ஒரு மணியாகும். பத்து மணிக்கு முதல் சீன்ல நடிச்சுட்டு நான் போய் தூங்கிடுவேன். அப்புறம் என்னோட சீன் வரும்போது

என்னை எழுப்பி விடுவாங்க. அப்படி அன்னைக்கு திடீர்னு நான் ஸ்டேஜுல வரும்போது எங்கப்பாவோட கைல விலங்கு எல்லாம் மாட்டி காவலர்கள் பக்கத்துல நின்னுட்டு இருந்தாங்க. அதைப்பார்த்து நான் பயங்கரமா அழுதுட்டேன்.

"எங்கப்பாவ கொண்டு போகாதீங்க, அரஸ்ட் பண்ணாதீங்க"ன்னு சொல்லி கூச்சலிட்டேன். ஆடியன்ஸ் எல்லாம் என்ன நினைச்சாங்கன்னா "இந்த பையன் எவ்வளவு நேச்சரா நடிக்கராய்யா"ன்னு சொல்லி பயங்கர கைதட்டு.

அந்த சமயங்கள்ல நான் சின்ன சின்ன பாட்டு போட்டிகள்ல எல்லாம் கலந்துக்குவேன். அந்த ஊர்லயோ, பக்கத்து ஊர்லயோ ஏதாவது Competition நடந்தா போய் கலந்துக்குவேன். அப்படி 'கூடுர்'ன்னு ஒரு இடத்துல பாட்டு போட்டில கலந்துக்கப் போனபோது தான் பரிசு கொடுக்கறதுக்காக ஜானகியம்மா அங்க வந்திருந்தாங்க.

அதுக்கு முன்னாடி ரெண்டு வருஷமா என்னை தான் அந்த போட்டில சிறந்த பாடகனா தேர்வு செஞ்சிருந்தாங்க. அது மூணாவது வருஷம். அந்த வருஷம் ஜட்ஜ்மென்ட் பண்ணும்போது ஒரு சின்ன பிழை நடந்தது. எனக்கு செகன்ட் பரிசு, இன்னொரு பையனுக்கு முதல் பரிசு கொடுத்துட்டாங்க.

ஜானகியம்மா கடைசி நாள்ல தான் பரிசு கொடுக்க வந்தாங்க. அவங்க முன்னாடி Prize Winnersமறுபடியும் பாடணும்னு சொன்னாங்க. முதல் பரிசு கிடைச்ச அந்த பையனும், இரண்டாவது பரிசு கிடைச்ச நானும் பாடினோம்.

பாட்டை கேட்டு முடிச்சதும் ஜானகியம்மாவுக்கு ரொம்ப கோபம் வந்துச்சு. இந்த பையன் தானே நல்லா பாடினான். இவனுக்கு தானே முதல் பரிசு கொடுக்கனும் அந்த பையனுக்கு எப்படி கொடுப்பீங்கன்னு சொல்லி ரொம்ப வாதாட ஆரம்பிச்சிட்டாங்க.

நிகழ்ச்சி ஒருங்கிணைப்பாளர்கள் என்னன்னமோ சொல்லி அவங்கள சமாளிக்க முயற்சி பண்ணினாங்க. ஆனா, அது நடக்கல.

இந்த மாதிரி திறமை உள்ளவங்க எல்லாம் வரும்போது அவர்களை அடையாளம் கண்டு ஊக்குவிக்க வேண்டும். நீங்க ஏதோ POLITICS behave பண்ணிட்டீங்க. அவனுக்கு செகன்ட் பரிசு கொடுத்திருக்க கூடாதுன்னு சொல்லி எனக்காக பேசினாங்க.

அதுக்கப்புறம் ஜானகியம்மா என்னை அழைத்து “நீங்க என்ன பண்ணறீங்க தம்பி”ன்னு கேட்டாங்க. “நான் இப்ப மெட்ராஸ்ல AME படிச்சுக்கிட்டு இருக்கேம்மா” ன்னு சொன்னேன்.

“நீங்க ஏன் சினிமாவுல முயற்சி பண்ண கூடாது”ன்னு கேட்டாங்க.

எதோ ஜோக் பண்றங்கன்னு நினைச்சுட்டு “அம்மா எனக்கு இசைஞானமெல்லாம் இல்லை. எதோ கேள்வி ஞானத்துல சினிமா பாட்டு பாடிட்டு இருக்கேன். அதில்லாம எனக்கு வந்து சினிமாவுல முயற்சி பண்ற அளவுக்கு எல்லாம் தைரியமில்லை”ன்னு சொன்னேன்.

அதுக்கு அவங்க என்ன சொன்னாங்கன்னா “நான் கூட யாருகிட்டயும் மியூசிக் கத்துக்கலய்யா; நான் சினிமாவுல பாடுலயா” அப்படின்னாங்க. எனக்கு என்ன பதில் சொல்றதுன்னு தெரியல.

“தம்பி உனக்கு வித்தியாசமான வாய்ஸ் இருக்கு. யாரையும் இமிடேட் பண்ணாம நல்லா பாடின்னுருக்கே. இப்போ நீ படிச்சிட்டிருக்கே. அதனால உன்னோட படிப்பை கெடுத்துக்காம நீ வாய்ப்புக்காக முயற்சி பண்ணு. வாய்ப்பு கிடைச்சா நல்லா முன்னுக்கு வரலாம்”ன்னுசொன்னாங்க.

அது தான் என் மனசுல விழுந்த முதல் விதை. அந்த விதையை முதன் முதலா ஜானகியம்மா தான் போட்டாங்க. சினிமாவுல பாடக்கூடிய அளவுக்கு நமக்கு திறமை இருக்குன்னு ஒரு நம்பிக்கை ஊட்டியது அவங்க தான்.

1963-ல விஜய்ராகவாச்சார்யா ரோட்டுல ஆந்திரா கிளப்ன்னு ஒன்னு இருந்துச்சு. அது இன்னைக்கும் இருக்கு. “Madras Social & Cultural Club” ங்கிற பேர்ல அவங்க வந்து அப்ப தெலுங்குல “National Wide Drama and Music Competition” நடத்தினாங்க. அப்ப எங்கிட்ட சொல்லாம என் ரூம் மேட் போய் பத்து ரூபா கட்டிட்டு என் பேர் கொடுத்துட்டு வந்துட்டான்.

அந்த போட்டில கலந்துக்க கிட்டத்தட்ட ஆல் இந்தியா லெவல்ல - 300 பேர் வந்திருந்தாங்க.

அதுல என்ன கண்டிஷன்னா சினிமா பாட்டு பாட கூடாது “Own Songs” தான் பாடணும். அதனால நானே ஒரு பாட்டு எழுதி சொந்தமா ட்யூன் போட்டு பாடினேன். Alphabetic order- ல பாடகர்களை

பாட கூப்பிட்டாங்க. A- Alphabet-ல யாரும் இல்லாததனால B-ல கூப்பிட்டாங்க. அதுல முதல் பேரு என்னுடையதா இருந்துச்சு.

ஸ்டேஜுல போய் பார்த்தா அங்க வந்து ஜட்ஜஸா கண்டசாலா மாஸ்டர், நாகேஸ்வர ராவு சார், தட்சினாமூர்த்தி சார் மூனு பேரும் முன்னாடி உட்காந்துட்டு இருக்காங்க.

அவங்க முன்னாடி நான் பாடனும். பயத்துல கண்ண மூடிட்டு பாட்டை பாடிட்டு வந்து ஆடியன்ஸ் கூட வந்து உக்காந்துட்டேன். அதுக்கப்புறம் நிறைய பேர் பாடினாங்க. ஆல் இந்தியா லெவல்ல நடக்கிற போட்டில நமக்கெல்லாம் எங்க பரிசு வரப்போகுதுன்னு அலட்சியமா இருந்தேன்.

அந்த போட்டில ஒரு நாளைக்கு 50-60 பேரோட பாடல்களைத்தான் ஜட்ஜஸால கேட்க முடியும். அது மட்டுமல்ல பரிசு அறிவிக்கிறது வந்து இரண்டு நாட்களுக்கப்புறம்தான்.

நான் ஆடியன்ஸோட இருந்து பாட்டை கேட்டுட்டு இருக்கும்போது குள்ளமா ஒருத்தர் வந்து எங்கிட்ட "நீ நல்லா பாடுனய்யா, சினிமாவுல பாடுறயா" ன்னு கேட்டார்.

"எனக்கு இசை வராது சார். என் நண்பன் வந்து பெயர் கொடுத்துட்டானேன்னு சொல்லி நான் பாட வந்தேன்"ன்னு சொன்னேன்.

"இல்லய்யா நீ நல்லா பாடுறே, நீ ஒழுங்கா பிராக்டீஸ் பண்ணி பாடுனேன்னு வச்சுக்கோ ஏறத்தாள 40 வருஷம் பாடுவய்யா. அது மட்டுமல்ல உனக்கு நிறைய அவார்ட்ஸ் எல்லாம் கூட வரும்" னு சொன்னார்.

"சார் நீங்க யாருன்னு எனக்கு தெரியாது. யார் சார் நீங்க"ன்னு கேட்டேன்.

"என் பெயர் கோதண்ட பாணி, மியூசிக் டைரக்டர் "ன்னு தன்னை அறிமுகப்படுத்தினார்.

அவர் அப்பத்தான் முன்னுக்கு வந்துக்கிட்டிருந்த ஒரு மியூசிக் டைரக்டர்.

நான் உடனே எழுந்து நின்னு அவருக்கு கும்பிடு போட்டேன்.

அவர் உடனே "தம்பி நீ நாளைக்கு எங்க ஆபீஸுக்கு வா, அங்க ஒரு புரடக்ஷன்ல Rehearsal நடக்குது. அங்க உன்னை அறிமுகப்படுத்தறே"

ன்னு சொன்னார். நானும் அடுத்த நாள் போய் தயாரிப்பாளர்கிட்ட பாடி காமிச்சேன். "பாட்டை கேட்டுட்டு இவனை யாருக்குடா பாட வைக்க முடியும்?" ன்னு யோசனை பண்ணுனாங்க. நம்ம ஹீரோ வந்து வயசான ஆள் மாதிரி இருக்கான். இவனோ சின்ன பையன். வாய்ஸ் இன்னும் மெச்சூரிட்டி ஆகல. இன்னும் ரெண்டு வருஷம் ஆகட்டும்ப்பா பாப்போம்ன்னாரு.

அதை கேட்டு நான் ரொம்ப disappointed ஆயிட்டேன்.

அப்போ கோதண்ட பாணி சார் என்ன சொன்னார்ன்னா நீ ஒன்னும் disappointed ஆக தேவையில்ல தம்பி. எனக்கு இன்னும் நாலஞ்சு படம் இருக்கு. அதுல எப்படியும் உனக்கு ஒரு சான்ஸ் தரேன்னு உறுதியா சொன்னாரு.

சரி இவருக்கு எதுக்கு நாம தொந்தரவு கொடுக்கனும்னு சொல்லி என் அட்ரஸ் கூட கொடுக்காம ரெண்டு வருஷம் நான் அவரை போய் பார்க்கவே இல்ல.

அவர் ஒரு வருஷம் கழிச்சு என்னை தேடிட்டு இருந்திருக்கிறார். கடைசில நான் எங்க படிக்கிறேன்னு தெரிஞ்சுக்கிட்டு அங்க இருந்து என்னை கூட்டிண்டு வந்து 1966-ம் வருடம் என்னை முதன்முதல்ல ஒரு தெலுங்கு படத்துல பாடறதுக்கான வாய்ப்பை கொடுத்தார். அந்த படத்தோட பெயர் வந்து ஸ்ரீ ஸ்ரீ ஸ்ரீ மரியாத ராமண்ணா

வகுப்பறையில் பாட்டு பாடி டீச்சர்கிட்ட அடி வாங்கியதுண்டா?

இல்லம்மா. நான் வந்து நல்ல ஸ்டூடன்ட். அப்படி எல்லாம் பண்ணினதே கிடையாது.

சில சமயம் க்ளாசுல பீரியட் முடிய பத்து நிமிஷம் நேரம் இருந்துச்சுன்னு வச்சுக்குங்க, அப்போ பாட்டுல விருப்பம் இருக்கிற டீச்சர் வந்து பாலு ஒரு பாட்டு பாடறான்னு கேட்டாதான் பாடுவேன்.

அப்ப எல்லாம் டீச்சர் வந்து நம்மளை தானே பாட சொல்றாங்கன்னு நினைச்சுட்டு க்ளாசுல நாம ஒரு பெரிய ஹீரோங்குற ஒரு ஃபீலிங் எனக்குள்ள இருந்துச்சு.

டீச்சர் விருப்பப்பட்டு நான் பாடியிருக்கேனே தவிர வகுப்புல வந்து பாடம் நடத்தும் போது பாடி அடி வாங்கியதெல்லாம் கிடையவே கிடையாது.

சென்னைக்கு படிக்க வந்தீங்கன்னு சொன்னீங்க, தமிழ் எப்படி அறிமுகம் ஆச்சு?

நான் தெலுங்குல பாடிட்டு இருக்கும் போது கன்னடத்துல பாடக்கூடிய வாய்ப்பு எனக்கு கிடைத்தது. தெலுங்கும் கன்னடமும் ஏறத்தாள எழுத்துக்கள் எல்லாம் ஒரே மாதிரி இருக்கும். அது மட்டுமில்லாம அந்த காலகட்டத்துல பாடல் ரெக்கார்டிங் எல்லாமே வந்து மெட்ராசுல தான் நடக்கும்.

பெரும்பாலும் கன்னடத்துல மியூசிக் பண்ற டைரக்டர்ஸ் எல்லாமே தெலுங்குல இருந்தோ ஒரியால இருந்தோ தான் வருவாங்க. அதுல தெலுங்கு ஆளுங்க தான் அதிகமா இருந்தாங்க. அதனால எனக்கு மொழி பிரச்சனை வரல. அப்ப எனக்கு தமிழ்ல பாடனும்னு ரொம்ப ஆசை.

ஒருமுறை நான் பாடறதை கேட்டுட்டு ஒரு விளம்பர ஆர்ட்டிஸ்ட் 'பரணி'ன்னு ஒருத்தர் எனக்கு பரிச்சயமானார். அப்போது அவர் வரைந்த போஸ்டர் பாத்துட்டு படத்துக்கு போவாங்க. அந்த அளவுக்கு ஒரு Modern Style கொண்டு வந்தவர் அவர்.

நான் கல்லூரில படிக்கும்போது Inter-collegiate Competition-க்காக தியாகராயர் கல்லூரிக்கு போய் பாடி பரிசு வாங்கினேன்.

அப்ப அவர் பாட்டை கேக்கறதுக்காக அங்க வந்திருந்தார். அவரும் வந்து தெலுங்கு ஆளு தான். ஆனா, மெட்ராசுல தான் பிறந்து வளர்ந்தார்.

அவர் எங்கிட்ட வந்து "நீ தமிழ்ல கூட பாடலய்யா. உன்னை இயக்குனர் 'ஸ்ரீதர்' சார் கிட்ட கொண்டு போய் அறிமுகப்படுத்தி வைக்கிறேன்"ன்னு சொன்னார்.

ஸ்ரீதர் சாருடைய திரைப்படங்கள் எல்லாமே அப்ப அவர் தான் டிசைன் பண்ணிட்டு இருந்தார்.

நான் அவர்கிட்ட சொன்னேன், "தமிழ்ல எனக்கு ஒண்ணுமே வராதுங்க. சரியா பேச கூட வராது. தமிழ் பாட்டு சிலது தெலுங்குல எழுதி பாடின்னு இருக்கேன். தமிழ் எனக்கு சரியா உச்சரிக்க வராது. அப்படி இருக்கும் போது எனக்கு யாரு வாய்ப்பு கொடுப்பாங்க"ன்னு கேட்டேன்.

"அதெல்லாம் பாத்துக்கலாம் வாய்யா "ன்னு சொல்லி என்னை ஸ்ரீதர் சார் கிட்ட கூட்டிட்டு போனார்.

அங்க போய் நான் பாடினதை கேட்டுட்டு “நல்லா இருக்கு தம்பி. ஆனா எங்க மியூசிக் டைரக்டர் தான் பைனல் பண்ணி சொல்லனும்” ன்னு சொன்னார். அப்போ ஸ்ரீதர் சார் ‘நெஞ்சிருக்கும் வரை’ அப்படின்னு ஒரு படம் பண்ணிட்டு இருந்தார்.

அடுத்த நாள் எங்களை சித்ராலயா ஆபீஸுக்கு வரச்சொன்னார். அங்க இசையமைப்பாளர் விஸ்வநாதன் சார் வருவார்; அவர்கிட்ட பாடிக்காமிக்கலாம்னு சொன்னார்.

அடுத்த நாள் அங்க போனா ஏறத்தாள 70-80 இசை கலைஞர்கள் எல்லாம் உக்காந்துட்டு Rehearsal பண்ணிட்டு இருந்தாங்க. என் வாழ்க்கைல அப்படி ஒரு காட்சியை நான் அது வரை பார்த்தது கிடையாது.

என்னன்னா ரெக்கார்டிங்குல கூட 30-40 பேர்தான் இருப்பாங்க. அன்னைக்கெல்லாம் விஸ்வநாதன் சார் மியூசிக்குன்னு சொன்னா அது வந்து ரொம்ப தெய்வீகமா இருக்கும். அவரை பார்க்கிறதே பெரிய விஷயம். ஆர்கெஸ்டரா டீம் எல்லாம் பயங்கரமா Rehearsal பண்ணிட்டு இருந்தாங்க.

நான் உள்ள போய் காத்துக்கிட்டு இருந்தேன். விஸ்வநாதன் சார் வேலை எல்லாம் முடிச்சிட்டு வந்தார். அப்ப ஸ்ரீதர் சார் இருந்துட்டு “இந்த பையன் நல்லா பாடுவான்னு சொல்லிட்டு பரணி கூட்டிட்டு வந்திருக்கான். நீங்க கொஞ்சம் கேட்டுப் பாருங்க”ன்னு சொன்னார்.

அவர் உடனே “பாடு தம்பி”ன்னு சொல்லி ஆர்மோனியத்தை எடுத்து பக்கத்துல வச்சுக்கிட்டார்.

நான் ஒரு ஹிந்தி பாட்டு பாடினேன்.’தோஸ்தி’ங்கற படத்துல முகம்மது ராஃபி பாடிய ‘ஜானே வாயோ சாரா’... ன்னு ஒரு பாட்டு. அந்த பாட்டு எனக்கு ரொம்ப பிடிக்கும்.

அதை அவர் ரொம்ப ரசிச்சு கேட்டுட்டு “தமிழ்ல ஏதாவது பாடுங்க தம்பி”அப்படின்னாரு.

“நோட் புத்தகம் இருந்துச்சுன்னா தெலுங்குல எழுதி பாடுவேன் சார். தமிழ்ல சில பல்லவிகள் மட்டும் எனக்கு வரும்”ன்னு சொன்னேன்.

“சரி என்ன பல்லவி வரும் அதை பாடு” அப்படின்னார்.

பி.பி.ஸ்ரீனிவாஸ் சார் பாடிய ‘நிலவே என்னிடம் நெருங்காதே நீ நினைக்கும் இடத்தில நானில்லை.’ அந்த இரண்டு வரி மட்டும்

பாடினேன். அந்த அளவுக்கு தான் ஞாபகம் இருந்தது. மத்ததெல்லாம் தனன தனன'' ன்னு பாடினேன்.

''எழுத்தை தமிழ்ல கொடுத்த பாத்துட்டு பாடுவியா ''ன்னு கேட்டார்.

''தமிழ் படிக்க வராது சார்''ன்னு சொன்னேன். ''சரி யாராவது சொன்னா தெலுங்குல எழுதி பாடுவியா''ன்னு கேட்டார்.

''சரி'' ன்னு சொன்னேன்.

ஒரு நோட் புக் கொண்டாந்து கொடுத்து ஒரு பாட்டின் சரணம் சொன்னாங்க. நான் அதை எழுதிட்டு பாடி காமிச்சேன்.

''உச்சரிப்புல அந்தளவுக்கு பிழை தெரியல. ஆனா சிலதெல்லாம் கொஞ்சம் கரெக்ஷன் பண்ணிக்கனும். அது மட்டுமல்ல நீ எப்ப தமிழ் நல்லா எழுத படிக்க பேச கத்துக்கிட்டு வறியோ அப்ப உனக்கு நிச்சயம் வாய்ப்பு உண்டு''ன்னு சொன்னார்.

தமிழை எப்படி கத்துக்கறது? இதுக்காக டீச்சர்கிட்டயும் போக முடியாது. என்ன பண்றதுன்னு யோசிச்சேன்.

சினிமா போஸ்டரை பார்த்து எழுத்து கூட்டி படிக்க கத்துக்கிட்டேன். அந்த சமயத்துல என்னோடு இருந்த தமிழ் நண்பர்களை பக்கத்துல உக்காற வச்சுட்டு 'நெஞ்சிருக்கும் வரை' ன்னா அதுல 'நெ 'எப்படி எழுதறது ன்னு எல்லாம் கேட்டு தெரிஞ்சுக்கிட்டேன். சினிமா போஸ்டரை பாத்து பாத்து ஓரளவுக்கு தமிழ் எழுத படிக்க கத்துக்கிட்டேன்.

நான் ஏற்கனவே வந்து தெலுங்குல செட்டில் ஆயிட்டேன். அப்ப ஒரு நாள் பரணி ஸ்டுடியோல இருந்து நான் ஒரு தெலுங்கு பாட்டு பாடிட்டு வெளியே வந்துட்டு இருக்கேன். மத்தியான கால்ஷீட்டுக்காக எம்.எஸ்.வி சார் உள்ளே போயிட்டு இருந்தாரு.

நான் அவரை பார்த்ததும் ''வணக்கண்ணா''ன்னு சொன்னேன். பதிலுக்கு அவரும் ''வணக்கம் தம்பி''ன்னு சொல்லிட்டு அவர் பாட்டுக்கு உள்ள போயிட்டாரு. போனவர் டக்குன்னு திரும்பி வந்து ''நீ பாலசுப்பிரமணி தானே'' ன்னு கேட்டார்.

''என்ன 2 வருஷமா என்னை வந்து பார்க்கவே இல்லை'' அப்படின்னு கேட்டார்.

“இப்பதான் கொஞ்சம் தமிழ் பேசறேங்க. அது தாங்க வரலே”ன்னு சொன்னேன். “இங்க ஒரு ஆபீஸ் இருக்கு; நாளைக்கு அங்க ஒரு Rehearsal நடக்குது, நீ அங்க வந்திடு”அப்படின்னார்.

எனக்கு ஒரே சந்தோஷம். ஐயோ கிடச்சது சான்ஸ்ன்னுட்டு அடுத்த நாள் அங்க போய் ஒரு பாட்டு Rehearsal பண்ணினோம். அதுக்கு அடுத்த நாள் வந்து அந்த பாட்டு Recording-ம் பண்ணியாச்சு.

‘ஹோட்டல் ரம்பா ‘ ன்னு ஒரு படம். அந்த படத்துல வந்து நானும் எல்.ஆர். ஈஸ்வரி அம்மாவும் சேந்து பாடினோம். அந்த பாட்டை சாரதா ஸ்டுடியோவுல தான் ரிக்கார்டிங் பண்ணினாங்க. ‘ரங்கசாமி’ சார் தான் Recordist. அந்த பாட்டோட வரிகள் வந்து

‘அத்தானோட இப்படி இருந்து எத்தனை நாளாச்சு
அட இத்தனை நாளா இந்த சுகம் இல்லை
நித்திரையும் வீணாச்சு’

நான் முதன்முதலில் தமிழில் பாடிய பாட்டு இந்த பாடல் தான். பாட்டு ரிக்க்கார்டிங் பண்ணினாங்க, ஆனா, அந்த படம் வெளி வரல.

தமிழ்ல இப்படி ஒரு சான்ஸ் கிடச்சு படம் வெளியாகாம போயிடுச்சே ன்னு நான் வருத்தப்பட்டேன். சகுனமே நல்லா இல்லயேன்னு நினைச்சிட்டு இருந்தேன்.

ஆனா எம்.எஸ்.வி சார் என்னை ஊக்குவித்து ஜம்பூ ஆபீஸுக்கு அழைத்து போய் ‘சாந்தி நிலையம்’ என்ற படத்துல எனக்கு ஒரு சான்ஸ் கொடுத்தார். அது தான் ‘இயற்கை எனும் இளையகன்னி’ங்கிற பாட்டு.

அந்த பாட்டை பாட ஆரம்பிச்சதுல இருந்து தமிழ் Production Peoples, தமிழ் உதவி இயக்குனர்கள், தமிழ் ஆர்ட்டிஸ்ட் இவங்களோட ஏற்பட்ட பழக்கத்துல எனக்கு தமிழ் நல்ல பேச எழுத படிக்க வந்துச்சு.

ஆனா, நான் Tamil Film Industry க்கு வர முக்கியமான காரணம் ‘பரணிகுமார்’தான். இப்ப அவர் இல்லை காலமாயிட்டார். அன்னைக்கு அவர் Interest எடுத்து என்னை ஸ்ரீதர் சார் கிட்ட கொண்டு போகலைன்னா எனக்கு இந்த வாய்ப்பு கிடைச்சிருக்காது.

எடுத்த எடுப்பிலேயே எம்.ஜி.ஆர் சாருக்கு டூயட் பாடினீங்க. உண்மையிலேயே அது பெரிய விஷயம். அந்த வாய்ப்பு எப்படி உங்களுக்கு கிடைத்தது?

எடுத்த எடுப்பிலேயே எங்க எம்.ஜி.ஆர் சாருக்கு டூயட் பாடினேன். நான் முதன்முதலா ஒரு தமிழ் படத்துக்காக பாடினேன். அது வெளிய வரல. அதுக்கப்புறம் 'சாந்தி நிலையம்' படத்துக்காக பாடினேன். அதுக்கப்புறம், பால்குடம், குழந்தை உள்ளம் போன்ற படங்கள்ல பாடினதுக்கப்புறம் தான் எம்.ஜி.ஆர் சாருக்கு பாடக்கூடிய வாய்ப்பு கிடைத்தது. அது ரொம்ப சுவாரசியமான ஒரு கதை.

அதிர்ஷ்டம் வந்துச்சுன்னா நாம நினைக்காமலேயே நம்ம வீட்டு கதவை தட்டும்ன்னு சொல்லுவாங்களே அப்படித்தான் நடந்தது எனக்கு.

ஏன்னா பெரிய பெரிய மேதைங்க, ஏற்கனவே ரொம்ப எக்ஸ்பீரியன்ஸ் ஆனா,ரொம்ப *Qualified Singers* எல்லாம் எம்.ஜி ஆருக்கும், சிவாஜிக்கும் பாடனும்னு ரொம்ப ஆவலா ஆசையா இருக்கும்போது முயற்சி பண்ணாமலேயே எனக்கு ஒரு வாய்ப்பு கிடைச்சதுன்னா அது எவ்வளவு பெரிய *Luck* ன்னு பாருங்க.

ஒரு நாள் நான் வந்து ஒரு தெலுங்கு படத்துக்காக *AVM*-ல பாடிட்டு இருந்தேன். அந்த பாட்டை தமிழ்ல டி.எம்.சௌந்தராஜண்ணன் பாடியிருந்தாரு. அதை நான் தெலுங்குல பாடிட்டிருந்தேன். ரிக்கார்டிங் நடந்துட்டிருந்துச்சு. நானும், எல். ஆர். ஈஸ்வரி அம்மாவும் சேர்ந்து தான் அந்த பாட்டை பாடினோம்.

“உன் விழியும் என் வாளும் சந்தித்தால்”ன்னு ஒரு பாட்டு.

அந்த சமயத்துல சாயந்திரம் டீ ப்ரேக்கில எம்.ஜி.ஆர். சார் வெளிய நாற்காலில் உக்காந்துட்டு யாரோடவோ பேசிட்டு இருக்கும்போது லேசா இந்த பாட்டு அவருக்கு கேட்டுருக்குது.

இது நான் ஆக்ட் பண்ணின பாட்டாச்சே. ஆனா வேற மொழில கேக்குதே. ஏதாவது டப்பிங் பண்ணிட்டு இருக்காங்களா? வேற வாய்ஸ்-ல கேக்குதேன்னு அந்த பாட்டை ரொம்ப ஆர்வமா கேட்டுருக்காரு. அதுக்கப்புறம் பக்கத்துல இருந்த அஸிஸ்டன்டை கூப்பிட்டு அந்த *Male Voice* யாருன்னு கேட்டுட்டு வாங்கன்னு அனுப்பியிருக்காரு.

அவர் அங்க வந்து பாத்துட்டு யாரோ தெலுங்குல பாலசுப்பிரமணியன்னு ஒரு பையன் பாடறான்னு சொல்லியிருக்காரு. ஓ.... அப்படியா!ன்னுட்டு எம்.ஜி.ஆர் சாரும் விட்டுட்டார்.

அப்புறம் என்ன நடந்துச்சுன்னா அவர் ‘அடிமைப்பெண்’ அப்படின்னு ஒரு படம் எடுத்துட்டு இருந்தாரு. அந்த படத்துக்கான Music Composing வேலைகள் ராமபுரத்துல எம்.ஜி.ஆர் சாரோட கார்டன்ல வச்சு நடந்துக்கிட்டிருந்துச்சு. அந்த படத்துக்கு கே.வி. மகாதேவன் சார் தான் Music Director. அந்த கம்போஸிங் நடக்கும் போது அவர்கிட்ட எம்.ஜி.ஆர் சார் என்னை பத்தி கேட்டுருக்காரு.

இந்த மாதிரி ஒரு பையன் வாய்ஸ் கேட்டேன். உங்ககிட்ட தெலுங்குல பாடியிருக்கார்ன்னு கேள்விப்பட்டேன் என்று சொல்லி கேட்டிருக்கார்.

“ஒரு படத்துல பாடினார் சார். நல்ல பாடறான் பையன்”னு சொல்லவே “இந்த பாட்டை அந்த பையனுக்கு கொடுத்தால் எப்படி இருக்கும்”ன்னு கேட்டு இருக்கார்.

அதுக்கு Music Director வந்து இது கொஞ்சம் கஷ்டமான பாட்டு. வேற ஏதாவது சுலபமான பாட்டு கொடுக்கலாம்னு ஒரு வார்த்தை சொல்லியிருந்தா கூட எனக்கு அந்த வாய்ப்பு போயிருக்கும்.

ஆனா அவர் வந்து என்ன சொன்னார்ன்னா “Rehearsal கொடுத்தா, நல்லா பாடுவான் சார் அந்த பையன்” அப்படின்னு சொன்னார்.

உடனே எனக்கு தகவல் வந்தது. எம்.ஜி.ஆர் சார் வரசொல்றார்ன்னு கேட்டதும் எனக்கு ரொம்ப சந்தோஷமா இருந்துச்சு. என்ன நடக்க போகுதுன்னு தெரியல. சரி போய்தான் பாப்பமே அப்பிடின்னுட்டு இருந்தேன்.

கார் அனுப்பிச்சாங்க, போனேன். அங்க சுசீலாம்மாவும் வந்து இருந்தாங்க. எம்.ஜி.ஆர் சார் கிட்ட என்னை அறிமுகப்படுத்தினாங்க. நான் அப்பதான் எம்.ஜி.ஆர் சார் அவர்களை முதன்முதலா பார்க்கிறேன்.

என்னை அறிமுகப்படுத்தினதுக்கப்புறம் கே.வி.மகாதேவன் சார் வந்து “நீ இந்த பாடலை தமிழ்ல பாடனும்னார்.”

அப்ப எனக்கு அந்த பாட்டு கொஞ்சம் கஷ்டமா இருந்துச்சு. ராகமாலிகை ராகத்துல செமி கிளாசிக்கா இருக்கும். ஆனா, ரெண்டு மூனு முறை Rehearsal பண்ணினதுக்கப்புறம் சுசீலாம்மா பக்கத்துல இருந்து எனக்கு பாட்டெல்லாம் சொல்லி கொடுத்தாங்க. அப்படியே தொடர்ந்து மூனு நாள் Rehearsal க்கு போய் பாட்டை கத்துக்கிட்டேன்.

"தம்பி, 12-ம் தேதி Recording. அதுக்கு முந்தின நாள் வந்து ஒரு Rehearsal பாத்துட்டு. திரும்ப அடுத்த நாள் நேரா Recording க்கு போயிக்கலாம் ஏன்னா இந்த பாட்டு Recording பண்ணி எடுத்துட்டு 150 ஜூனியர் ஆர்டிஸ்டுகளை அழைச்சிட்டு ஜெய்ப்பூர் போய் ஷூட் பண்ண போறாங்க"ன்னு சொன்னார்கள்.

நானும் சரின்னு சொன்னேன். ஆனா அங்கிருந்து வந்த ரெண்டாவது நாள்ல எனக்கு பயங்கரமான காய்ச்சல். டாக்டர் டெஸ்ட் பண்ணி பாத்துட்டு டைப்பாயிடு காய்ச்சல்ன்னு சொன்னார்.

"இனி கொஞ்ச நாளைக்கு நல்ல ஓய்வு வேணும் அதனால காலேஜுக்கோ வெளியடங்களுக்கோ எங்கயும் போக கூடாது"ன்னு சொல்லிட்டார்.

சரின்னு நான் படுக்கையில் ஓய்வெடுத்துக் கொண்டிருந்தேன். நாம இந்த வாய்ப்பை நழுவ விட்டுட்டோம்னு சொல்லி பயந்துட்டே இருந்தேன்.

அவங்க சொன்ன தேதிக்கு ஒரு நாள் முன்னாடி போன் பண்ணி என்னோட நிலமைய சொல்ல கூடிய அளவுக்கு தைரியமும் இல்ல.

ஒரு நாள் மட்டும் ஜுரம் கொஞ்சம் கம்மியாச்சுன்னா எப்படியாவது Recording-ல போய் பாடிடலாம்ன்னு ஆசையோட இருந்தேன்.

அப்ப என் வீட்டுக்கு ஒரு ஆள் வந்தாரு. வந்துட்டு என்னப்பா Rehearsal க்கு போக ரெடியான்னு கேட்டாரு.

நான் அப்ப படுக்கையில் படுத்துட்டு இருந்தேன்.

அதை பாத்துட்டு அவர் "என்ன தம்பி இப்படி பண்ணிட்டீங்களே நல்ல ஒரு வாய்ப்பாச்சே, எம்.ஜி.ஆர் சார் கூப்பிட்டு ஒரு வாய்ப்பு கொடுத்திருக்காரு, இப்ப போய் உடம்பை பாத்துக்காம இப்படி ஆயிட்டீங்களே"ன்னு சொன்னார்.

எனக்கு அவர்கிட்ட என்ன சொல்றதுன்னு தெரியல, அழுகை - அழுகையா வருது.

"சரி என்ன பண்றது உன் Luck அப்படி. நான் போய் அவர்கிட்ட சொல்றேன்." அப்படின்னுட்டு அவர் போயிட்டார்.

சரி நமக்கு இந்த வாய்ப்பு போயிடுச்சுன்னு சொல்லிட்டு இருந்துட்டேன். 15 நாளுக்கு அப்புறம் தான் என் உடம்பெல்லாம் கொஞ்சம் சரியாச்சு.

அப்புறம் 'பத்மநாபன்' என்ற புரடக்ஷன் மானேஜர் திரும்பவும் என் வீட்டுக்கு வந்தாரு.

"இப்ப எப்படி இருக்கு தம்பி?" ன்னு நலம் விசாரிச்சாரு. நான் ஆச்சரியப்பட்டு போயிட்டேன்.

சின்னவர் (எம்.ஜி.ஆர்) உங்கள பாத்துட்டு வர சொன்னாரு. "இப்ப எப்படி இருக்கு" ன்னு விசாரிச்சாரு.

"சரி தம்பி இப்ப நல்லா இருக்கீங்க தானே அப்படின்னா நாளைக்கு ஒரு பத்து மணிக்கு வீட்டுக்கு வர சொல்லியிருக்கார்" ன்னு சொன்னார்.

நான் அடுத்த நாள் போக ரெடியாயிட்டேன்.

அப்படியான சூழல்ல நாம என்ன நினைப்போம்னா பாவம் அவர் பரிதாபப்பட்டு எனக்கு ஒரு பாட்டு கொடுத்தாரு.எனக்கு உடம்புக்கு சரியில்லாம போனதால பாட முடியல. அதனால அவனுக்கு இன்னொரு பாட்டு கொடுக்கலாம். அதுக்காக நம்பள கூப்பிட்டு இருக்கார்ன்னு தானே நாம நினைப்போம்.

ஆனா அடுத்த நாள் போனப்போ திரும்பவும் அதே பாடலை Rehearsal பண்ண சொன்னாங்க. ஏன் இப்படி நடக்குதுன்னு கேக்கறதுக்கு எனக்கு தைரியம் இல்ல. அதனால பேசாம இருந்துட்டேன்.

அடுத்த நாள் Recordingக்கு போனேன்.

Recording நடக்கும்போது பத்திரிக்கைகாரங்க, தயாரிப்பாளர் எல்லோரையும் வர சொல்லியிருந்தார் எம்.ஜி.ஆர் அவர்கள். பாட்டெல்லாம் பாடி முடிஞ்சதுக்கப்புறம் என்னை பத்திரிக்கையாளர்களுக்கும் தயாரிப்பாளர்களுக்கும் அறிமுகப் படுத்தி வைத்தார்.

"இந்த பையன் எனக்கு நிறைய பாடனும். அதுக்காக எல்லா பாட்டும் அவனுக்கு கொடுக்க சொல்லி நான் சொல்லல்ல. அட்லீஸ்ட் ஒரு படத்துல ஒரு பாட்டாவது கொடுத்தீங்கன்னா அவனுக்கு கொஞ்சம் Experience வரும், அப்படின்னார்.

எம்.ஜி.ஆர் சார் சொல்லியாச்சுன்னா அதுக்கு வேற மறுப்பு இருக்குமா என்ன; எல்லாரும் வந்து என்னை ரொம்ப பாராட்டினாங்க. "தம்பி முதன்முறையா அவராகவே முன் வந்து ஒரு பாடகரை

தேர்ந்தெடுத்துருக்கார். "நீ ரொம்ப கொடுத்துவச்சவன்ய்யா"ன்னு சொல்லி புகழ்ந்தாங்க.

அப்போது எனக்கு எம்.ஜி.ஆர் சார் கிட்ட ஒரு கேள்வி கேக்கனும்னு உள்ள உறுத்திக்கிட்டே இருந்துச்சு.

கடைசில எல்லாரும் போனதுக்கப்புறம் அவர்கிட்ட போய் "சார் நான் உங்ககிட்ட ஒரு கேள்வி கேக்கனும்" ன்னு சொன்னேன்.

"என்னப்பா?"ன்னு கேட்டாரு. "இந்த பாட்டை எனக்காக இத்தனை நாள் *Recording* பண்ணாம வெயிட் பண்ணினதுக்கு நான் எப்படி உங்களுக்கு நன்றி சொல்றதுன்னு தெரியல" ன்னு சொன்னேன்.

"நான் ஏன் வெயிட் பண்ணினேன்னு தெரியுமா"ன்னு கேட்டார்.

"நீ இப்போ காலேஜுல படிச்சுக்கிட்டு இருக்கே. நீ முதல் *Rehearsal* பண்ணினப்பவே போய் இந்த பேப்பர் எல்லாம் காமிச்சு நான் இந்த பாட்டை எம்.ஜி.ஆருக்கு பாடப்போறேன்னு சொல்லி பாடி காமிச்சிருப்பே. அவங்களும் வந்து நம்ம நண்பன் எம்.ஜி.ஆருக்கு பாடப்போறான்னு பெரிய பப்லிசிட்டி ஆயிருக்கும்."

"நாளைக்கு இந்த காரணம் வச்சு உனக்கு வேற பாட்டு கூட கொடுத்திருக்கலாம். இந்த பாட்டு நீ பாடல. டி.எம்.எஸ். சாரோ வேற யாருக்கோ நான் கொடுத்தேன்னு வச்சுக்கோ படம் ரிலீஸ் ஆனதுக்கப்புறம் அவங்க என்ன நினைப்பாங்க? அப்படி இல்லேன்னா பாலு பாடியிருப்பான். அது எம்.ஜி.ஆர். க்கு பிடிக்கல. அதனால் தான் அந்த பாட்டு வந்து வேறு யாருக்கோ கொடுத்துட்டாங்கன்னு சொல்வாங்க, அது வந்து உன் எதிர்காலத்துக்கு நல்லதல்ல தம்பி. அதனால தான் உனக்காக வெயிட் பண்ணினேன்"னாரு.

அப்படி யோசனை பண்ண கூடிய ஒரு மனிதத்தன்மை எத்தனை பேருக்கு இருக்கும். அன்று அவர் சொன்னதை கேட்டு நான் உண்மையிலேயே நெகிழ்ந்து போயிட்டேன்.

அந்த காலகட்டத்துல அவர் என்ன சொன்னாலும் நடக்க கூடிய அளவுக்கு அவருக்கு செல்வாக்கு இருந்தது. நான் ஒரு சின்ன பாடகன். ஆனா, அவருக்கு இருந்த அந்த மனிதநேயம், *Principle* இருக்கு பாருங்க அதெல்லாம் வேற லெவல். நமக்கெல்லாம் அது ஒரு பாடம்.

ஒருத்தருக்கு ஒரு வாக்கு கொடுத்தாச்சுன்னா அதை நாம காப்பாத்தனும். காரணம், அந்த வாக்குல அவன் *Future* அடங்கியிருக்கு. அந்த

வாக்கை காப்பாத்தறதுக்காக, அவன் Future க்காக அவர் Sacrifice பண்ணியிருக்காரு.

சிவாஜிக்கு 'சிவகாமியின் செல்வம்'படத்துல பாடின 'எத்தனை அழகு கொட்டி கிடக்கு' என்ற பாட்டுல ஒரு வித்தியாசமான ஸ்டைல்ல பாடியிருந்தீங்க. அதை பத்தி கொஞ்சம் சொல்லுங்க?

சிவாஜி சாருக்கு நான் முதல்ல பாடினது வந்து 'சுமதி என் சுந்தரி' படத்துல தான். அந்த சந்தர்ப்பத்துல நடந்த ஒரு விஷயத்தை உங்ககிட்ட சொல்லனும்.

பாட்டுல வித்தியாசமான ஸ்டைல் கொண்டு வர்றதுங்கறது வந்து பாடகரோட பொறுப்பு மட்டுமல்ல. அது Music Director-ட பொறுப்பு.

சிவாஜி சாருக்கு வந்து டி.எம்.எஸ் சார் வாய்ஸ் அப்படியே அமைஞ்சு போன ஒரு விஷயம்.

அந்த பாட்டை அந்த சூழ்நிலைல சிவாஜி சார் பாடின எப்படி இருக்கும்னு நினைச்சு அழகாக Compose பண்ணியிருந்தாரு எம்.எஸ். வி அவர்கள். அந்த பாடலே வந்து ரொம்ப வித்தியாசமா இருந்துச்சு.

அது வந்து 'Johny mera naam'என்ற ஹிந்தி படம் தமிழாக்கம் செய்யப்பட்டது. டப்பிங் அல்ல. அந்த பாட்டுக்கு Credit வந்ததுக்கு காரணம் விஸ்வநாதன் சார் தான். அவர் சொல்லி கொடுத்த மாதிரி நான் பாடினேனே தவிர நான் வந்து அதுக்கு ஒரு ஸ்டைல் கொண்டு வந்ததெல்லாம் கிடையவே கிடையாது.எனக்கு அந்த படத்தோட டியூன் கூட சரியா ஞாபகமில்ல. ஆனா, அடிக்கடி அவர் கச்சேரில அந்த பாட்டு பாடியிருக்கேன்.

அந்த கட்டிங்ஸ், அவர் செஞ்ச ட்யூன், அதுக்கு எழுத்தால் கொடுத்த வார்த்தைகள் அதுக்கு மேல சிவாஜி அண்ணாவோட Performance இதெல்லாம் தான் அந்த பாட்டு வித்தியாசப்பட காரணம்.

நான் 'சுமதி என் சுந்தரி' படத்துக்காக பாடும்போது சிவாஜி சார் Recording Theatre க்கு வந்தார்.

நான் Voice Room-ல பாடிட்டு இருக்கும் போது அவர் சும்மா எட்டி பாத்தாரு. சிங்கம் மாதிரி ஒரு மூஞ்சி தெரிஞ்சது.உடனே எனக்குள் ஒரு நடுக்கம் ஏற்பட்டது.

உள்ள Rehearsal நடந்துக்கிட்டு இருக்கும்போதே சிவாஜி சார் உள்ள வந்துட்டு "இதோ பாருறா நீ எனக்கு பாடறேன்னு சொல்லி ஸ்டைல் சேஞ்சு பண்ணி பாடாதே. நீ சௌகரியமா சாதாரணமா எப்படி பாடுவியோ அப்படியே பாடு அதுக்கேத்த மாதிரி நான் நடிச்சு காட்டுறேன்.நடிச்சேனா இல்லியான்னு நீ பார்த்து சொல்லனும்"அப்படின்னார்.

அந்த பாட்டை பாடி Recording பண்ணி Shooting முடிஞ்சு படம் வெளியானதுக்கப்புறம் நான் சித்ரா தியேட்டர்ல போய் அந்த படம் பார்த்தேன்.

அந்த பாட்டுக்கு அவர் வந்து ரொம்ப வித்தியாசமாவே Performance பண்ணியிருந்தாரு. என் வாய்ஸ்க்கு ஏத்த மாதிரி பிரமாதமா நடிச்சிருந்தார். Recording Theatre-ல நான் பாடும்போது என் கை அசைவுகள் எப்படி இருக்கும் என்பதை எல்லாம் சரியா புரிஞ்சுக்கிட்டு அப்படியே தத்ரூபமா பண்ணியிருந்தார். அதனால ஒரு பாடகருக்கு வந்து நல்லா பாடினத்துக்காக பெயர் கிடைக்குதுன்னா அதுல நிறைய பேருடைய ஒத்துழைப்பு இருக்கு.

Best Playback Singer ன்னு ஒரு கேடையத்தை எனக்கு கொடுக்கறாங்கன்னு வச்சுக்குங்க. அதுல ஒரு 10% தான் என்னுடைய ஒத்துழைப்பு - மீதி 90% மத்தவங்களோட உழைப்பு. ஆனா அதை எல்லாம் நான் தாங்கிட்டு இருக்கேன்.

பொதுவா ஒரு பாட்டுக்கு வந்து நல்ல வார்த்தைகள் அமையனும், நல்ல ட்யூன் அமையனும், அந்த படத்துல நடிக்க கூடிய ஆர்ட்டிஸ்ட் வந்து நான் பாடின Expressionக்கு அவர் அழகா இன்னும் Performance பண்ணனும். பாட்டை நல்லபடியா Recordist Recording பண்ணனும். இசை கலைஞர்கள் எல்லாரும் அவங்கவங்க இசை கருவிகளை மியூசிக் டைரக்டர் சொன்ன மாதிரி வாசிக்கனும். அதை Recordist ஒழுங்கா Recording பண்ணி செல்லுலோயிடுல கேமராமேனும், இயக்குனரும் ஒழுங்கா Picturise பண்ணி Beautifullaa வரும்போது தான் ஒரு பாடகருக்கு வந்து சம்பூர்ணமான ஒரு ஆஹாரமே கிடைக்குது.

கமல், ரஜினி ரெண்டு பேருக்கும் முதன்முதல்ல பாடின பாட்டு எது எதுன்னு ஞாபகம் இருக்கா?

இது பயங்கரமான கேள்வி. நிஜமா சொல்ல போனா அவங்களுக்காக முதல்ல என்ன பாட்டு பாடினேன்னு ஞாபகமில்லை. அநேகமா

ரெண்டு பேருக்குமே பாலச்சந்தர் படத்துல தான் பாடியிருப்பேன்னு நினைக்கிறேன். ஆனா அது என்ன படம்ன்னு எனக்கு சரியா ஞாபகம் இல்லே.

உங்க பழய போட்டோ ஒன்னு பார்த்தோம்; தாடி எல்லாம் வச்சுட்டு ரொம்ப கேஷுவலா இருந்தீங்க.ஆனா இப்ப எப்படி மாறி போச்சு?

எங்க காலத்துல நீட்டா ஷேவ் பண்ணாம கிளாசுக்கு போனா திட்டுவாங்க.ஆனா இப்ப அது ஃபேஷன் ஆயிடுச்சு.

நான் தாடி வச்சது வந்து பிரார்த்தனைக்காகன்னு நினைக்கிறேன். மற்றபடி அழகா இருக்கறதுக்காகவோ,கேஷ்வலா இருக்கிறதுக்காகவோ அல்ல.

ஆனா, அப்பெல்லாம் நான் டிரஸ் பண்றதுல ரொம்ப கவனமா இருப்பேன். மேடை கச்சேரிக்கு போகும்போது கூட கோட்ல தான் போவேன்.

இப்ப என்னாச்சுன்னா எனக்கு நேரம் இல்லாம போச்சு. நம்ம ஜேசுதாஸ் அண்ணாவை பாத்தீங்கன்னா தாடி வளர்த்திருக்கார். நான் அடிக்கடி அவருகிட்ட கேட்பேன். “என்னண்ணா தாடி வளத்துருக்கீங்க?”ன்னு.

“பாலு, இதுக்காக காலைல எழுந்திருச்சு 10 நிமிஷம் எதுக்குய்யா வேஸ்ட் பண்ணனும்; அந்த நேரத்துல ஒரு நல்ல பல்லவி கத்துக்கலாமே” அப்படின்னுவார். என்ன யோசனை பாருங்க.

அப்ப எல்லாம் கச்சேரிக்கு போகும்போது மேட்சிங் ஷூ,மேட்சிங் பான்ட், மேட்சிங் ஷர்ட் ன்னு! அப்படி இருந்தேன். ஆனா, இப்ப அதெல்லாம் பார்க்கறது இல்ல. கரெக்ட்டா ஃபிட்டிங் இருக்கறது எடுத்து போட்டுட்டு போக வேண்டியது தான்.

காலைல எழுந்திருச்சு ஏடா கூடமா ஒரு ஷேவ் பண்ண வேண்டியது,ஒரு குளியல் போட வேண்டியது, டிரஸ் பண்ண வேண்டியது, கடவுள்கிட்ட போய் ஒரு செகண்ட் கும்பிட வேண்டியது. அப்புறம், வண்டி ஏறி போயிட்டே இருக்க வேண்டியது தான்.

சில சமயம், காலை உணவு கூட காருக்குள்ள இருந்து சாப்பிட வேண்டி வரும். மெயில் பார்க்கறது, பேப்பர் பார்க்கறது இதெல்லாம் கூட கார்லயே நடக்கும். சில சமயம், பாட்டெல்லாம் கார்லேயே கத்துக்கிட்டு போவேன். சில சமயம் தூங்குவது கூட கார்ல தான்.

காரணம், டைம் அப்படி ஆயிடுச்சு. இப்ப எல்லாருக்குமே வந்து வாழ்க்கை ராக்கெட் வேகத்துல போயிட்டு இருக்கு.

காலங்கள்ல கூட எத்தனையோ மாற்றங்கள் வந்தாச்சு. அன்னைக்கெல்லாம் நான் ஒரு நாளைக்கு 20 பாட்டு வரை பாட வேண்டி வந்திருக்கு. ஆவரேஜ் தினமும் 4 பாட்டுக்கு மேல பாட வேண்டியிருக்கும்.

நீங்க சின்ன வயசுல ரொம்ப ஒல்லியா இருந்தீங்க. அப்புறம் எப்படி குண்டானீங்க?

சின்ன வயசுல ஓடியாடி விளையாடிட்டு இருப்போம். நான் வந்து ஒரு ஸ்போர்ட்ஸ் பிரியர். கிரிக்கெட் விளையாடுவேன், ஷட்டில் பேட்மென்ட் விளையாடுவேன் காலப்போக்குல என்னாச்சுன்னா எந்த ஒரு ஆக்ட்டிவிட்டிக்கும் நேரம் இல்லாம போச்சு. மைக் முன்னாடி நிக்கறது தான் இப்போ என்னோட ஆக்ட்டிவிட்டி.

காலைல எழுந்தது முதல் மைக்ரோ ஃபோன், மைக்ரோ ஃபோன் ன்னு ஆயி போச்சு. அதனால உடற்பயிற்சிக்கு கூட நேரமில்லாம போயிடுச்சு, அதுமட்டுமே இல்ல. எனக்கு சுவீட் ன்னா ரொம்ப இஷ்டம். கிலோ கிலோவா வாங்கி சாப்பிடுவேன். அப்புறம், வந்து எனக்கு mental strain கொஞ்சம் அதிகம்.

வீட்டுல எப்படி? ரசிகையா வந்து மனைவி ஆனாங்களா? இல்ல மனைவியா வந்து வேற வழி இல்லாம ரசிகை ஆனாங்களா?

என் பாட்டுக்கு ரசிகை ஆகறதுக்கு முன்னாலயே அவங்க என்னோட காதல்ல விழுந்தாங்க. அப்புறம் தான் கல்யாணம் பண்ணினோம். It was not for singing.

அவங்க கூட பிராமின் பேமிலி தான். ஏறத்தாள அவங்க எங்களுக்கு தூரத்து சொந்தக்காரங்க கூட. ஆனா, ஜாதகங்கள் ஒரே கோத்ரம்ங்கறதுனால கல்யாணம் பண்ணிக்க கூடாதுன்னு சொல்லுவாங்க. அது எங்களுக்கு ஒரு பெரிய தடையா இருந்தது. பெற்றோர்களும் ஒத்துக்கல. கடைசில அவங்கள கூட்டிட்டுப் போய் நண்பர்கள் மத்தியில வச்சு கல்யாணம் பண்ணிக்கிட்டேன்.

அப்புறம், எங்களுக்கு ஒரு குழந்தை பிறந்ததுக்கப்புறம் தான் எல்லாம் சமரசமாச்சு, எங்க காதல் கல்யாணம் வந்து ஒரு Romantic marriage தான்.

தொகுப்பு: தினேஷ் கன்னிமாரி

கல்யாணம் ஆன புதுசுல ரெண்டு வருஷம் தனிக்குடித்தனம் தான். அந்த கஷ்டத்துலயும் நாங்க ரொம்ப என்ஜாய்மென்டோட தான் வாழ்ந்தோம்.

கல்யாணம் ஆன 2 வருஷத்துலயே குழந்தை பிறந்தாச்சு. நானும் கொஞ்சம் கொஞ்சமா பிஸியாயிட்டேன். அதனால பொறுப்பெல்லாமே வந்து என் பார்ட்னருக்கு கொடுக்க வேண்டியதா போச்சு, அப்போ வேற வழியில்ல.

இந்தியா திரை உலகுல கிட்டத்தட்ட 30000 பாடல்களுக்கு மேல் பல முக்கியமான மொழிகள்ல பாடியிருக்கீங்க. அதை பத்தி நினைக்கும்போது உங்க மனசுல என்ன தோனுது?

ரொம்ப பெருமையா இருக்குது; காரணம், என்னன்னா ஒரு profession-ல வந்து ரொம்ப நாளைக்கு இருக்கறது கஷ்டமான விஷயம். அதுக்கு முக்கியமான பொறுப்பு வந்து நானா இருந்தாலும் அந்த நானா இருக்கறதுக்காக நான் பீல் பண்ணறேன்.

யாராவது என்ன கூப்பிட்டு ஒரு பாட்டு கொடுக்கறாங்கன்னா நான் நல்லா பாடறதுனால தானே.

ஒரு Music composer வந்து கம்போசிங் பண்ணி ஒரு பாட்டை குழந்தை மாதிரி உருவாக்கி அந்த குழந்தைய எங்க கைல கொண்டாந்து கொடுத்துட்டு அதை நீ நல்லா வளத்து எல்லோருக்கும் தெரியற மாதிரி publicity பண்ணுய்யா -ன்னு சொல்ற மாதிரி தான்.

ஒரு பாட்டை கொண்டு வந்து என் கையில கொடுப்பாங்க. அந்த பாட்டை வந்து அவர் நினைச்சதுக்கும் மேல நல்லா பாடி அவர் கிட்ட இருந்து ஒரு அங்கீகாரம் பெற்ற பாடலா வெளிய வந்து அப்புறம் ஜனத்தோட அங்கீகாரம் பெறனும். இது வந்து பெரிய Responsible job.

நான் 35 வருஷமா இந்த துறையில இருக்குறேன்னா ஒவ்வொரு பாட்டுக்கும் 90% நான் வந்து இந்த நியாயத்தை பண்ணிட்டு இருக்கேன்னு தானே அர்த்தம். அதுல ஒரு பெருமை இருக்கு. அதற்கு முக்கியமான காரணம், என்னோட இசை ரசிகர்கள் தான்.

காலைல எழுந்திருச்சு பாத் ரூமுக்கு போய் கண்ணாடில நம்ம மூஞ்சியை நம்பளே தொடர்ந்து பார்க்கும்போது நமக்கே ஒரு கட்டத்துல போர் அடிச்சு போயிடும்.

ஆனா ஒரு வாய்ஸ் இத்தனை வருஷம் ஏன் கேக்கனும், ஏன் பார்க்கனும். யாருக்கானாலும் போர் அடிச்சிடும் இல்லியா; ஆனா அப்படி சலிக்காம அவங்க கேக்கறதுனால தான் எனக்கு Industry-ல தொடர்ந்து நிக்க முடியுது. தொடர முடியுது.

ஆடியன்ஸ்க்கு பாலுவோட வாய்ஸ் வந்து பிடிக்கலேன்னா தயாரிப்பாளர்கள் என்னை கூப்பிட மாட்டாங்க. காரணம், ஆடியன்ஸ் பாத்தா தானே படம் ஓடும். அதனால அவங்க ஆசைய நான் காப்பாத்திட்டு வரேன்.

அப்படி நான் காப்பாத்துனதுக்காக இன்னும் எனக்கு சான்ஸ் கொடுத்துட்டு என்னை தொடர்ந்து பயணிக்க வைக்கின்ற ரசிகர்களுக்கும் Cinema Industry-க்கும் நான் ரொம்ப கடமைப்பட்டிருக்கிறேன்.

எனக்கு பத்மஸ்ரீ விருது கிடைச்சபோது ரொம்ப பெருமைப்பட்டேன். கடவுளுக்கு நன்றி சொன்னேன். ஆனா அதே அளவில் நான் ஃபீல் பண்ணினேன். அப்போ எனக்கு ஒரு வலி இருந்தது.

35 வருஷம் முன்னாடி கோதண்டபாணி அவர்கள் சொன்ன ஒரு விஷயம் இன்னைக்கு சக்ஸஸ் ஆயிருக்கு.ஆனா, அதை பகிர்ந்து கொள்ள இன்னைக்கு கோதண்டபாணி சார் இல்லையே என்று நினைத்தபோது எனக்கு ரொம்ப கஷ்டமா இருந்துச்சு.

அன்னைக்கு அவர் என்னை கூப்பிட்டு, “நீ நல்லா பாடுறேய்யா, 40 வருஷம் மினிமம் பாடுவேய்யா ஸ்டேட்ல இருக்கிற எல்லா விருதும் உனக்கு கிடைக்கும்”னு எனக்கில்லாத ஒரு நம்பிக்கையோட என்னை தீர்க்கதிருஷ்டியோட பார்த்தார். அது என்ஜாய் பண்றதுக்கு அவர் இப்போ இல்லயேன்னு நினைக்கும்போது எனக்கு ரொம்ப வருத்தமா இருந்துச்சு.

எனக்கு பத்மஸ்ரீ விருது அறிவிச்ச தகவல் வந்ததும் எனக்கு ரொம்ப வலியா இருந்துச்சு. அப்புறம், சந்தோஷம் வந்துச்சு. காரணம், என்னன்ன இது வந்து ஒரு உச்ச கட்ட Status.சென்ட்ரல் கவர்மெண்டுல இருந்து கிடைக்க கூடிய ஒரு கௌரவம். கோடிக்கணக்கான மக்கள்ல இருந்து தேர்ந்தெடுத்து கொடுக்கற ஒரு விருது.எனக்கு ஏதாவது கிடைச்சிருக்குன்னா என்னோட Hard work, principle,இதெல்லாம் தான் காரணம்.

நாம செய்ய வேண்டிய வேலைய நாம சரியா செஞ்சொம்னா கட்டாயம் அதுக்கான பலன் கிடைக்கும்.நான் பாடின எல்லா பாடல்களும் பாப்புலர் ஆயிடுச்சா, இல்லியே... ஆனா, அதே மாதிரி நான் எதிர்பார்க்காத சில பாடல்கள் கூட சில சமயம் பாப்புலர் ஆகியிருக்கு.

தமிழ் ஹீரோக்கள்லயே உங்களுக்கு மிகவும் நெருக்கமான நண்பர்ன்னா யாரை சொல்லுவீங்க?

நெருக்கம்னா தோள்ல கை போட்டுக்குற அளவுக்கு கிடையாது. ஆனா, அதுக்கும் மேல நெருக்கமான நண்பர்ன்னா அது கமல்ஹாசன் அவர்களை சொல்லலாம். பொதுவா வந்து எனக்கு எல்லாருமே நண்பர்கள் தான்.

இப்ப வந்திருக்கும் ஹீரோஸ் எல்லாம் என்னோட ஜூனியர்ஸ். அதனால எங்கிட்ட ரொம்ப மரியாதையா இருப்பாங்க. நானும் கமலும் நண்பர்கள் தான். ஆனாலும் கூட போடா வாடான்னு எல்லாம் கூப்பிட மாட்டோம்.அவர் என்னை பாலுசார்னு தான் கூப்பிடுவார். நான் அவரை கமல்ன்னு தான் கூப்பிடுவேன். சொல்லப்போனால், என்னோட க்ளோஸ் பிரண்ட் கமல்ஹாசன் தான்.

இளையராஜாவும் நீங்களும் வாடா போடாங்கற அளவுக்கு ப்ரண்ட்ஸாமே? ரெண்டு பேரும் ஒருத்தருக்கொருத்தர் காலவாரிப்பீங்களாமே? அதை பத்தி கொஞ்சம் சொல்லுங்க?

எனக்கு கொஞ்சம் ஜூனியர் ராஜா. ஆனா, வயசுல பெரியவர், விஷயத்துலயும் பெரியவர். நான் சினிமா துறைக்கு வந்ததுக்கப்புறம் அவர் வந்தாரு.அதனால தான் ஜூனியர்ன்னு சொல்றேன்.

ஆரம்ப காலத்துல அவர் என் க்ரூப்புல ஹார்மோனிஸ்டா இருந்ததுனால அந்த பழக்கத்துல வாடா போடான்னு கூப்பிடக்கூடிய அளவுக்கு எங்க ஸ்நேகிதம் இருந்தது.அப்படி சொல்றதுல நான் ரொம்ப பெருமையா ஃபீல் பண்ணறேன்.

நாங்க அப்ப வந்து ‘பாவலர் பிரதேர்ஸ்’ன்னு ஒரு குழு ஸ்டார்ட் பண்ணினோம். அதுல இப்ப இருக்கிற நிறைய பாடகர்கள் எல்லாம் அதில் இருந்தாங்க. மலேசியா வாசுதேவன், பாடி வாசு போன்ற பாடகர்கள் எல்லாம் இருந்தாங்க. பெண் பாடகிகளும் நிறைய பேர் பாடிட்டு இருந்தாங்க.

இளையராஜாவோட இந்த வளர்ச்சிக்கு முக்கியமான காரணம் அவருடைய கடின உழைப்பு தான். இன்னிக்கு கூட ஒரு நிமிஷம் வேஸ்ட் பண்ண மாட்டாரு. எப்போதும் இசைல தான் அவருடைய முழு கவனமும் இருக்கும்.

நிறைய படம் பன்றாரோ இல்லயோ அது வேற விஷயம். இப்பவும் ஏதாவது புதுசா கத்துக்கனும், ஏதாவது புதுசா செய்யணும், புதுசா இசைக்கருவிகள் என்ன என்ன வந்திருக்கு, யார் யார் எந்தெந்த நாட்டுல என்னவெல்லாம் பண்ணிட்டு இருக்காங்க, எப்படி எல்லாம் போயிட்டு இருக்கு அப்படிங்கற விஷயங்கள் எல்லாமே வந்து ரொம்ப உன்னிப்பா கவனிச்சுட்டு இருப்பாரு.

எங்க நட்பின் காரணமா *Recording Studio*–ல நாங்க *2* பேரும் சண்டை போட்டுக்குவோம். அதை பாத்து மியூசிஷியன்ஸ்க்கெல்லாம் பயம் வந்திடும்.

“டேய் நான் சொன்னதை நீ பாடலையே”..ம்பார்

“டேய் நீ எங்கிட்ட என்னடா சொன்ன, நான் இப்படி தான் பாடுவேன்”னு பிகு பண்ணுவேன்.

“பல்லெல்லாம் உடைச்சுடுவேன் ராஸ்கல்”..என்பார்.

“நீ உடைச்சா நான் சும்மா இருப்பேனா, நானும் திருப்பி உதைப்பேன்டா.” என்பேன். “சரி இப்படியே நாம *2* பேரும் சண்டை போட்டுட்டு இருந்தா பாட்டு சரியா வராதுடா”ன்னு சொல்லி சமாதானமாகி வேலைய கவனிப்போம்.

எனக்கு ஒரு பெரிய பெருமை; இளையராஜா என்னுடைய நண்பன்னு சொல்லிக்குறதுல.

பாடகர் கமல் பற்றி உங்கள் அபிப்ராயம் என்ன?

அவர் எங்க மேல தயவு பண்ணி கம்மியா பாடுறாரு அவ்வளவு தான். கமலஹாசனால பண்ண முடியாததுன்னு எதுவுமே கிடையாது.

அவர் முறையாக பாலமுரளி சார் கிட்ட போய் க்ளாசிக்கல் மியூசிக் கற்றுக் கொண்டவர். அவர் ஒரு சிறந்த பாடகர் மட்டுமல்ல, ரொம்ப சுருதி சுத்தமா பாடக் கூடிய வரும் கூட. ஒரு நல்ல பாடகருக்கான பேஸிக் எல்லாம் அவருகிட்ட இருக்கு. அது மட்டுமல்ல ஒரு படத்துல மிருதங்கம் வாசிக்கிற கதாப்பாத்திரத்துக்காக அவர் முறையா மிருதங்கம் கத்துக்கிட்டார்.

எந்த ஒரு இசை கருவியானாலும் அவருக்கு நேரம் கொடுத்தாச்சுன்னா கண்டிப்பா அதை கத்துக்கிட்டு வந்து நிற்க கூடிய ஒரு கலைஞன். Kamal is a very good singer.

பாடறதுல வந்து எங்களோட ஒப்பிட்டு பார்க்கும்போது அவர் எங்க அளவுக்கு பாப்புலர் ஆகாமல் போயிருக்கலாம். ஆனா சில பாடல்கள் மட்டுமே பாடியிருந்தாலும் அதை சுத்தமா பாடியிருக்காரு. He is a good singer. அதுல எந்த சந்தேகமும் இல்ல.

நடிகர் எஸ்.பி.பி. பற்றி அவரோட கருத்து என்ன?

ஒரு முறை ஸ்டேஜுல கமல் சொன்ன ஒரு விஷயத்தை உங்ககிட்ட சொல்றேன்.

"பாலுவோட மனைவிக்கு தான் நாங்க நன்றி சொல்லனும். நிறைய சாப்பாடு போட்டு அவரை குண்டாக்கிட்டாங்க, இல்லைன்னா அவர் ஒரு ஆர்டிஸ்ட்டா வந்து எங்களை எல்லாம் ஓவர்டேக் பண்ணியிருப்பாரு."

கமல் சொன்னது எந்த அளவுக்கு உண்மைன்னு தெரியாது. ஆனா, என்னால எல்லா நேரத்துலயும் அப்படி நடிச்சிட முடியாது.

நான் யூத்தா இருக்கும்போது தேவர் சார் தயாரிப்புல 'மாணவன்'னு ஒரு படம் பண்ணினாங்க. அதுல ஹீரோவா நடிக்க சொல்லி என்னை ரொம்ப வற்புறுத்தினார் தேவர் ஐயா. கடைசில எனக்கு பதிலா ஜெய்சங்கர் சார் அந்த படத்துல நடிச்சார்.

அப்ப எல்லாம், நடிக்க எனக்கு ரொம்ப பயம். "எனக்கு உங்க படத்துல பாட்டு கொடுங்க சார். அது போதும்"னுட்டு வந்துட்டேன்.

நான் நடிப்புல வந்து நடிகர் திலகம் சிவாஜின்னு சொல்ல மாட்டேன். ஆனா நடிப்பை ரசிச்சு பண்ணுவேன். எனக்கு பொருத்தமான கதாபாத்திரம்ன்னா சிறப்பா பண்ண முடியும்னு ஒரு நம்பிக்கை.

ஒரு முறை நீங்க முன்னாள் அமெரிக்கா அதிபர் பில் கிளின்டனை நேரில் சந்திச்சு பேசினீங்களாமே அந்த அனுபவம் பற்றி சொல்லுங்கள்?

It was very thrilling. அதுல எந்த ஒரு சந்தேகமும் இல்ல.

யாருக்கும் கிடைக்காத ஒரு பாக்யம். ஒரு ஆர்ட்டிஸ்டா எனக்கு கிடைச்சது வந்து ரொம்ப சந்தோஷமா இருந்துச்சு.

நானும் லதாம்மா (லதா மங்கேஷ்கர்) வும் சேர்ந்து தான் அவரை மீட் பண்ணினோம்.

அமெரிக்காவுல AAPI (American Association Of Physicians Of Indian Origin) ன்னு ஒரு அசோசியேஷன் இருக்கு. அங்க அவங்க ப்ரீயா க்ளினிக் ரன் பண்றதுக்காக நிறைய Donate பண்றாங்க. அவங்க எங்ககிட்ட சில Free Programmes கேட்டு அதுல வர்ற பணத்தை மெடிசினுக்கு கொடுக்கறதுக்காக ஏற்பாடு பண்ணியிருந்தாங்க. அதுக்காக நானும் என் தங்கச்சியும் சேர்ந்து அவங்களுக்கு ஒரு 5-6 இசை Program பண்ணி Hundred Thousand Dollars திரட்டி கொடுத்தோம்.

அது முடிஞ்சதுக்கப்புறம் நான் லதாம்மாவோடு போயிருந்தபோது அவங்க Request பண்ணி ஒரு ஷோ பண்ணி கொடுத்தோம்.

அப்போது 'AAPI' யோட Convention வச்சிருந்தாங்க. அதுக்கு Chief Guest-ஆ அமெரிக்கன் குடியரசு தலைவர் பில் கிளிண்டன் வந்திருந்தாரு.

AAPIயோட நிர்வாகிகள் வந்து எங்களுக்கான கேடயத்தை President கையால கொடுக்க வைக்கனும்னு விரும்பினாங்க. ஆனா, Protocol பிரகாரம் On the stage -ல Public முன்னாடி அப்படி கொடுக்க முடியாதுன்னு சொல்லிட்டார்.

ஆனா அந்த Convention முடிஞ்சதுக்கப்புறம் அவர் தங்கியிருந்த அறைக்கு போய் அவரை சந்திச்சோம். அவர், அவருடைய மனைவி, நான், லதாம்மா 4 பேர் மட்டுமே இருந்தோம். நாங்க 15 நிமிஷம் அவர் கூட பேசிட்டு இருந்தோம்.

அப்ப அவர் என்கிட்ட ஒரு கேள்வி கேட்டாரு... "நீங்க 35 ஆயிரம் பாடல்கள் பாடியிருக்கீங்களாமே?"

"ஆமா சார்"

"பாடறதை தவிர வேற என்ன வேலை பண்ணுவீங்க" ன்னு சொல்லி எங்கிட்ட ஜோக் அடிச்சார். அதெல்லாம் உண்மையிலேயே மறக்க முடியாத ஒரு அனுபவம்.

"அந்த பாட்டை நாம பாடியிருந்தா ரொம்ப நல்லா இருந்திருக்குமே" அப்படின்னு நீங்க ஆசை படற தமிழ் பாட்டு எது?

நான் பாடியிருந்தா அந்த பாட்டு நல்லா இருந்திருக்கும்னு நினைக்கல. இவ்வளவு நல்ல பாட்டு எனக்கு கிடைக்காம போச்சேன்னு நிறைய தடவை நினைச்சிருக்கேன்.

ஏன்னா அதை பாடினவங்க அவங்கவங்க திறமைக்கேற்ப நல்லா பாடியிருந்தாங்க.

நிறைய பாடல்கள் அந்த மாதிரி இருக்கு.

'விழியே கதை எழுது 'பாட்டு கேட்கும்போது அந்த மாதிரி ஒரு நல்ல பாட்டு எனக்கு கிடைக்க கூடாதா ன்னு தோனும். அதே மாதிரி...

'தெய்வம் தந்த வீடு...' என்ற பாடல், தம்பி மனோ பாடிய 'நாயகன்' படத்துல இடம் பெற்ற 'நீ ஒரு காதல் சங்கீதம்' போன்ற பாடல்கலெல்லாம் கேட்கும் போது இந்த பாட்டு நான் பாடியிருக்கலாமேன்னு தோனியிருக்கு.

ஆனா, 'நாயகன்' படம் தெலுங்குல டப் பண்ணினப்போ அந்த பாட்டை நான் தான் பாடினேன். அப்படி ஆசைப்பட்ட Female பாடின பாட்டுக்கள் கூட நிறைய இருக்கு.

இந்த மாதிரி பாட்டு எல்லாம் Male singers க்கு கிடைச்சிருக்க கூடாதான்னு Feel பண்ணியிருக்கேன். அப்படி ஜானகியம்மா கன்னடத்துல பாடினா ஒரு நல்ல பாட்டு இருக்குது.

நான் அதை கேட்டுட்டு அந்த மியூசிக் டைரக்டர் கிட்ட இந்த பாட்டை தெலுங்குல பண்ணினீங்கன்னா எனக்கு ஒரு Solo வா கொடுங்கன்னு கேட்டேன்.

அவங்களும் கொடுத்தாங்க. அந்த மாதிரியான சில வாய்ப்புகளும் எனக்கு கிடைச்சிருக்கு.

சில பாடல்கள் கேட்டு ரசிச்சிட்டு அட... எவ்வளவு அழகான பாட்டு. நமக்கு கிடைச்சிருந்தால் எவ்வளவு நல்லா இருந்திருக்கும் அப்படின்னு தோணியிருக்கு.

'இசைக்கு மொழி இல்லை 'அப்படிங்குற மாதிரி எல்லாம் பதில் சொல்ல கூடாது. தமிழ், தெலுங்கு இந்த 2 மொழியில எந்த மொழில பாடும்போது உங்களுக்கு உண்மையான சந்தோஷம் ஏற்படும்?

இந்த இரண்டு மொழில யார் நல்லா ட்யூன் போட்டு கொடுக்கறாங்களோ அந்த ட்யூன் பாடும் போது ரொம்ப சந்தோஷமா இருக்கும்.

நிறைய பேர் சொல்லுவாங்க ஹிந்தி மொழி வந்து இசைக்கு ரொம்ப அழகா இருக்கும்னு. அதுக்கப்புறம், தெலுங்கு ரொம்ப நல்லா இருக்கும்னு சொல்லுவாங்க. அது அந்த மொழி தெரியாம சொல்றவங்க பேச்சு.

எந்த மொழிக்குமே வந்து அதற்கான அழகான தனித்துவம் இருக்கு. அந்த மொழி தெரியனும், புரியனும், ஆழமா யோசனை பண்ணனும். அது எந்த மொழியானாலும் சரி. அதனால பொருத்தமா ட்யூன் போட்டாச்சுன்னா எந்த மொழியானாலும் பாடல்கள் ரொம்ப நல்லா வரும்.

என்னோட தாய் மொழி தெலுங்குங்கறதுனால Telugu is a only great in language ன்னு நான் சொல்ல மாட்டேன்.

தமிழ்ன்னா எனக்கு ரொம்ப காதல். அதே மாதிரி கன்னடத்தையும் ரசிக்கிறேன். எனக்கு மலையாளம் பேச வராது. ஆனா, அவங்க பேசும்போது, அதை கேட்கும் போது ஒரு இசை கேக்குற மாதிரி இருக்கும். அதே மாதிரி தான் ஹிந்தி, பெங்காளி எல்லா Language லயுமே There is some beauty.

அதுக்கு ட்யூன் பண்றது தான் முக்கியமான விஷயம். அந்த வார்த்தைல இருக்கிற Sweetness அடிபடாம Compose பண்ணனும். சில சமயம் ட்யூன் போட்டதுக்கப்புறம் பாட்டு எழுதும்போது என்னாகுதுன்னா அது bifurcate பண்ணும்போது வார்த்தை வந்து sometimes துண்டு துண்டா வருது.

அதனால எழுதறவங்க கூட ட்யூன் மனசுல வச்சுட்டு அழகா எழுதனும். அப்படி எழுதின பாட்டுக்கு ட்யூன் போடும்போது மியூசிக் டைரக்டர் ரொம்ப யோசனை பண்ணி பண்ணனும்.

அந்த பாவம், அந்த உச்சரிப்பு, அந்த note, அவங்க பண்ணியிருக்கிற ஸ்தாயி இதை எல்லாம் கரெக்ட்டா இருக்கிற மாதிரி பண்ணியாச்சுன்னா Every language sounds -ம் very very good ஆக அமையும்.

ஏன் நம்ம சம்ஸ்கிருதத்துல பாடுலய்யா? நமக்கு புரியாம கூட பகவத்கீதை கேக்கறோமே, எம்.எஸ்.சுப்புலட்சுமி அம்மா பாடின சுப்ரபாதம் எல்லாம் கேக்குறோமே. எத்தனை பேருக்கு அதோட அர்த்தம் தெரியும்? ஆனா காதுக்கு அந்த வார்த்தைல இருக்கிற

இனிமை, அந்த ட்யூன் இதெல்லாம் வந்து கேட்பதற்கு ரொம்ப நல்லா இருக்குது. அது தான் காரணம்.

மனதில் உறுதி வேண்டும், கேளடி கண்மணி, காதலன், உல்லாசம், அவ்வை சண்முகி, திருடா திருடா, சிகரம் - அந்த மாதிரி படங்கள்ல உங்க கதாப்பாத்திரம் உங்களுக்கு பொருத்தமாக இருந்துச்சு, ஆனா திடீர்னு சில படங்கள்ல டூயட் பாடல்கள்ல நடிச்சிருந்தீங்க; இது தேவையா?

'பாலைவன ராகங்கள்' ங்கற படத்துல நான் டூயட் பாடினேன். அதுல ஓடி விளையாடி டான்ஸ் எல்லாம் பண்ணல. அதுல வந்து ஒரு Flash back cut வரும்.

நான் அந்த படத்துல Middle-class age-உள்ள ஒரு கேரக்டர் ரோல் தான் பண்ணினேன். அதுல நான் ஒரு Playback singer ஆகவும், ஒரு ஃபேமிலிமேனாகவும் தான் பண்ணியிருந்தேன்.

அந்த படத்துல வரக்கூடிய ஒரு Flashback cut-ல ஒரு பிக்நிக் பாடல் ஒன்னு வரும். அதுல நிறைய பேர் பாடுவாங்க.ஆனா, அதுல நான் வந்து ஓடி ஆடி எல்லாம் டான்ஸ் பண்ண கிடையாது.

அப்படி டான்ஸ் பண்ணினது வந்து 'காதலன்' படத்துல தான். ஆனா, அது எல்லாரும் ரசிச்சாங்க. அது வந்து ஒரு imagination-ல வருகிற பாடல். அந்த சிச்சுவேஷன் அந்த மாதிரி அமைந்தது.

இப்போது கூட "அந்த படத்துல நீங்க நல்லா டான்ஸ் பண்ணியிருந்தீங்க"ன்னு சொல்லுவாங்க.

ஆனா, இப்ப யாராவது படத்துல நடிக்க கூப்பிட்டா படத்துல என்னை டான்ஸ் பண்ண வைக்காதீங்கன்னு அன்போடு கேட்டுக்குவேன்.

'பாலைவன ராகங்கள் ' படத்துல நான் ஓடி விளையாடி டூயட் எல்லாம் பாடினது எனக்கு உண்மையாலுமே ஞாபகம் இல்லை.

அதுக்கப்புறம் கேமராவுமன் 'B.R.விஜயலட்சுமி' இயக்கின 'பாட்டு பாடவா'ன்னு ஒரு படம். அதுல நான் ஒரு பைத்தியக்காரன் கேரக்டர் பண்ணியிருந்தேன். அதுல கூட டான்ஸ் எல்லாம் ஒன்னும் பண்ணல.

அதே மாதிரி 'சிகரம்' படத்துல ராதா கூட எனக்கு ஒரு டூயட் இருந்தது. ஆனா அதுல இயக்குனர் அனந்து சார் (காலமாகிவிட்டார்) என்னை ஆடாம,அசையாம ஒரு நல்ல பாட்டை ஷூட் பண்ணினார்.

அதனால இனிமேல் ஓடி ஆடி டான்ஸ் எல்லாம் பண்ணி நடிக்க மாட்டேன்.

நீங்க உட்பட பெரும்பாலான தமிழ் திரைப்பட பாடகர்களுடைய தாய்மொழி தெலுங்கு தான். என்ன மந்திரம் போடுறீங்க.?

நீ இப்ப கேட்டதுக்கப்புறம் தான் நானே யோசனை பண்ண வேண்டியதா இருக்கு. லிஸ்ட் எடுத்து பாத்தச்சுன்னா சுசீலாம்மா, ஜானகியம்மா, பி.பி.ஸ்ரீநிவாஸ் சார், ஜமுனா ராணி, ஜிக்கியம்மா, எஸ்.பி.பி., மனோ அப்படின்னு பலபேர் தெலுங்குல இருந்து தான் வந்திருக்காங்க. ஆனா, அவங்க அத்தனை பேருமே வேற மொழில பாடறவங்களாத்தான் இருக்காங்க.

இதுக்கு பிரத்தியேகமான காரணங்கள் ஒன்னுமில்ல, அந்த காலகட்டத்துல வந்தவங்களுக்கு நல்ல வாய்ஸ் இருந்தது. அதனால நல்ல வாய்ப்புகள் அமைந்தது.

அந்த காலத்து இசையில பாடறவரோட குரலின் முழு ஆழமும் தெரிய வாய்ப்பு இருந்தது, அப்ப நீங்க எல்லாம் உங்க திறமைய காட்டி பேர் வாங்குனீங்க. ஆனா இந்த காலத்து இசையில பாடறவரோட குரல் பூகம்பத்துல சிக்கிய ஜீவன் போல தடுமாறுதே இது நல்லதா?

கண்டிப்பா நல்லதுல்ல, கெட்டது தான். Totalaa நடக்குற விஷயத்தை நீங்க சரியா சொல்லிட்டீங்க.

ஆனா இப்ப என்னாச்சுன்னா Orchestration ங்கறது வந்து பாட்டுல ஒரு Relief factor தான்.

ஒரு பல்லவி பாடி இரண்டாவது சரணம் பாடறதுக்குள்ள நடுவுல ஒரு சின்ன Relief வேணும். அது ஏதாவது ஒரு சின்ன performance பண்றதுக்கு.

ஒரு பாட்டுக்கு முக்கியம் வந்து வார்த்தை. அந்த வார்த்தை தான் நேரா போயி மனுஷங்க நெஞ்சை தாக்குது. அதுக்கப்புறம் மெலடி.

அந்த மெலடிய அழகா பாடக்கூடிய குரல்,இதெல்லாம் கேட்க முடியாத அளவுக்கு Orchestration தேவையே கிடையாது.

அப்படி ஒரு பைத்தியக்காரத்தனமான ஒரு சூழ்நிலைல ஓடிட்டு இருக்கு இப்போ Music Industry-ல இதை நான் வெளிப்படையா சொல்றேன்.

Orchestration வந்து *2nd fiddle always voice and melody* அப்புறம் *content* இவை தான் ரொம்ப முக்கியமானது. ஆனா அவங்க திறமை வந்து *Orchestration* மூலமா தான் வெளிப்படுதுன்னு நினைக்கறாங்க. அது ரொம்ப தப்பான விஷயம். அது மட்டுமே இல்ல. *Multi-track* வந்ததுனால ஏற்பட்ட ஒரு துர்பாக்கியமும் கூட.

இப்ப *Track* இருக்குதுங்கறதுனால எல்லாத்தையும் ரொம்ப நிரப்பி வைக்க கூடாது. அதை மிட் பாலன்ஸ் பண்றது வந்து ரொம்ப கஷ்டமாயிடும்.

Ultimately mix down பண்ணும்போது மியூசிக் டைரக்டர் யாருமே கூட இருக்கிறது கிடையாது. *Engineer* க்கு ரெண்டு கை தான் இருக்கு. அவங்களால எதையெல்லாம் *Balance*பண்ண முடியும். அவங்க எல்லாரும் *Volume*-ல தான் இருக்காங்களே தவிர *Details*-ல கிடையாது. *There is no soul.*

பி.பி.ஸ்ரீநிவாஸ் சார் ரொம்ப அருமையான ஒரு விஷயம் சொல்வார்.

"*Music*-ல *first letter* என்ன?"

'*M*'

"*M*- ன்னா *MELODY*. அந்த *M* எடுத்தாச்சுன்னா *next* அதுல என்ன இருக்கும்.

அதனால பாட்டு வந்து காதுக்கு இனிமையா இருக்கனும். அது யார் பாடினாலும் சரி. வார்த்தை சுத்தமா கேட்கனும். அது தான் முக்கியமான விஷயம்.

இது ரெண்டுமே இல்லாம இப்ப பாட்டு பண்றாங்களே. எதுக்கு அவஸ்தைப்பட்டு கவிஞர்கள் கிட்ட அப்படி எழுத வைக்குறாங்க. பாவம், அது கெட்ட வார்த்தையா இருந்தாலும் கூட வெளில கேக்கனுமில்லயா. கேக்காத அளவுக்கு மியூசிக் போட்டு நிரப்பி டமால் டுமீல்ன்னு அடிச்சு இறைச்சல் உண்டாக்குறாங்க. யார் யார் என்னென்ன வேலை செய்யனுமா அவங்க அவங்க அந்தந்த வேலைய செஞ்ச தான் நல்லா இருக்கும்.

மியூசிக் டைரக்டர் மியூசிக் பண்ணனும். கவிஞர்கள் பாட்டு எழுதனும். பாடகர்கள் பாடணும், ஆர்ட்டிஸ்ட் ஆக்ட் பண்ணனும்.

அப்படி இல்லாம எல்லாரும் எல்லாத்துலயும் கை வச்சதுல இருந்து தான் இப்படியான மாற்றம் ஏற்பட்டது. என்னை பொறுத்தவரை

அந்த அந்த Department க்கு சுதந்திரம் கொடுத்து விட்டரனும். அதுல அவங்க அவங்க தொழிலை அக்கறையா பாத்துக்கிட்ட போதும்.

பாட்டுங்கறது வந்து பாட்டா இருக்கனுமே தவிர சத்தமா இருக்க கூடாது. சத்தமா பாடலாம், ஆனா பாட்டு சத்தமா இருக்க கூடாது.

பாட்டுல இருக்கிற தெளிவு, அதுல இருக்க கூடிய நுனுக்கங்கள், சோஃப்டா பாடுற பாட்டுல இருக்கிற ரகசியங்கள் இவை எல்லாம் ரொம்ப முக்கியமானது.

ஒரு ஹீரோ ஹீரோயின் வந்து ரொம்ப ரகசியமான ஒரு விஷயத்தை அவங்க ரெண்டு பேரும் காதுல சொல்றாங்க. அப்படி ஒரு ரகசியமான பாட்டு பாடும்போது எங்களுக்கும் தெரியும், எங்களுக்கும் தெரியும் ன்னு 40 பேர் பின்னால இருந்து டான்ஸ் பண்ணிட்டிருந்தா எப்படி? நான் டான்ஸை குறை சொல்லல. தேவை இல்லாத போது வைக்க கூடாதுங்கறேன்.

இப்ப என்ன ஆச்சுன்னா Screen பெரிசுங்கறதுனால நிறைய விஷுவல்ஸ் இருக்கனும்னு நினைக்கிறாங்க.

விஷுவல்ஸ் இருக்கனும்ங்கறதுக்காக வந்து எல்லாமே பெயின்டிங் பண்ணிட்டு போயாச்சுன்னா எப்படி? முதல்ல Content இருக்கனும். அப்புறம் விஷுவல் இல்லேன்னா கூட பரவாயில்ல.

எல்லா பாட்டுலயுமே வந்து ஒரு கோரஸ் குரூப் வச்சு பண்றாங்க. கேட்ட அவங்க எல்லாம் பண்றாங்க அதனால நாங்களும் பண்றோம் அப்படிம்பாங்க.அது வந்து இவங்க பண்றதுனால அவங்க பண்றது.

இங்க கௌபாய் படம் ஒன்னு வெற்றியாச்சுன்னா தொடர்ந்து கௌபாய் படமே வந்துட்டிருக்கும். ஆனா அது எல்லாமே சக்ஸஸ் ஆவது. அதே மாதிரி அம்மன் படம் ஒன்னு ஹிட் ஆச்சுன்னா கிராபிக்ஸ் எல்லாம் வச்சு வெளுத்து வாங்கி தொடர்ந்து அம்மன் படமா எடுத்துட்டிருப்பாங்க. அது எல்லாமே சக்ஸஸ் ஆகுதா? ஆகாது. அதனால செய்யுற வேலைய யோசனை பண்ணி செய்யனும்.

அவங்க அவங்க வேலைய அவங்க அவங்க பண்ணியாச்சுன்னா நல்லா இருக்கும். இதுல அவங்கவங்களுக்கு தெரியாத வேலையில் எல்லாம் எல்லாரும் விரல் வச்சு ரொம்ப ஆட்ட ஆரம்பிச்சிட்டாங்க. அதனால தான் பிரச்சனையா இருக்கு. இதை நான் வெளிப்படையா சொல்றேன்.

ரசிகர்கள் இது தான் கேக்கறாங்கன்னு நாம நினைப்பது தப்பு. முதல்ல நாம நல்ல படம் எடுக்கனும். அது audience க்குள்ள போனதுக்கப்புறம் தான் அதனுடைய ஜாதகம் தெரியும்.

இது தான் கேக்குறாங்கன்னு தெரிஞ்சா producers எல்லாமே வெற்றி படம் தானே எடுக்கனும், அப்படி ஒரு ஃபார்முல இங்க இல்ல. அவங்க நினைச்சுக்கறாங்க இது தான் ஃபார்முலன்னு.

ஒரு படத்தை ரொம்ப கஷ்டப்பட்டு சின்சியரா ஒழுங்கா அந்த parameters க்குள்ள அழகா எடுக்கனும். அதோட ஜாதகம் வந்து வெளிய போனதுக்கப்புறம் தான் தெரியும். ரஜினி சார் படம் கூட தோல்வியடைஞ்சிருக்கு. கமல் சார் படம் தோல்வி ஆயிருக்கு. கே.பாலசந்தர் படம் தோல்வி ஆயிருக்கு. ஆனா, பாலச்சந்தர் சாரோட சில படம் 25 வாரம் திரை அரங்குகளில் ஓடியிருக்கு. சில சமயம் சின்ன படங்கள் சக்ஸஸ் ஆயிருக்கு.

வெற்றி தோல்வி என்பது எல்லோருக்கும் வரும். அதை நிர்ணயிக்க கூடியவர்கள் வந்து audience தான். அவங்களுக்கு பிடிச்சா படம் ஓடும். இல்லேன்னா படம் ஓடாது. *Very simple exercise... that's all.*

நீங்க நடிகர் விஜய்க்கு பாடின ஒரு பாட்டு அவருக்கு பொருத்தமாயில்லை என்ற ஒரு காரணத்தை சொல்லி நீக்கிட்டாங்களாமே இந்த செய்தி உண்மை தானா?

இந்த கேள்வி எங்கிட்ட ஒருத்தர் ரெண்டு பேர் கேட்டாங்க. இது உண்மையா இல்லையான்னு எனக்கே தெரியல.

நான் பவ்யமா இருக்கறதுக்காக இதை சொல்லல. ஒரு வேளை அப்படி நடந்திருந்தால் மட்டும் அது கண்டிக்க வேண்டிய விஷயம்.

விஜய் வந்து 9 வருஷமா நடிச்சிட்டு இருக்காரு. ஒரு 7-8 வருஷத்துக்கு முன்னாடி அவர் சின்ன பையனா இருக்கும்போதே என் வாய்ஸ் பொருத்தமா இருந்தது.

இப்ப அவருக்கும் வயசாயிட்டு வருதுல்ல. அப்படி இருக்கும்போது இப்ப அவருக்கு என் குரல் பொருத்தமா இல்லேன்னு அவர் நினைச்சிருந்தால் அது ரொம்ப தப்பு. எந்த வாய்ஸ்சுமே எந்த வாய்ஸ்க்கு பொருத்தமென்பதே கிடையாது.

அதே மாதிரி இது எந்த படத்துல நடந்ததுன்னு எனக்கு தெரியல. அதுவுமில்லாம நான் நிறைய மொழில பாடறதுனால எனக்கு சரியா ஞாபகமில்லை.

இப்ப எல்லாம் பாடல் காஸட் வெளிவந்த பிறகு எங்களுக்கு யாருமே காஸட் கொடுக்க மாட்டேங்குறாங்க.

இதுக்கு முன்னெல்லாம் கிராமபோன் கம்பனின்னா கண்டிப்பா ஒரு complimentary கொடுப்பாங்க. இப்ப நாங்களே போயி பஜார்ல வாங்க வேண்டியதா இருக்கு. கச்சேரி பண்ணனும்னா அதை கேட்டு பாட வேண்டியதா இருக்கு.

விஜய் வந்து மிகவும் கலாச்சாரமான, பண்பாடுள்ள ஒரு நடிகர். அப்படி ஒரு விஷயம் நடந்திருந்தால் அந்த நஷ்டம் அவருக்கு தானே தவிர எனக்கில்லை.

பொதுவா நம்ம கலாச்சாரத்துல ஒவ்வொரு மனுஷனுக்கும் முதல் பாடகர் அவங்க அம்மா தான். அந்த விதத்துல உங்க குரலை பற்றி உங்க முதல் பாடகருடைய கருத்து என்ன?

எல்லாருக்கும் அம்மா தான் முதல் Music Director. நாம வயித்துக்குள்ள இருக்கும் போதே அம்மா பாட ஆரம்பிப்பாங்கில்லயா.

பாலமுரளி கிருஷ்ணா சார் வந்து ஒரு கட்டுரை எழுதியிருந்தாரு. அதை நான் படிச்சேன்.

அவர் பொறந்ததுக்கப்புறம் சின்ன வயசுலயே அவரோட அம்மா இறந்துட்டாங்களாம். அவர் வயித்துல இருக்கும் போதே அவங்கம்மா வீணை வாசிச்சு பாடுவாங்களாம். ஒம்பதாவது மாதம் வந்ததுக்கப்புறம் கூட சிரமப்பட்டு வாசிச்சிட்டு இருக்கும்போது பக்கத்துல இருக்கறவங்க எல்லாம் வந்து "அம்மா நீங்க இப்படி கஷ்டப்பட கூடாது. அப்புறம் பிரசவத்துக்கு கஷ்டமாயிடும்"ன்னு சொன்னாங்களாம்.

அதுக்கு அவங்க சொன்ன பதில் "இதை எனக்காக வாசிக்கல. என் பையன் வயித்துக்குள்ள இருந்து கேட்டுட்டு இருக்கான். அவனுக்காக நான் வாசிச்சிட்டு இருக்கேன். அவன் பயங்கரமான ஒரு வித்வானா வரப்போறான்"னு சொல்லி பாடி காமிச்சாங்களாம்.

அம்மாவை மிஞ்சின குரு, அம்மாவை மிஞ்சின தெய்வம் யாருக்குமே கிடையாது. நமக்கு முதல்லா வார்த்தை வருவதே அம்மான்னு தானே.

நமக்கு முதல்ல எல்லாமே கத்து கொடுக்கறது அம்மா தானே. அவங்க நமக்காக எவ்வளவு கஷ்டப்படுறாங்க? வேற யாரும் அவ்வளவு கஷ்டப்படறது கிடையாது.

ஒன்பது மாதம் சுமந்து பத்தாவது மாதம் ஒரு குழந்தையை பிரசவித்து எடுப்பது என்பது மறுபிறவி தான்.

தாயே கடவுள். தாயே குரு. அதுக்கப்புறம் தான் அப்பா எல்லாம்.

\நம்மளோட அம்மாக்கள் வந்து ஒரு பாடகியா இருந்திருக்காம போயிருக்கலாம். ஆனா, அவங்க பாடினா தான் நமக்கு தூக்கம் வரும் இல்லையா.

உங்களோட குரல் பத்தி உங்க முதல் பாடகர் என்ன சொல்லியிருக்காங்க?

ஓ, எங்கம்மாவ பத்தி சொல்றீங்களா; நான் சின்ன வயசுல பாடறதை எங்கம்மா ரொம்ப ரசிப்பாங்க. அப்ப நான் பிண்ணனி பாடகனாவேன்னு நினைக்கல.

எங்க வீட்டுல ஏதாவது *function* நடக்கும்போது என் பையன் ரொம்ப நல்லா பாடுவான்னு சொல்லி எங்கம்மா என்னை பாட சொல்லுவாங்க. நானும் பாடி காட்டுவேன். எல்லாரும் கேட்டுட்டு இருப்பாங்க.

நான் பிண்ணனி பாடகர் ஆனதுக்கப்புறம் எங்க ஊர்ல ஒரு சின்ன கச்சேரி ஏற்பாடு பண்ணியிருந்தாங்க. அந்த கச்சேரில நான் கலந்துக்கிட்டேன். அதை பார்க்க எங்கம்மாவும் வந்திருந்தாங்க. ஆனா, அது எனக்கு தெரியாது.

கூட்டத்துல ஒரு ரசிகர் கெட்ட வார்த்தை சொல்லி என்னை பாராட்டியுள்ளார். அது எங்க அம்மா காதுல விழுந்துடுச்சு. வீட்டுக்கு வந்துட்டு ''யப்பா இனி நான் உன்னோட நிகழ்ச்சிக்கு வரமாட்டேன். அந்தளவுக்கு ரொம்ப புகழுறாங்க. அது எனக்கு ரொம்ப கஷ்டமா இருந்துச்சு'' அப்படின்னாங்க.

என்னை வீட்டுல எல்லோரும் 'மணி'ன்னு தான் கூப்பிடுவாங்க. பாலசுப்பிரமணின்னு கூப்பிட மாட்டாங்க. இப்போ கடவுள் புண்ணியத்துல நான் சாதிக்கறதை எல்லாம் பாத்துட்டு நான் இல்லாத போது எங்கம்மா என்ன சொல்றாங்கன்னா ''எங்க மணி உண்மையாலுமே மணி தான்.'' என்று பிறரிடம் என்னை பாராட்டி மகிழ்வார்களாம்.

இதுக்கு மிஞ்சி எனக்கு ஒரு சர்டிபிக்கேட்டோ, பத்மஶ்ரீயோ என்ன கொடுத்தாலும் திருப்தியா இருக்காது. *That is the greatest appreciation I ever had.*

3. கேள்வி பதில்கள்

இத்தனை கனமான உடலை வைத்துக்கொண்டு தம் கட்டி 'மண்ணில் இந்த காதலன்றி ...', 'சத்தம் இல்லாத தனிமை கேட்டேன்....' பாடல்களை எப்படி பாடினீர்கள்?

ஆஹா... இந்த கேள்வியை இத்தனை வருஷம் கழிச்சும் தவிர்க்க முடியலையே! என் ரசிகர்கள் எல்லார்கிட்டயும் நான் சாரி கேட்டுக்கிறேன். அதெல்லாம் தம் கட்டின பாடல்கள்தான். ஆனால் மூச்சுவிடாமல் பாடினது இல்லை. டெக்னாலஜி உதவியோடு பண்ணுன ஜிம்மிக்ஸ். 'மண்ணில் இந்த காதலன்றி...' பாட்டை நான் மூச்சுவிடாமப் பாடலைங்க'னு சொல்லிட்டு அந்த மேடையிலேயே அந்த பாட்டை நான் மூச்சு வாங்கிப் பாடிக் காமிச்சாலும் கைதட்டுறாங்க. இத்தனைக்கும் அந்தப் பாட்டு ஒலிப்பதிவு பண்ண காலத்துல டிஜிட்டல் டெக்னாலஜி கிடையாது. கேப் கிடைச்சாத்தான் பன்ச் பண்ண முடியும். அதுக்காக ரொம்பக் கஷ்டப்பட்டு எடுத்தோம். ஆனா, அந்தப் பாட்டுக்கு முன்னாடியே, 'கண்மணியே காதல் என்பது..' பாட்டை இளையராஜா காம்போசிங்கல நான் மூச்சுவிடாமல் பாடியிருக்கேன்.

இத்தனைக்கும் 'கேளடி கண்மணி' படத்துல ஆரம்பத்துல, 'மண்ணில் இந்த காதலன்றி ...' பாட்டே கிடையாது. "டேய்... பாலுவை வச்சுக்கிட்டு பாட்டு வைக்கலைனா எப்படிடா? அவனுக்கு ஏதாவது பாட்டு வைக்கணுமே "னு பாலச்சந்தர் சார் வசந்த்கிட்ட சொல்ல, அவர் இளையராஜாகிட்ட சொல்ல, அந்த கேரக்டருக்கு அவனுக்கு எப்படிப்பா பாட்டு வைக்கிறது?'னு ராஜா கேட்டிருக்கார். "ஏதாவது ஜிம்மிக்ஸ் பண்ணணும்னு வசந்த் சொல்ல, "அவன் தடிச்சு இருக்கான். அவன் மூச்சுவிடாமப் பாடினா ஆடியன்ஸுக்குப் பிடிக்கும்"னு ராஜா கொடுத்த ஐடியா தான் அந்த பாட்டு.

‘சத்தம் இல்லாத தனிமை கேட்டேன்...’ பாட்டு ஆறுக்கு மேல பஞ்சமம் வரைக்கும் இருக்கும். பரத்வாஜ், “சார் அந்த லைன் மட்டும் தனியா ஒரே அடியில அடிச்சிட்டு எடுத்துடலாம்” னார். கட் அண்ட் பேஸ்ட் தான். மூச்சுவிடாமல் பாடுறது டெக்னாலஜி இல்லைனா முடியாது. ஸ்டேஜ்ல ரெண்டு தடவை மூச்சுவிடாமப் பாட முயற்சி பண்ணேன். தலை சுத்திடுச்சு. சில சமயங்கள்ல சில லைன்களை விட்டுட்டுப் பிறகு டேக் ஆஃப் பண்ணுவேன். ஏன்னா, மூச்சுவிடாம ஏக் தம்ல பாடுறது ரொம்பச் சிரமம்.

எனக்குத் தெரிந்து நீங்கள் 10 இந்தியா மொழிகளில் பாடியிருக்கிறீர்கள். தெலுங்கரான நீங்கள் தமிழ் முதல் ஒரியா வரை எப்படிக் கற்றுக்கொண்டீர்கள்?

“10 அல்ல... 15 மொழிகள்! ஆர்வம் தான் காரணம்... வேறென்ன?

நான் இன்ஜினீயர் ஆகணும்னு நினைச்சவன். ஆனா, கடவுள் சித்ததால் சினிமாவுக்கு வந்தேன். நான் சினிமாவில் பாட ஆரம்பிச்சு 48 வருஷங்கள் ஆச்சு. இன்னைய தேதி வரைக்கும் நான் எந்த இசைப் பயிற்சியும் பண்ணினது கிடையாது. பாட்டோட ராகம் என்ன, ஆரோகணம், அவரோகணம்.. எதுவுமே தெரியாது. ஸ்வரம் எழுதவும் வராது. ஆனா, 48 வருஷங்களா இங்கே குப்பைக் கொட்டிட்டு இருக்கேன். ஆயிரக்கணக்கானப் பாடல்களைப் பாடியிருக்கேன். இதெல்லாம் ஏன்னு யோசிச்சுப் பார்த்தா, ஏதோ ஒரு காரணத்துக்காகத்தான் கடவுள் நமக்கு இந்த ஜென்மத்தைக் கொடுத்திருக்கார்னு புரியுது.

முதல்ல தெலுங்குலதான் பாடினேன். உடனே கன்னடத்துல இருந்து பாடச் சொல்லிக் கேட்டார் ரெங்காராவ்னு ஒரு மியூசிக் டைரக்டர். “எனக்கு கன்னடமே தெரியாது. என்னைக் கூப்பிட்டு பாட்டு தர்றீங்களே” னு கேட்டேன். “யோவ் எனக்கும் கன்னடம் வராதுய்யா. நான் இசையமைக்கலையா? கத்துக்கலாம்யா. சின்சியராக் கத்துக்கணும்னு நினைச்சு வா. அந்த மொழிக்கேத்த மாதிரி கம்போஸ் பண்றேன். கவிஞர் இருப்பார். அர்த்தத்தை உள்வாங்கிட்டு நீ பாடு” னு சொன்னார்.

தமிழ்ல விஸ்வநாதன் சார்கிட்ட நான் பாடிக்காட்டும்போது, “நீ பாடுறது ரொம்ப நல்ல இருக்கு. ஆனா, தமிழை இப்படி உச்சரிச்சா உன்னையும் என்னையும் கல்லால் அடிப்பாங்க” னார். அதுக்காக

பயிற்சி பண்ணி, தமிழை கத்துக்கிட்டு அவர்கிட்ட போனேன். நல்ல நல்ல வாய்ப்புகள் கொடுத்தார்.

அடுத்து மலையாளம். தேவராஜன் மாஸ்டர்கிட்ட முதல் பாட்டு. மலையாளத்துல சில வார்த்தைகள் உச்சரிக்க கஷ்டமா இருந்துச்சு. ஆனா, கவிஞர்கள், இசையமைப்பாளர்கள் பக்கத்துல உட்காந்து, “இதுக்கு இந்த அர்த்தம்.இது சம்ஸ்கிருதத்துல இருந்து இப்படி வந்தது. ஆனா, மலையாளத்துல இப்படித்தான் சொல்லணும்”னு அவங்க சொல்லச் சொல்லக் கேட்டுக் கத்துக்கிட்டேன். இப்ப இருக்கிற மாதிரி ‘கட் அண்ட் பேஸ்ட்’லாம் அப்பா கிடையாது. முழுப் பாட்டையும் ஏக் தம்ல பாடணும். அதுக்கு அந்தப் பாட்டு நமக்கு அத்துப்படி ஆகணும். அத்துப்படி ஆனாதான் பாடலின் சூழ்நிலையை உள்வாங்கிட்டுப் பாட முடியும்.

அடுத்து இந்தி, ஆந்திராவுல படிச்சப்போ எனக்கு செகண்ட் லாங்வேஜ் இந்தி. அதனால இந்தி என்னைக் கஷ்டப்படுத்தல. அடுத்தடுத்து பெங்காலி, ஓரியா, பஞ்சாபினு பாடும்போது அந்தந்தக் கவிஞர்களை பக்கத்துல வெச்சுக்கிட்டு உச்சரிப்பு கேட்டு. அவங்களைப் பாடிக் காட்டச் சொல்லி நான் பாடுவேன்.

இதுல எனக்குப் பெரிய சந்தோஷம் என்னன்னா. இதுவரை நான் 15 மொழிகள்ல பாடியிருக்கேன். அந்த மொழிகள் சம்பந்தப்பட்ட யாரும், “எங்க மொழியை அவர் சரியா உச்சரிக்கலை”னு இதுவரை சொன்னது இல்லை. அதுக்குக் காரணம், ஒவ்வொரு மொழி மேலயும் நான் வெச்ச மரியாதை தான். ஏன்னா, அந்த மொழியைத் தங்கள் தாய்மொழியாகக்கொண்ட எத்தனையோ பாடகர்கள் இருக்கும்போது, எங்கேயோ இருந்து நம்மளைக் கூட்டிட்டு வந்து பாடவெச்சு நமக்குப் பிச்சை போடுறாங்க இல்லையா... அந்த மரியாதைக்கு நாம நன்றியுடையவனா இருக்கணும்!”

ஏ. ஆர். ரஹ்மான் இசையமைப்பாளராக அறிமுகமான ‘ரோஜா’ படத்தில் ‘காதல் ரோஜாவே...’ பாடலைப் பாடும்போது ரஹ்மான் பற்றி என்ன நினைத்தீர்கள்?

ரஹ்மானை எனக்கு ரொம்பச் சின்ன வயசுல இருந்தே தெரியும். நிறைய இசையமைப்பாளர்களிடம் வேலை பார்த்திருக்கார். ஏகப்பட்ட ஜிங்கிள்ஸ் பண்ணியிருக்கார்னு சொல்லித்தான் ‘ரோஜா’வுக்கு ரஹ்மானை ஃபிக்ஸ் பண்ணாங்க. ஆனாலும், முதல் படத்துல எப்படி மியூசிக் பண்ணியிருப்பார்னு யோசனை

ஓடிட்டே இருந்தது. இன்னொரு பக்கம், பாலசந்தர் சார் தயாரிப்பு, மணிரத்னம் சார் டைரக்ஷன்னா நிச்சயம் சாதாரணமா இருக்காது. கண்டிப்பா ஏதோ ஒரு ஸ்பெஷல் ரஹ்மான்கிட்ட இருக்கும்னு தோணிட்டே இருந்தது.'காதல் ரோஜாவே...' கம்போசிங் போனேன். வைரமுத்துவின் வார்த்தைகள், பாடலின் சூழ்நிலை, வித்தியாசமான கம்போசிஷன்னு முதல் தடவையே அந்தப் பாட்டு ரொம்பவே ரசிக்க வெச்சுது. ரஹ்மானை நினைச்சு பெருமையா இருந்துச்சு. 'ரஹ்மான்... இது உங்களை எங்கேயோ தூக்கிடும்'னு சொன்னேன். அதன் பிறகு அப்பப்ப ரிக்கார்டிங்ல சந்திக்கும் போது பேசிப்போம். அவர் எப்பவும் என்னை 'குரு'னுதான் கூப்பிடுவார்.

அவர் தனியா மியூசிக் பண்ண ஆரம்பிச்சு 10 வருஷத்துக்குப் பிறகு ஒரு ரிக்கார்டிங்ல சந்திச்சபோது. "எதுவும் நெர்வஸா இருக்கீங்களா ரஹ்மான்?"னு கேட்டேன். "இல்ல குரு. 'ரோஜா' சமயத்துல நான் சினிமாவில் 10 வருஷம் மியூசிக் பண்ணுவேன்னு நினைச்சேன். இப்போ 10 வருஷம் ஆகிடுச்சு. எதோ இப்ப லீஸ்ல போயிட்டு இருக்கு. இது இன்னும் எத்தனை நாளைக்குனு தெரியலை" னு சொன்னார். அந்தளவுக்கு அவர் உண்மையான மனுஷன். அவர்கிட்ட சின்ன சிரிப்புலகூட போலித்தனம் இருக்காது. அதனாலதான் எல்லாருக்கும் அவரை ரொம்ப பிடிக்குது!

முறையா கர்னாடக சங்கீதம் கற்றுக் கொள்ளாத உங்கள் திரையுலக வாழ்வில் 'சங்கராபரணம்' ஒரு மைல்கல். அந்தப் பட பாடல்களை எப்படிப் பாடினீர்கள்?

'சங்கராபரணம்' படத்துல பாடியதால எனக்கு வரங்கள், ஆசீர்வாதங்கள் எல்லாம் குவிஞ்சன. 'பாலுவால இனி எல்லாமே பாட முடியும்'னு எனக்காக இசையமைப்பாளர்கள் புதுசு புதுசா மெட்டுகள் க்ரியேட் பண்ணாங்க. ஆனா, அதையெல்லாம் என்னால பாட முடியலை. ஏன்னா, 'சங்கராபரணம்' பாடல்களை என்னைப் பாட வெச்சது மகாதேவன் சார், புகழேந்தி சார் ஆகியோரின் கடுமையான முயற்சிகள் தான். சங்கீதத்துல என் அறியாமை என்னன்னு அவங்களுக்குத் தெரியும். அந்தப் படத்தின் டைரக்டர் விஸ்வநாத் சார், மியூசிக் டைரக்டர் மகாதேவன், புகழேந்தி மூணு பேரும் சேர்ந்து என்னால என்ன முடியுமோ அதைப் பண்ணி பாட வெச்சாங்க.

இத்தனைக்கும் அந்தப் படத்துல பாடச் சொல்லிக் கேட்டப்ப, 'என்னை விட்ருங்கோ'னு ஓடிட்டேன்.டைரக்டர் விஸ்வநாத் சார்

என் கசின் பிரதர். அவர் தினமும் காலையில எங்க வீட்டைத் தாண்டிப் போகும்போது ஒரு கப் காபி சாப்பிட்டுட்டுப் போவார். அப்போது எங்கப்பாகிட்ட, ‘ஒரு புதுக் கதை இருக்கு சித்தப்பா. நீங்க கேட்கணும்’னு சொல்லி ‘சங்கராபரணம் ‘ கதையைச் சொன்னப்ப எங்க அப்பா அழுதுட்டார். ‘ரொம்ப அழகா இருக்கு’னு அப்பா ஆசீர்வாதம் பண்ணியிருக்கார். ‘இல்ல.. இதுல பாலு பாடணும். ஆனா, தனக்கு கிளாசிக்கல் மியூசிக் வராதேனு பயப்படுறான்’னு சொல்லியிருக்கார். ‘அவன் கத்துக் கட்டும்டா. கஷ்டப்படட்டும். இந்த மாதிரி ஒரு வாய்ப்பு அவன் வாழ்க்கையில் இனி கிடைக்குமானு தெரியாதே’னு அப்பா சொல்லியிருக்கார். ஆனாலும் நான் பயந்து ஓடிட்டே தான் இருந்தேன். புகழேந்தி சார், ‘இங்க அவனைவிட வித்தை தெரிஞ்சவங்க நிறைய இருக்காங்க. ஆனா, அவன் குரல்ல எக்ஸ்பிரஷன் நல்லாப் பண்ணுவான். என்கிட்ட வந்துட்டான்னா 25 நாள்ல எல்லா பாட்டும் அவனுக்கு அத்துப்படி ஆகுற மாதிரி சொல்லித்தருவேன்’னு சொல்லி அனுப்பினார். அப்புறம் தான் ஓ.கே சொன்னேன்.

இவ்வளவு முன்னேற்பாடுகளுக்குப் பிறகு ரிக்கார்டிங் தியேட்டர் போனப்ப, சீனாக்குட்டி சார், ராகவன் சார்னு வாசிக்க வந்த வித்வான்களைப் பார்த்து பயம். அந்தப் பாடல்களை, ஜானகியம்மா வாணிஜெயராம்னு மகான் சிங்கர்ஸ்கூட பாடினேன். ஆனா, அவங்க எல்லாம் சின்னக் குழந்தையோட விரலைப் பிடிச்சு நடக்கக் கத்துக்கொடுக்கிற மாதிரி என்னைப் பாட வெச்சாங்க. போகப் போக வாணிஜெயராம் ரிக்கார்டிங் தியேட்டருக்கு வரும்போதே, ‘என்ன இன்னும் சங்கர சாஸ்திரிகள் வரலையே’னு பட கேரக்டர் பேர் வெச்சே என்னைக் கூப்பிட ஆரம்பிச்சாங்க. அப்படி நடந்துச்சு அந்த ரிக்கார்டிங்.

ஆனா, அந்த வாய்ப்பால் சாபங்கள்கூட கிடைச்சது.’பிரமாதமா எக்ஸ்பிரஷனோடு பாடினார். ஆனா, உருப்படிகள் எப்படிப் பாடணுமோ அந்தளவுக்கு வரலை. இன்னும் கனமா இருந்திருக்கலாம்’னு மகா வித்வான்கள் சொன்னாங்க. ஒருவேளை மத்தவங்க பாடியிருந்தால் இன்னும் அழகா வந்திருக்கலாம். ஆனா, எனக்குத் தெரிஞ்சதை நான் பண்ணினேன். அது ரசிகர்களுக்கு பிடிச்சிருந்தது!’’

டி.எம்.எஸ்., கே.ஜே.ஜேசுதாஸ், எஸ்.பி.பி., மலேசியா வாசுதேவன் போன்றவர்களின் குரலில் ஒரு தனித்தன்மை இருக்கும். அந்தப்

பிரத்யேக ஈர்ப்பு இளம் தலைமுறைப் பாடகர்களிடம் மிஸ்ஸிங் என்பது என் கருத்து. உங்கள் கருத்து என்ன?

“ஆமா... நீங்க சொல்றது உண்மைதான். இப்போதைய பாடகர்களிடம் ஒரு பிரத்யேக ஐடென்டிஃபிகேஷன் இல்லை. ஆனா, அதுக்காக அவங்க யாருக்கும் டேலன்ட்ல குறைச்சல்னு சொல்லக் கூடாது. ரொம்ப அழகாப் பாடுறாங்க பசங்க. ஆனா, ஏன்னு தெரியலை... எல்லாரும் ஒரே மோடுக்குள் போயிடுறாங்க. பேர் சொன்னாத் தவிர பாடுறது யார்னு தெரிய மாட்டேங்குது. குரல்லயே ஒரு கேரக்டர் இருக்கணும். சீனியர்ஸ்ல சங்கர்மகாதேவன், ஹரிஹரன்... இப்ப யங்ஸ்டர்ஸ்ல கார்த்திக், திப்புனு சிலர் குரல்களை ஈசியாக் கண்டுபிடிச்சிடலாம்.

நான் இப்ப நிறையப் பாடல்கள் கேட்கிறது கிடையாது. கேட்க கூடாதுனு இல்லை; கேட்கத் தூண்டறது இல்லை. கேட்டா, ரொம்பக் கஷ்டமா இருக்கு. வேற பாட்டு கேட்கலாமேனு யோசிக்கத் தோணுது. நீங்க கேட்ட மாதிரி அந்த ஐடென்டிஃபிகேஷனோட பாடகர்கள் உறுவாகவே இல்லையோனு நினைக்கத் தோணுது.

‘இப்ப இதுக்கு என்ன செய்யலாம்?’னு கேள்வி தோணுது இல்லியா... அதுக்கும் நானே பதில் சொல்லிடுறேன். ‘ வெரைட்டி வேணும்’னு ஒரே படத்தில் ஒரு ஹீரோ நடிக்கும் ஆறு பாடல்களுக்கு ஆறு வெவ்வேறு பாடகர்களைப் பாட வெக்கிறாங்க. அப்புறம் சமயங்கள்ல ஒரே பாட்டை மூணு பேர் பாடுறாங்க. இதுல என்ன வெரைட்டி இருக்குனு எனக்குப் புரிய மாட்டேங்குது. ஒரு புது இசையமைப்பாளர், ஆறு புதுப் பாடகர்கள், ஒரு புதுக் கவிஞர் இவங்க ஒரே படத்துக்குள் என்ன எக்ஸ்சேஞ்ச் பண்ணிக்க முடியும்?

இதுக்கு என்ன பண்ணணும்? நானே ஒரு உபாயம் சொல்றேன். இப்ப நாலு நல்ல பாடகர்கள், அதாவது ரெண்டு பாய்ஸ், ரெண்டு கேர்ள்ஸ் இருக்காங்கனா, அவங்களைத் தேர்ந்தெடுத்து அவங்களுக்கு நிறைய வாய்ப்புகள் கொடுக்கணும். சீனியர்ஸோடு பாடக்கூடிய அவகாசம் அதிகம் தரணும். நல்ல மியூசிக் டைரக்டர்ஸோட வேலை செய்யக்கூடிய வாய்ப்பு அதிகமா தரணும். அப்பத்தான் கத்துக்க முடியும். என் முதல் பாட்டே சுசீலாம்மா, பி.பி.ஸ்ரீநிவாஸ் சார் கூடப் பாடினேன். மைக் முன்னால் எப்படி நிக்கிறாங்க, கச்சேரினா இப்படி, ரிக்கார்டிங்னா அப்படி, ஆர்க்கெஸ்ட்ரானா இப்படினு கத்துகிறதுக்கு நிறைய வாய்ப்புகள் கிடைச்சது.

ஆனா, இப்போ புதுசாப் பாட வர்றவங்க கிட்ட, 'ஏற்கெனவே பல ஆர்க்கெஸ்டராவுல பாடியிருப்பீங்க. அப்படியே பாடிருங்க'னு ஹெட் போனை தலையில் மாட்டி தனி ரூம்ல தள்ளிக் கதவைச் சாத்தி, 'வாய்ஸ் மிக்ஸ் பண்ணு'ங்கிறாங்க. இந்த பேட்டர்ன் நல்ல பாடகர்களை உருவாக்காது. அவங்களுக்குப் பயிற்சி பண்ண நிறைய வாய்ப்பு கொடுக்கணும்னு கேட்டுக்கிறேன்!''

குரல் பாதுகாப்புக்கு என எந்தப் பராமரிப்பும் பண்ண மாட்டேன் என அடிக்கடி சொல்கிறீர்கள். அது எப்படிச் சாத்தியம்?

''சத்தியமா ஒண்ணுமே கிடையாது. அதுதான் ஆச்சரியம்! இன்னைக்குக் காலையிலகூட ஒரு ரசிகர் நான் பாடின ஒரு பாட்டை அனுப்பியிருந்தார். அதை எப்ப பாடினேன்னுகூட எனக்கு ஞாபகம் இல்லை. 'எப்படி இவ்வளவு அழகா என்னால் பாட முடிஞ்சது?'னு நானே என்கிட்ட கேள்வி கேட்கக் காரணம், 'நமக்கு ஏ,பி,சி,டி-யே தெரியாதே... அப்புறம் எப்படி இங்கிலீஷ்லகவிதை எழுத முடிஞ்சது?'ங்கிற மாதிரியான ஆச்சரியம். அதனால் தான் எனக்குக் கடவுள் மேல ரொம்ப நம்பிக்கை வருது.

என் மேல அக்கறை இருக்கிற ஈ.என்.டி ஸ்பெஷலிஸ்ட் எல்லாம் என்ன சொல்வாங்கனா, 'சாப்பிடுற பண்டங்களுக்கும் குரல் வளத்துக்கும் எந்தச் சம்பந்தமும் கிடையாது'னு. ஆனா, குரல் எங்கே பாதிக்கும்னா தப்பான பழக்கங்கள்ல இருந்துதான். முதல் தப்பு ஸ்மோக்கிங். அடுத்து தூசி. ஆனா, இந்தியாவுல டஸ்ட் பத்தி நாம குத்தம் சொல்ல முடியாது. ஒருவிதத்தில் தூசிக்கு நம்ம இம்யூன் ஆகிட்டோம். ஆனா, ஸ்மோக்கிங் ரொம்பத் தப்பு. ஆனாலும், செயின் ஸ்மோக்கர்ஸா இருந்த சிலர், பிரமாதமான பின்னணிப் பாடகர்களா இருந்திருக்காங்க.

தலத் மஹ்மூத் என்கிற பாப்புலர் கஸல் சிங்கர். 'ரிக்கார்டிங்ல பாடும்போது பேக்ரவுண்ட் மியூசிக் வர்றப்போ அவர் வெளியே போய் ரெண்டு தம் அடிச்சிட்டு வருவார்'னு லதாம்மா சொல்லுவாங்க. 90 வயசு வரை இருந்த மன்னாடே, 60 வயசு வரை ஸ்மோக்கர். ஸ்மோக்கிங் நிச்சயம் பிரச்சனை கொடுக்கும். ஆனா, இவங்களுக்குக் கொடுக்கலை. ஏன்னா, வித்தியாசமா விதிவிலக்கா சிலர் இருப்பாங்கல்ல.

நான் ஒருத்தருக்கும் தெரியாம ஹைஸ்கூல் டேஸ்ல இருந்து 35 வயது வரை ஸ்மோக் பண்ணினேன். பிறகு, ஓட்டுமொத்தமா

நிறுத்திட்டேன். அதே போல ஆல்கஹால்...தொண்டைக்கு மட்டும் இல்லை, உடம்புக்கே கெடுதல். ஆனா, நான் சோஷியல் ட்ரிங்கர். I enjoy my drink and I know my limitation. அதே சமயம் என் தொழில் எனக்குத் தெய்வம். இருக்கிற ஃபிரேமுக்குள்ள நம்ம வாழ்க்கையை அழகா அனுபவிக்கணும்.

உடனே, 'அட.. பாலுவே இப்படில்லாம் இருந்திருக்கார். நாம பண்றது ஒண்ணும் தப்பில்லை'னு யாரும் நினைச்சுடக் கூடாது. இறைவன் ஒவ்வொருத்தருக்கும் ஒரு வரம் கொடுத்திருக்கான். எனக்கு இறைவன் கொடுத்த வரம், என் குரல் வளம்!"

நீங்கள் தமிழில் இசையமைத்த அனைத்து படங்களும் மியூஸிக்கல் ஹிட். ஆனாலும், ஏன் தொடர்ந்து இசையமைக்கவில்லை?

"தமிழில் 'சிகரம்', ரஜினி சார் நடிச்ச 'துடிக்கும் கரங்கள்', 'தையல் காரன்'னு நாலைஞ்சு படங்கள் தான் மியூசிக் பண்ணியிருப்பேன். ஆனா, எல்லா மொழிகள்லயும் சேர்த்து சுமார் 70 படங்கள் மியூசிக் பண்ணியிருப்பேன்னு நினைக்கிறேன்.இதுல, நெஞ்சு மேல கை வெச்சு சொல்றேன், எந்த ஒரு படத்திலுமே மியூசிக் சரியில்லைன்னு யாரும் சொன்னது இல்லை.

தமிழ்ல நான் பண்ணினதுல 'சிகரம்' எனக்கும் இசை ரசிகர்களுக்கும் பிடிச்ச படம். அனந்து சார் இயக்குதுல கே.பாலசந்தர் சார் தயாரிச்ச படம் அது. அதுல கே.பி.சார் தான் வற்புறுத்தி என்னை மியூசிக் பண்ணவெச்சார். படம் சரியா ஓடலைனாலும், 'நல்ல இசை'னு அங்கீகாரம் கிடைச்சுது. அந்தச் சமயத்தில் தினமும் ஒரு நாளைக்கு அஞ்சு ஆறு பாட்டு பாடிட்டு இருந்தேன். அதனால ராத்திரி 9 மணிக்கு மேலதான் உட்கார்ந்து மியூசிக் கம்போஸ்பண்ண முடியும். இப்படியே நாலைஞ்சு நாள்ல எல்லா பாடல்களையும் ரெக்கார்ட் பண்ணிட்டோம்.

அடுத்து கே.பி. சார் 'அழகன்' படத்துக்கும் என்னையே மியூசிக் பண்ணச் சொன்னார். ஆனா, மியூசிக் கம்போஸிங்குக்கு அவரோடு உட்கார்ந்து பேச நேரம் இல்லாம ஓடிட்டு இருந்தேன். அனந்து சார்கிட்ட உரிமையா நேரம் கேட்ட மாதிரி, கே.பி. சார்கிட்ட கேட்க முடியாது. அவர் எப்ப உட்கார்றாரோ நானும் அப்ப உட்காரனும். எனக்குப் பயமா இருந்துச்சு. என் கஷ்டத்தைச் சொன்னேன். 'அப்ப நீயே வேற யாராவது ஒருத்தரை சஜஸ்ட் பண்ணு 'னு சொன்னார். நான் மரகதமணியை சஜஸ்ட் பண்ணேன். பிரமாதமான பாடல்கள்

தந்தார் மரகதமணி. இப்படி நேரம் கிடைக்காத காரணத்தால்தான் நான் தொடர்ந்து பல படங்களுக்கு இசையமைக்க முடியலை!

இன்னொண்ணு, ஒரு ஹிட் படம் தான் நல்ல இசையை ரசிகர்களிடம் இன்னும் ரீச் பண்ணவைக்கும். நான் நல்ல மியூசிக் தந்திருந்தாலும் பெரிய வெற்றிப் படங்களுக்கு மியூசிக்பண்ணலை. அதனாலும் உங்களுக்கு அப்படி ஒரு எண்ணம் வந்திருக்கலாம்!"

சினிமாவுக்கு பாடுவது, டப்பிங் பேசுவது, பக்திப் பாடல் ஆல்பம் வெளியிடுவது, டி.வி. ஷோக்களில் இளம் பாடகர்களை ஊக்குவிப்பது... எஸ்.பி.பி.-யை எது இப்படி இயங்க வைத்துக் கொண்டே இருக்கிறது?

"பாடுறது, மியூசிக் பண்றது, டப்பிங், நடிப்பு... எதையுமே நான் என்ஜாய் பண்ணிப் பண்றேன். 18 வருஷங்களா தெலுங்கில் ஒரு ரியாலிட்டி ஷோவுக்கு ஆங்கர் பண்ணிட்டு இருக்கேன். அது குழந்தைகள் பங்கெடுக்கும் மியூசிக் ஷோ. அந்த நிகழ்ச்சியில் இருக்கும்போது குழந்தைகளோடு குழந்தையா ஆகிடுவேன். என் எல்லா பழைய பாடல்களையும் அவங்க ரீவைண்ட் பண்றாங்க. 'நான் என்னென்ன தப்புகள் பண்ணியிருக்கேனோ, அதை நீங்க பண்ணாதீங்க'னு சொல்லி அவங்களுக்குக் காத்துக்கொடுக்கிறேன். அவங்ககிட்ட இருந்தும் கத்துகிறேன். அவங்க பாடுற மாதிரி என்னால சில பாடல்களைப் பாட முடியலை. நான் பாடின பல பாடல்களை அவங்க அவ்வளவு அழகா இம்ப்ரூவைஸ் பண்ணிப் பாடுறாங்க. இந்த மாதிரியான சந்தர்ப்பங்களில் கிடைக்கும் எனர்ஜியை வெச்சு சில நாட்களை ஓட்டிருவேன்!

உடம்புல சக்தி இருக்கும்போது வேலை கிடைக்காது; வேலை கிடைக்கும்போது உடம்புல சக்தி இருக்காது. ஆனா, இந்த வயசுல எனக்குக் கடவுள் சக்தியும் கொடுத்திருக்கார்; வேலையும் கொடுத்திருக்கார். இதைவிட ஒரு மனுஷனுக்கு வேற என்ன வேணும்? நான் பாட ஆரம்பிச்சு இந்த 48 வருஷத்துல, தவறான விமர்சனம் எதுவும் இல்லாம, யார்கிட்டயும் ஒரு கெட்ட வார்த்தை வாங்காம இப்பவும் பாடிட்டு இருக்கிறதுக்கு.... நான் வரம்தான் வாங்கி வந்திருக்கேன்.

'சரி... அடுத்து என்ன?'னு கேட்டா, இன்னும் ரெண்டு வருஷம் பாடணும். அதாவது 50 வருஷம் வரைக்கும் பாடினால் போதும்கிறது என் ஆசை. அப்புறம்கூடப் பாடலாம்... ஆனா, அப்ப நான் கொஞ்சம்

அப்படி, இப்படிப் பாடினால்கூட அறிமுக இசையமைப்பாளர்கள், 'சார் ரொம்ப அழகா இருக்கு'. என, என் சீனியாரிட்டியை மனசுல வெச்சு கரெக்‌ஷன் சொல்லச் சங்கடப்பட்டு ஓ.கே.சொல்லிட்டா... அது பெரிய கொடுமை இல்லையா? நம்ம பாட்டு மத்தவங்களுக்குக் கரகரப்பாக் கேட்கிறதுக்குள்ள நிப்பாட்டிடணும்னு வேண்டிட்டு இருக்கேன்!"

வட இந்தியப் பாடகர்கள்,தமிழ் மொழியைக் கடித்துக் குதறுவது போல பாடும்போது உங்களுக்கு என்ன தோன்றும்?

" 'பாம்பே சிங்கர்ஸ்' ஏன் தமிழ்ல பாடுறாங்க?"னு நீங்க கோபப்பட்டா நான் பதில் சொல்லியிருக்க மாட்டேன். ஏன் நாங்க வெவ்வேறு மொழிகளில் பாடலையா? உலகம் முழுக்க இருக்கும் பிரமாதமான பாடகர்கள் நம்ம மொழியில் பாடுறது நல்ல விஷயம் தான். யாரை வேணும்னாலும், எங்கே இருந்து வேணும்னாலும் கூட்டிட்டு வந்து பாட வைங்க. ஆனா, அவர் பாடுற பாட்டு நம்ம மொழியில் சுத்தமா இருக்கணும். யாரோ ஒருத்தர் வந்து நம்ம வீட்டு ஹால்ல அசிங்கம் பண்ண அனுமதிப்போமா?

இது எவ்வளவு முக்கியமான பிரச்சனைனா, வீட்ல அம்மா சேலை கட்டி குங்குமப்பொட்டு வெச்சு பாந்தமா இருப்பாங்க.பார்த்தவுடனே கையெடுத்துக் கும்பிடறோம். அவங்க தூங்கும்போதும் சரி, மார்க்கெட்டுக்கு போகும்போதும் சரி அப்படித்தான் இருப்பாங்க. ஆனா, ஒரு வித்தியாசத்துக்கு அம்மாவை ஸ்விம் சூட்ல பார்க்கணும்னு ஆசைப்படலாமா? அதை 'வெரைட்டி'னு சொல்ல முடியுமா? அப்படி தாய்க்கு கொடுக்கிற மரியாதையை, தாய்மொழிக்கும் நாம கொடுக்கணும். ஒவ்வொரு மொழியும் இத்தனை நூற்றாண்டுகளைக் கடந்து இத்தனை கோடி மக்கள்கிட்ட புழங்கறதுக்கு எத்தனை பேர் எவ்வளவு கஷ்டம் அனுபவிச்சிருப்பாங்க. அந்த மொழிக்கு நம்ம பங்குக்கு கௌரவம் கொடுக்கணும். அது முடியலைனாலும் அசிங்கப்படுத்தாம இருக்கிறதே பெரிய கடமைதானே!"

உங்கள் குரல் கரெக்டா செட் ஆவது கமலுக்கா அல்லது ரஜினிக்கா? மனம் திறந்த பதில் ப்ளீஸ்...

"இது எனக்குப் பெரிய கௌரவம்! எம். ஆர். ராதா சார், தேங்காய் சீனிவாசன் சார், சுருளிராஜன் சார்... அந்த மாதிரி வித்தியாசமான குரல்கள் உள்ளவங்களுக்குப் பாடும்போது, அவங்க குரலை மனசுல வெச்சு லைட்டா மிமிக்ரி பண்ணுவேன். அது பொருத்தமா

இருந்தது. ஆனா, ஹீரோக்கள்ல எம்.ஜி.ஆர் அவர்களுக்கோ, சிவாஜி சாருக்கோ, ரஜினிக்கோ, கமல் ஹாசனுக்கோ... நான் பாடுற மாதிரி தான் பாடுவேன்.

ஒரு பாட்டு ஒரு நடிகருக்கு ரொம்ப நல்லாப் பொருந்துச்சுன்னா, அது அந்தப் பாடகனுக்கு மட்டும் உரிய பெருமை இல்லை. உதாரணமா ரஜினி சாருக்குன்னு ஒரு பாடிலாங்வேஜ் இருக்கும். பேசும்போது அவருக்கு வித்தியாசமான ஒரு டைமிங் இருக்கும். அதையெல்லாம் மனசுல வெச்சு நான் பாடணும். அதுக்கு ஏத்த மாதிரி டியூன் அமையணும். வார்த்தைகளும் அழகா பொருந்தி நிக்கணும். இது எல்லாத்தையும்விட சம்பந்தப்பட்ட நடிகர்கள் அதுக்குத் தகுந்த மாதிரி பிரமாதமா பெர்ஃபோர்ம் பண்ணனும். ஒரு பாட்டு 'ஹிட்' ஆகிறதுல இவ்வளவு விஷயங்கள் இருக்கு.

'ரஜினி, கமல்... ரெண்டு பேர்ல யாருக்கு ரொம்பக் கச்சிதம்?'னு மனசுவிட்டுச் சொல்ல சொன்னா, மோகன் அவர்களுக்கும் சிவகுமார் சாருக்கும் பாடும்போதும் என் குரல் அவங்களுக்கும் பொருத்தமாத்தானே இருந்தது?

இந்திய இசையுலக மகான் முகமது ரஃபி சார் பேசுறதைக் கேட்டீங்கனா, 'இவர் எப்படி பாட்டுப் பாடுவார்?'னு தோணும். அவ்வளவு சாஃப்ட்டா பேசுவார். ஏன்னா, அவருக்கு லோயர் ஃப்ரீக்வன்சி ரொம்பக் கம்மி. பேஸ் கிடையாது. மிட் ரேஞ்சுல இருந்து மேல் ரேஞ்சுல நிறையப் பாடுவார். ஆனா, அவர் பாடாத ஆர்ட்டிஸ்டே இல்லை.

தேவானந்த், அமிதாப் பச்சனுக்கு எல்லாம் கிஷோர்குமார் பாடினாத்தான் நல்லா இருக்கும்னு நினைச்ச காலகட்டத்துல, 'முகமது ரஃபி' அவங்களுக்குப் பாடினார். கண்களை மூடிக்கிட்டு பாடலை மட்டும் கேட்டா, சம்பந்தப்பட்ட நடிகர்களே பாடுற மாதிரி இருக்கும். அதுக்கு முக்கியமான காரணம், அனுபவிச்சு லயிச்சுப் பாடக்கூடிய அந்த டெடிகேஷன்.

நமக்குத் தெரியாமலேயே நமக்குள்ள ஒரு ஆர்ட்டிஸ்ட் இருப்பான். அவன், தான் நடிக்கிற மாதிரியே நினைச்சுட்டுத்தான் ஒவ்வொரு பாடலையும் பாடுவான். அந்த ஆத்மார்த்தமான முயற்சியை சம்பந்தப்பட்ட நடிகர்களும் புரிஞ்சுக்கிட்டு கேமரா முன்னால குரலுக்கு ஏத்த மாதிரி நடிப்பாங்க. இந்தக் கூட்டு முயற்சிதான் எங்களைப்

போலப் பின்னணிப் பாடகர்களுக்கு அந்தப் பாராட்டுகளைக் குவிக்குதுனு நினைக்கிறேன்!''

உலகைப் பல முறை சுற்றியவராயிற்றே நீங்கள்... உங்களுக்குக் பிடித்த நாடு எது... ஏன்?

''அப்படி எல்லாம் நினைக்காதீங்க... நான் பார்க்காத நாடுகளே இன்னும் நிறைய இருக்கு! ஜப்பான், ரஷ்யா, இத்தாலி, பல ஐரோப்பிய நாடுகளுக்கு நான் இன்னும் போனதே இல்லை. இதெல்லாம் பார்க்காம உலகத்துலயே பிடிச்ச நாடுனு நான் எப்படிச் சொல்ல முடியும்?

ஆனா, ஒவ்வொரு நாட்டுக்கும் ஒரு தனித்துவம் இருக்கும். அதுதான் எனக்கு ரொம்பப் பிடிக்கும். சுற்றுப்புறத்தைச் சுத்தமா வெச்சிருக்கிற நாடுகள்ல நியூசிலாந்து எனக்கு ரொம்பப் பிடிக்கும். அதுக்கு முதல் காரணம், கல்வி அறிவு. இன்னொண்ணு அங்கே ஜனத்தொகை ரொம்பக் கம்மி. தண்ணியை, பசுமையை அவங்க பாதுகாக்கிற விதம் நாம எல்லாரும் கத்துக்க வேண்டிய பாடம். அந்த நாடு எவ்வளவு சுத்தமா இருக்குனா, நாம நடந்தா அந்த இடத்துல ஏதாவது கறை விழுந்துடுமோனு பயப்படற அளவுக்குச் சுத்தமா இருக்கும்! புறத்தொல்லைகள் இருக்காதுனு தவம் பண்றதுக்கு மகான்கள் பனிமலைச் சார்ந்த பகுதிகளுக்குப் போவாங்களே... பட்சிகளின் சத்தங்கள், ஆறு சலசலக்கும் சத்தம், மூங்கிலுக்குள்ள காத்து புகுந்து வரும் கீதம்னு... அப்படியான சூழலை நியூசிலாந்து, சுவிட்சர்லாந்தில் உணர்ந்திருக்கிறேன். மத்தபடி, எங்கே போனாலும், அந்த ஊர் எப்படி இருந்தாலும் திரும்ப நம்ம ஊருக்கு வர்ற சந்தோஷமே தனிதான்!''

எஸ்.ஜானகி, லதா மங்கேஷ்கர்... இருவர் குரலின் சிறப்புகளை, சாமானியர்களான எங்களுக்கும் புரியும் வகையில் உதாரணத்துடன் சொல்லுங்களேன்...!

''ஜானகியம்மா என்கிட்ட பகிர்ந்துகொண்ட சில அனுபவங்களை மனசுல வெச்சுட்டுச் சொல்லும்போது அவங்களுக்கும் லதா மங்கேஷ்கர் ஒரு ரோல்மாடலா இருந்திருக்காங்கனு தெரிஞ்சுக்கலாம். சின்ன வயசுல லதாம்மா பாடல்களைத்தான் மேடைகள்ல தத்ரூபமாப் பாடுவாங்களாம் ஜானகியம்மா. 'அப்படியே பாடுறேம்மா'னு பெரியவங்க ஆசீர்வாதம் பண்ணியிருக்காங்கனு ஜானகியம்மா சொல்லக் கேட்டிருக்கேன்.

பொதுவா, இந்திப் படங்களுக்குப் பாடும்போது குரல் ரொம்ப சிம்பிளா இருக்கணும். இங்கே மாதிரி கமகம், இம்ப்ருவைசேஷன் பண்ண வேண்டாம்னு அங்கே சொல்லிடுவாங்க. ஏன்னா, சினிமா பாட்டு ரொம்ப ஸ்ட்ரெயிட்டா இருந்தாத்தான் அதைக் கேட்கும் ரசிகர்கள் திரும்பத் திரும்ப அவங்களே அந்தப் பாடல்களைப் பாடுவாங்க. அப்பத்தான் நிறையப் பேருக்குப் பாடல் ரீச் ஆகும்னு அங்கே ஒரு நம்பிக்கை. அதனால் பாடல் வரிகள்ல ரொம்ப இன்வால்வ் ஆகி எக்ஸ்பிரஷன் கொடுக்க வேணாம். மியூசிக்கலா இருந்தாப் போதும்னு சொல்வாங்க. அப்படிப்பட்ட காலகட்டத்துல இசையமைப்பாளர்கள் சொல்ற மாதிரி லதாம்மா ஆணி அடிச்சதுப் போலப் பாடுவாங்க. ஆனா, இயல்பா, ரொம்ப இயற்கையா அவங்க குரல்ல அதி அற்புதமான ஒரு தேஜஸ் இருக்கும். அது மொழி புரியாதவங்களைக்கூட இம்ப்ரஸ் பண்ணும்.

ஆனா, இங்கே சவுத்ல வார்த்தைகள் ரொம்ப எக்ஸ்பிரஸிவா இருக்கணும். யார் நடிக்கிறாங்களோ அவங்களை மனசுல வெச்சுக்கிட்டுப் பாடணும்னு எதிர்பார்ப்பாங்க. அந்தச் சூழ்நிலையில் எனக்குத் தெரிஞ்சு ஜானகியம்மா அளவுக்கு ஒவ்வொரு வார்த்தைகளையும் அனுபவிச்சுப் பாடுறவங்க வேற யாரும் இருக்கிற மாதிரி தெரியலை. ஒரு எழுத்துக்கும் இன்னொரு எழுத்துக்கும் நடுவுல இருக்கிற எக்ஸ்பிரஷனில்கூட ஜானகியம்மா குரல் ஸ்பஷ்டமா இருக்கும். அது எப்படினு இப்போ வரை எனக்கு ஆச்சர்யம்தான்! இத்தனைக்கும் அவங்க பாடும்போது பார்த்தா, அவங்ககிட்ட சின்ன அசைவுகூட இருக்காது. ஏதோ ஒரு சிலை மைக் முன்னால நிக்கிற மாதிரிதான் இருக்கும். ஆனா, அவங்க குரல்ல கொடுக்கிற எக்ஸ்பிரஷன்ஸ் அதிசயமானது!

இங்கே ஒரு விஷயம் நிச்சயம் சொல்லணும்... பாடவேண்டிய சூழ்நிலையை வெச்சுத்தான் இந்த இரண்டு இமயங்களை ஒப்பிட்டுப் பார்க்க முடியும். ஆனா, இவங்களை ஒப்பிட்டுப் பார்க்கவே கூடாதுனு நான் சொல்வேன். யாரும் யாருக்கும் கம்மி இல்லை, யாரும் யாருக்கும் ஜாஸ்தியும் இல்லை!''

எந்த துறையிலும் அறிமுகமாகும் வாரிசு அவரது முன்னோரோடு ஒப்பிடப்படும் சவாலை எதிர்கொண்டே ஆக வேண்டும். இந்த விஷயத்தில் உங்கள் வாரிசு சரண் எப்படி?

''நீங்க சொல்றது நூத்துக்கு நூறு உண்மை. என் பையன் சரண் பாட வந்தப்ப, நான் பாட ஆரம்பிச்சு 10 வருஷம் கழிச்சு பண்ண

சாதனைகளை அவன் முதல் பாட்டுலயே படைக்கணும்னு எதிர்ப்பார்ப்பு இருந்துச்சு. 'எஸ். பி.பி. பையனுக்கு அவர் திறமையில 90 சதவிகிதமாச்சும் இருக்காதா... 'னு பேசினாங்க. அது மட்டும் இல்லாமல் அவன் குரலும் என் குரல் மாதிரியே இருக்கிறது. ஒரே சமயத்துல ப்ளஸ்ஸாகவும் மைனஸாகவும் இருந்தது.'சார், அவர் அவங்க அப்பா மாதிரியே பாடுறாரே'னு சரணைப் பத்தி சில இசையமைப்பாளர்கள் சொல்லியிருக்காங்க!

சரண், பெரிய இசைமேதைனு சொல்ல மாட்டேன். ஆனா, அவனுக்கு இருக்கிற திறமைக்கு அவனுக்கு வரவேண்டிய வாய்ப்புகள் வரலைங்கிற ஏக்கம் எங்க ரெண்டு பேருக்குமே உண்டு. அதே.சமயம், அது சரணோ, ஷைலஜாவோ, யாருக்குமே நான் வாய்ப்புகளுக்காகச் சிபாரிசு பண்ணதே இல்லை. சரண், ஒரு நேர்முகத் தேர்வுக்கான க்யூவில் 11-வது ஆளா நின்னான்னா, எஸ். பி.பி. மகனா அவன் அந்த க்யூவை கட் பண்ணிட்டு முதல் ஆளா தேர்வில் கலந்துகொள்ள வேணும்னா வாய்ப்பு கிடைக்கலாம். ஆனா, இன்டர்வியூவில் அவனோட சொந்தத் திறமையினால் தான் ஜெயிக்கணும்.

இதுதான் வாரிசுகள் எதிர்கொள்ளும் பிரஷர். அதையெல்லாம் தாண்டி வர்றது சாதாரண விஷயம் இல்லை. பாடுறது போல சரண் நிறைய விஷயங்கள்ல ஈடுபாடு வெச்சிருக்கான். ஒரு தயாரிப்பாளரா நிறையப் புது முகங்களை சினிமாவின் பல்வேறு துறைகளில் அறிமுகப்படுத்தியிருக்கான். ஏதோ ஒரு விதத்தில் அவன் சினிமாவில் தொடர்ந்து இயங்கிட்டே இருக்கிறது எனக்கு சந்தோஷம்!''

இளையராஜாவுக்கும் உங்களுக்குமான நட்பில் மறக்க முடியாத விஷயத்தைப் பகிர்ந்துகொள்ளுங்கள்!

''எத்தனையோ சம்பவங்கள் இருக்கே! ஆனா, அதெல்லாம் ஒரு காலகட்டம் வரைதான். அப்புறம் அவர் பிஸி ஆகிட்டார்.ரிக்கார்டிங் தவிர மத்த நேரங்கள்ல சந்திக்க வாய்ப்பு கிடைக்காமப் போயிருச்சு. ஆனா, ஒரு சம்பவம் இப்பவும் ரொம்ப நல்லா ஞாபகம் இருக்கு.

மறுநாள் திங்கட்கிழமை. அவர் வெஸ்டர்ன் இசை சம்பந்தப்பட்ட எய்த் கிரேடு பரீட்சை எழுத வேண்டியிருந்தது. அதுக்கு முந்தின நாள் நான் பொள்ளாச்சியில் இசை நிகழ்ச்சி ஒன்றை ஒத்துக்கிட்டேன். பரீட்சை காரணமா அந்த நிகழ்ச்சிக்கு வரலைனு ராஜா சொல்லிட்டார். 'போகும்போது டிரெயின்ல போயிடலாம். பொள்ளாச்சிக்கு வண்டி

கொண்டுவரச் சொல்றேன். நிகழ்ச்சி முடிஞ்சதும் பொள்ளாச்சியில் இருந்து கார்ல புறப்பட்டு விடியற்காலை சென்னை வந்துடலாம். நீங்க பரீட்சை எழுதிடலாம்'னு சொன்னேன். ஏன்னா, அவர் இல்லாம அப்ப நிகழ்ச்சி பண்றது எனக்கு ரொம்பக் கஷ்டம். அப்படிப்பட்ட கிரேட் ஹார்மோனிஸ்ட் அவர். என் பேண்ட் லீடர்!

'சரி'னு ஒத்துக்கிட்டு வந்தார். நிகழ்ச்சி முடிஞ்சு என் அம்பாஸிடர்ல நான், இளையராஜா, மூன்று இசைக்கலைஞர்கள், டிரைவர்னு மொத்தம் ஆறு பேர் சென்னைக்குக் கிளம்பினோம். 'நீங்க இப்ப தூங்கி ரெஸ்ட் எடுங்க. நான் கொஞ்ச நேரம் ஓட்டுறேன். அப்புறம் நீங்க ஓட்டலாம்'னு சொல்லி நான் டிரைவ் பண்ணிட்டு வந்தேன். வழியில் காபி சாப்பிட வேலூருக்குள்ள போனோம். கிளம்பும்போது டிரைவர் வண்டி ஓட்ட ஆரம்பிச்சார். வெளியே வந்தப்ப ஒரு பையன் திடீர்னு குறுக்கே வந்துட்டான். அவன் மேல மோதாம இருக்க, டிரைவர் வண்டியை சட்டுனு திருப்ப, அது எலெக்ட்ரிக் கம்பம் மேல மோதி ரெண்டு, மூணு முறை உருண்டு பக்கத்துல இருந்த ஏரியில விழுந்து அப்பளமா நொறுங்கிடுச்சு. கண்ணாடியை உடைச்சிட்டு நாங்க வெளியே வந்தோம். தபேலா பிளேயர் மதுவுக்கு மட்டும் சின்ன அடி. மத்த அஞ்சு பேருக்கும் சின்ன சிராய்ப்புகூட இல்லை.

மறுநாள் சென்னையில் கோடம்பாக்கம் குவாலிட்டி ஹோட்டல்ல எங்கக் குழுவுல இருக்கிற எல்லாருக்கும் ராஜா ஒரு பார்ட்டி தந்தார். அன்னைக்கு அவர் சொன்ன வார்த்தை இன்னைக்கும் நல்லா ஞாபகம் இருக்கு. 'யோவ்... நாம அந்த ஆக்சிடெண்ட்ல பொழச்சதே பெரிய விஷயம். கடவுள் ஏதோ ஒரு காரணத்துக்காகத்தான் இதைப் பண்ணியிருக்கார். நாளையில் இருந்து நம்ம முன்னேற்றம் ரொம்ப அமர்க்களமா இருக்கும். இதுக்கு அப்புறம் நமக்கு எல்லாமே நல்லதுதான் நடக்கும்'னு சொன்னார். அவர் சொன்ன மாதிரி அவருக்கு, எனக்கு, எங்க டீம்ல இருந்த எல்லாருக்குமே நல்ல வாழ்க்கை, பெரும் புகழ் கிடைச்சது. அந்த விபத்தும் இளையராஜாவின் வேதவாக்கும் இப்பவும் என் மனசுல அடிக்கடி மின்னி மறையும்!''

பாடல் போட்டி ஒன்றில் ஒரு பெண் குழந்தை, 'டாடி மம்மி வீட்டில் இல்லை...' என்ற பாடலைப் பாட ஆரம்பித்ததுமே கடுமையாகக் கண்டித்தீர்கள். 'ஆயிரம் நிலவே வா...' உள்ளிட்ட உங்கள் ஆரம்ப காலப் பாடல்கள் பலவும் இரட்டை அர்த்தப் பாடல்கள்தானே... இப்போது மட்டும் ஏன் இந்தக் கோபம்?

“என்ன பேசுறீங்க நீங்க? ‘டாடி மம்மி வீட்டில் இல்லை... விளையாட வாடா...’ -வையும் ‘ஆயிரம் நிலவே வா..’ வையும் எப்படி ஒப்பிட முடியும்? சினிமா ஒரு வியாபாரம் தான். நான் இல்லைன்னு சொல்லலை. அதுக்காக என்ன வேணும்னாலும் எதை வேணும்னாலும் விக்கலாமா என்ன? முன்னாடி எல்லாம் சிருங்காரத்தை அப்படியே வெளிப்படையா இல்லாம, கவிநயத்தோட அழகாச் சொல்லியிருப்பாங்க. ‘ஆயிரம் நிலவே வா...’ கூட அந்தத் தொனியில் அமைஞ்ச பாட்டுத்தான். ‘டாடி மம்மி வீட்டில் இல்லை... நீ வீட்டுக்கு வா. நாம ஏதாவது பண்ணலாம்’னு பட்ட வர்த்தனமா அழைக்கிற பாட்டையும், ‘இதழோரம் சுவை தேட... புதுப் பாடல் விழி பாடப் பாட...’ ங்கிற வரிகளையும் ஒப்பிடறதுல அர்த்தமே கிடையாது உங்க ஒப்பீடே தப்பு. அதனால் என் கோபம் நியாயமானது தான்!”

அதட்டாமல் திட்டாமல் ஏ.ஆர்.ரஹ்மான் வேலை வாங்குவாராமே... அது எப்படி?

“அந்த ஜென்டில்மேன்கூட வொர்க் பண்றது அவ்வளவு சந்தோஷமான அனுபவம். அவங்க அப்பா வீட்டுக்குப் போய் நான் மலையாள பாட்டெல்லாம் பாடும்போது இவர் ஒன்பது, பத்து வயசுல ஸ்கூல் போற பையன்.

ரஹ்மான் மியூசிக் டைரக்டரா அறிமுகமாகிறதுக்கு முன்ன நிறைய தமிழ், தெலுங்கு இசையமைப்பாளர்களுக்கு கீ-போர்டு வாசிச்சிருக்கார். அப்போதே அவருக்காக நாங்க காத்திருப்போம்.

ராஜ்கோட்டிகிட்ட வேலை செய்யும்போது நான் ஒரு பாட்டு முடிச்சிட்டு இன்னொரு தியேட்டருக்குப் போகணும். ஏன்னா, அப்ப ஒரு நாளைக்கு நாலைஞ்சு பாட்டு பாடுவேன். மியூசிஷியன்ஸ் எல்லாம் 7 மணிக்கு வரணும்னா, ரஹ்மான் மட்டும் எட்டரைக்கு வருவார். அவருக்கு மட்டும் அதுக்கு அனுமதி உண்டு. காரணம், அப்ப அவர் ஸ்கூல்ல படிச்சிட்டு இருந்தார். அதுபோக ராத்திரி எல்லாம் விளம்பரங்களுக்கு ஜிங்கிள்ஸ் பண்ணிட்டு அதிகாலை 4 மணிக்கு தான் தூங்கப் போவார். தியேட்டருக்கு வந்ததும் நொட்டேஷன்ஸ் எடுத்துட்டார்னா பேசவே மாட்டார்.

அப்புறம் மியூசிக் டைரக்டர் ஆனபிறகு இன்னும் அமைதி, இன்னும் சாஃப்ட் ஆகிட்டார். ரிக்கார்டிங்ல எதுவுமே நல்லா இல்லைனு சொல்லவே மாட்டார். நாம ரிகர்ஸல் பாடுறோமா,

டேக் பாடுறோமானு தெரியாது. நாம கொஞ்சம் இம்ப்ரூவைஸ் பண்ணிப் பாடினால். 'அது நல்லா இருந்துச்சே... இன்னொரு தரம் இம்ப்ரூவைஸ் பண்ணுங்க'ம்பார். அடுத்து, 'இதுவும் நல்லா இருக்கு. இப்ப நான் சொல்ற மாதிரி ஒரு தடவை பாடுங்க'னு சொல்லி அதையும் எடுத்துப்பார். அதுல எது பெட்டர்னு தேர்ந்தெடுத்து எடிட் பண்ணி அவர் பிளே பண்ணும்போது, நாமதான் பாடினோமானு ஆச்சர்யமா இருக்கும்.

எந்த சிங்கருக்குப் பாடல் கொடுத்தாலும் அவங்களைத் தட்டிக்கொடுத்து சோர்ந்து போகவிடாம, பயந்துடாம பாடவைப்பார். இதுல 'பயந்துடாம'ங்கிறது ரொம்ப முக்கியம். ஏன்னா, அவர் நிறைய புதுப் பாடகர்களுக்கு வாய்ப்பு கொடுத்திருக்கார். புதுப் பாடகர்கள் முதல்முறை பாடும்போது ரொம்பப் பயத்துல இருப்பாங்க. அந்தப் பயம் அவங்களோட ஒரிஜினல் திறமையை ஒளிச்சுவெச்சிரும். அப்போ அவங்களை ஒரு கம்ஃபர்ட் ஜோன்லயே வெச்சு தனக்குத் தேவையானதை வாங்கிடுவார் ரஹ்மான். அவரால யாருக்கும் அப்பவும் இப்பவும் எப்பவும் ஒரு துன்பமும் இருக்காது.

'கோச்சடையான்'ல ஒரு பாட்டு நான் பாடணும்னு ரொம்ப நாள் காத்திருந்தார். ஒரு மேடையில்கூட, 'நீங்கள்லாம் சார்கிட்ட சொல்லுங்க. ஒன்றரை வருஷமா வெயிட் பண்றேன். அந்தப் பாட்டு வாய்ஸ் மிக்ஸ் பண்ணணும். டைம் கொடுக்க மாட்டேங்கிறார்'னார். 'அவர் இல்லைனா என்ன... இன்னொருத்தரைப் பாட வெச்சுக்கலாம்'னு நினைக்கக்கூட மாட்டார். இதுக்காகத்தான் நான் அவரை 'ஜெம் ஆஃப் தி ஜெம்'னு சொல்வேன். வொண்டர்ஃபுல் பெர்சன்!"

புதிய தலைமுறைப் பாடகர்களில் உங்களுக்கு நம்பிக்கை அளிப்பவர்கள் யார்... யார்?

"ஒரு உண்மையைச் சொல்லிடுறேனே... இப்போ பாடுற நிறையப் பாடகர்கள், பாடகிகள் பத்தி எனக்கு அவ்வளவாத் தெரியாது. ஏன்னா நிக்க, நடக்க நேரம் இல்லாம ஓடிட்டே இருக்கேன். நடுவுல எங்கேயாவது நேரம் கிடைச்சா, நிறையப் படிப்பேன்; கொஞ்சம் டி.வி. பார்ப்பேன். அதனால புதுப்புதுக் குரல்களைப் பரிச்சயம் பண்ணிக்கவே முடியலை.

அதே சமயம் இன்னொரு விஷயமும் சொல்லணும். ரசிச்சு சிலாகிக்கிற மாதிரி பாடல்கள் வர்றதும் குறைஞ்சுட்டே இருக்கு.

காரணம், எல்லா குரல்களும் ஒரே மோடுல இசையமைக்கப்பட்டு வருது. 'மெலோடைன்'னு ஒரு கருவி இருக்கு. அது பிட்ச் கரெக்ஷ்ன் கருவி.அதை எந்தளவுக்கு உபயோகிக்கணுமோ அந்தளவுக்கு மட்டுமே உபயோகிக்கணும். ஜாஸ்தியா உபயோகிச்சா ஒரு ரோபோ பாடுற மாதிரிதான் குரல் இருக்கும். அப்படி இருக்கும்போது யார் பாடுறாங்கனு கண்டுபிடிக்கவே முடியலை! அதுவும் பெரும்பாலான பாடகிகள், 'ஃபால்ஸ் வாய்ஸ்'லயே பாடுறாங்க. எவ்வளவு மேல் நோட்டையும் டச் பண்ணிடலாம்னு பண்ற பயிற்சியே, அவங்களுக்கு சாபமா மாறிடுது. அப்படி எப்பவும் பாடுறது தொண்டையை ரொம்பச் சிரமப்படுத்துற விஷயம்.

நம்ம பசங்ககிட்ட திறமைக்குக் குறைச்சலே இல்லை. ஆனா, எங்களுக்குக் கிடைச்ச மாதிரி பாட்டெல்லாம் அவங்களுக்குக் கிடைச்சாத்தான், வருங்காலத்துல யார் ரொம்ப நல்லா வருவாங்கனு சொல்றதுக்கு ஒரு வாய்ப்பு கிடைக்கும். எங்களுக்கு மலைமலையா குவிஞ்ச மாதிரி அழகழகான வரிகள், அற்புதமான ஸ்வரங்கள் இப்போ அந்தளவுக்குக் கிடைக்கிறது இல்லை. அதனால இந்தக் கேள்விக்கு எவ்வளவு யோசிச்சாலும் என்னால சட்டுனு பதில் சொல்ல முடியலை!"

ரஜினிகாந்தின் இன்ட்ரோ சாங்குகளை நீங்கள்தான் பாடுகிறீர்கள். இது ரஜினி சென்டிமென்ட் என நினைக்கிறேன். அதன் சுவாரஸ்யப் பின்னணி என்ன?

"ஆரம்பத்தில் அப்படி ஒண்ணு ரெண்டு பாடல்கள் சக்சஸ் ஆகாமலும் இருந்திருக்கலாம். ஆனா, எனக்கு அந்த சென்டிமென்ட்ல நம்பிக்கை கிடையாது. சினிமாவில் ஒரு சக்சஸ் ஃபார்முலா கிடைச்சா, அதை மாத்தவே மாட்டாங்க. அப்படித்தான் அது தொடர்ந்துட்டே இருக்கு. மத்தபடி இது ரஜினி சார் விருப்பம், என் ஆசை, இசையமைப்பாளரோட முடிவுனு எல்லாம் எதுவும் கிடையாது. முதல் தடவை ஹிட்... ரெண்டாவது தடவையும் ஹிட். அதனால தொடர்ந்து அந்த மாதிரி நடக்குதே தவிர, ஒரு கட்டத்துக்கு மேல அது பழக்கமாயிருச்சு... அவ்வளவுதான்!"

திரை உலகில் ஒருவருக்கு 'மிஸ்டர் பண்பு' பட்டம் கொடுக்க வேண்டுமென்றால், போட்டியே இல்லாமல் உங்கள் பெயர்தான் நினைவுக்கு வருகிறது. ஈகோ யுத்தம் மல்லுக்கட்டும் இசைத் துறையில், நீங்கள் மட்டும் எப்படி இத்தனை காலம் 'மிஸ்டர் ஜென்டில்மேன்' ஆகவே வலம் வர முடிகிறது?

“நான் தப்பு பண்ணியிருந்து, ‘ஏன் தப்பு பண்ணீங்க?’னு கேட்டா நான் என்ன சொல்றது! எனக்குத் தெரிஞ்சு கொடுத்த வேலையை நான் அனுபவிச்சு ரசிச்சு செய்வேன். 100- க்கு 125 சதவிகிதம் நியாயம் பண்றதுக்கு முயற்சி பண்ணுவேன். பெரிய இசையமைப்பாளரா இருந்தாலும் சின்ன இசையமைப்பாளரா இருந்தாலும் பாடுறதுக்கு ஒரே மாதிரிதான் கஷ்டப்படுவேன். ஒவ்வொரு நாளும் மைக் முன்னாடி நிக்கும்போது, அதுதான் என் முதல் பாட்டுனு நினைச்சுக்குவேன்.

யார் கூடவும் சண்டை, சச்சரவு போடுறது கிடையாது. ஏன்னா, எனக்கு வாழ்க்கை மேல் காதல் அதிகம். அந்த வாழ்க்கையை முழுசா அழகாக அனுபவிக்கணும். அதனாலேயே நான் உண்டு, என் வேலை உண்டுனு போயிருவேன். விமர்சனத்திலோ வீண் விவாதத்திலோ என் நேரத்தைச் செலவழிக்கிறது கிடையாது.

இந்த மாதிரியான குணங்களை என் ஆசான் திருவாளர் எம்.எஸ். விஸ்வநாதன் அவர்கள், கே.வி. மகாதேவன் சார் மாதிரியான பெரியவங்ககிட்ட இருந்து கத்துக்கிட்டேன். இவர்கள் எல்லாம் மகா கலை சொரூபங்கள்; சரஸ்வதி புத்திரர்கள். இவங்க வேலை செய்றதைப் பார்க்கும்போது, அப்பேர்ப்பட்ட இசை மூர்த்திகளே ரொம்பச் சாதாரணமா இருக்கும்போது நாம எம்மாத்திரம்னு தோணிட்டே இருக்கும். இசை ஞானம் மட்டும் இல்லை, அவங்களோட நடவடிக்கைகள், அவங்க பேசுற விதங்கள்ல இருந்தும் நான் நிறையக் கத்துக்கிட்டேன். நீங்க கொடுத்த இந்த ‘மிஸ்டர் பண்பு’ சர்ட்டிஃபிகேட் எனக்கு ரொம்பப் பெருமையாவும் சந்தோஷமாவும் இருக்கு. 100 பாரத ரத்னா அவார்டு கிடைச்ச மாதிரி இருக்கு. நன்றி... நன்றி... உங்கள் அன்புக்கு நான் அடிமை!”

இப்போதெல்லாம் பாடல் ஒலிப்பதிவின்போது அந்தப் பாடல் எழுதிய கவிஞர்களையும் உடன் இருக்கச் செய்யும் பழக்கம் அரிதாகி வருகிறதே!

“உண்மைதான்! ஏ.பி.நாகராஜன் சார் கூட வேலை செய்யும்போது தசரதன்னு ஒரு அசிஸ்டென்ட் டைரக்டர் இருப்பார். ஒரு ரிக்கார்டிங்ல லைவ் ஆர்க்கெஸ்ட்ராவோடு 25 டேக் எடுத்த பிறகு, ‘இதுக்கு மேல என்ன பண்றது... உசாரிப்புல ஒரு ‘ச்’ வரலைன்னா பரவாயில்லை... விட்ருப்பா’ னு சொல்வாங்க. ஆனா, தசரதன் என்கிட்ட வந்து, ‘பாலாண்ணே இந்த ‘ச்’ வரலைனா இலக்கணமே

கிடையாது. அதுக்காக 26- வதா ஒரு டேக் எடுக்கலாம்ணே'ம்பார். ஆனா, இப்ப யார் இப்படி இருக்காங்க... சொல்லுங்க?

வைரமுத்து சார் இதே மாதிரிதான். ரிக்கார்டிங்ல இருந்தார்னா விடவே மாட்டார். ஆனா அவரே, 'பாலு சார், நீங்களாவது சொல்லுங்களேன். என்னை யாரும் ரிக்கார்டிங்குக்குக் கூப்பிடவே மாட்டேங்கிறாங்க'னு சொல்வார். கவிஞர்கள் பக்கத்துல இருந்தாங்கன்னா, பாடும்போது அதை இம்ப்ரூவைஸ் பண்ண வாய்ப்பு கிடைக்கும். ஆனா, அதெல்லாம் இப்போ அநாவசியமான விஷயமாகிடுச்சு. ஹ்ம்ம்...!"

உங்கள் குரல் கடவுளின் கொடை. ஆனால், உங்கள் நடிப்பு... நாங்கள் எதிர் பார்க்காத மேஜிக். ரொம்ப கேஷுவலா நடிக்கிறீங்க. உங்களுக்குள் இருக்கும் நடிகனை எப்ப கண்டுபிடிச்சீங்க? ஆனா, தொடர்ந்து ஏன் நடிக்க மாட்டேங்கிறீங்க?

"ஸ்கூல் நாட்கள்ல பாடுற அளவுக்கு நாடகங்கள்லயும் நடிப்பேன். நடிப்புக்காக நிறையப் பரிசுகளும் வாங்கியிருக்கேன். ஆனா, 'நாடகத்துல இப்படி எல்லாம் சகஜமா இயல்பா நடிக்கக் கூடாது. சத்தம் போட்டு நடிக்கணும். அப்பத்தான் ஆடியன்ஸுக்கு ரீச் ஆகும்'னு நாடகத்தை இயக்கும் என் நண்பர்கள் திட்டுவாங்க. என்னமோ தெரியலை... அப்படி என்னால நடிக்கவே முடியாது. எழுதிக் கொடுக்கிற வசனத்தை அப்படியே சொல்ல மாட்டேன். ஸ்க்ரிப்ட்டை உள்வாங்கிட்டு அந்தச் சூழ்நிலைக்கு என் மனசுல என்ன தோணுதோ, அதை நானாப் பேசுவேன். அந்த வகையில் நான் நல்ல நடிகன்னு எனக்குத் தெரியும். ஆனா, குட், பெஸ்ட், பெட்டர்ல எந்த ரேங்க்னு நீங்கதான் சொல்லணும்.

தமிழ், தெலுங்கு, கன்னடம்னு சுமார் 70 படங்கள் நடிச்சிருப்பேன். 'பாடகர்' என்பதுதான் என் மெயின் ரோல். நேரம் கிடைக்கும் போது மட்டும் தான் நான் நடிக்க முடியும். அதுவும்போக, ஒரு நல்ல அப்பா, ஒரு நல்ல அண்ணன், ஒரு நல்ல கணவர்னு வழக்கமான கேரக்டர்களிலேயே நடிக்க எனக்குப் பிடிக்கலை. நடிச்சா அதுல எனக்கே ஒரு திருப்தி இருக்கணும்.நான் அனுபவிச்சு நடிக்கணும். அப்பத்தான் என் நடிப்பை மத்தவங்க என்ஜாய் பண்ணுவாங்க. அப்படியான கதாபாத்திரங்கள் வந்தா நிச்சயம் தவிர்க்க மாட்டேன்.

தெலுங்குல 'மிதுனம்'னு ஒரு படம். நான், திருமதி லட்சுமினு ரெண்டே கேரக்டர்கள் தான். அழகான வித்தியசமான படம். ஆனா, அப்படியான கேரக்டர்கள் கிடைக்கிறதுதான் கஷ்டம்!"

நீங்கள் பாடிய 'அய்யயயோ நெஞ்சு அலையுதடி...' ஆடுகளம் பாடல் செம கிளாசிக். அது மாதிரியான பாடல்களை ஜஸ்ட் லைக் தட் பாட முடியாது. எஸ்.பி.பி -க்குள் இருக்கும் காதலனைப் பற்றி கொஞ்சம் சொல்லுங்களேன்...!

"ஒவ்வோர் இசையமைப்பாளருக்கும் ஒரு ஸ்டைல் இருக்கும், அந்தப் பாட்டைக் கேட்ட உடனே எந்த இசையமைப்பாளர் கம்போஸ் பண்ணுனதுன்னு தெரியணும். அந்த ஃப்ளேவர் கெட்டுப்போகாமப் பாடுறதுதான் ஒரு பாடகனுக்கு சவால். 'அய்யயயோ நெஞ்சு அலையுதடி...' பாட்டு டிபிக்கல் ஜி.வி.பிரகாஷ் ஸ்டைல். அதனால் அவர் பாடினா எப்படிப் பாடுவாரோ, அந்த மாதிரி பாடினேன். நான் பாடின பிறகு சரண் பாடியிருக்கார். இது முதல்ல எனக்குத் தெரியாது. ரெண்டு பேர் குரல்லயும் பாட்டைக் கேட்டப்ப சந்தோஷமா இருந்தது.

அப்புறம்... எனக்குள்ள இருக்கிற காதலனைப் பத்தி கேட்டிங்க...! ஒரு பாடகன் என்பவன், கிட்டத்தட்ட நடிகன்தான். என்ன, மைக் முன்னாடி நடிக்கிற நடிகன். ரொமான்டிக் பாடல்களைப் பாடுறதுக்கு எனக்குள்ள தாக்கத்தை உண்டாக்கியது லெஜண்ட் முகமது ரஃபி சார். அவர் பாடிய பாடல்களை கண்களை மூடிக்கிட்டுக் கேட்டுப் பாருங்க... அவர் ஏதோ தன் காதலிகிட்ட சிரிச்சுப் பேசிட்டு இருக்கிற மாதிரியே தோணும். அவரோட பாதிப்புதான் என்கிட்ட இருக்கு. அதனால கூட ரொமான்டிக் பாடல்களில் என் குரலில் காதல் நிரம்பி வழியலாம்!"

டி.வி ரியாலிட்டி ஷோக்களின் இளம் பாடகர்களுக்குத் தகுதிக்கு மீறிய பாராட்டுதல்கள் வழங்கப்படுவதாக உணர்கிறீர்களா?

"சின்னப் பசங்கதானே... கொஞ்சம் கூடுதலா உற்சாகப்படுத்துறதுல என்ன தப்பு? அவங்க பண்ற சின்னத் தப்புகளுக்கு ரொம்பக் கோபமா ரியாக்ட் பண்றப்போ, சின்ன சாதனையையும் பெருசா எடுத்துக்காட்டணும்தானே? ஆனா, எவ்வளவுதான் ஜாஸ்தியாப் பாராட்டினாலும் அவங்களுக்குத் தகுதி இருந்தாதான் கடைசியில சக்சஸ் ஆக முடியும்.

அந்தக் காலத்துல நாங்கள்லாம் சினிமாவுக்கு வந்தப்போ எலெக்ட்ரானிக் மீடியா கிடையாது. எப்பயாவது சினிமா பத்திரிகைகள், நாளிதழ்கள்ல, 'எஸ்.பி.பி. அந்தப் பாடலைப் பாடும்போது எடுத்த படம்'னு ஒரு போட்டோ போடுவாங்க.

அதை வெட்டி வெச்சுக்கிட்டு பொக்கிஷம் மாதிரி ரொம்பக் காலத்துக்குப் பாதுகாத்துட்டு இருப்போம். ஏன்னா, அப்ப அதுவே எங்களுக்குப் பெரிய பப்ளிசிட்டி. சினிமாவுல பாட ஆரம்பிக்கிறதுக்கு முன்னாடி, எத்தனை மேடைகள்ல நாங்க பாடியிருந்தாலும், அது மத்தவங்களுக்குத் தெரியவே தெரியாது. நாங்களாகவே ஒவ்வோர் இசையமைப்பாளரிடமும் போய் பாடிக் காமிச்சாத்தான் உண்டு.

ஆனா, இன்னைக்கு யாரும் யாருக்கும் அட்ரஸ் கொடுக்காமலே, கவிஞர், இசையமைப்பாளர், இயக்குனர், தயாரிப்பாளர்கள் பலரும், 'ரொம்ப நல்லாப் பாடுறாங்களே...! இவங்களுக்கு நம்ம படத்துல வாய்ப்பு தரலாம்'னு திறமைசாலிகளை அழைக்கக்கூடிய சூழ்நிலை உருவாகியிருக்கு. அது நல்ல விஷயம் தானே! சமயங்கள்ல அது கொஞ்சம் ஓவர் பப்ளிசிட்டியா இருக்கலாம். ஆனா, அதுக்குக் காரணம் பாடகர்கள் கிடையாது. அது நிகழ்ச்சிக்குச் சம்பந்தப்பட்ட வியாபாரம். முதல் நாளே ஃப்ளாப் ஆன படத்துக்கு 'அமர்க்களமான வெற்றி'னு ரெண்டாவது நாள் பப்ளிசிட்டி பண்றது இல்லையா? அந்த மாதிரி சில இடத்துல சில நேரங்கள்ல அப்படி நடக்கலாம். அதுக்காக ஒட்டுமொத்த ரியாலிட்டி ஷோக்களையும் எப்படிக் குற்றம் சொல்ல முடியும்?!"

உங்களுடைய பார்வையில் இந்தியாவின் டாப் 5 இசையமைப்பாளர்கள் யார்?

" 'உங்களுக்கு பிடிச்ச ஒரு பாட்டு சொல்லுங்க'னு கேட்கிற மாதிரி இருக்கு. நான் பாட்டுனு கேட்க ஆரம்பிச்ச காலத்துல இருந்து இப்போ வரை இந்தியாவில் எனக்குப் பிடிச்ச இசையமைப்பாளர்கள் குறைந்தபட்சம் 30 பேராவது இருப்பாங்க.இதுல வித்தியாசமா, அழகா, இனிமையான பாடல்களை இசையமைச்ச எல்லாருமே எனக்கு ரொம்பப் பிடிச்ச இசையமைப்பாளர்கள்தான். இவங்கள்ல யார் நம்பர் ஒன், டூனு எப்படிச் சொல்ல முடியும்? பிசினஸ் வேல்யூ வெச்சுப் பார்த்தா, சில நேரங்களில் சிலர் நிறையப் படங்கள் பண்ணியிருக்கலாம். இன்னும் சிலர், வருஷத்துக்கு ஒரு படம், ரெண்டு படம் மட்டுமே பண்ணுவேன்னு நௌஷத் சாஹிப் மாதிரி இருந்திருக்கலாம்.

இந்தியாவின் பல மொழி இசையமைப்பாளர்கள் சுமார் 500 பேர்கிட்ட நான் பாடியிருக்கேன்.இதில் ஐந்து பேரை மட்டும் எப்படி தேர்ந்தெடுக்கிறது? அது ரொம்பக் கஷ்டம். இந்தக் கேள்வியில் இருந்து தப்பிக்கிறதுக்காகச் சொல்ற வார்த்தைகள் கிடையாது.

ஏன்னா, அவங்கவங்க ஸ்டைல்ல ரொம்ப அழகா இசையமைத்த நிறைய இசையமைப்பாளர்கள் இருக்காங்க. ஒவ்வொருத்தருமே அவங்க கிளாஸ்ல நம்பர் ஒன் தான்!''

நீங்கள் பாடியதில் உங்களுக்குப் பிடிக்காத பாட்டு எது?

''பிடிக்காத பாட்டுனு சொல்ல முடியாது. ஆனா, இளையராஜா இசையில் ரஜினிகாந்த் நடிச்ச 'பாயும் புலி' படத்துக்காக 'ஆடி மாசம் காத்தடிக்க...'னு ஒரு பாட்டு பாடினேன். எஸ்.ஜி.கிட்டப்பா மாதிரியே பாடணும்னு கேட்டுகிட்டதால, ரொம்பக் கஷ்டப்பட்டுப் பாடினேன். அப்படிப் பாடினதால, அந்தப் பாடலைப் படம் பிடிக்கும்போது வித்தியாசமா ஏதாவது பண்ணுவாங்கனு நினைச்சேன். ஆனா, வழக்கமான பாணியிலேயே ரஜினி பாடுற மாதிரி படம் பிடிச்சிருந்தாங்க. குறை சொல்றதுக்காக இதைச் சொல்லலை. அந்த மாதிரி ஒரு வித்தியாசமான குரல்ல பாடினப்ப, பிக்சரைசேஷனும் வித்தியாசமா அமைஞ்சிருந்தா நல்லா இருந்திருக்கும்னு தோணும்.

ஆனா, அப்படிப் பண்ணாததுக்குப் பல காரணங்கள் இருந்திருக்கலாம். சில பாடல்களைக் கேட்கும்போது மியூசிக்ல ட்ரெயின் ஒலி வரும். ஆனா படக் காட்சியில் ட்ரெயின் இருக்காது. அதுக்குச் சரியான சமயத்துல ஆர்டிஸ்ட் கால்ஷீட் கிடைக்கலை, அப்படியே கிடைச்சிருந்தாலும் டிரெய்னை வெச்சு படம்பிடிக்க அனுமதி கிடைச்சிருக்காது. அனுமதி வாங்கின நாள்ல மழை பெய்ஞ்சிருக்கலாம்னு பல காரணங்கள் இருக்கலாம். அது மாதிரி ஏதாவது பிரச்சனை கூட 'ஆடி மாசம் காத்தடிக்க...' பாட்டு சமயம் வந்திருக்கலாம். அப்படிச் சொல்லித்தான் சமாதானப்படுத்திக்கிட்டேன்!''

உங்களை 'பாலசுப்ரமணியம்' என முழு பெயர் சொல்லி அழைப்பவர்கள் யார்... யார்?

''சினிமா இண்டஸ்ட்ரியில் யாருமே என்னை அப்படி கூப்பிடுறது இல்லை. தமிழ்நாட்ல 'எஸ்.பி.பி.' ம்பாங்க. 'பாலு சார் 'ம்பாங்க. இல்லைனா 'பாலு'ம்பாங்க. ஆந்திராவுல 'பாலுகாரு', இல்லைனா 'பாலு '. ஜானகியம்மா மட்டும் என்னை எப்பவுமே 'சுப்ரமணியம்'னுதான் கூப்பிடுவாங்க. வீட்ல, நண்பர்கள் வட்டத்தில் 'மணி'னு கூப்பிடுவாங்க. பொது நிகழ்ச்சிகள்ல கண்ணியமா 'மிஸ்டர் பாலசுப்ரமணியம், டாக்டர் பாலசுப்ரமணியம்'னு கூப்பிடுவாங்க.

மத்தபடி சினிமா துறையில் யாரும் என்னை முழுப் பேர் சொல்லிக் கூப்பிட மாட்டாங்க!''

'ஆயிரம் கனவு காணும் மனது...', 'ஒ மைனா... ஒ மைனா...', 'வான் நிலா நிலா... ', 'மடை திறந்து தாவும் நதியலை நான்...' போன்ற பாடல்களை உங்களைத் தவிர மற்றவர்களால் பாட முடியாது எனச் சொன்னால் ஒப்புக்கொள்வீர்களா?''

''சில பாடல்களை ஒரு குரல்ல கேட்டு பரிச்சயமான பிறகு, வேற குரல்ல கேட்டா நமக்குப் பிடிக்காம போகலாம். ஹிட்டான பாடல்களை, 'வேற யாரு இதைப் பாடியிருந்தாலும் இப்படி இருந்திருக்காது'னு பலர் நினைப்பாங்க. ஆனா, ஏன் அப்படி நினைக்கணும்? அதே பாடலை வேற ஒருத்தங்க என்னைவிட இன்னும் ரொம்ப ரொம்ப நல்லா பாடியிருக்கலாமே! நமக்கு ஒருத்தர் மேல பிரியம் இருந்தா, அவரை கடவுள் ரேஞ்சுக்குக் கொண்டாடிடுறோம். அது சரி கிடையாது. ஒரே பாடலை ரெண்டு பேர் பாடியிருந்தா, அப்ப யார் நல்லா பாடியிருக்காங்கனு தெரியும். ஆனா, இந்த ஒப்பீடு எதுக்குங்க...? நல்ல பாடலை யார் பாடினாலும் கேட்டு ரசிப்போமே!''

பின்னணிப் பாடகி எஸ். ஜானகிக்கும் உங்களுக்கும் இடையிலான நட்பின் நினைவுகளைப் பகிர்ந்து கொள்ளுங்களேன்?

''1962- ம் ஆண்டு ஆந்திரா மாநிலத்தில் எங்கேயோ ஒரு சின்ன ஊர்ல நான் பாடினதைக் கேட்டுட்டு, 'நீ நல்லா பாடுற தம்பி. சினிமாவுல பாடலாம்'னு முதன்முதலா சொன்னவங்க ஜானகியம்மா. என் மேல நம்பிக்கை வைத்த முதல் மனுஷி. அவங்ககிட்ட நான் நிறையக் கத்துக்கிட்டேன். அவங்க பாடினது மாதிரி ரொம்பக் கஷ்டமான பாடல்களை இந்தியாவுல வேற யாராவது பாடியிப்பாங்களானு சந்தேகமா இருக்கு!

ரிக்கார்டிங் தியேட்டர்லயே ரெண்டு பேரும் நிறையத் தடவை சண்டை போட்டிருக்கோம். அந்த உரிமையை, அவங்களோட நட்பு எனக்குக் கொடுத்திருக்கு. நான் சும்மானாச்சுக்கும் சண்டை போடுவேன். ஆனா அவங்க, சீரியஸா கையில கிடைக்கிறதை எல்லாம் தூக்கி என்னை அடிச்சிருக்காங்க. நான் அந்தளவுக்கு அவங்களைக் கிண்டல் பண்ணுவேன். அவங்களுக்கு நான் அவ்வளவு செல்லம்.

ஏதாவது ஜோக் சொன்னா,அரை மணி நேரம் சிரிச்சுட்டே இருப்பாங்க. அப்புறம் ஸ்டுடியோல எல்லாருக்கும் கேட்கிற மாதிரி மைக்ல, ‘இந்தப் பபயனுக்கு நான் நல்லா பாடுறதுல இஷ்டம் இல்லை. ஜோக் சொல்லிச் சிரிக்கவெச்சு எனக்குத் தொண்டை கட்டிக்கிச்சு’னு சொல்வாங்க.

ஒரு தடவை, ஹைதராபாத்ல எனக்குப் பாராட்டு விழா நடந்தது. அதுக்கு அவங்க வர்றேன்னு டேட் கொடுத்திருந்தாங்க. ஆனா, தேதியைத் தப்பாக் குறிச்சிட்டாங்க போல. நிகழ்ச்சி முடிஞ்சு ரெண்டு நாளுக்குப் பிறகு எனக்கு ஆச்சர்ய அதிர்ச்சி கொடுக்கணும்னு நினைச்சு, கொச்சின்ல இருந்து ஹைதராபாத் வந்து நிகழ்ச்சி நடந்த தியேட்டருக்கு வந்திருக்காங்க.அங்கே ஈ,காக்கா இல்லை. வாட்ச்மேன்கிட்ட விஷயத்தைக் கேள்விப்பட்டு ரொம்ப டிஸ்டர்ப் ஆகிட்டாங்க. ஹைதராபாத்ல அவங்க தோழி வீட்லயே தங்கிட்டாங்க.

மறுநாள், நான் எதேச்சையா அவங்களுக்கு போன் பண்ணிப் பேசினா, அழ ஆரம்பிச்சிட்டாங்க. ‘அந்த நிகழ்ச்சிக்கு சர்ப்ரைஸா வந்து உன்னைப் பாராட்டணும்னு திட்டம் போட்டேன். ஆனா, முடியாமப்போச்சு. இப்ப எங்க இருக்க? உன்னை ஒரு தடவை பார்க்க முடியுமா?’ னு கேட்டாங்க. உடனே ஓடிப்போய் அவங்களைப் பார்த்தேன். என்னைப் பார்த்ததும் திரும்ப அழ ஆரம்பிச்சிட்டாங்க.

ஒருமுறை, நானும் சித்ராவும் டூயட் பாட்டு ஒண்ணு பாடிட்டு இருந்தோம். அடுத்து இன்னொரு பாட்டு பாட அவங்க வந்துட்டாங்க. வாய்ஸ் ரூமுக்குள் வந்து, ‘இங்க நான் வரலாமா?, நீங்க பாடும்போது நான் பார்க்கலாமா?’ னு கேட்டுட்டு உட்கார்ந்துடாங்க. சித்ராவுக்கோ தயக்கம். ‘ஐயோ...!அம்மா இருக்கும்போது நான் எப்படிண்ணா பாட முடியும்? டென்ஷனா இருக்குமே...’னு மிரண்டாங்க. ‘அவங்க நம்ம அம்மா மாதிரி. அவங்க முன்னால நீ பாடுறதே பெரிய பாக்கியம். தைரியமாப் பாடு’னு சொன்னேன். பாடினோம். டேக் ஓ.கே. ஜானகியம்மா, சித்ராவைக் கட்டிப்புடிச்சு, ‘உன் மாதிரி எனக்கொரு பெண் குழந்தை பிறந்திருந்தா எவ்வளவு நல்லா இருந்திருக்கும். எவ்வளவு அழகாப் பாடுற தாயே’னு ஆசீர்வாதம் பண்ணினாங்க. ரொம்ப நல்ல மனசு. அந்த மனசுதான் ஜானகியம்மா!”

இன்றைய இளம் பாடகர்களின் ப்ளஸ், மைனஸ் என்ன?

“இளம் பாடகர்களுக்கு மட்டும் இல்லை, எல்லா பாடகர்களுக்குமே ப்ளஸ், மைனஸ் இருக்கும். அதனால இன்றைய ட்ரெண்டுக்கு

இளம் பாடகர்கள் எதிர்கொள்ளும் ப்ளஸ்,மைனஸ் பத்தி மட்டும் சொல்றேன். ப்ளஸ்... வெஸ்டர்ன் மியூசிக்கோ, இண்டியன் மியூசிக்கோ நிறையப் பேர் முறையாக் கத்துக்கிட்டு வர்றாங்க. ஆனால், வெரைட்டி வெரைட்டினு சொல்லி இசையமைப்பாளர்கள் ரெண்டு படத்துல வாய்ப்பு தர்றது, அப்புறம் இன்னொரு புது வாய்ஸுக்கு போறதுனு யாருக்குமே நீண்ட நாள் பாட அவகாசம் கிடைக்காதது மைனஸ்.

நான் ஏற்கனவே சொன்ன மாதிரி ரெண்டு ஆண்,ரெண்டு பெண் பாடகர்களைத் தேர்ந்தெடுத்து நிறைய வாய்ப்புகள் தரணும். அப்பதான் அவங்க வாய்ஸ் கேட்கிறவங்களுக்குப் பழக்கப்படும்; புரியும். அதுக்கு அவங்களுக்கு சீனியர்ஸோடு சேர்ந்து வேலை செய்யக்கூடிய வாய்ப்புகளைத் தரணும். அப்பதான் அவங்களால் தங்களை பாலிஷ் பண்ணிக்க முடியும். நிறைய நாள் ஃபீல்டுல இருக்கலாம்.

ஒரே படத்துல நாலு பாட்டுனா, நாலு சிங்கர்ஸ் பாடுறாங்க. நிறையப் பேருக்கு வாய்ப்பு தர்றது நல்ல விஷயம். ஆனா, அந்த மாதிரி எத்தனை படங்கள் எத்தனை பேருக்கு உங்களால் வாய்ப்பு தந்துட முடியும்? இதெல்லாம் இளம் சிங்கர்ஸோட மைனஸ் பாயின்ட்.

உங்கள் ஸ்பெஷாலிட்டிகளில் முக்கியமானது ஸ்பஷ்டமான் உச்சரிப்பு. இதை எப்படிப் பயின்றீர்கள்?''

''மக்கள் நம்ம மேல நம்ம உச்சரிக்கிற வார்த்தை மேல மரியாதை வெச்சிருக்காங்க. அதுக்கு நாம மரியாதை தரணுமே. அதுதான் என்னை ஓடவைக்குது! அந்த உச்சரிப்புல சின்ன தப்புகூட வந்திரக் கூடாதுனு நான் தவியாத் தவிப்பேன்.

ஒரு தெலுங்குப் படம். லைவ் ரிக்கார்டிங். கே. எஸ். ஆர். தாஸ்தான் டைரக்டர்; அவரே எடிட்டரும் கூட. சத்யம் சார் மியூசிக். ஒரு இடத்துல நல்ல டேக்ல, 'ஒக்க கண்ட...னு ' வாய்ஸ் உள்ள போயிடும். டேக் கட் பண்ணாம முடிச்சிட்டோம். டைரக்டரும் ஓ.கே. சொல்லிவிட்டார்.'சார்... அந்த ஒரு இடத்துல வாய்ஸ் போயிடுச்சு. இன்னொரு டேக் பாடுறேனே'னு கேட்டேன். 'டோட்டல் எக்ஸ்பிரஷன் நல்லா இருந்துச்சு. நானே எடிட்டரா இருக்கிறதால அதை ஃபிலிம்ல கட் பண்ணி பேஸ்ட் பண்ணிக்கிறேன். நீங்க கவலைப்படாதீங்க'ன்னார். அப்பல்லாம் ஃபிலிம்ல டிரான்ஸ்ஃபர் பண்ணிதான் எடிட் பண்ணுவாங்க. அதனால நானும் தைரியமா

இருந்துட்டேன். ஆனா, அவர் மறந்துட்டார். படத்துலயும் அப்படியே வந்துடுச்சு. இன்னைக்கு அந்த பாட்டை யார் பாடினாலும் நான் பண்ணின அந்தத் தப்போடுதான் பாடுறாங்க. அதை ஏதோ எக்ஸ்பிரஷனுக்காக நான் பண்ணினதுனு நினைக்கிறாங்க. அது தப்பு இல்லையா... பரம பாவம் இல்லையா?

'அப்படி பாடாதீங்க. அது மிஸ்டேக்'னு இப்பவும் சொல்லிட்டு இருக்கேன். அந்தச் சம்பவத்துக்கு பிறகு முன்னைவிட உச்சரிப்புல கவனம் செலுத்த ஆரம்பிச்சுட்டேன்!''

எம்.எஸ்.வி.யின் இசையில் பாடிய அனுபவம் குறித்து...?

''அவர் என் மானசீகத் தந்தை. அவர்கிட்ட நான் பாடிய அனுபவங்களைப் பேசினா. ஆயிரம் பக்கங்களுக்கு மேல வேணும். ஒரே ஒரு உதாரணம் சொல்றேன்.

'நிழல் நிஜமாகிறது' படத்துக்காக நானும் வாணிஜெயராம் அம்மாவும் 'இலக்கணம் மாறுதோ...' பாட்டு பாடிட்டு வீட்டுக்கு போயிட்டோம். ராத்திரி 11 மணிக்கு எம்.எஸ்.வி. சார் வீட்ல இருந்து போன். அண்ணி பேசினாங்க.

'என்னப்பா உங்க அண்ணா வந்ததுல இருந்து அவர் மனசு எங்கேயோ இருக்கு. கண்ணுல தண்ணி வருது. ஒண்ணும் பேச மாட்டேங்கிறார்'னாங்க. 'ரொம்ப அழகான பாட்டும்மா. அண்ணா அழகாப் பண்ணியிருந்தாங்க'னேன். 'நீயே பேசுப்பா'னு போனை அண்ணாகிட்ட கொடுத்தாங்க. என்னை அண்ணா ஒருநாளும் 'பாலு'னு கூப்பிட்டதே கிடையாது. நான் விஸ்வநாதன் பேசறேன். என்ன பாலு அவர்களே... எப்படி இருக்கீங்க?னு தான் பேசுவாங்க. அன்னைக்கு போனை கொடுத்ததும், 'பாலு கண்ணா'னு சொன்னாங்க.எனக்கு ரொம்பச் சந்தோஷமாகிருச்சு. 'அந்தப் பாட்டோட அனுபவத்துல இருந்து வெளியே வரக் கஷ்டமா இருக்கு. ரெண்டு பேரும் என் பாட்டுக்கு அவ்வளவு அழகூட்டிப் பாடினீங்களே... உங்களுக்கு நான் எப்படிப்பா நன்றிக்கடன் தீர்க்க முடியும்?'னாங்க. அந்த வார்த்தைகளுக்கு மேல எனக்கு என்ன விருது வேணும்... சொல்லுங்க! அவரோட கோபத்துல, குழந்தைத்தனத்துல, எங்களைச் சொந்தம் கொண்டாடுற பாங்குலனு... அவரோட இருந்த ஒவ்வொரு நிமிஷமும் ஆனந்தம்தான்.

இப்பக்கூட யாராவது வந்து அவரோட பாட்டைப் பத்திப் பேசினா. மேல கைக்காட்டி 'அதெல்லாம் கடவுள் கொடுத்தது. டீம் வொர்க்.

நல்ல கவிஞர்கள் இருந்தாங்க. நல்ல பாடகர்கள் இருந்தாங்க'னு சொல்வாரே தவிர 'இது நான் பண்ணினேன். என்னால்தான் வந்தது'னு ஒருநாளும் பேசினது கிடையாது.

'கடவுள் யார் யாருக்கு என்ன தரணும்னு ஏற்கெனவே எழுதி வெச்சிருப்பார். சில பேருக்கு சங்கீதம் கொடுப்பாங்க. ஆனா, இங்கிதம் என்பதை நாமதான் டெவலப் பண்ணிக்கணும்' பார். அது எத்தனை பெரிய உண்மை!''

ஒரே நாளில் உங்கள் குரலில் 10 பாடல்கள் பதிவான சம்பவங்கள் உண்டாமே... அந்த 'ஒன் டே' அனுபவங்கள் பற்றி...!?

''ஒரே நாள்ல 10 பாட்டு சர்வ சாதாரணமா நிறையத் தடவை பாடியிருக்கேன். 1978-ல் ஒரு சமயம். 'சுசிலாம்மாவும் நானும் அமெரிக்கா நிகழ்ச்சிக்காக ரெண்டு மாசம் இந்தியாவுல இருக்க மாட்டோம். அதுக்கேத்த மாதிரி ரிக்கார்டிங் ப்ளான் பண்ணிக்கங்க' னு எல்லா இசையமைப்பாளர்களிடமும் சொல்லிட்டோம். நாளைக்கு அமெரிக்கா கிளம்புறோம்னா, இன்னைக்கு காலையில 9மணிக்கு ஆரம்பிச்சு சின்னச் சின்ன பிரேக்விட்டு, மறுநாள் அதிகாலை 2மணிக்கு முடிச்சப்ப. அது... 19 வது பாட்டு. அதில் ஏறத்தாழ 12 பாடல்கள் சுசீலாம்மா என்னோடு சேர்ந்து பாடினாங்க.

அதே போல பெங்களூருர்ல ஒரே தியேட்டரில் 16 பாட்டு பதிவு பண்ணினோம். மும்பையில் ஒருமுறை 16 பாட்டுனு இப்படி நிறைய நடந்திருக்கு. என் எனர்ஜி லெவலை எப்படிக் காப்பாத்திக்கிட்டுப் பாடினேன்?, 16-வது பாட்டைக்கூட முதல் பாட்டு மாதிரி பாடியிருக்கேன்னு என் உழைப்பை நினைச்சு பெருமிதப்படும் தருணங்கள் அவை!''

டி. ராஜேந்தர் இசையமைத்த பெரும்பாலான பாடல்கள் தங்கத் தட்டு விருது பெற்றவை. அவருடைய இசை ஆளுமையைப் பற்றிச் சொல்லுங்களேன்?

''டி. ஆர்., ஒரு குழந்தை மனசுக்காரர் அவர் ஒரு படத்தில் எல்லாமே பண்ணுவார். அவர் ஒரு நல்ல பாடலாசிரியர். மனசுல உள்ள உணர்ச்சிகளை அழகான வார்த்தைகள்ல கொண்டுவர்றதுல வித்தகர். அவருக்கு மீட்டரே இருக்காது. அவருக்குத் தெரிஞ்ச பாணியில அழகா கம்போஸ் பண்ணுவார். அவரிடம் எனக்கு பிடிச்சது, அவருக்கு என்ன தெரியுமோ அதைத் துணிச்சலாப் பண்றதுதான்.

அவருக்கு சிவமணி டிரம்ஸ்னா ரொம்ப இஷ்டம். என்ன மாதிரியான பாட்டா இருந்தாலும் அதில் சிவமணி டிரம்ஸ் இருக்கணும்னு நினைப்பார். ஆனா, டி.ஆர். கொடுக்கும் ஒரு சிச்சுவேஷனுக்கு சிவமணி 10 முறை 10 வெரைட்டிகள்ல வாசிப்பார். 'சிவமணி, எனக்குத் தெரிஞ்ச அந்த ஒரே ஒரு பீட்டு இருக்கு பாரு... நம்ம தமிழ்நாட்டு பீட். அதுதான் வேணும். நீ வேற ஏதாவது வாசிச்சா, அது என் பாட்டு இல்லைனு நினைப்பாங்க. எனக்கு என்ன தெரியுமோ, அதை மட்டும் சொல்றேன். அதை மட்டும் வாசி போதும்'பார் டி.ஆர்.

நான்னா அவருக்கு அவ்வளவு அன்பு. ஒருமுறை என் மனைவிகிட்ட, 'அம்மா நான் மட்டும் பொண்ணாப் பிறந்திருந்தா உங்க கணவரைக் கடத்திட்டுப் போயிருந்திருப்பேன். உங்க ஹஸ்பெண்டு மேல அந்தளவுக்குக் காதல்'னு சொல்லியிருக்கார். அவர் பண்ண வேலைகள் எல்லாம் உண்மை. அதான் எல்லாருக்கும் அவரையும் அவர் படைப்புகளையும் பிடிச்சிருக்கு!"

நீங்கள் பாடகராக அறிமுகமான காலத்தில் உங்களை டி.எம்.எஸ். கடுமையாக விமர்சித்தார் எனச் சொல்கிறார்களே... உண்மையா சார்?

"டி.எம்.எஸ். ஐயா, ஒரு குழந்தை மாதிரி. கறை இல்லா மனசு. அப்போ அவரும் நானும் சேர்ந்து பாடவேண்டிய பாடல் வந்தா, அவர் எனக்கு முன்னாடியே வந்துடுவார். நான் ஆர்க்கெஸ்ட்ரா எல்லாம் தயாரான பிறகு வருவேன். அவருக்குப் பயங்கர கோபம் வரும்... 'சீனியர் காத்துட்டு இருக்கிறப்ப, இவன் தாமதமா வர்றானே!'னு. அது ரொம்பவே நியாயமான கோபம்.

ஒருமுறை, மாலை 4 மணிக்கு முதல் பாட்டு நான் பாடணும். அதுக்கு அப்புறம் 6மணிக்கு மேல டி.எம்.எஸ். சார் வந்து பாட்டும். அவர் 3 மணிக்கெல்லாம் வந்துட்டார். நான் இன்னொரு ரிக்கார்டிங் முடிச்சுட்டு 5மணிக்குத்தான் வந்தேன். 'முதல் பாட்டு பாடுற நீயே 5மணிக்கு வந்தா, எனக்கு லேட் ஆகும் இல்லையா?'னு கேட்டார். நான் எதுவும் பேசலை. ஆனா, 5 மணிக்கு என் போர்ஷனை முடிச்சுட்டு ஸ்டுடியோவை அவர்கிட்ட கொடுத்துட்டேன்.

அப்ப என்னைப் பார்த்துச் சிரிச்சுக்கிட்டு, 'புரியுது... புரியுது... உன் பின்னால ஏன் இத்தனை பேர் சுத்துறாங்கனு இப்ப புரியுது'னு சொன்னார். கோபமோ, பாராட்டோ... ரொம்ப ஓப்பனா இருப்பார். அதுதான் டி.எம்.எஸ்.

அவர் காலமாகிறதுக்கு ஒரு வாரத்துக்கு முன்னாடி மருத்துவமனைக்குப் போய் அவரைப் பார்த்தேன். ‘நல்லா வந்துடுவிங்கப்பா...’னு சொன்னேன். ‘வந்துடுவேன் தம்பி, நாம ரெண்டு பேரும் திரும்பச் சேர்ந்து பாடணும். ‘நாளை நமதே...’ மாதிரி. உன்னைவிட நான் எவ்வளவு இளமைப் பூரிப்போடு பாடுறேன் பாரு’னு சிரிச்சிட்டே என்னைக் கட்டிப்பிடிச்சுக்கிட்டார். எனக்குக் கண்ல தண்ணி வந்துடுச்சு. அப்பா-மகனுக்கு இடையில சண்டை வந்தாலும் கோர்ட்டுக்குப் போவோமா? அந்தச் சண்டைக்குப் பின்னால எவ்வளவு அன்பு இருக்குனு புரிஞ்சுக்கணும்!”

நீங்கள் பின்னணி பாடிய ‘ஹம் ஆப்கே ஹைன் கோன்’ படத்தின் எல்லாப் பாடல்களும் ஹிட்; படமும் பெரிய வெற்றி. அந்தப் பாடல்கள் இன்றைக்கும் இனிக்கின்றன. அந்தப் படத்தின் பாடல் பதிவின் சுவாரஸ்யங்களைச் சொல்லுங்களேன்?

“அந்தப் படத்துல ஏறத்தாழ 14 பாட்டு. ஒரு நாளைக்கு ‘ஏழு’ னு, ரெண்டு நாள்ல மொத்தமும் பாடி முடிச்சேன்.

அந்தப் படத்தோட இயக்குநர் சூரஜ் ஆர். பர்ஜாட்டியா, ஒவ்வொரு பாடலுக்கும் இடையில் வரும் பின்னணி இசைக்கான ஒவ்வொரு பீட்டுக்கும் எப்படி சீன் வைக்கப்போறேன், எந்த லென்ஸ் பயன்படுத்துவோம்னு அவ்வளவு டீடெய்ல் சொன்னார். ‘ஆர்வக்கோளாறா இருக்காரா... இல்லை நம்மளை இம்ப்ரெஸ் பண்றதுக்காக இப்படிப் பேசுறாரா?’ னு நினைச்சேன். ஆனா, படம் பார்க்கும்போது, அவர் சொன்னதுல இருந்து ஒரு ஷாட்கூட மாறுபட்டு எடுக்கவே இல்லை. எந்தளவுக்கு ஹோம்-ஒர்க் பண்ணியிருந்தா, எந்தக் குறிப்பும் இல்லாம மனசுல இருந்து அப்படிப் பேசியிருப்பார்னு தோணுச்சு.

கே.விஸ்வநாத் சார், அந்தப் படம் பார்த்துட்டு இப்படிச் சொன்னார்... ‘அக்கா மகனைக் கவனிச்சுக்கிறதுக்காக, மாதுரி தீட்ஷித் தன் அக்கா கணவனையே கல்யாணம் பண்ணிப்பாங்களா? இல்லை, காதலன் சல்மான்கானை கல்யாணம் பண்ணிப்பாங்களாங்கிறதுதான் படத்தோட க்ளைமாக்ஸ்.அந்த ஆர்வத்தோட ரசிகர்கள் இருக்கிறப்ப, கேமரா, தம்பதியின் பாதங்கள்ல இருந்து கொஞ்சம் கொஞ்சமா மேல வந்து முகத்தைக் காட்டுறப்பதான் யார் யாரைக் கல்யாணம் பண்ணிட்டாங்கனு தெரியும். அப்ப மாதுரி தீட்சித்தும் சல்மான்கானும் சிரிச்சுக்கிட்டே இருப்பாங்க. அப்போ அந்தப் பொண்ணு, தன்

அக்கா குழந்தையை இடுப்புல வெச்சுக்கிட்டே ஹோமத்தைச் சுத்தி வந்திருந்தா இன்னும் நெகிழ்ச்சியா இருந்திருக்கும்டா'னு சொன்னார்.

பிறகு, சூரஜ் ஆர். பர்ஜாட்டியாகிட்ட இதை நான் சொன்னப்ப, ஒரு நிமிஷம் அவர் எதுவுமே பேசலை. அப்புறம் மெதுவா, 'அதனாலதான் அவர் கிரேட்டஸ்ட் டைரக்டர். இந்த எண்ணம் எனக்கு வரலையே. அது வந்திருந்தா, படம் இன்னொரு 25 வாரம் ஜாஸ்தி ஓடியிருக்கும்'னார்!"

சேட்டிலைட் சேனல்களின் சூப்பர் சிங்கர் ஷோக்கள் பற்றி உங்கள் நேர்மையான விமர்சனம் என்ன?

" அது 20-20 மேட்ச் மாதிரி. ஐ.பி.எல்-ல பெரும் பணம் கொடுத்து வாங்கின பிளேயர் கிறிஸ்கெயில். இந்த சீஸன்ல இப்ப வரை அவர் பெருசா விளையாடலை. இந்தியன் டீம்ல விளையாடுறப்ப கலக்கின விராட் கோஹ்லி, பெங்களூரு டீம் லீடரா சரியா விளையாட முடியலை. அதுபோலத்தான் இந்த சூப்பர் சிங்கர் ஷோக்களும். நிகழ்ச்சியின் விறுவிறுப்புக்காக ஏதேதோ பண்றாங்க. யார் மனசையும் எதிர்காலத்தையும் பாதிக்காத வரை அதை அனுமதிக்கலாம்.

அதுல எனக்குப் பிடிக்காதது, செல்போன் மூலமா போட்டியாளர்களுக்கு வாக்கு அளிக்கச் சொல்றதுதான். அது, தொலைபேசி நிறுவனத்துக்கும் டி.வி. சேனலுக்குமான வியாபாரம். எனக்குப் பிடிச்ச ஒரு நபருக்கு ஆதரவா நானே, 1000,2000 எஸ். எம். எஸ்-களை அனுப்பலாமே! இதைத் தவிர்த்துவிட்டு அங்கே இருக்கிற ஜட்ஜஸ் மனசுல என்ன நினைக்கிறாங்களோ, அதன் அடிப்படையில் போட்டியாளர்களுக்கு அங்கீகாரம் கொடுக்கணும்னு நினைக்கிறேன். இது என் அபிப்பிராயம்!"

இசையமைப்பாளர் கோதண்ட பாணி அவர்களைப் பற்றி அடிக்கடி கூறுவீர்கள். தங்களின் ஒலிப்பதிவுக் கூடத்துக்குக்கூட அவர் பெயர்தான் வைத்திருந்தீர்கள். ஏன் அவருக்கு அவ்வளவு முக்கியத்துவம்?

"சினிமாவுல எனக்கு ஓர் இடம் கிடைச்சதுக்கு முக்கியமான காரணம் கோதண்டபாணி அவர்கள்தான். இசைப் போட்டி ஒன்றில் என் அமெச்சூர் குரலைக் கேட்டுட்டே எனக்கு சினிமாவில் வாய்ப்புக் கொடுக்கணும்னு தீர்க்கமா இருந்தவர் அவர். அப்பதான் அவரும் பிரபலமாகிட்டு இருந்தார்.

தான் இசையமைச்சிட்டு இருந்த தெலுங்குப் படத் தயாரிப்பாளர்கிட்ட என்னை அறிமுகப் படுத்திப் பாடச் சொன்னார். ரெண்டு பாட்டு பாடினேன். அவருக்கும் பிடிச்சது. ஆனா, 'சின்னப் பையன் வாய்ஸா இருக்கு. மெச்சூர் ஆன பிறகு வாய்ப்புக்கொடுக்கலாம்'னு சொல்லிட்டார். 'இன்னொரு டூயட் இருக்குல்ல, அதை மைக்குல கேட்டா வாய்ஸ் நல்லா இருக்கும்; கொடுக்கலாம்'னார் கோதண்டபாணி. 'அது பி.பி.எஸ். சாருக்குச் சொல்லிட்டோம். அடுத்த படத்துல பார்த்துக்கலாம்'னு சொல்லிட்டார். 'நான் அப்புறமா வந்து பார்க்கிறேன் சார்'னு நான் எந்திரிச்சப்ப, 'நீ ஒண்ணும் மனசு ஒடிஞ்சிப் போயிடாதப்பா. எனக்கு நாலு படங்கள் இருக்கு. நிச்சயமா அதுல ஏதோ ஒண்ணுல வாய்ப்பு தர்றேன். என்னை வந்து பாரு'னார். 'சரி'னு சொல்லிட்டு வந்தவன்தான். பிறகு போகவே இல்லை. என் முகவரியையும் அவருக்குக் கொடுக்கலை. அதனால அவர் என்னை ஒரு நாள். ரெண்டு நாள் இல்லை... ஒன்றரை வருஷமாத் தேடியிருக்கார். நான் படிச்ச இண்டியன் இன்ஸ்டிட்யூட் ஆஃப் இன்ஜினீயரிங் டெக்னாலஜி வகுப்பறையில் வெச்சு என்னைக் கண்டுப்பிடிச்சிட்டார்.

'ஸ்ரீஸ்ரீஸ்ரீ மரியாதை ராமண்ணா'னு ஒரு தெலுங்குப் படம். சுசீலாம்மா, பி.பி.ஸ்ரீநிவாஸ் சார் பாடின பாட்டுல ஒரு சரணம் கொடுத்துப் பாட வெச்சார். அந்த ஒரு வாய்ப்பு கொடுத்தார். பிறகு விட்டுட்டார்னு இல்லாம தெலுங்கு சினிமாவில் ஒவ்வோர் இசையமைப்பாளரிடமும் அவரே என்னை அழைச்சிட்டுப் போய் அறிமுகப்படுத்தி வெச்சார். 'இந்த பையனுக்கு நீங்க நிச்சயமா வாய்ப்பு கொடுக்கணும். ரொம்ப நல்லா பாடுறான். அவன் பாடின டேப், விஜயா கார்டன் சுவாமிநாதன்கிட்ட இருக்கு. அதை அழிக்காம அப்படியே வெச்சிருக்கச் சொல்லியிருக்கேன். நீங்க ஒரு தடவை கேட்கணும்'னு சொல்லுவார். எனக்காக ஒவ்வொரு வீடா, ஒவ்வொரு புரொடக்ஷன் ஆபீஸா ஏறி இறங்கினவர் அவர். இதுமட்டும் இல்லாம, என் வாழ்க்கையில் எல்லா கஷ்டத்திலும் சுகத்திலும் எனக்கு ஓர் அண்ணனா, அப்பாவா, அம்மாவா இருந்து என்னை வழிநடத்தினவர்.

அந்த கோதண்டபாணி இல்லைனா, இந்த எஸ்.பி.பாலசுப்ரமணியம் கிடையாது. இதுல நான் ஒரு ரிக்கார்டிங் தியேட்டருக்கு அவர் பேர் வெக்கிறதுல பெரிய விசேஷம் ஒண்ணும் கிடையாது. நான் தினமும் காலையில் வணங்கும் முதல் தெய்வம் கோதண்டபாணி சார்தான்!"

ரசிகர்களின் அன்புத்தொல்லைகளை எப்படிச் சமாளிக்கிறீங்க?

"அது தொல்லை இல்லை; மழை... அன்பு மழை.

திருநெல்வேலியில் ஒரு நிகழ்ச்சி முடிச்சிட்டு ராத்திரி 12 மணிக்கு ஹோட்டலுக்கு வர்றேன். 10,15 காலேஜ் பசங்க, ஒவ்வொருத்தர் கூடவும் தனித்தனியா போட்டோ எடுத்துக்கணும்னு சொல்லிக் காத்துட்டு இருந்தாங்க. 'ரொம்ப அசதியா இருக்கேன். நாளைக்கு மதியம் 2 மணிக்கு மேல்தான் ஃப்ளைட். காலையில் வந்துடுங்க'னு சொல்லிட்டு உள்ளே போயிட்டேன். உண்மையில் எனக்குக் காலையில் 8 மணிக்கு ஃப்ளைட். அவங்ககிட்ட இருந்து தப்பிக்கப் பொய் சொன்னேன்.

தூங்கிட்டு அதிகாலை 4 மணிக்குக் கிளம்பி வெளியே வந்தா, ஹோட்டலுக்கு எதிரே ஒரு மூடின கடை வாசல் படிக்கட்டுல அந்தப் பசங்க எல்லாரும் உட்கார்ந்திருந்தாங்க. ராத்திரி குளிர்ல அங்கேயே காத்துட்டு இருந்திருக்காங்க. 'ஃப்ளைட் மதியம் 2 மணிக்கு' னு நான் சொன்னது பொய்னு அவங்களுக்குத் தெரிஞ்சிருக்கு. ஆனா, 'அசதியா இருக்கு'னு நான் சொன்ன உண்மையை மதிச்சு, எனக்குத் துன்பம் தரக் கூடாதுனு ராத்திரி முழுக்கக் காத்திருக்காங்க. என் முகத்தை எங்கே வெச்சுக்கிறதுனு தெரியாத சூழ்நிலையில் அவங்ககிட்ட மன்னிப்புக் கேட்டேன்.

இப்படிப்பட்ட ரசிகர்களின் அன்பு மழை. சமயங்கள்ல ஜலதோஷம் கொடுக்கத்தான் செய்யும். அதுக்காக, மழை பிடிக்காமப்போயிருமா என்ன?"

பாரதிராஜா உங்கள் ஆத்ம நண்பர் எனக் கேள்விப்பட்டிருக்கிறோம்... அப்படியா?

"அப்படியேதான்! எனக்கு முதல்ல அறிமுகமாகி நண்பன் ஆனது பாரதிராஜாதான்.

அவரோட நாடகங்கள்ல பாடல்கள் பாடுவேன்; பேத்தாஸ்ல ஹம்மிங் பண்ணுவேன்; ஃப்ளூட் வாசிப்பேன். எனக்கு, பாவலர் சகோதரர்கள் அறிமுகமானதே அவர் மூலமாத்தான். குறும்புப் பசங்க நாங்க. அப்ப பாரதிராஜா டைரக்டர் ஆகலை; இளையராஜாவும் இசையமைப்பாளர் ஆகலை.

சிதம்பரத்துல ஒரு கல்லூரியில் புரோகிராம். சாயங்காலம்தான் நிகழ்ச்சிங்கிறதால, சும்மா உட்கார்ந்து அரட்டை அடிச்சிட்டு

இருந்தோம். அப்ப பாரதிராஜா, 'இப்ப எல்லாரையும் அரட்டுற மாதிரி ஒண்ணு பண்ணுவோம். ரெண்டு பேரும் பயங்கரமா சண்டை போடுற மாதிரி நடிப்போம். எல்லாரும் பயந்துடுவாங்கள்ல?'னு கேட்டார். சரினு சண்டை போட ஆரம்பிச்சோம்.

'பெரிய சிங்கராடா நீ? நான் ஆகப்போறேன் பார்... பெரிய டைரக்டர்!' னு ஆரம்பிச்சு ஒருத்தரை ஒருத்தர் அடிச்சிட்டு கீழே விழுந்து புரள்வோம். இளையராஜா, பாஸ்கர், அமர்சிங்னு எல்லாரும் ஓடி வந்துட்டாங்க. 'யோவ் விடுங்கய்யா.. ஃப்ரெண்ட்ஸா இருந்துட்டு இப்படியா அடிச்சிப்பீங்க? காலேஜ் பசங்கள்லாம் பார்க்கிறாங்க.... விடுங்க'னு விலக்கினாங்க.

10 நிமிஷத்துக்குப் பிறகு, 'என்னடா பாரதி... நான் நல்லா நடிச்சேனா?' கேட்டப்பதான் அது விளையாட்டுனு தெரிஞ்சது அவங்களுக்கு.

கோபம் வந்து, ' நடிச்சீங்களா...?'னு கேட்டு அடிச்சாங்க பாருங்க அடி. அதுதான் ரியல் தர்ம அடி. இப்படி... அப்போ நிறைய வால்தனம் பண்ணியிருக்கோம்!''

உங்களின் நிறைவேறாத ஆசை என்ன?

"நான் பாட ஆரம்பிச்சு 48 வருஷம் ஆகுது. என் பேட்டிகள் நிறைய வந்திருக்கு. ஆனா, வாசகர்கள் கேட்டு நான் பதில் சொல்ற மாதிரி வந்த முதல் பேட்டி இதுதான். அதுக்குத் தளம் அமைச்ச விகடனுக்கு என் நன்றிகள். சினிமாவுக்கு நன்றி. என்னை வாழவெச்ச எல்லாருக்கும் நன்றி.

இப்போ வரை ஆசைப்பட்டதுக்கும் மேலதான் எனக்கு எல்லாமே நடந்திருக்கு. இந்த ஜென்மத்துக்கு இது போதும். இன்னொரு ஜென்மம்னு ஒண்ணு இருந்தா, திரும்ப எஸ்.பி.பி– யாகவே பிறந்து, உங்க காது குளிரப் பாடி. என் கடனைத் தீர்த்துக்கணும். அதுக்குக் கடவுள் வாய்ப்பு தருவார்னு நினைக்கிறேன்.

வணக்கம். ஜெய்ஹிந்த்... ஜெய்பாரத்..!''

4. எஸ்.பி.பி. நடித்த திரைப்படங்கள்

1969	பெல்லன்டே நியூரெல்லா பான்டா	தெலுங்கு
1971	முஹம்மத்பின் துக்ளக்	தமிழ்
1972	முஹம்மத்பின் துக்ளக்	தெலுங்கு
1981	பாக்கின்டி அம்மாயி	தெலுங்கு
1982	பாலொண்டு சதுரங்க	கன்னட
1982	மல்லே பந்திரி	தெலுங்கு
1983	திருகு பானா	கன்னட
1987	மனதில் உறுதி வேண்டும்	தமிழ்
1987	ப்ரேமா	தெலுங்கு
1988	விவாஹ போதாநாம்பு	தெலுங்கு
1988	கல்லு	தெலுங்கு
1989	சென்னபட்டணம் சின்னொல்லு	தெலுங்கு
1990	கேளடி கண்மணி	தமிழ்
1990	பாலைவன ராகங்கள்	தமிழ்
1990	தியாகு	தமிழ்
1991	சிகரம்	தமிழ்
1992	குணா	தமிழ்
1992	பார்வதாலு பானகாலு	தெலுங்கு
1992	தலைவாசல்	தமிழ்
1992	பரதன்	தமிழ்
1993	திருடா திருடா	தமிழ்
1993	முத்தின மாவா	கன்னட
1994	காதலன்	தமிழ்
1995	ராஜா ஹம்சா	தெலுங்கு

1995	பாட்டு பாடவா	தமிழ்
1996	காதல் தேசம்	தமிழ்
1996	மைனா	தெலுங்கு
1996	பவித்ர பந்தம்	தெலுங்கு
1996	அவ்வை சண்முகி	தமிழ்
1996	கண்டேன் சீதையை	தமிழ்
1997	பெல்லிவரமாண்டி	தெலுங்கு
1997	ப்ரேனா	தெலுங்கு
1997	உல்லாசம்	தமிழ்
1997	ரட்சகன்	தமிழ்
1997	மின்சார கனவு	தமிழ்
1997	பெரிய மனுஷன்	தமிழ்
1997	நந்தினி	தமிழ்
1998	சந்தர்ப	கன்னட
1998	உளயாலா	தெலுங்கு
1998	பெல்லாடி சூப்பிஸ்ட்டா	தெலுங்கு
1998	மாங்கல்யம் தந்துனானே	கன்னட
1998	ஜாலி	தமிழ்
1998	வைப் ஆப் வி.வரப்பிரசாத்	தெலுங்கு
1999	ஆரோ பிரனாம்	தெலுங்கு
1999	தீர்க சுமங்கலி பவா	தெலுங்கு
1999	பாடுத தீயக	தெலுங்கு
1999	பெத்த மனுஷுலு	தெலுங்கு
1999	மாயா	தமிழ்/தெலுங்கு/ கன்னட
2000	கோப்பின்டி அல்லுது	தெலுங்கு

2000	மனசு பட்டானு கானி	தெலுங்கு
2000	தேவுல்லு	தெலுங்கு
2000	மெக்கானிக் மாமய்யா	தெலுங்கு
2000	பிரியமானவளே	தமிழ்
2001	ச்சி ருஜல்லு	தெலுங்கு
2002	இந்த்ரா	தெலுங்கு
2002	பாதகரெல்லா அம்மாயி	தெலுங்கு
2002	ஏப்ரல் மாதத்தில்	தமிழ்
2003	மாஜிக் மாஜிக் 3D	தமிழ்
2003	ஃபூள்ஸ்	தெலுங்கு
2003	மகா யேதபிடங்கி	கன்னட
2005	மாயா பசார்	தெலுங்கு
2006	ரூம் மேட்ஸ்	தெலுங்கு
2007	என் உயிரினும் மேலான	தமிழ்
2007	கல்யானோத்சவ	கன்னட
2007	மல்லே பன்ட்டிறி	தெலுங்கு
2007	கெத்தாரே ஹென்னாரே கொர்பேகு	கன்னட
2010	நாணயம்	தமிழ்
2011	ஷக்தி	தெலுங்கு
2012	தேவஸ்தானம்	தெலுங்கு
2012	மிதுனம்	தெலுங்கு
2014	திருடன் போலீஸ்	தமிழ்
2015	மூனே மூனு வார்த்தை	தமிழ்
2015	மூடு முக்கல்லோ செப்பலான்டி	தெலுங்கு
2018	தேவதாஸ்	தெலுங்கு

5. எஸ்.பி.பி நடித்த தொலைக்காட்சி சீரியல்கள்

நதி எங்கே போகிறது	தமிழ்
ஜன்னல்	தமிழ்
அடுத்தவீட்டு கவிதைகள்	தமிழ்
வானம்பாடி	தமிழ்
எந்தாரு மஹானு பாவலு	தெலுங்கு
அழகு	தமிழ் (*Special appearance*)

6. எஸ்.பி.பி பங்குபெற்ற தொலைக்காட்சி நிகழ்ச்சிகள்

வானம்பாடி	தமிழ் - மியூசிக் ஷோ
பாடுதே தீயாக	தெலுங்கு -மியூசிக் ஷோ
பாடலானி உந்தி	தெலுங்கு - மியூசிக் ஷோ
சொர்னாபிஷேகம்	தெலுங்கு - மியூசிக் ஷோ
என்னோடு பாட்டு பாடுங்கள்	தமிழ் - மியூசிக் ஷோ
இதே தும்பி ஹாடு வேனு	கன்னட - மியூசிக்

ஏர்டெல் சூப்பர் சிங்கர், இசை வானில் இளைய நிலா தமிழ் - மியூசிக் ஷோ (ஸ்பெஷல் ஜட்ஜ்)

7. எஸ்.பி.பி பின்னணி குரல் கொடுத்த படங்கள்

1976	மன்மதலீலை	தெலுங்கு	கமல்ஹாசன்
1981	நலுகு ஸ்டாம்பலாடா	தெலுங்கு	நரேஷ்
1982	காந்தி	தெலுங்கு	பென் கிங்ஸ்லி
1983	ஆனந்த பைரவி	தெலுங்கு	கிரிஷ் கர்னாட்
1985	சிப்பிக்குள் முத்து	தமிழ்	கமல்ஹாசன்
1987	நாயகடு	தெலுங்கு	கமல்ஹாசன்
1988	அடடே ஆதாரம்	தெலுங்கு	விசு
1988	ஸ்ரீமதி ஒக பகுமதி	தெலுங்கு	விசு
1988	சத்யா	தமிழ்	கிட்டி
1988	ருத்ரவீணா	தெலுங்கு	ஜெமினி கணேசன்
1990	மைக்கேல் மதன காமராஜன்	தெலுங்கு	கமல்ஹாசன்
1990	இல்லு இல்லலு பில்லலு	தெலுங்கு	விசு
1991	ஆதித்யா 369	தெலுங்கு	தினு ஆனந்து
1991	குணா	தெலுங்கு	கமல்ஹாசன்
1992	க்ஷத்ரியா புத்ருடு	தெலுங்கு	கமல்ஹாசன்
1996	பாமனே சத்யா பாமனே	தெலுங்கு	கமல்ஹாசன்
1996	பாரதீயுது	தெலுங்கு	கமல்ஹாசன்
1997	அன்னமய்யா	தெலுங்கு	சுமன்
1997	இட்டாரு	தெலுங்கு	மோகன்லால்
1998	ஹரிகிருஷ்னன்ஸ்	தமிழ்	மோகன்லால்
2000	ஸ்ரீ சாய் மஹிமா	தெலுங்கு	ஸ்ரீ சாய் பிரகாஷ்
2000	தெனாலி	தெலுங்கு	கமல்ஹாசன்
2001	அபய்	தெலுங்கு	கமல்ஹாசன்
2002	பஞ்சதந்திரம்	தெலுங்கு	கமல்ஹாசன்

2003	சத்யமே சிவம்	தெலுங்கு	கமல்ஹாசன்
2005	ஸ்ரீ ஆஞ்சநேயம்	தெலுங்கு	அர்ஜுன் சர்ஜா
2005	அத்தடு	தெலுங்கு	நாசர்
2005	மும்பை எக்ஸ்பிரஸ்	தெலுங்கு	கமல்ஹாசன்
2008	ஸ்லம் டாக் மில்லியனர்	தமிழ்	அனில் கபூர்
2008	தசாவதாரம்	தெலுங்கு	கமல்ஹாசன்
2008	கதாநாயகுடு	தெலுங்கு	ரஜனிகாந்த்
2009	காலவரமாயே மாடிலோ	தெலுங்கு	விக்ரம் கோஹலே
2010	மன்மத பானம்	தெலுங்கு	கமல்ஹாசன்
2011	ஸ்ரீ ராமா ராஜ்யம்	தமிழ்	நந்தமுறி பாலகிருஷ்ணா
2018	சின்னபாபு	தெலுங்கு	சத்யராஜ்

N.B: கமல்ஹாசன் *(All films dubbed from Tamil to Telugu till 2010,* சிப்பிக்குள் முத்து *(1985) ; Tamil dubbing of Swathi Muthyam)*

8. எஸ்.பி.பி இசையமைத்த திரைப்படங்கள்

1. கன்னியாகுமாரி
2. சந்தர்ப
3. கேப்டன் கிருஷ்ணா
4. ராதாகுருஷ்ணய்யா
5. தூர்ப்பு வெள்ள ரயிலு
6. ஹம் பஞ்ச் (பின்னணி இசை)
7. ஏ ஹம்ம கத
8. சங்கீதா
9. துடிக்கும் கரங்கள்
10. உருண்ட சங்கரண்டி
11. பிர்யாமினி
12. சீதாம்மா பெல்லி
13. பங்காரு சிலகா
14. புல்லெட்
15. தேவரல்லதனே
16. தூங்கல்லோ தூரா
17. ஜாக்கி
18. கொங்கு முடி
19. மயூரி
20. முத்துலா மனவரலு
21. பெடெ
22. மஹத்ருடு
23. நாச்சி மயூரி (பின்னணி இசை)
24. பதமதி சந்திய ராகம்
25. சௌபாக்கிய லட்சுமி

26. கௌதமி

27. லாயர் சுகாசினி

28. பிரதீபா

29. ராமு

30. சின்னூடு பெட்டூடு

31. கல்லு

32. நீக்கு நாக்கு பெல்லண்ட

33. ஓ பார்ய கத

34. பிரம்மயானம்

35. ரமண சமண

36. விவாஹ போஜனம் பூ

37. சித்தார்த்தா

38. உலகம் பிறந்தது எனக்காக (இணை இசை)

39. மகாயானம்

40. சிகரம்

41. தையல்காரன்

42. ஜெய்த்ர யாத்ரா

43. பெல்லியப்பா பனகாரப்பா

44. கிஸ்ரசஹாரா

45. ஊர் பஞ்சாயத்து

46. போங்கடா நீங்களும் உங்க அரசியலும்

47. முதின மாவ

48. உன்னைச் சரணடைந்தேன்

9. எஸ்.பி.பி.க்கு கிடைத்த விருதுகளின் பட்டியல்

2021 - பத்மவிபூஷன் விருது (இறப்புக்கு பின் அளிக்கப்பட்ட விருது)
2011 - பத்மபூஷன்
2001 - பத்ம ஸ்ரீ விருது

தேசிய விருதுகள்

1979 - சங்கராபரணம் - ஓம்கார நாதனு - (தெலுங்கு)

1981 - ஏக் துஜே கேலியே - தேரே மேரே பீச் மே - (ஹிந்தி)

1983 - சாகர சங்கமம் - வேதம் அனுவனுவனு - (தெலுங்கு)

1988 - ருத்ர வீணா - செப்பாலினி உன்டி - (தெலுங்கு)

1995 - சங்கீத சாஹர கனயோகி பஞ்சாக்ஷர கவை - உமன்டு குமன்டு கான கர்ஜெபத்ரா

1996 - மின்சார கனவு - தங்க தாமரை மகளே - தமிழ்

1999 - 32000 பாடல்களை பாடி கின்னஸ்ஸில் இடம் பிடித்தார்

1981 - கலைமாமணி விருது (தமிழ்நாடு அரசு)

1999 - டாக்டர் பட்டம் - போட்டி ஸ்ரீ ராமுலு தெலுங்கு பல்கலை கழகம்

2008 - கர்நாடக ராஜ்யோத்சவ விருது - கர்நாடக அரசு
(Second Highset Civilian Honor Of Karnataka)

2009 - டாக்டர் பட்டம் - சென்னை சத்யபாமா பல்கலைகழகம்

2009 - கலாபிராபூர்ணா டாக்டர் பட்டம் - ஆந்திர பல்கலை கழகம்

2010 - டாக்டர் பட்டம் - ஜெ. என். டி. யூ - ஆனந்தபூர்

2017 - கலா பிரதர்சனி கண்டசாலா புரஸ்கார் - சென்னை கண்டசாலா குடும்பம் & கலாபிரதர்சனி

2017 - டாக்டர் பட்டம் - தி இன்டர்நேஷனல் தமிழ் பல்கலை கழகம் (United States)

ஹிந்தி ஃபிலிம் ஃபேர் விருது

1981 - ஏக் துஜே கேலியே - தேரே மேரே பீச் மே

1989 - மேனே பியார் கியா - தில் தீவானா

1991 - சாஜன் - தும்சே மில்னே கி காம்னா ஹாய்

1994 - ஹம் ஆப் கே ஹேன் கோன் - ஹம் ஆப் கே ஹேன் கோன்

பிலிம் ஃபேர் விருது (South)

1983 - வாழ் நாள் சாதனையாளர் விருது

1986 - சிறந்த பின்னணி பாடகர் விருது

1995 - சிறந்த படத் தயாரிப்பாளர் விருது - (சுபாசங்கல்பம்)

2000 - சிறந்த பின்னணி பாடகர் விருது (ராகவய்யாகிரி அபாய்)

2002 - சிறந்த பின்னணி பாடகர் விருது - வாசு

2003 - சிறந்த பின்னணி பாடகர் விருது - சீடய்யா

2005 - சிறந்த பின்னணி பாடகர் விருது - நுவ்வொஸ்தானன்டி நென்னோடன்டானா - கால் கால் (தெலுங்கு)

2006 - சிறந்த பின்னணி பாடகர் விருது - ஸ்ரீ ராமதாசு - அடிகடிகோ பத்ர கிரி (தெலுங்கு)

2007 - சிறந்த பின்னணி பாடகர் விருது - மொழி - கண்ணால் பேசும் பெண்ணே (தமிழ்)

2008 - சிறந்த பின்னணி பாடகர் விருது - பாண்டு ரங்கா - மாத்ரு தேவோ பவ (தெலுங்கு)

2009 - சிறந்த பின்னணி பாடகர் விருது - மஹாத்மா - இந்திராம்மா (தெலுங்கு)

2010 - சிறந்த பின்னணி பாடகர் விருது - ஆப்த ரக்ஷகா - ஹரனே ஹர ஹரனே (கன்னட)

2011 - சிறந்த பின்னணி பாடகர் விருது - ஏழாம் அறிவு - யம்மா யம்மா (தமிழ்)

சவுத் இந்தியன் இன்டர்நேஷனல் மூவி விருதுகள்

2013 - சிறந்த பின்னணி பாடகர் விருது - ஸ்ரீ ராம ஜெயம் - ஜெகடானந்த காரக (தெலுங்கு)

2017 - வாழ்நாள் சாதனையாளர் விருது - வெவ்வேறு படங்கள் - வெவ்வேறு பாடல்கள் - வெவ்வேறு மொழிகள்

2021 - ஸ்பெஷல் பாராட்டு விருது - வெவ்வேறு படங்கள் - வெவ்வேறு பாடல்கள் - வெவ்வேறு மொழிகள்

2021 - சிறந்த பின்னணி பாடகர் விருது - தர்பார் - சும்மாகிழி (தமிழ்)

நந்தி விருதுகள்

1978	சிறந்த பின்னணி பாடகர்	நாளகோ எந்தரோ
1979	சிறந்த பின்னணி பாடகர்	சங்கராபரணம்
1981	சிறந்த பின்னணி பாடகர்	பிரேமாபிஷேகம்
1983	சிறந்த பின்னணி பாடகர்	பகுதூரப்ப பாட்டசாரி
1984	சிறந்த பின்னணி பாடகர்	சுவர்ன்ன சுந்தரி
1985	சிறந்த பின்னணி பாடகர்	மயூரி
1985	சிறந்த இசையமைப்பாளர்	மயூரி
1986	சிறந்த பின்னணி பாடகர்	சிரிவெண்ணிலா
1987	சிறந்த பின்னணி பாடகர்	அபிநந்தனா
1987	ஸ்பெஷல் ஜூரி விருது	ப்ரேமா
1989	சிறந்த பின்னணி பாடகர்	நீராஞ்சனம்
1991	சிறந்த பின்னணி பாடகர்	சாண்டி
1992	சிறந்த பின்னணி பாடகர்	பங்காரு மாமா
1993	சிறந்த பின்னணி பாடகர்	மிஸ்டர் பெள்ளம்
1994	சிறந்த பின்னணி பாடகர்	பைரவ தீபம்
1996	சிறந்த குணச்சித்திர நடிகர்	பவித்ர பந்தம்
1997	சிறந்த பின்னணி பாடகர்	ப்ரியராகலு
1997	சிறந்த டப்பிங் ஆர்ட்டிஸ்ட்	அன்னமய்யா
2000	சிறந்த டப்பிங் ஆர்ட்டிஸ்ட்	ஸ்ரீ சாயி மஹிமா
2000	சிறந்த பின்னணி பாடகர்	ராகவய்யாகரி அப்பாய்
2002	சிறந்த பின்னணி பாடகர்	வசு
2005	சிறந்த பின்னணி பாடகர்	பெள்ளம் பிச்சோடு
2009	சிறந்த பின்னணி பாடகர்	மஹாத்மா
2012	ஸ்பெஷல் ஜூரி விருது	மிதுனம்

2012 - ல் இந்திய சினிமாவுக்கு அவர் ஆற்றிய பங்களிப்பிற்காக என்.டி. ஆர் தேசிய விருதை பெற்றார்.

தமிழக அரசு விருதுகள்

1969	சிறந்த பின்னணி பாடகர்	அடிமைப்பெண், சாந்திநிலையம்
1980	சிறந்த பின்னணி பாடகர்	நிழல்கள்
1990	சிறந்த பின்னணி பாடகர்	கேளடி கண்மணி
1994	சிறந்த பின்னணி பாடகர்	ஜெய் ஹிந்த்

கர்நாடக அரசு விருது

1997 - 98	சிறந்த பின்னணி பாடகர்	ஓ மல்லிகே
2004 - 05	சிறந்த பின்னணி பாடகர்	சிருஷ்டி
2007 - 08	சிறந்த பின்னணி பாடகர்	சவி சவி நெனபூ

பல்வேறு விருதுகள்

Film Fans Association Award (Madras) - 20 முறை பெற்றிருக்கிறார்.

1999 - லதா மங்கேஷ்கர் விருது

2001 - சங்கீத கங்கா விருது - கன்னட திரை உலகம்

2002 - சிரோமணி விருது - (டெல்லி தெலுங்கு அகாதமி ராஷ்ட்ரீய விகாஸ் அளித்த வாழ்நாள் சாதனையாளர்)

2002 - டாக்டர் பெஸ்வாடா கோபால ரெட்டி விருது

2002 - வாழ்நாள் சாதனையாளர் விருது - டி. வி.எஸ் விக்டர் ஆலபனா மியூசிக் விருது

2002 - ஸ்வரலய - கைரளி - யேசுதாஸ் விருது

2003 - ராணிராவு பாலசரஸ்வதி விருது

2003 - ஆர்ய பட்ட பிரஷஸ்தி

2004 - கலா ஸ்ரீ விருது

2004 - சிறந்த பின்னணி பாடகருக்கான மா டி.வி சினிமா விருது

2005 - கர்நாடக மாநில முதல்வர் வழங்கிய - விஸ்வ கான யோகி விருது

2006 - சென்னை ராஜலட்சுமி ஃபௌன்டேஷன் வழங்கிய ராஜலட்சுமி விருது

2006 - விஜய் டி.வி - ரிலையன்ஸ் மொபைல் இணைந்து சிறந்த பின்னணி பாடகருக்கான விருது

நௌஷத் சாப் இசையமைத்த 'தேரே பாயல் மேரே கீத்' என்ற கிளாஸிக்கல் பாடல் பாடியதற்கு 'டான் சென் விருது' வழங்கப்பட்டது.

2006 - 'ஸ்ரீ ராமதாசு' என்ற படத்தில் சிறந்த பின்னணி பாடகருக்கான 'சந்தோஷம் விருது' வழங்கப்பட்டது.

2007 - வாழ்நாள் சாதனையாளருக்கான 'சந்தோஷம்' விருது வழங்கப்பட்டது.

கர்நாடக மாநில அரசு வழங்கிய 'பாஸவ ஸ்ரீ விருது'

2007 - ஸ்ரீ பாகவதம் சீரியலில் சிறந்த பின்னணி பாடகருக்கான - 'ஏ.பி.சினிகோயேர்ஸ் அஸோசியேஷன் விருது'

2008 - காஞ்சிபுரம் காஞ்சி காமகோடி பீடம் வழங்கிய சங்கீத சாகர் விருது

2008 - நவம்பர் 1-ம் தேதி கர்நாடக மாநில அரசு வழங்கிய 'ராஜ்யோத்சவ பிரசாதி விருது'

2009 - வட அமெரிக்காவில் தெலுங்கு அசோசியேஷன் வழங்கிய 'வாழ்நாள் சாதனையாளர் விருது'

2009 - நவம்பர் *29*-க்கு பி.சுசீலா ட்ரஸ்ட் நேஷனல் விருது

2009 - செப்டம்பர் *9*-க்கு விசாக பட்டணத்தில் கொப்பரப்பு கலா பீடம் வழங்கிய 'கொப்பரப்பு காவுல புரஸ்காரம்' வழங்கப்பட்டது.

2010 - பெப்ரவரி *27*-க்கு மும்பையில் வைத்து வாழ்நாள் சாதனையாளருக்கான 'ராகலயா மியூசிக் விருது' வழங்கப்பட்டது.

2010 - கண்டசாலா விருது

2010 - டெல்லி தலைமை அதிகாரி ராஜேஷ் டாண்டன் எஸ்.பி.பி. அவர்களுக்கு 'மண்ணிலே சிறந்த புத்தர்' என்ற அங்கீகாரத்தை அளித்தார்.

2010 - அக்கினேநி நாகேஸ்வரராவு வழங்கிய எ.ஏன்.ஆர்.வாழ்நாள் சாதனையாளர் விருது.

2010 - ஜூன் *30* - ஹைத்ராபாதில் யுவகலா வாகினி வழங்கிய "*Pride of Indian Cinema Award*".

2010 - 'கொத்த பங்கரம்' என்ற சீரியலுக்கு சிறந்த பின்னணி பாடகருக்கான 'ஜெமினி டி.வி உகாதி விருது'

2010 - 'மிஸ்ட்ரி' என்ற படத்தில் சிறந்த பாடகருக்கான 'வம்சி பிலிம் விருது'.

"எடே தும்பி ஹாடுவேனு" என்ற ஒரு ரியாலிட்டி ஷோவில் கலந்து கொண்டதற்காக "*Big Kannada Entertainment Awards*" வழங்கப்பட்டது.

2011 - ஜுன் 11-ம் தேதி லக்ஸ் சாண்டல் சினிமாஸ் வழங்கிய வாழ்நாள் சாதனையாளர் விருது.

2011 - 'ஜகடானந்த காரக ஸ்ரீ ராமஜெயம்' என்ற படத்தில் சிறந்த பின்னணி பாடகருக்கான 'ஹைத்ராபாத் டைம்ஸ் பிலிம் விருது'.

2011 - ஸ்டார் விஜய் வழங்கிய 'செவலியர் சிவாஜி கணேசன் விருது'

2012 - ஏப்ரல் 14-ம் தேதி போட்ஸ்வானா தமிழ் கலாச்சார அசோஸியேஷன் சங்கம் -எஸ்.பி.பி அவர்கள் இசைக்கு அளித்த பங்களிப்பை பாராட்டி 'இசை தென்றல்'என்றொரு பட்டத்தை கொடுத்தார்கள்.

2015 - கேரள மாநில அரசு வழங்கிய 'ஹரிவராசனம் விருது'

2017 - புதிய தலைமுறை தொலைக்காட்சி வழங்கிய 'தமிழன் விருது'

2018 - ஸ்ரீ கிருஷ்ணா யேசுதாஸ் விருது

2019 - திருச்சூர் - பெரிங்கோட்டுக்கர தேவஸ்தானம் வழங்கிய ஆறாவது 'தட்சினா மூர்த்தி நாத புரஸ்காரம்'.

இதை தவிர ஏராளமான மாத இதழ், வார இதழ் விருதுகளும், பிலிம் அசோஸியேஷன் விருதுகளும் பெற்றிருக்கிறார்.

ஆய்வுக்கு உதவிய அனைத்து ஊடக நண்பர்களுக்கும் நன்றி

1. எஸ்.பி.பியின் பயணம் - ஆனந்த விகடன்
2. கேள்வி பதில் - விகடன் மேடை
3. மாணவர்களுடனான நேர்காணல் - சன் டி.வி
4. இளையராஜா - ஆனந்த விகடன்
5. கங்கை அமரன் - பண்ணபுரம் எக்ஸ்பிரஸ் புத்தகம்
6. வைரமுத்து - India glitz
7. பிறைசூடன் - Talks of Cinema
8. முத்துலிங்கம் - Aadhan Cinema
9. கலைஞானம் - சிநேகிதி
10. வாணிஜெயராம் - சிநேகிதி
11. எஸ். ஜானகி - India glitz
12. மு.மேத்தா - தினமலர்
13. சுரேஷ் கிருஷ்ணா - நானும் பாட்ஷாவும் புத்தகம்
14. நாசர் - ஜெயா தொலைக்காட்சி
15. கமல்ஹாசன் - 96 டி.வி
16. சிவகுமார் - 2D ENT PVT LTD
17. மனோ - சன் நியூஸ் தொலைக்காட்சி
18. T.ராஜேந்திரன் - Nonstop news tamil
19. உன்னி மேனோன் - மாத்ருபூமி
20. கே.ஜே. யேசுதாஸ் - மலையாள மனோரமா
21. பாரதிராஜா - The Cinemas
22. கலா மாஸ்டர் - India glitz
23. Y.G.மகேந்திரன் - Behindwoods TV

தொகுப்பு: தினேஷ் கன்னிமாரி

24. ஆஷிக் - Socrates Studio

25. எஸ்.பி.பி.சரண் - ஜெயா தொலைக்காட்சி

26. எஸ்.பி.பி.பல்லவி - அவள் விகடன்

27. டாக்டர் தீபக் சுப்பிரமணியம் - Behindwoods TV

28. ஆர். வி. உதயகுமார் - Colors Tamil

29. மனோபாலா - Cine ulagam

30. திண்டுக்கல் I.லியோனி - nba 24 x 7 news

31. பயில்வான் ரங்கநாதன் - Cine ulagam

32. பாடும் நிலா பற்றிய பல்சுவைத் தகவல்கள் - நூல் (டி.என். இமாஜான்)

33. முரளி - Am Rm TV